दु:खद, रक्त गोठवणारं भयंकर कथानक. एक विलक्षण, डोक्यातील विचारांना चालना देणारा असा दुष्टत्वाच्या गुंतागुंतीच्या भावनेचा शोध जो एका धक्कादायक आणि तीव्र अशा शेवटापर्यंत घेऊन जातो.

– एलिझाबेथ फोर्ब्स

रुथ डगदाल यांनी असा एक बालवयाचा खुनी निर्माण केला आहे जो आपल्या नेहमीच्या अमानुषत्वाच्या साच्यात बसवताच येत नाही. त्या अतिशय कौशल्याने त्याचे विचार, त्याचे हेतू यांचं चित्र विणतात आणि एका धक्कादायक शेवटाच्या दिशेने प्रवास करणाऱ्या भोवऱ्यात वाचकाला गुरफटून टाकतात.

– ज्युली कॉर्बिन

स्वत:च्या व्यक्तिगत व्यावसायिक अनुभवाच्या दृष्टिकोनातून लिहिलेलं 'हम्बर बॉय बी' हे पुस्तक म्हणजे मानवी दृष्टिकोनातून घेतलेला एक शोध आहे. हा शोध आहे बालखुन्यांशी संबंधित असणाऱ्या गुंतागुंतीच्या नैतिक समस्यांचा. आजच्या फौजदारी न्यायव्यवस्थेला असणाऱ्या मर्यादांचा आणि त्या मर्यादांचा, त्या संबंधात काम करणाऱ्या लोकांवर होणारा परिणाम याचा एक चिकित्सक मागोवा हे पुस्तक घेतं. आणि सगळ्यात महत्त्वाची बाब ही आहे की ही नि:शंकपणे एक उत्कृष्ट अशी गुंतागुंतीची उत्कंठापूर्ण अशी थरारकथा आहे. यातला धोका अगदी खराखुरा, त्यातली पात्रं जिवंत, विश्वास बसतील अशी, मानवी दोषांनी युक्त अशी जराशी भीतिदायकच आहेत. या पुस्तकाने मला रात्री तीन वाजेपर्यंत जागवत ठेवलं; कारण मी ते खाली ठेवूच शकले नाही. केट ऑस्टिन झिंदाबाद!
'खरोखर धोकादायक, उत्कृष्ट थरारकथा. केट ऑस्टिन झिंदाबाद!

– ज्युलिया क्राउच

हुशारीने रचलेलं, विचारांना चालना देणारं, मनावर ताण आणणारं 'हम्बर बॉय बी' एका भावनिक विषयाला संवेदनशीलतेने हात घालतं आणि त्याच वेळी त्यातील रहस्यही गडद होत जातं.

एकदा का तुम्ही हे वाचायला घेतलंत की त्याचा मनाचा थरकाप उडवणारा शेवट वाचल्याशिवाय तुम्ही ते खाली ठेवूच शकत नाही.

– सी एल टेलर

विचारांना चालना देणारी, उत्कंठावर्धक कादंबरी, खडबडून जागं करणारी पात्रं आणि कल्पनातीत धक्कादायक शेवट.

– मेल शेरट्ट

एक झपाटून टाकणारी भयानक मानसिक थरारकथा सखोलता आणि संवेदनशीलता यांनी परिपूर्ण.

– क्राइम टाइम

हुशारीने मनाची पकड घेणारी... रुथकडे प्रचंड प्रतिभा आहे.

– सोफी हाना

प्रामाणिक... हलवून टाकणारं पदार्पण.

– द डेली मेल

एक सर्वोत्कृष्ट कलाकृती जिने मला विचार करायला भाग पाडलं.

– अलेक्स माखूड

आपल्या स्नेहीजनांना पुस्तके भेट द्या

हम्बर बॉय बी

रुथ डगदाल

अनुवाद
सई साने

मेहता पब्लिशिंग हाऊस

Please contact us at **Mehta Publishing House,** Pune.
Email : production@mehtapublishinghouse.com
Website : www.mehtapublishinghouse.com

◆ *या पुस्तकातील लेखकाची मते, घटना, वर्णने ही त्या लेखकाची असून त्याच्याशी प्रकाशक सहमत असतीलच असे नाही.*

HUMBER BOY B by RUTH DUGDALL
Copyright © Ruth Dugdall 2015

First published in the UK by Legend Press as Humber Boy B

Translated into Marathi Language by Sai Sane

हम्बर बॉय बी / अनुवादित कादंबरी

अनुवाद : सई साने

author@mehtapublishinghouse.com

मराठी अनुवादाचे व प्रकाशनाचे हक्क मेहता पब्लिशिंग हाऊस, पुणे.

संस्थापक : अनिल मेहता आणि सुनील मेहता

प्रकाशक : अखिल सुनील मेहता, मेहता पब्लिशिंग हाऊस,
१९४१, सदाशिव पेठ, माडीवाले कॉलनी, पुणे - ४११०३०.

मुखपृष्ठ : सतीश भावसार

प्रथमावृत्ती : मार्च, २०२२

P Book ISBN 9789392482588

E Book ISBN 9789392482199

E Books available on : play.google.com/store/books
www.amazon.in
books.apple.com

एम्बर आणि एडन यांना
प्रेमपूर्वक...

खोल आत त्या नीरव जागी जिथे मुलांची भीती दबा धरून असते.

— लिलियन स्मिथ

त्या दिवशी

खाली गवताने भरलेल्या नदीकाठी, हम्बर ब्रिजच्या सावलीत एक बारा-तेरा वर्षांची मुलगी उथळ पाण्यात हातांवर रांगत होती. तिचे भुरे, पिंगे केस पाण्याला टेकल्यामुळे त्यांची टोकं भिजून गडद झाली होती. वर उठल्यावर तिला तिच्या तळव्यांवरचे मातीचे कण दिसले. नव्यानेच गोलाई यायला लागलेल्या आपल्या मांड्यांवर तिने ते पुसण्याचा प्रयत्न केला. तिचा पोहण्याचा पोशाख तिच्या पायांच्या वरच्या भागात रुतत होता; आताशा तो तिला खूपच लहान होतो, पण तिच्याकडे दुसरा नव्हताच. या उबदार दिवशी तिच्या मनात पाण्याची अनिवार ओढ जागली आहे. जरा जास्तच उबदार दिवस आहे. बहुधा वादळ होणार असेल.

काही यार्डांवर तिचे वडील त्यांच्या कॅन्व्हासच्या खुर्चीत गुरफटून बसले होते. त्यांचा एक हात त्यांच्या मासे पकडण्याच्या गळावर हलकेच विसावलेला होता. त्यांच्या शेजारीच एका काळ्या बादलीत एक राखी रंगाचा मासा प्राणांतिक तडफड करत होता. तिच्या वडिलांच्या उतरलेल्या चेहऱ्यावरून ते कंटाळल्यासारखे दिसत आहेत. तिला ते डोळे पुसताना दिसतात. त्यांच्याकडे बघताना ते त्या स्थितीत गोठल्यासारखे दिसत असले, तरी तो त्यांचा बचावाचा पवित्रा होता. त्यांच्या भावना आतल्या आत दाबून ठेवण्याची ती त्यांची पद्धत होती. तिला माहीत होतं त्यांच्या अस्वस्थतेचं कारण, पण त्यासाठी तिच्या मते तेच जबाबदार होते. त्यामुळे तिने त्यांना कसलाच दिलासा देऊ केला नाही.

आकाशाच्या सुंदर निळ्या रंगाला राखाडी ढगांनी जणू विद्रूप केले होते. भरलेल्या आभाळाच्या दिशेने मुलीने आपले हात उडवले. आणि अजून खोल पाण्याकडे जाऊन मागे झुकून तिने शरीराची कमान केली. तिचे हात पाण्यात टेकले आणि पाठीची कमान झाली. थरथरत्या खेकड्यासारख्या स्थितीत ती स्थिर झाली. स्वत:ला सावरण्याच्या प्रयत्नात तिचे पाय थरथरायला लागले. चालायला शिकल्यापासून ती जिम्नॅस्टिक करायची. पण हल्ली हल्ली तिला कसरती करताना थोडा त्रास होऊ लागला होता. तिच्या शरीराला आता वेगवेगळ्या हालचालींचे वेध लागायला

लागले होते. तिचं शरीर आता कसरती नाकारू लागलं होतं. पण आता मात्र तिने शरीर वाकवले, वळवले, स्थिर करण्याचा प्रयत्न केला.

"डॅड! हे बघा."

मुलीने एक हात उचलून मांडीवर ठेवला आणि लगेचच आधार घेण्याकरता जमिनीवर टेकवला. खरंतर या स्थितीत ती काही मिनिटं राहू शकत असे. ते तिच्या वेळेची नोंद करत असत. पण आता तिच्या थरथरणाऱ्या मनगटांवर पाणी आपटत असताना त्याचं तिच्याकडे लक्षच नव्हतं. तिने पाण्यात स्वत:ला सरळ केलं.

रॉजर पाल्मरने एक क्षणभर आपल्या मुलीकडे नजर टाकली आणि त्याचं लक्ष परत एकदा हम्बर नदीच्या गढूळ मातकट पाण्याकडे वळलं. त्याच्या शेजारच्या बादलीतील तडफड आता संपली होती. त्याच्या मनात पुन:पुन्हा त्याच संभाषणाचा विचार येत होता. ते संभाषण झाल्यापासून त्याच्या मनात तेच पुन:पुन्हा घोळत होतं. त्या विचाराने तो रात्रभर झोपू शकला नाही आणि आता तो इतका दमला होता की त्याची हाडंसुद्धा दुखत होती. जेव्हा जेव्हा त्याच्या मनात आदल्या दिवशीच्या वादाचा विचार आला तेव्हा त्याला जेसिकाचा दु:खी, पण ठाम चेहरा डोळ्यांसमोर आला. जणूकाही ती आता समोर असावी इतक्या स्पष्टपणे आठवला. त्याने तिला सांगायला हवं होतं, की त्याचं तिच्यावर प्रेम आहे. मग त्यांनी काहीतरी मार्ग शोधला असता. त्याने तिचं मन वळवलं असतं; पण हा शेवट असेल याची त्याला कल्पनाच नव्हती. त्यामुळे हे सगळं टाळण्याचा प्रयत्न करण्याची त्याची तयारीच नव्हती.

"तुम्ही कधीच माझ्याकडे बघत नाही." चेरिल्ने तक्रार केली. "जशी काही मी अदृश्यच आहे."

वैतागून तिने पाण्यावर हात आपटले आणि वळली. देवदूतांचे पंख असावेत तशी तिच्या खांद्याला माती आणि खडी चिकटलेली होती. अचानक आलेल्या हवेच्या झोताने ती थरथरली आणि तिने वर बघितले. तिथे गडद ढग जमा झालेले होते. ते पुलाच्या इतके जवळ होते की जसं त्यांना तिथे बांधून ठेवलेलं असावं. जणूकाही ते फक्त हल् शहराच्या याच भागाशी बांधलेले होते.

"मला घरी जायचं आहे, हे किती कंटाळवाणं आहे. आणि पाऊसही येणार आहे."

वडिलांनी त्यांची पिशवी धुंडाळली आणि रेनकोट बाहेर काढला. चेरिल्ला तिचा रेनकोट देऊन त्यांनी स्वत:चा रेनकोट चढवला. त्यांचा काळा रेनकोट एखाद्या प्लॅस्टिकच्या कुडत्यासारखा डोक्यावरून येतो. खांदे आवळून छातीजवळ घेऊन त्यांनी स्वत:ला त्यात गुरगुटून घेतलं आणि गळाकडे नजर टाकली.

"एखाद्या उन्हाळी सरीमुळे काही आपण मरणार नाही. तू तुझी शाळेची पुस्तकं का वाचत नाहीस? तुला काहीतरी गृहपाठ असेलच ना."

चेरिल्ने तोंड वाकडं केलं. सुट्टीच्या दिवशी काय अभ्यास करायचा? कोणीच करत नाही. ते सांगत होते कारण ते एक शिक्षक होते. तिने रेनकोट बाजूला भिरकवला. असाही तो तिला आता लहानच होत होता– तिने तो रेनकोट बाजूला केला आणि स्वत:ला नदीकाठावर झोकून दिलं. त्या प्रचंड अशा सुंदर हम्बर ब्रिजकडे बघत असतानाच पावसाचा पहिला शिंतोडा तिच्या अंगावर पडला.

वरून आलेली एक किंचाळी, एखादं जनावर वेदनेने ओरडावं किंवा एखादं माणूस भीतीने किंचाळावं तसं.

त्या आवाजाने दोघेही दचकले. वडील लगेच सावध झाले. ते लगबगीने उठत असताना धक्का लागून त्याच्या हातातला गळ खाली पडला. हा आवाज सगळ्यात भयानक होता. भयाने किंचाळणारं मूल. रॉजर पाल्मरने वर बघितलं तेव्हा त्याचा जीव भयाने गोठून गेला. वर जिथे वादळी ढग ओथंबले होते तिथे एक छोटासा जीव पुलावरून लटकताना दिसत होता.

"परमेश्वरा, नाही..."

"डॅड!" चेरिल्ने बोट दाखवलं. तिची नजर त्याच्यापेक्षा जास्त तीक्ष्ण आहे. "ती मगाचीच टोळी आहे, ती मुलं ज्यांनी तुमचा मासा पळवला."

त्यांना तो मासा तिनेच दिल्याचं आणि त्यापुढे जे काही घडलं ते, तिने त्याला सांगितलेलं नाही. तिने वाहत्या पाण्यात हात धुतले. जे काही घडलं त्याच्या कसल्याच खुणा आता उरल्या नव्हत्या, फक्त कठड्याच्या चुकीच्या बाजूला असणारा तो छोटासा मुलगा, हा एवढाच त्या गोष्टीचा पुरावा.

रॉजरने घाबरून आजूबाजूला पाहिलं. त्याच्या मेंदूने वेगवेगळ्या कल्पना तोलून बघितल्या, बाजूला सारल्या. जर धावत वर पुलावर गेलो, तर तेवढा वेळ आहे? वर अजून दोन मुलं आहेत. ती त्या मुलाच्या जास्त जवळ आहेत. पुलावर आणखी लोकही असतील. एखादी गाडी का थांबत नाही तिथे? कोणीच काही का करत नाही?

दोघांपैकी एक मुलगा, जो खरंतर अशक्त वाटतोय. तेवढा ताकदवान नसेल. तो पुलाच्या कठड्यावरून लटकणाऱ्या मुलाकडे वाकला. रॉजर डोळे बारीक करून काय घडतंय ते बघण्याचा प्रयत्न करत होता. वरून काहीतरी पडताना दिसतंय, बहुतेक एक वीट, नाही लाल रंगाचा एकच बूट धपकन पाण्यात पडला. वर जराशी काहीतरी धडपड झाल्यासारखी वाटली, वरून झुकलेल्या मुलाची एक छोटीशी

हालचाल, लटकणाऱ्या मुलाला धरणारा एक छोटा हात. आणि एका अटळ घटनेची सुरुवात, लटकणारा मुलगा पडला, खाली खेचला गेला.

पडताना त्याचं शरीर एखाद्या स्टारफिशसारखं वाटतं. हात-पाय आधी आत वळून आणि नंतर लांब पसरलेले. रॉजरने त्याला ओळखले; त्या विचारानेच त्याच्या पोटात गोळा आला. तो जेसिकाचा मुलगा होता, नोहा. हे कसं शक्य आहे? ज्या मुलावरून काल ते दोघं भांडले, तोच आज आकाशातून पडतोय.

नोहा गार, गढूळ पाण्यात पडल्यावर पाण्यात गोलाकार तरंग उमटत गेले.

रॉजर स्वत:चे बूट किंवा रेनकोट काढण्याकरता थांबलाच नाही. लेकीच्या किंकाळ्यांची पर्वा न करता त्याने पाण्यात उडी मारली. त्याने पाण्यात बुडी मारली, श्वास घेण्याकरता वर आला आणि परत बुडी मारली. नदीच्या मध्यावर असणाऱ्या तरंगांतून आत-बाहेर करत होते. आता नदीत त्याच्या हालचालींमुळेच तरंग उठायला लागले.

नोहा आणि त्याचा लाल बूट केव्हाच दिसेनासे झाले होते. सूर्यही दिसत नव्हता आणि पाऊस कोसळायला सुरुवात झाली होती.

पण तरीही तो मुलाला शोधत राहिला. दिवसाउजेडी नदीच्या काठावर बसून मासेमारी करण्याच्या विचाराने घातलेले कपडे आता भिजून जड झालेले होते. पाय बुटांमध्ये अवघडले होते. आता उशीर झाला आहे हे मान्य न करता तो पुन:पुन्हा प्रयत्न करत राहिला. पाण्याचं वजन जाणवायला लागलं होतं. शेवटी हम्बरच्या जीवरक्षकांनी ज्याला पाण्याबाहेर काढलं तो रॉजर पाल्मर होता. तो, जो लाल ब्लँकेटमध्ये गुरफटून काठावर बसला होता.

"माझ्या अंगात तेवढी ताकदच नव्हती, त्यामुळे मी परत बुडी मारू शकलो नाही. आता आयुष्यभर या गोष्टीची बोच मला जाणवत राहील."

रॉजर पाल्मर हे परत परत म्हणत राहिला; पहिल्यांदा जीवरक्षकांजवळ, नंतर वैद्यकीय पथकाजवळ आणि शेवटी पोलिसांकडे, आणि नोहाच्या अंतिम संस्कारांच्या जरा आधी एका शांत क्षणी जेसिकालासुद्धा सांगितलं त्याने. एका क्षणासाठी तिने त्याच्या हाताला स्पर्श केला आणि झटक्यात हात मागे घेतला. जखमी झाल्यासारखा तो हात तिने उराशी धरला. तिचा नवरा– ज्याच्याबद्दल तिला अजिबात प्रेम वाटत नाही, हे त्याला माहीत होतं– तिला चर्चमधल्या तिच्या जागेकडे घेऊन जाताना तो पाहत राहिला. त्याला जाणवलं की या एका क्षणाने त्यांचं आयुष्य पार बदलून गेली आहेत; कायमस्वरूपी, आणि त्याचं स्वत:चंसुद्धा.

आणि आता ही सतत, सततची बोच : मी त्याला शोधत राहायला हवं होतं.

मी थांबायला नको होतं. मी कधीच स्वत:ला माफ करू शकणार नाही.

दोन भाऊ पुलाच्या कठड्यावरून वाकून पाहत होते. त्यांनी त्या बुडी मारणाऱ्या माणसाला ओळखलं, ते प्राथमिक शाळेतले एक शिक्षक होते. हायस्कूलमध्ये असणारी त्यांची मुलगी दहावीच्या वर्गातली सर्वांची आवडती मुलगी होती. त्यांच्यातल्या त्या मोठ्या मुलाचे ओठ अजूनही तिच्या चुंबनांनी हुळहुळत होते. थरथरत्या हातांनी त्याने धाकट्या भावाला धरलं आणि दोघे निघाले

एखादा सैतान मागे लागावा तसे ते दोघं पुलावरून पळत सुटले.

आता

फेसबुक : 'हम्बर बॉय बी'ला शोधा...

माझ्या मुलाच्या खुन्याला शोधायला मदत करा.

नोहाची आई : आता आठ वर्षं उलटून गेली तरीही कालच ही गोष्ट घडली असावी असं वाटतं आहे. अजूनही जखम ओली आहे. माझा मुलगा आता नाही, पण काळ पुढे सरकतोच आहे. हे विचार करूनही पटत नाही. इतरांसाठी काळ पुढे गेला असेल, पण माझ्यासाठी मात्र तो थांबलाच आहे.

पॅरोल बोर्डाने पाठवलेलं एक पत्र माझ्याकडे आहे. बस्स तेवढंच! एक कागदाचा तुकडा. 'तो' सुटला आहे. माझ्या मुलाचा खून केल्यावर फक्त आठ वर्षं गेल्यावर परत तेच करण्याकरता तो मोकळा आहे. पॅरोल बोर्ड म्हणतंय की त्याने त्याची शिक्षा भोगलेली आहे. पण मी मात्र या नरकात कायमची खितपत पडणार.

हम्बर बॉय बी तुरुंगातच असायला हवा. तो बाहेर मोकळा आहे, हे एक पापच आहे.

आणि म्हणून मी हे पेज सुरू करते आहे, कारण मला मदत हवी आहे. तो सुटला आहे. बाहेरच कुठेतरी मोकळा आहे. तुम्ही मला त्याला सापडून द्यायला मदत कराल का? हॅलो...

केट

केट ऑस्टिनने रॉजर पाल्मरची साक्ष वाचून संपवली. सरकारी पक्षाच्या फाइलमधली ती पहिलीच होती. तिने डोळे मिटून घेतले. एक क्षणभर जणू ती तिथेच होती, हम्बरमध्ये तिच्या डोक्यावरून पाणी वाहत होतं. त्या मुलासाठी, ज्याचा फुगलेला मृतदेह अनेक दिवसांनी सहा मैलांवर मिळाला. पुन्हा पुन्हा बुडी मारून आलेला बधिर करणारा थकवा तिला जाणवला. तो बिच्चारा माणूस जीवरक्षकांची मदत येईपर्यंत त्या बर्फगार पाण्यात शोधत राहिला, आणि ते येईपर्यंत तो धक्का आणि थकवा याने पार गोठून गेला होता. त्याची किशोरवयीन मुलगी चेरिल् नदीकाठावर वेडीपिशी झाली होती.

शेवटी जेव्हा ती बोलण्याच्या अवस्थेत आली तेव्हा चेरिल्ने सांगितलं की ती त्या दोन मुलांना ओळखत होती. ती तिच्या शाळेत होती आणि थोड्या वेळापूर्वीच ती त्यांच्याशी बोललीही होती. त्यातला मोठा मुलगा होता तो तिच्याच वर्गात होता. त्याने हल् रोव्हर्स संघाचं फुटबॉलचं जॅकेट घातलं होतं. सीसीटीव्हीच्या चित्रीकरणाबरोबरच या माहितीमुळे त्यांना शोधणं सोपं होतं. त्यानंतर अवघ्या दोन तासांत हम्बर बॉय ए आणि बी दोघं पोलिसांच्या ताब्यात होते.

केवळ दहा वर्षं वयाचा हम्बर बॉय बी मृत्यूचे अटळ अंतिमत्व समजून घेण्यासाठी खूपच लहान होता. पंधरा महिने पोलीस कोठडीत राहून, मीडियाचं लक्ष असणाऱ्या सहा आठवड्यांच्या खटल्यानंतर आणि आठ वर्षं तुरुंगात काढल्यावर आता त्याला ती कळली असावी. त्याची खात्री करून घेणं हेच केटचं काम होतं.

''शी! ही काय हवा आहे,'' केट म्हणाली, ''सप्टेंबरमध्ये कधीच इतकं गरम झालं नाही. हा सगळा ग्लोबल वॉर्मिंगचा परिणाम असणार.''

''हो ना, मला वाटलं होतं की मी या सॅन्डल आता वर्षभराकरता आत टाकू शकेन,'' पेनी रिकमन स्वत:च्या टाचा चोळताना म्हणाली, ''त्याने निदान माझ्या

अंगठ्याची सूज तरी कमी होईल.''

केटने पेनीच्या पावलांकडे पाहिलं. पण तिला अंगठ्याच्या सुजेऐवजी तिची रंगवलेली नखं दिसली. मग तिने स्वत:च्या पावलांकडे पाहिलं जी साध्या सपाट पादत्राणांमध्ये झाकलेली होती. तिने स्वत:चं जॅकेट अर्धवट काढलं आणि पेनीच्या खांद्यावरून कॉन्फरन्स रूममध्ये डोकावली. तिथे तीन माणसं पाण्याचा ग्लास घेऊन कागदपत्रं चाळत होती. तिने परत जॅकेट अंगावर चढवलं.

''तुला कॉफी हवी असेल तर तिथे आहे.'' पेनीने बाहेरच्या मशीनकडे निर्देश केला.

''नको मला पाणीच चालेल. थँक्स. काय दिवस आहे आजचा!''

''मला वाळवंटातही कॉफीच प्यायला आवडेल,'' पेनी म्हणाली. मशीनकडे जाऊन तिने आपलं कार्ड त्यात घातलं आणि बटण दाबलं. मशीनच्या कामाला सुरुवात झाली. ''विशेषत: आपल्या चर्चेचा विषय लक्षात घेऊन मी तेच घेईन.''

केटने आपल्या घड्याळात पाहिलं. ''तो आता तुरुंगातून निघाला असेल. इथे तो एक वाजेपर्यंत अपेक्षित आहे.''

''मग आपण कामाला लागलेलं बरं.'' पेनीने कॉन्फरन्स रूमचं दार उघडलं आणि आत बसलेल्या तीनही माणसांनी वर बघितलं.

''सद्‌गृहस्थहो, मी पेनी रिकमन, पीडित संपर्क आणि साक्षीदार सुरक्षा अधिकारी. आणि ही केट ऑस्टिन, परिविक्षा विभागाकडून (प्रोबेशन) 'हम्बर बी'ची परिविक्षा अधिकारी.''

''हाय केट!'' केटचं स्वागत करताना स्टिफन फ्लिन या डिटेक्टिव्ह इन्स्पेक्टरच्या चेहऱ्यावर 'काय एकेक केस मिळतात' असा भाव होता. त्याने आपला हात पुढे केला, जो तिने हातात घेतला. या मनापासून केलेल्या स्वागताने तिला जरा बरं वाटलं.

''तुला बघून छान वाटलं स्टीव्ह. कसं चाललंय?''

''चमत्कारिक आणि छान. आपल्याला हवं तसंच.''

हा त्या दोघांमधला एक जुनाच विनोद होता. अगदी त्यांनी रोझ विल्क्सच्या केसवर पहिल्यांदा एकत्र काम केलं होतं तेव्हापासूनचा.

त्याच्या शेजारी उजवीकडे असलेल्या माणसाकडे केटचं लक्ष वेधलं गेलं. तो पोलीस ऑफिसर नाही हे लगेचच तिच्या लक्षात आलं; त्याचा चेहरा फारच भारदस्त होता आणि कपडे उत्तम प्रतीचे होते. त्याच्या देखणेपणामुळे तुम्ही त्याची लोकसंपर्क किंवा दाढीच्या साबणाच्या जाहिरातीशी संबंध जोडू शकाल; पण गुन्हेगार पकडण्याशी नाही. तिने त्याच्यापुढे स्वागताकरता हात पुढे केला. त्याचा हात मऊ होता.

''केट ऑस्टिन, परिविक्षा.''

"ऑलिव्हर मस्सार्द." त्याच्या बोलण्यात वेगळा हेल होता. त्याच्या मनगटावर घड्याळ चमकत होतं.

केटने आपला हात मागे घेईपर्यंत स्टीव्ह क्षणभर थांबला. आणि मग सांगितलं, "डिटेक्टिव्ह मस्सार्द सफोल्कच्या पोलीस खात्यात बदली म्हणून आलेत सहा महिन्यांकरता. युरोपियन एक्स्चेंज, युरोपियन युनियनच्या इच्छेनुसार आपण यंत्रमानवासारखं काम केलं पाहिजे." आपल्या चेहऱ्यावरचे भाव लपवण्याकरता स्टीव्हने मान खाली घालून कागदपत्रं चाळायला सुरुवात केली, पण त्याच्या स्वरावरून तिच्या लक्षात आलं की या कल्पनेमुळे तो चिडलेला आहे. "बरोबर आहे ना ऑली?"

त्याच्या नावाच्या केलेल्या अपभ्रंशाने तो वैतागला ते तिच्या लक्षात आलं.

"छे. तसं काही नाही." उत्तम इंग्लिशमध्ये त्याने उत्तर दिलं. "तुमच्या सफोल्क पोलीस खात्याने इतकं प्रशंसनीय काम केलं आहे की आम्हाला त्याची दखल घ्यावीशी वाटली. ते आता परिपूर्णतेचं आणि उत्कृष्ट कामाचं मॉडेल म्हणून गणलं जातं, मी आता इथे त्याचा अभ्यास कारायला आलो आहे एवढचं."

"फ्रान्सहून बदली?" केटने विचारलं

"लक्झमबर्गहून खरं म्हणजे. पण मी पाऊणशे टक्के फ्रेंच आहे त्यामुळे तुझा अंदाज तसा बरोबर आहे." उरलेले पंचवीस टक्के तो कोण आहे ते त्याने सांगितलं नाही.

गोंधळून केटने आपलं लक्ष तिसऱ्या माणसाकडे वळवलं. तिच्या सुदैवाने त्याच्या जुन्या वापरलेल्या जॅकेटवरून आणि फिकट फुगलेल्या चेहऱ्यावरून तिने तर्क केला की तो सरकारी अधिकारी असावा.

"मी गेड आहे, आपण फोनवरून बोललो होतो. मी इप्सविच हाउसिंग विभागाकडून आलोय."

"हो, इतके दिवस आवाज ऐकत होते, आता चेहरा कळला. मग तुम्ही बेनकरता घर शोधलंय का?"

"हो." गेड पेन उचलून त्याच्याशी खेळायला लागला. "पण ते माझ्या विभागात नसतं तर जास्त बरं झालं असतं."

घर आहे ही गोष्ट केटकरता पुरेशी होती, ते कुठे आहे याची तिला पर्वा नव्हती. अगदी शेवटच्या क्षणी स्थानिक घरगुती खानावळींमध्ये फोन करून जागा मिळवण्याची कल्पनाही तिने केली होती. पण अर्थातच बेनच्या गुन्ह्याचं स्वरूप ध्यानात घेता ती गोष्ट चर्चेचा विषय झाली असती. जर वृत्तपत्रांना याचा वास जरी आला असता... छे, छे असा विचारसुद्धा करायला नको.

"त्याला कुठेतरी छप्पर तरी हवं ना, गेड."

"हो ना. या देशात मृत्युदंडाची शिक्षा नाही ना." गेड तिरस्काराने उद्गारला.

केटने नि:श्वास टाकला. ''त्याला शिक्षा झाली तेव्हा तो केवळ दहा वर्षांचा होता. त्यानंतर गेल्या आठ वर्षांत त्याने मोकळ्या हवेत एकदाही श्वास घेतलेला नाही.''

तो फ्रेंच अधिकारी तिचं बोलणं लक्षपूर्वक ऐकतो आहे हे लक्षात येऊन तिला शरमल्यासारखं झालं. पण तिने वर पाहिलं तेव्हा तिला त्याच्या चेहऱ्यावर गंमत वाटल्याचे भाव आढळून आले. एकूणच तो या तत्त्वांच्या छोट्याश्या लढाईची मजा घेत होता.

गेडने शेवटचा टोला लगावला. ''हो, निदान त्याने मारलेल्या मुलासारखं नाही. तो तर बिचारा आता श्वासही घेऊ शकणार नाही.''

स्टीव्हने टेबल वाजवलं, ''लोकहो, आता आपली ओळख झाली आहे तर या मैत्रीपूर्ण वातावरणात कामाला सुरुवात करू या? चला, बस खाली केट, तू ऊन अडवते आहेस.''

पोलीस कॉन्फरन्स रूम ही त्या बैठ्या इमारतीच्या वरच्या मजल्यावर असल्यामुळे तिच्या खिडकीतून झाडांचे शेंडे आणि सफोल्कचं क्षितिज दिसत असे. जेव्हा जेव्हा केटला वेळ असायचा तेव्हा तेव्हा ती हे दृश्य रंगवण्याचा प्रयत्न करत असे. तिला शक्य झालं असतं तर तिला कलाकार व्हायला आवडलं असतं, जिथे तिचे दिवस शब्दांपेक्षा चित्रांमध्ये गेले असते. ते मानवी व्यवहारातील कुरूपतेपेक्षा सौंदर्याने व्यापलेले असते. पण ती आर्ट स्कूलपर्यंत पोहोचू शकली नाही आणि अर्थातच रोजच्या आयुष्याला तर तोंड द्यावच लागतं. तिच्या घरातल्या एका खोलीत कॅन्व्हास उभे करून ठेवले होते. सगळे त्याच निळ्या रंगाने भरलेले, मधून मधून पांढऱ्या आणि राखी रंगाचे धब्बे असलेले, पण तरीही काहीतरी कमी असणारे. पण शनिवारी, रविवारी अमेलिया जेव्हा टिमबरोबर असायची तेव्हा केटचं वेळ घालवण्याचं ते एक साधन होतं. बाहेर निळ्या आभाळाकडे बघताना जाणवलं की नजरेच्या टप्प्यात एकही ढग नव्हता. आभाळ स्वच्छ होतं.

''ओके. तर ही आपली एक टीम आहे,'' स्टीव्ह म्हणाला. हातातलं पेन तो टेबलवर गोल गोल फिरवत होता. ''पेनी आणि मी, आम्ही पोलिसांच्या अखत्यारीत येणारं काम बघू. बेनची नोंद शेड्युल वन लिस्ट*मध्ये आहे याची खात्री करून घेतो आणि याही बाबीची खात्री करतो की या गोष्टीची वाच्यता होणार नाही. ज्यांना हे कळणं आवश्यकच आहे त्यांनाच इथे प्रवेश आहे. इतरांना या बाबतीत अंधारात ठेवलं जाईल. आणि अर्थातच गेडमुळे त्याच्या घराचाही प्रश्न सुटलेला आहे.''

---

* गंभीर गुन्ह्यांचे आरोप असलेल्या लोकांची यादी.

केटने नोंद करण्याकरता पेन उचललं. "ठीक आहे. फासाचा दोर हा पर्याय आपल्यापुढे नाही, तर मग गेड आता पत्ता सांग."

"बंदराच्या समोर जी स्वस्त घरांची नवीन वसाहत आहे, तिथे आम्ही त्याला घर दिलेलं आहे. नदीकाठची नवीन बांधकामं. ईप्सविचचा अभिमान आणि आनंद."

स्टीव्हने शीळ घातली, "आणि शेजारी काय म्हणतील?"

गेडच्या चेहऱ्यावर भीती होती. पेनीने नजरेनेच तिच्या वरिष्ठाला दाबलं आणि त्याच्याऐवजी पट्कन उत्तर दिलं.

"काहीच नाही. कारण त्यांना काही माहितीच नसेल." पेनीने दोन्ही हात जुळवले आणि त्यावर हनुवटी टेकली. "त्याला आता पूर्ण नवीन ओळख मिळवून देण्यात आली आहे. त्यानं त्याचं पूर्वीचं नाव गेल्या आठ वर्षांत एकदाही वापरलेलं नाही. आणि जरी त्याचे फोटो बाहेर प्रसिद्ध झाले तरीही जेव्हा तो तुरुंगात गेला तेव्हा एक छोटा मुलगा होता, त्यामुळे आता लोक त्याला ओळखू शकणार नाहीत."

"कसले फोटो?" केटने विचारले.

"बागेत पाण्याच्या फवाऱ्याखाली खेळतानाचे त्यांचे फोटो, फुटबॉल खेळतानाचे रस्त्यावरचे फोटो, नेहमीचे कौटुंबिक फोटो. जेसिका वॅट्स म्हणजे नोहाच्या आईने काढलेले फोटो. तिने फेसबुकवर एक पेज सुरू केलं आहे. बेन आणि त्याचा बळी हे दोघं मित्र असल्यामुळे तिच्याकडे खुनाच्या आधीचे बेनचे भरपूर फोटो आहेत आणि हे सगळे तिने लोकांकरता खुले केले आहेत."

"एक छोटा मुलगा, ज्याने दुसऱ्या मुलाचा खून केला आणि आपण त्याला नदीकाठावरचा उत्कृष्ट फ्लॅट देतो आहोत," गेड वैतागाने म्हणाला. त्याने टेबलावर एक कागद पुढे सरकवला "हा पत्ता."

केटने त्याची नोंद करून तो पेनीकडे दिला. पेनीने त्यांना अजून माहिती पुरवायला सुरुवात केली- "जेसिका फेसबुकवर सतत 'मला हम्बर बॉय बीला पकडायला मदत करा' असं आवाहन करते आहे. पण हे सगळे नुसते अंधारातले तीर आहेत. तो नक्की कुठे आहे याची तिला कल्पना नाही. आपण जर ही गोष्ट वार्ताहरांपासून आणि हुंगत फिरणाऱ्या शोधक नजरेने हुंगत फिरणाऱ्या जागत्यांपासून गुप्त ठेवू शकलो, तर मग काहीच प्रश्न उरणार नाही. काही आठवड्यांनी सगळं वादळ शमेल. त्याने एखाद्या वनवाशासारखं राहायला हवं. मौनव्रती असल्यासारखं."

"मला यापेक्षा जास्त प्रयत्न करून त्याला सर्वसामान्य आयुष्य मिळवून द्यायला आवडेल," केट शांतपणे, पण मनापासून म्हणाली. "ही घटना घडली तेव्हा तो फक्त दहा वर्षांचा होता. नुकती समज येऊ घातली असेल तेव्हा त्याला."

"इथे तो अजूनही दहा वर्षांचा आहे," आपल्या कानशिलावर बोट आपटत स्टीव्ह म्हणाला, "या दगडातून देव निर्माण करशील या भ्रमात राहू नकोस, केट.

त्याची ओळख गुप्त ठेव. मग तो त्याच्या त्या फ्लॅटमध्ये सडून का मरेना, मला त्याच्याशी कर्तव्य नाही. निदान त्याला घर तरी छान मिळालंय.''

कॉन्फरन्स रूमच्या खिडकीबाहेरच्या आकाशाचा निळा अथांगपणा आता अंगावर आल्यासारखा वाटत होता.

''तू त्याला भेटली आहेस का केट?'' पेनीने विचारलं.

''आज मी त्याला पहिल्यांदाच भेटेन.''

''तो विचित्रच आहे. अर्थात, तो दहाव्या वर्षापासून तुरुंगात आहे; पण तरीही तो नेहमीसारखा नाही.''

''आपल्यासाठी नेहमीसारखा म्हणजे?'' केटला आता त्यात रस वाटायला लागला. अशी कुठली व्यक्ती अस्तित्वात असते याबद्दलची तिची कल्पना केव्हाच गळून पडली होती. तुरुंगात रोझ विल्क्स बरोबर काम केल्यावर आणि सफोल्कच्या नरभक्षक ॲलिस मरियानीचा अभ्यास केल्यावर केट आता काहीच गृहीत धरत नव्हती.

''तुला माहीत आहे नेहमी सगळं कसं असतं ते, तरुण मुलगा, नुकताच तुरुंगातून बाहेर पडलेला. ते कसे गळ्यात पडतात. ते कसे अशक्त असतात आणि अहंकारी. कसली भाषा बोलतात मवाल्यांसारखी. बेन वेगळा आहे, एखाद्या कॉयर बॉय*सारखा निरागस दिसतो; पण दुष्ट अमानुष कॉयर बॉय. एखाद्या फालतू भयपटातील दृश्यासारखं वाटतंय.

''त्याने जे कृत्य केलं होतं ते अमानुष होतं,'' केट म्हणाली. तिला रॉजर पाल्मरची साक्ष आठवली. मृत्यू पावल्यामुळे शरीर जड होऊन पाण्यात पडताना पायात एकच लाल बूट असलेला मुलगा. ''पण तो लहान होता गं. काहीतरी कारण असेल ह्या सगळ्यासाठी. काहीतरी स्पष्टीकरण असेल.''

''आहे ना. तो अमानुष आहे. बस्स हेच!'' गेड म्हणाला आणि उभा राहिला. ''आपलं काम झालंय का इथलं?''

---

* चर्चमध्ये गाणारी छोटी मुलं.

बेन

काहीतरी चुकतंय.

सुरुवातीला मला वाटलं की उन्हामुळे असेल. ऊन खूप जास्त आहे आणि माझे डोळे दिपत आहेत. काल वादळ होतं, आधी ढगांचा गडगडाट आणि मग विजांचा कडकडाट, पण आज आकाश इतकं निळंभोर आहे की....

मी दहा वर्षांचा असल्यापासून निळ्याच्या वेगवेगळ्या छटा बघितल्याच नाहीत. त्यामुळे माझ्या कल्पनेची झेप एवढीच की तुरुंगातल्या शर्टाइतकं निळं. विशेषत: तो नवीन असताना असतो, तितका निळा. मला एकदाच इतका नवीन शर्ट मिळाला होता. असा शर्ट जो माझ्या आधी पन्नास घामट लोकांनी वापरलेला नाही. तो शर्ट पहिल्यांदा धुतल्यानंतर त्या दुधी बादलीतील पाण्यात शर्टाचा जो निळा रंग उतरतो, त्यासारखं निळं. मी जेव्हा तुरुंगाच्या धुलाई विभागात काम करायचो तेव्हा मला हे खूप पाहायला मिळालं. मी सुटताना जिथे होतो, त्या आधीच्या तुरुंगात हे काम करायचो. ते चांगलं काम होतं. जे कैदी लवकरच सुटणार नाहीत त्यांच्याकरता खास सोयीचं. पण माझी बोटं सुरकुतली, त्यांना भेगा पडल्या, खाज यायला लागली; तेव्हा लक्षात आलं की मला एक्झिमा आहे. त्यामुळे जेव्हा मला सफोल्कला हलवलं गेलं, जो माझा शेवटचा तुरुंग असणार होता तेव्हा मी वेगळं काम मागितलं. माझ्या पर्सनल ऑफिसरने मला सांगितलं की बाहेरच्या जगाचा अनुभव येण्याकरता असंही मी आता समाजात काम करायला हवं; कारण इतकी वर्षं बाहेरच्या जगाशी माझा संपर्क सुटलेलाच होता. म्हणून मग मला सफोल्क 'पन्च' घोड्यांचं* काम दिलं गेलं. मी याआधी कधी घोड्याला हातही लावला नव्हता. नेहमीच्या घोड्यालाही नाही आणि 'पन्च' म्हणजे तर राक्षसी आकाराचा घोडा असतो. मला जेव्हा सांगितलं की मी ॲक्सेलच्या तैनातीत राहायचं

---

* घोड्याची एक जात

आहे, तेव्हा मी घाबरलोच होतो. त्या घोड्याच्या आसपास कसं फिरायचं हेसुद्धा मला शिकावं लागलं. त्याच्या पाठीमागे जायचं नाही. त्याच्या अवतीभोवती हळू वावरायचं म्हणजे त्याला दिसेल की मी काय करतो आहे.

तो घोडा माझ्यासारखाच होता. आजूबाजूला काय चाललं आहे हे त्याला कळून घ्यायचं असायचं. त्याला आश्चर्याचा धक्का आवडायचा नाही. अर्थात, त्याबद्दल कसा दोष देणार कोणाला. कोणताही प्राणी तेव्हाच लाथ मारतो जेव्हा तो घाबरलेला असतो, पण ती लाथ जीवघेणी असते आणि त्यामुळे हाडं मोडू शकतात.

आणि मग माझ्या लक्षात आलं की ऊन ही समस्याच नाही, तर माझ्या आजूबाजूला काय चाललंय तेच मला कळत नाहीये. माझ्या मागेपुढे लोक आहेत, हलते-बोलते लोक ही समस्या आहे. मी खूप घाबरलोय म्हणून मला लाथ माराविशी वाटते आहे.

आयुष्यात पहिल्यांदाच मी माझा एकटा आहे. गेल्या आठ वर्षांत मी कधीच एकटा नव्हतो. आमचं घर अरुंद बोळासारखं होतं. वरच्या मजल्यावर फक्त आईची बेडरूम आणि एक छोटी खोली होती, जी मी आणि माझा भाऊ वापरत असू. ॲडम, खरं सांगायचं तर माझा सावत्रभाऊ. त्याचे वडील स्टुअर्टही आमच्या बरोबर राहत असत. पण ते फक्त जेव्हा लांब कुठेतरी आइसलॅन्डच्या समुद्रावर मासेमारीला गेलेले नसतील तेव्हाच, अधूनमधून. कधीकधी आईला ते पैसे घेऊन परत केव्हा येतील त्याची वाट बघत बसण्याचा कंटाळा यायचा. मग इतर कोणी पुरुष यायचे, जायचे. मग काही दिवस आम्हाला खायला मिळायचं. स्टुअर्ट अर्थातच काही दिवसांनी खिशात पैसे आणि इतके मासे घेऊन यायचा की शेवटी आम्हाला मासे खाण्याची शिसारी येऊ लागायची. तो आम्हाला बिल्डिंगएवढ्या उंच लाटा आणि माणसांएवढ्या उंच माशांच्या गोष्टी सांगायचा. जेव्हा संधी मिळेल तेव्हा माझ्या डोक्यावर टपली मारायचा, ॲडमला सारखं काहीतरी देत असायचा. आणि मग कित्येक आठवड्यांकरता गायब होऊन जायचा. आई मग दुःखाच्या भोवऱ्यात अडकून पडायची म्हणजेच सतत झोपायची, आणि आम्ही मात्र उपाशी, अगदी मासेही नाहीत. आता लवकरच तिच्या खोलीतून चित्रविचित्र आवाज यायला लागतील हेही आम्हाला कळायचं. ॲडमच मला शाळेसाठी तयार करायचा, मला अंघोळ करायला लावायचा, शेजाऱ्यांच्या दारासमोरून दुधाच्या पिशव्या चोरायचा. कोणी येवो वा जावो, आई आणि स्टुअर्टच्या बाबतीत काहीही घडो, पण ॲडम बदलला नाही. कायमच ॲडम आणि मी विरुद्ध जग अशी परिस्थिती असायची, पुलाच्या घटनेपर्यंत.

त्यानंतर आम्ही वेगळे झालो.

सुरुवातीला मी एका पोलीस अधिकाऱ्याबरोबर होतो जो माझ्याकडे मी पार सडलेला आहे, अशा नजरेने बघत होता. नंतर एका सामाजिक कार्यकर्त्याबरोबर होतो ज्याने मी आजारी असेन अशा पद्धतीने मला वागवलं. नंतर सिक्युअर युनिटचे कर्मचारी, मानसोपचार तज्ज्ञ, तुरुंगातील कर्मचारी, शिक्षक आणि इतर कैदी यांच्या बरोबर राहिलो. पण मी कधीच एकटा नव्हतो. आणि आता माझ्यामागे तुरुंगाची दारं बंद झालेली आहेत आणि पुढे काय आहे ते माहीत नाही. तुम्ही जर तुमचं पूर्ण जाणतं आयुष्य तुरुंगाच्या बंद दरवाजाच्या मागे काढलं असेल, तर तुम्हाला बाहेर काय आहे ते कसं कळणार? नवीन जागा, कदाचित नवीन काम आणि नवीन नावसुद्धा. माझं जे पूर्वीचं नाव होतं, जे माझ्या आईने मला ठेवलेलं होतं ते आता मागे पडलं, संपलं. इतर गोष्टींबरोबरच ते हम्बर नदीत वाहून गेलं.

स्टेशनकडे जाणाऱ्या खडबडीत रस्त्यावरून मी चालत राहतो. पुन्हा पुन्हा माझ्या खिशात गाडीचं वॉरन्ट आहे की नाही ते तपासतो. माझ्याकडे तेवढंच आहे. ईप्सविचला जाण्याकरता गाडीचं वॉरन्ट, परिविक्षा कार्यालयाचा पत्ता आणि एक पिशवी ज्यात माझी काही चित्रं, थोडी पत्रं आणि माझ्या आईने क्वचित लक्षात राहून पाठवलेली वाढदिवसाची आणि ख्रिसमसची कार्ड एवढंच आहे. काहींवर तिने स्टुअर्टचं नावदेखील घातलं होतं, पण सगळ्यांनाच ठाऊक होतं त्याला माझ्याबद्दल काय वाटतं ते. त्यांने भर कोर्टात ते सांगितलं होतं.

पत्रं आणि कार्ड यांना तशी काहीच किंमत नसते. आणि खरंतर मी ती जपून ठेवायला नकोत. आता माझ्या नवीन आयुष्यात नवीन नाव घेतल्यावर तर मुळीच नकोत. पण मी जर ती नष्ट केली तर माझ्या आयुष्यातली ती दहा वर्षं नष्ट होतील जी मी हम्बर ब्रिजवरच्या क्षणापूर्वी घालवली! हम्बर ब्रिजवरच्या त्या एका क्षणापूर्वीच्या माझ्या आयुष्यातलं मग माझ्याकडे काय राहील?

मेल्टन स्टेशन छोटंसं आहे, तुरुंगापासून काही मैलांवर असणारं एक छोटंसं गाव. मी कुठून आलो आहे हे सगळ्यांनाच कळलं असेल. तुरुंगाचा दर्प मला वेढून आहे. अगदी माझा नवीन टी-शर्ट आणि जीन्सलाही तो चिकटला आहे. माझे बूट मी कॅटलॉग पाहून घेतले. मला त्यातले दुसरे बूट जास्त आवडले होते, ते लाल कॅन्व्हासचे होते. पण केव्हिन, माझा पर्सनल ऑफिसर, त्यावर नुसताच हसला. मला दुसरे पांढरे स्वस्तातले बूट मिळाले. तो म्हणाला की ते काही फारसे टिकाऊ नाहीत, पण माझ्या भत्त्यामध्ये तेच परवडतील. माझी जीन्स मात्र मी चांगल्या दुकानातून घेतली. मी स्वत: ती निवडून घेतली. केव्हिन काही अंतरावर उभा होता आणि माझ्यावर लक्ष नसल्याचे दाखवण्याचा प्रयत्न करता होता. माझा टी-शर्ट

निवडताना मी जरा गोंधळलो. मी विचार करत होतो, हे बेनला आवडेल का? मी अजूनही बेनच्या भूमिकेत नवखाच आहे. आणि कदाचित माझ्या जुन्या 'मी'पेक्षा या बेनची आवडनिवड वेगळी असेल. म्हणून मग मी एक निळा टी-शर्ट निवडला; त्यावर सुपरमॅनच एक कार्टून होतं. ते थोडं लहान मुलासारखं वाटत होतं, त्यामुळे मला वाटलं की कदाचित माझ्या जुन्या 'मी'ला ते आवडणार नाही. शिवाय, सुपरमॅन जेव्हा त्याचा चश्मा उतरवतो तेव्हा तो एक चांगला माणूस, एक हिरो होतो; मला पण तसं बदलायला आवडेल. फक्त माझं साध्या माणसातून हिरोमध्ये रूपांतर होण्याऐवजी एका खलनायकातून साध्या माणसात रूपांतर होईल.

स्टेशन म्हणजे एक प्लॅटफॉर्म आणि रूळ एवढंच आहे. मला ईप्सविचला नेणारी गाडी येईपर्यंत थांबलं पाहिजे. मला समोर वेळापत्रक दिसतंय. आठ वर्षांपूर्वी ते वाचता आलं नसतं, पण आता मात्र मला वेळा दिसतात आणि मी समजू शकतो की लवकरच गाडी इथे येईल.

मी गाडीत बसलो आहे. ॲडम आणि मी, आम्ही दोघंही. पूर्वी जेव्हा आई झिंगल्यामुळे किंवा नैराश्याने झोपून राहायची, स्टुअर्ट समुद्रावर असायचा आणि तो येण्याची काही शक्यता नसायची तेव्हा आम्ही थॉमस द टँक इंजीन बघायचो. मी जेव्हा भुकेने कळवळायचो तेव्हा ॲडम मला बाथरूममध्ये नेऊन नळाचं पाणी पाजायचा. ते कार्टून मला सगळ्या वाईट गोष्टी विसरायला लावायचं. आणि तो कार्यक्रम आठवड्यामागून आठवडे, महिनोंमहिने परत परत लागायचा ते आम्हाला आवडायचं. खरंतर तो तेव्हा शाळेत आणि मी नर्सरीत असणं अपेक्षित होतं. पण निदान आम्हाला त्यातल्या जाड्या पात्राचे संवाद पाठ झाले होते, म्हणजे नक्कीच आम्ही काहीतरी शिकत होतो. आम्ही कोणालाही दार उघडायचं नाही हेही शिकलो. एकदा एका सामाजिक कार्यकर्तीने आम्हाला शिळं अन्न खाताना पाहिलं आणि आमच्या भोवती दुधाच्या रिकाम्या बाटल्याही होत्या. आमच्याकडे तेवढंच अन्न होतं. ते पाहून तिने आम्हाला आई केव्हापासून झोपून आहे ते विचारलं, ॲडम शेवटचा शाळेत किती दिवसांपूर्वी गेला होता तेही विचारलं, आणि आम्ही तिला खरं काय ते सांगितलं. नंतर जेव्हा स्टुअर्ट समुद्रावरून परत आला तेव्हा त्याला त्यांची भेट घ्यायला जावं लागलं. ते त्याला मुळीच आवडलं नाही. त्याचा भरभक्कम देह शर्टमध्ये कोंबून तो जात असे. त्याचं गुळगुळीत टक्कल जे समुद्रावर एकदम भारी दिसायचं तेच एखाद्या ऑफिसमध्ये मात्र गुंडाप्रमाणे वाटायचं. तो घरी आला तेव्हा संतापलेलाच होता. अर्थातच त्याचा सगळा राग माझ्यावर निघाला. त्याने सांगितलं की जर आम्ही कधी, कधीही खरं सांगितलं तर आम्हाला ते घेऊन जातील आणि त्यांच्या ताब्यात ठेवतील. आई नसली तरी एक वेळ मला चाललं असतं, स्टुअर्ट नसला तर मला आनंदच झाला असता, पण ॲडमपासून वेगळं

होणं मला चालणार नव्हतं म्हणून मग मी माझं तोंड बंद ठेवलं. मला वाटत होतं की जर मी माझं तोंड बंद ठेवलं तर ॲडमला माझ्यापासून कोणी वेगळं करणार नाही. पण ते तसं झालं नाही.

पण टीव्हीवर थॉमस बघण्यापेक्षा आताचा हा प्रवास वेगळा होता. मी कधीच ट्रेनमध्ये बसलेलो नाही, कधीच नाही. मी परत एकदा खिशातलं वॉरन्ट चाचपून बघितलं.

गाडी इतक्या जोरात आली की मला काठावरून मागे एक उडीच मारावी लागली. दार उघडल्यावर मी आत शिरलो. इकडेतिकडे नजर फिरवून खिडकीजवळची जागा धरली. गाडीत इतर कोणी नाही, फक्त निळा शर्ट आणि गडद निळं जॅकेट घालून हातातलं मशीन हलवत एक माणूस पुढे येतो आहे. माझं गाडीत चढणं बेकायदेशीर तर नाही ना ते त्याला बघायचं असणार. मला तो त्या कार्टूनमधल्या जाड्या पात्रासारखाच वाटतो. माझं चुकतंय हे माहीत आहे मला. तो जाड्या तेव्हा होता, जेव्हा पूर्वी अनेक वर्षांपूर्वी मी हम्बर बॉय बी नव्हतो.

मी त्याला माझं वॉरन्ट दाखवलं जे त्याने मशीनमध्ये सरकवल्याबरोबर बाहेर आलं. जाड्याने मला न्याहाळून बघितलं. त्याला माहीत असणार मी तुरुंगातून सुटलोय. हे नेहमीच घडत असणार. कदाचित म्हणूनच गाडी या स्टेशनवर थांबवत असतील; कारण हे गाव इतकं छोटंसं आहे आणि इथल्या लोकांकडे स्वत:ची गाडी असेलच. त्याला दिसत नाही, माझ्यात दडलेला वाईटपणा. माझं वॉरन्ट परत देण्याखेरीज तो काहीच करू शकत नाही. इतर लोकांना शोधण्याचा निष्फळ प्रयत्न करत तो निघून गेला.

गाडी रुळांवरून धडधडत गेली. मला हलायल्यासारखं झालं. मला थोडं मळमळायलाही लागलं. मग मला आठवलं की मला सकाळपासूनच मळमळत होतं. म्हणजे हे गाडी हलल्यामुळे होत नसावं. पण तरीही मला उलटी होण्याची भीती वाटली. जर मी इथे जमिनीवरच ओकलो तर तो जाड्या काय म्हणेल? तो मला पुढच्या स्टेशनवर उतरून देईल का? मग मी ईप्सविचला कसा पोहोचणार?

स्टुअर्टला आजारपणाचं काहीच कौतुक नव्हतं. "तुला आजारी, मळमळल्यासारखं वाटतंय तर मग तू वादळातल्या बोटीवर येऊन बघ," तो म्हणायचा, "त्यानेच तुझी ही कुरकुर थांबेल."

गाडी ईप्सविचला येऊन थांबली. प्लॅटफॉर्मवर व्यावसायिक लोकांची, रंगीबेरंगी कपड्यातील बायकांची, ब्लेझर आणि टाय घातलेल्या मुलांची गर्दीच गर्दी होती. सगळे गप्पा मारत, पेपर वाचत किंवा कॉफी पीत उभे आहेत. ही सकाळची लवकरची वेळ आहे, नऊच्या आधीची. सगळे कामाला किंवा शाळेत चालले असावेत. मी माझी बॅग माझ्या खांद्याला अडकवली आणि टाउन सेन्टरकडे चालू

लागलो, परिविक्षा कार्यालयाकडे. बेन म्हणूनच्या माझ्या आयुष्यातलं माझं हे पहिलं काम.

मी माझ्या जुन्या आयुष्याचा विचार बाजूला करण्याचा प्रयत्न केला, कारण त्यामुळे मला त्रास होतो. माझा अपराध सिद्ध झाल्यानंतर मी हल्ल्या त्यातल्या त्यात जवळ होतो ते स्विनफन हॉल तुरुंगात असताना. अर्थात, ते काही अगदी उत्तरेला आहे असं म्हणता येत नाही. असो, शेवटी तुरुंग हा तुरुंगच असतो आणि मला बाहेरचं जग कधी दिसलंच नाही. दोन वर्षं मी स्कॉटलंडच्या सीमेपाशी होतो, पण मला कधी एक तलाव किंवा एखादा डोंगरही नजरेस पडला नाही. जवळचं गाव कसं दिसतं हे कळण्याचा माझा एकमेव मार्ग म्हणजे स्थानिक बातम्या. मी मान ताणून त्या बातम्या वाचणाऱ्यांच्या मागे बघण्याचा प्रयत्न करत असे की थोडीतरी हिरवळ किंवा निळं आकाश दिसेल. पण नंतर त्यांनी मला सफोल्कच्या तुरुंगात आणलं आणि पॅरोल बोर्डाने मला इथेच सोडून देण्याचाही निर्णय घेतला. खरंतर मला अजून उत्तरेकडे असणं जास्त आवडलं असतं. माझ्या कुटुंबाजवळ, माझ्या आईजवळ आणि विशेषत: ॲडमजवळ, जरी मला त्याला बघायला मिळणार नाही तरीही. पण ते शक्य नाही. आणि अजूनपर्यंत तरी सफोल्क मला ठीक वाटतंय.

आपण किती वेळा वर मान करून झाडाकडे बघतो? झाडाच्या खाली बुंध्याला टेकून बसून तुम्ही कधी वर बघितलंय जिथे मोठ्या मोठ्या फांद्या तुमच्या डोक्यावर लटकत असतात? त्या तुमच्या डोक्यावर पडून तुमचा कपाळमोक्ष होईल, असं तुमच्या मनातही येत नाही, पण अशा गोष्टी घडतात. ब्रिजवरची घटना मी दहा वर्षांचा असताना घडली. केवळ दोनच आठवड्यांपूर्वी आईने माझ्यासाठी मेणबत्ती लावलेला केक आणि फुटबॉल आणला होता. त्यात हवा नव्हती आणि ती भरण्याकरता माझ्याकडे पम्प नव्हता. त्यामुळे मला तो कधी वापरताच आला नाही. तिने मला दिलेली ती शेवटची गोष्ट होती. पण ॲडमने दिलेली भेट सगळ्यात चांगली होती.

त्याने मला धनुष्यबाण दिले. दुकानातून विकत घेऊन नाही, तर ते त्याने व्यवस्थित वाकलेल्या लाकडापासून आणि कुठूनतरी पळवून आणलेल्या दोऱ्यापासून स्वत: तयार केले होते. बाण त्याने लाकडी खुंटीपासून केले होते. स्वत:च्या छोट्या चाकूने त्याने त्यांची टोकं तासली होती आणि दुसऱ्या टोकाला खरी पिसं लावली होती. त्याने तशी पिसं शोधण्याकरता किती वेळ खर्च केला असेल; मोठ्ठी, राखाडी रंगाची पिसं. कोणत्या पक्षाकडून त्याने ती मिळवली होती मला माहीत नाही. पण मला ती प्रचंड आवडली होती हे खरं. मला काय हवं आहे हे त्याला नेहमीच

कळायचं. मला स्वत:ला ते कळण्याच्या अगोदर ते त्याला कळायचं.

माझ्या दहाव्या वाढदिवशी, माझ्या धनुष्यबाणाशी खेळत असताना मला कल्पनाही नव्हती की फक्त दोन आठवड्यांत माझ्याकडे माझा भाऊ, माझी आई इतकंच काय, पण मीसुद्धा असणार नाही. पुढे काय वाढून ठेवलंय याची मला कल्पनाच नव्हती.

माझ्या आईला वाढदिवसाचं इतकं काही कौतुक नव्हतं. पण माझ्या दहाव्या वाढदिवसाला मात्र फुटबॉलचा पम्प विसरल्याचं सोडल्यास, तिने तो व्यवस्थित साजरा केला. हल्च्या नदीकाठावर एक मत्स्यालय आहे, 'द डीप' नावाचं. आम्हाला जर कुठे वेळ घालवायचा असला तर आम्ही त्या रस्त्यावरून पुढे जायचो तेव्हा ते वाटेत दिसत असे. मी नेहमी कुरकुर करायचो. तिथे असलेल्या त्या सुदैवी मुलांच्या लांब रांगेकडे तिला खेचायला बघायचो. "तुला वाटतंय माझ्याकडे त्याकरता पैसे आहेत?'' ती म्हणायची. "आपल्या सारख्यांकरता नाही ते. तुला मासे बघायचे आहेत, ते मी तुला ती नेमोची डीव्हीडी आणली आहे ती बघ. नाहीतर फ्रिझरमध्ये बघ.''

त्यामुळे तिला कुठून पैसे मिळाले किंवा तिचं मन कसं बदललं कुणास ठाऊक, पण माझ्या वाढदिवशी आम्ही तिथे गेलो. "दहा वर्षांचा वाढदिवस खूप महत्त्वाचा असतो,''ती म्हणाली, "त्यात दोन आकडे असतात ना म्हणून. आणि दुसरं म्हणजे ते टेस्कोची कूपन्स घेतात.''

त्या मत्स्यालयाच्या बाहेर हिरमुसून फिरत असताना आतल्या सगळ्या गोष्टींची इतकी कल्पना केली होती, इतक्या गोष्टींची झलक दिसली होती, पिचकारीतून शाई फेकल्यासारखा काळा द्रव फेकणाऱ्या स्क्वीड माशांची पोस्टर्स, बाहेरच्याच कुठल्यातरी जगातून आल्यासारखे वाटणारे चमकणारे जेली फिश आणि काय काय. मी ते गोल फिरणारं फाटक ढकललं तेव्हा मला वाटलं मी असंच ढकलत ढकलत गोल फिरत राहावं. त्या आशेच्या चक्रातून बाहेर पडूच नये म्हणजे वाट्याला कधी निराशा येणारच नाही. कधीकधी माझे वडील एक पोस्टकार्ड पाठवतात हे सांगायला की ते लवकरच इंग्लंडला येणार आहेत आणि ते नक्कीच मला भेटायला येतील, पण ते येतच नाहीत. किंवा एखाद्या ख्रिसमसला मला एखादी भेटवस्तू येते आणि उत्सुकतेने ती उघडल्यावर त्यातून आईच्या एखाद्या नातेवाइकाने पाठवलेला जुना वापरलेला शर्ट असतो तशी निराशा.

पण मला काळजी करण्याची काही गरजच नव्हती. ते मत्स्यालय म्हणजे एक जादुई दुनिया होती, त्या काचेच्या बोगद्यातून फिरत असताना वरून वेगवेगळ्या प्रकारचे मासे पाहणं ही पर्वणी होती. माझी आईदेखील त्याने भारून गेली होती. त्यात एक विभाग होता, 'हम्बरच्या तळाशी'. मला आठवतंय तिथे दोन

सायकली पडल्या होत्या, सगळ्या क्लॅमने (एक प्रकारचा शिंपल्यातला प्राणी) भरलेल्या. त्यांची चाकं डुगडुगत होती. तिथे खेळण्यासाठी असलेला विभाग होता जो एखाद्या बोटीच्या आकारात बांधलेला होता. त्या मत्स्यालयातल्या बाईने आम्हाला सांगितलं की नदीत बुडालेल्या एका बोटीची ती प्रतिकृती आहे. मी त्या खेळण्याच्या बोटीच्या तळाशी गेलो तर मला आश्चर्यच वाटलं. तिथे दोरखंडाचे खोके, शिडं अशा कितातरी गोष्टी पडलेल्या होत्या. त्या बुडालेल्या बोटीतील वस्तूंच्या प्रतिकृती ज्या त्या पाण्याखालच्या कबरीत चिरविश्रांती घेत आहेत.

अजूनही आहेत.

पाण्याखाली आता मोडकी बोट आणि सोडून दिलेल्या सायकली याखेरीज अजून काय काय असेल याची मी कल्पनाही करू शकत नाही. एक हरवलेला बूट, एका मुलाचा घासपटलेला लाल बूट. त्याच्या खिशातला रोलोचा कागद.

नाही, मी त्याचा विचारसुद्धा करणार नाही. ते सगळं आता हम्बरच्या खाली गेलेलं आहे.

माझं आयुष्य दोन नव्हे, तर तीन भागांत विभागलेलं आहे. मी दहा वर्षांचा होईपर्यंतचं आयुष्य, माझी तुरुंगातली वर्षं, आणि ही नवीन सुरुवात.

ईप्सविच, माझं नवीन घर. मी माझी बॅग परत वर ओढून घेतली आणि गावाच्या दिशेने जाणाऱ्या लोकांच्या मागून चालायला लागलो. मी बस आणि रस्त्यावरच्या वाहनांच्या दिशेने पुढे झालो. मला आशा आहे की माझ्या परिविक्षा कार्यालयातील भेटीसाठी मला उशीर झाला नसेल. माझं नवीन आयुष्य सुरू झालं आहे.

त्या दिवशी

रॉजर पाल्मरला जाग आली तेव्हा त्याच्या मनात तो मि. पाल्मर, सर, ४ *पी*चा शिक्षक, त्या वर्षीचा शाळेचा उपप्रमुख असण्याची कोणतीही भावना नव्हती, तर आज तो अगदी साधा माणूस होता, रॉजर. त्याचं कारण आज शाळा बंद होती.

रॉजरला राजकारणात फार रस नव्हता, त्यामुळे शाळेच्या शिक्षकांच्या खोलीत जी संभाषणं, जे वादविवाद महिनोन्‌महिने चालले होते त्यापासून तो लांबच राहिला होता. पण तरीही त्याने लंडनमध्ये शिक्षकांच्या मोर्चात सामील होण्यासाठी इथून जी बस शिक्षकांना घेऊन जाणार होती त्यासाठी स्वतःचं नाव दिलं होतं.

"बस आठ वाजता निघेल, त्यामुळे सगळे वेळेवर या," जेसिका वॅट्‌सने जाहीर केलं. ती त्या वर्षाची शाळेची प्रमुख होती. ख्रिसमससाठी नाटकं बसवणं, उन्हाळ्यातले वेगवेगळे कार्यक्रम, आणि आता या संपात ती सहभागी झाली होती. ती गेल्या चौदा महिन्यांपासूनची त्याची प्रेयसी होती.

त्याने तिथे नाव दिलं त्याचं कारणच मुळी जेसिका होती. त्याला वाटलं होतं की त्याला प्रवासात तिच्या शेजारी बसता येईल, कदाचित कोव्हेन्ट गार्डनमध्ये कॉफीसाठीही जाता येईल आणि कदाचित ती त्याच्या आणि चेरिल् बरोबर कायमची कधी राहायला येईल यावरही चर्चा करता येईल.

आता यातलं काहीच होणार नाही, या जाणिवेने त्याला जाग आली. काल संध्याकाळी तिने सगळंच संपवलं होतं.

त्याने घड्याळ बघितलं– आठ चाळीस. बस केव्हाच गेली असेल. तो जाऊ शकत नव्हता. तिने त्याला अशा परिस्थितीत बघणं त्याला रुचणारं नव्हतं. तिने सगळं संपवलं याचा राग त्याच्या मनात दाटून आला. आताच तर ते हे सगळं तिच्या नवऱ्याला, डेव्हला सांगण्याचा विचार करत होते. ती तिच्या वयाच्या सतराव्या वर्षापासून तिच्या नवऱ्याबरोबर राहत होती, पण आता ते लग्न संपलं होतं. नोहा जेव्हा शाळेत जायला लागला तेव्हापासूनच जेसिकाने स्वतःच्या आयुष्यात बदल घडवायला सुरुवात केली. तिने पूर्वपरीक्षा दिली, पदवी घेऊन मग शिक्षिकेचं

प्रशिक्षण घेतलं. ती गरोदर असताना तिने जे जे सोडलं होतं ते सगळं परत मिळवलं. आता ती आणखी पुढे जाणार होती. ती डेव्हला सोडणार होती. तिचं रॉजरबरोबरचं प्रेमकरण हे त्याचाच एक भाग होतं. तिच्या नवीन आयुष्याची सुरुवात. तिनेच त्याला तसं सांगितलं होतं. हो की नाही?

आणि आता स्वत:चे बेत बदलून ती निघून गेली होती.

''मी हे करू शकत नाही, रॉजर. मला मनापासून राहायचं आहे तुझ्याबरोबर, पण मी नोहाला त्याच्या वडिलांपासून दूर करू शकत नाही.''

नोहाला आई-वडिलांच्या घटस्फोटाचा बळी होऊ देणार नाही, असे म्हणून तिने जखमेवर आणखीनच मीठ चोळलं. राशेल सोडून गेली तेव्हाच्या रॉजरच्या अनुभवाचाच तिने यासाठी आधार घेतला. प्रत्येक वेळी त्याने जेस्सला हेच सांगितलं होतं की त्याच्या या वेगळं होण्याने चेरिल्‌ला किती त्रास झाला होता. आणि कशी ती अधूनमधून लक्ष वेधून घेण्याकरता वेगळी वागते. काही वेळा त्याला तिच्या शाळेतही बोलावलं होतं, कारण तिच्या विरुद्ध तक्रारी होत्या. ती छोट्या मुलींवर दादागिरी करते, त्यांना स्वच्छतागृहात कोंडून ठेवते, रडवते; पण त्याने ते सगळं निस्तरलं आणि ती परत अशी वागणार नाही याची खात्री दिली. ''मला शक्य आहे ते सगळे मी करतो आहे, पण तिची आई आम्हाला सोडून गेली आहे,'' त्याने यामध्ये लक्ष घालणाऱ्या शाळेतील समुपदेशिकेला सांगितलं होतं. त्या बाईचा स्वर लगेचच बदलला, चेहऱ्यावर दया आली. एकट्या माणसाने एक किशोरवयीन मुलगी वाढवणं सोपं नाही, ती म्हणाली होती. जेस्सही असंच म्हणाली होती आणि त्यानेही या सहानुभूतीचा फायदा करून घेतला होता. आणि ते खरंच होतं की. राशेलच्या स्वार्थी वागण्याने ते दोघंही दुखावले गेले होते. पण जेस्सचं ज्या माणसावर प्रेमच नव्हतं, त्याच्या बरोबर राहण्याचं कारण देण्याकरता त्याचेच शब्द त्याच्यावर उलटवले जात होते. जेस्स, एक स्त्रीस्वातंत्र्यावर विश्वास ठेवणारी बाई, तिने असं ठरवलं होतं की नोहाला त्याच्या वडिलांची गरज आहे आणि दोन्ही पालकांबरोबर एका छपराखाली राहणं, जरी मग ते पालक एकमेकांवर प्रेम करत नसले तरीही, त्याच्यासाठी गरजेचं आहे. हे तद्दन मूर्खपणाचं होतं.

''नोहा खूश राहील. तो रमेल इकडे.'' त्याने जेस्सला दिलासा देण्याचा प्रयत्न केला होता. ''मुलं तशी मनाने लवचीक असतात. चेरिल्‌कडेच बघ, ती आता किती व्यवस्थित आहे. आता ती चिडचिड करत नाही आणि ते वेड्यासारखे दादागिरी करण्याचे झटकेही आता पूर्ण थांबले आहेत. आता ती तिच्या आईचं नावसुद्धा काढत नाही. आणि आपण नोहाला समजावून सांगूच की. आपण त्याच्यासाठी त्याचं नवीन कुटुंब आहोत.''

रॉजरला कळतच नव्हतं की या बायकांना त्याच्यामध्ये असं कोणतं न्यून दिसत होतं, फक्त जेस्सच नव्हे, तर राशेललासुद्धा. त्याच्या घटस्फोटानंतर त्याच्या मुलीची जबाबदारी त्याच्या एकट्यावर आली होती. ब्रॅमशोल्म प्रायमरीमध्ये काम करणाऱ्या मोजक्या पुरुषांपैकी तो एक होता आणि तो अजून विभागप्रमुखही होऊ शकला नव्हता. कारण प्रत्येक संध्याकाळी, प्रत्येक सुट्टीत त्याला सगळं टाकून घाईने त्याच्या मुलीकरता परत यावं लागत होतं. त्याने राशेलला स्पष्ट शब्दांत बजावलं होतं की ती जर घर सोडून जाणार असेल, तर तिला घरी परत पाऊलही टाकता येणार नाही. तिला दोघांवरचाही हक्क सोडून द्यावा लागेल.

त्याला वाटलं होतं की जेस्सबरोबर त्याला एक नव्याने सुरुवात करता येईल. एक नवीन प्रयत्न; पण तसं झालं नाही. तीही इतरांसारखीच होती. पण आता त्याने स्वत:शीच एक निश्चय केला होता आणि तो म्हणजे चेरिल्‌ला तो तसं बनू देणार नाही. त्याला शक्य असेल तर नक्कीच नाही.

त्याच्या हृदयभंगाच्या पहिल्याच दिवशी सूर्य छान तळपत होता आणि त्याची मुलगी नेहमीपेक्षा शांत होती. अर्थात, त्याला *सीबीबीसी*वरच्या निवेदकांचे आनंदी आवाज ऐकू येत होते. त्याचा असा तर्क होता की स्वत:ला इतकं उत्साही ठेवण्याकरता ते काहीतरी ड्रग्ज घेत असावेत. स्वत:ला इतक्या दिखाऊ कपड्यांमध्ये दाखवणं, जणूकाही लाल जीन्स आणि पिवळे टी-शर्ट घातल्यामुळे मुलांना त्यांच्या अवतीभोवतीचं वातावरण चांगलंच वाटणार आहे. खच्ची केलेले विदूषकी हास्य असणारे प्रौढ.

"ते काय लावलं आहेस, ते आधी बंद कर चेरिल्." ती टीव्ही बघतंही नव्हती. मांडीवर आयपॅड ठेवून त्यावरच काहीतरी करत होती. "तू जे काही फेसबुक किंवा इन्स्टाग्राम करत असशील ते थांबव. आपण बाहेर जाणार आहोत."

"मला वाटलं तुम्ही लंडनला जाणार आहात."

कंटाळलेला आवाज. तिच्या स्वरावरूनच लक्षात येत होतं की तो उशिरापर्यंत झोपलेला असताना ती तिच्या इलेक्ट्रॉनिक उपकरणांबरोबर तासन्‌तास बसली असावी.

"माझा बेत बदलला."

बापलेकींनी एकमेकांकडे रोखून पाहिलं. एवढ्या कमी शब्दांत आपली सुटका झाली तर बरं होईल, असं रॉजरला वाटून गेलं.

"आपल्या हक्कांसाठी आपण लढलं पाहिजे असं तुम्ही म्हणाला होतात," चेरिल् नाराजीने म्हणाली, "मग तुम्ही का गेला नाहीत?" तिने तिच्या आयपॅडवर एक बोट रोखलं. त्यावर लंडनमधलं एक दृश्य दिसत होतं. हातात फलक घेऊन निदर्शनं करणारे शिक्षक.

"कारण मी इथे तुझ्याबरोबर आहे म्हणून. आणि आपण आजचा दिवस फुकट नाही घालवणार आहोत. आपण काहीतरी मजेशीर आणि चांगलं करू या. आणि शैक्षणिक."

"म्हणजे काय करायचं?" चेरिल्ने अत्यंत निरुत्साही स्वरांत विचारलं.

"कपडे कर. आपण मासे पकडायला जाऊ."

आता

फेसबुक : 'हम्बर बॉय बी'ला शोधा.

निकी : एचबीबीच्या छातीवर जन्मखूण आहे का? काल आम्ही पोहायला गेलो होतो (मँचेस्टर सिटी पूल) तिथे एक टकल्या मवाली दुसऱ्या एका मुलाला खूप त्रास देत होता. त्या मवाल्याच्या छातीवर उजव्या बाजूला एक मोठी जन्मखूण होती, जी ब्राझीलसारखी दिसत होती. तो तोच असेल का?

नोहाची आई : मी हा त्याचा आमच्या बागेत नोहाबरोबर खेळतानाचा फोटो टाकते आहे. यात ते पाण्यात मारामारी करत आहेत आणि दोघंही उघडे आहेत. तू पाहू शकतेस की कुठलीच जन्मखूण नाही. पण प्लीज शोधत राहा.

निकी : सॉरी, मला राहावलं नाही.

नोहाची आई : तू प्रयत्न करते आहेस. तो मोकळा आहे हे कळल्यावर प्रत्येक दिवस म्हणजे एक संघर्ष असतो, पण या साइटमुळे मला आशा आहे की एक ना एक दिवस मला जे हवं आहे ते उत्तर मिळेल. तू बघू शकतेस या फोटोत दोन्ही मुलं किती आनंदात दिसत आहेत. आणि हा खुनाच्या फक्त एक आठवडा अगोदरचा फोटो आहे. मग कुठे काय चुकलं? माझा मुलगा का गेला? जो एकमेव माणूस मला या प्रश्नाचं उत्तर देऊ शकतो तो बाहेर कुठेतरी मोकळा फिरतो आहे. प्लीज, मला त्याला शोधायला मदत करा.

गुप्त सुहृद : मी शक्य तेवढे प्रयत्न करेन. हे माझं वचन आहे.

केट

त्या खटल्याची कागदपत्रं केटच्या टेबलवर एखाद्या जाडजूड मनोऱ्याप्रमाणे रचली होती. यासारखी फाइल तिने आजतागायत कधी पाहिली नव्हती.

''शी! हे नुसते चाळण्यात माझा महिना जाईल. आतापर्यंत मी फक्त एकच साक्ष वाचून काढली आणि त्यात माझा एक तास गेला, इतकी ती मोठी होती.''

''मग नको वाचूस,'' तिच्या टेबलवरच्या पाकिटातले मूठभर वेफर्स उचलून पॉल म्हणाला.

''एऽऽ तुझं खाणं तू आण,'' ती ओरडली.

''मी तुझ्यासाठीही आणतो केट, पण तू त्या कागदपत्रांच्या ढिगाऱ्यात वेळ वाया घालवू नकोस. ते सगळं आठ वर्षांपूर्वी लिहिलं गेलंय आणि आज तुझ्यापुढे एक खराखुरा जिवंत मुलगा येऊन उभा राहणार आहे. तू त्याच्याशी बोल. तेच उपयोगी पडेल. तुझी उत्तरं तुला या कायदेशीर कागदांच्या ढिगात सापडणार नाहीत.''

केटचं पोट गुडगुडलं. तिने न्याहारी केल्याला खूप वेळ उलटून गेला होता.

''ठीक आहे. पण आपण पट्कन परत येऊ. तो इथे एक वाजेपर्यंत पोहोचेल.''

तिने तिचं जॅकेट उचललं आणि ती पॉलच्या मागून निघाली. व्यवस्थित जेवणाच्या कल्पनेचा तिला मोह पडला असला, तरी कागदपत्रं वाचण्याच्या संदर्भातलं त्याचं बोलणं तिला पटलं नव्हतं. तिने ज्या ज्या केसवर काम केलं होतं त्या प्रत्येक केसच्या नोंदी व्यवस्थित वाचण्याचा तिचा प्रघात होता. मग आता केवळ या नोंदीची प्रचंड व्याप्ती पाहून त्या न वाचणं हे तिला केवळ आळशीपणाचंच वाटत नव्हतं, तर दुर्लक्ष केल्यासारखं वाटत होतं. तिला माहीत होतं की ती, ती कागदपत्रं वाचल्याशिवाय राहणार नाही; कारण तिला ते त्या मृत मुलाप्रति आणि त्याच्या कुटुंबाप्रति असलेलं तिचं कर्तव्य होतं. आणि ही केस व्यवस्थित हाताळण्याकरताही ते आवश्यकही होतं.

आणि तिचं ते बेनच्या प्रतिही कर्तव्य होतं.

जेव्हा त्याची पहिल्यांदा तपासणी केली गेली तेव्हा बेनकडे झालेल्या प्रकारासाठी कुठलंच स्पष्टीकरण नव्हतं. त्याने नोहाला ब्रिजवरून का फेकलं याचं काहीच उत्तर त्याच्याकडे नव्हतं. पण ते कदाचित एखाद्या साक्षीदाराच्या साक्षीत असू शकेल. सगळ्यात वरची साक्ष रॉजर पाल्मरची होती. तो त्यांच्या शाळेत शिक्षक होता. असा माणूस ज्याने ही घटना खालून नदीकाठावरून पाहिली होती आणि नोहाला वाचवण्याचा प्रयत्न केला होता. इतर साक्षी आणि नोंदी त्या ढिगाऱ्यातच खाली कुठेतरी असतील.

"चल, चल केट! आपण काही नवीन फॅशन्सविषयी आणि हेअरस्टाइलविषयी बोलू या. गुन्हे बाजूला ठेव जरा, निदान अर्ध्या तासासाठी तरी.''

"खरं तर त्यावर बोलण्यासारखं काहीच नाही,'' स्वतःच्या टिकाऊ, पण कंटाळवाण्या निळ्या ड्रेसकडे बघत केट म्हणाली, "पण मी प्रयत्न तरी करते.''

चाळीस मिनिटांनंतर ती जेव्हा तिच्या टेबलाशी परत आली तेव्हा बेन येऊन थांबल्याचा स्वागतकक्षातील डॉटकडून तिला निरोप आला.

"तू इथे येऊन त्याला घेऊन गेलीस तर बरं,'' डॉट म्हणाली. ती स्वागतकक्षात आलेल्या लोकांना जोखण्यात पटाईत होती. "तो दरवाजाकडे असं बघतोय जणू तो कोणत्याही क्षणी उठून चालायला लागेल.''

केटने जेव्हा बेनला प्रथम बघितलं तेव्हा तो दाराजवळच्या खुर्चीवर अगदी टोकाला बसला होता. डॉटच्या बोलण्याचा अर्थ तिच्या लगेचच ध्यानात आला. तो घाबरलेला दिसत होता.

"बेन? ये. इकडून ये असा.''

ती त्याला तिच्या ऑफिसमध्ये घेऊन गेली. त्याला खुर्चीत जरा स्थिरावू दिलं. त्याची बॅग भिंतीजवळ उभी करून ठेवली होती. त्याने त्याचा अंगठा चावत इकडेतिकडे नजर टाकली. केट आपल्या समोरच्या मुलाचं निरीक्षण करत होती. पेनीने त्याचं वर्णन कॉयर बॉय म्हणून केलं होतं. आता केटला नीटच कळलं तिला काय म्हणायचं होतं ते. तो चणीने अगदी लहानसा होता. त्याचे भुरकट पिंगे केस अगदी बारीक कापलेले होते. या परिविक्षा कार्यालयात येणाऱ्या इतर किशोरवयीन मुलांपेक्षा वेगळी अशी त्याची नितळ त्वचा होती. त्याचे कान व्यवस्थित आकाराचे, आणि नाक छोटं होतं. जणूकाही तुरुंगात राहिल्याने त्याची वाढच खुंटली असावी. तो ज्या पद्धतीने मुठी वळत होता आणि खाली मान घालत होता, ते काही फार चांगलं चित्र नव्हतं. त्याच्या सुपरमॅन टी-शर्ट आणि जीन्समुळे तो अधिकच लहान वाटत होता. तुरुंग कर्मचाऱ्यांनी त्याला कपड्यांबाबत काहीतरी सल्ला द्यायला हवा होता. अठरा वर्षांची मुलं कार्टूनचे शर्ट घालत नाहीत. इतकी गडद आणि इतकी

व्यवस्थित जीन्सही वापरत नाहीत.

बेनने खांदे गोलाकार फिरवले तेव्हा केटला त्याच्या शरीरात जमून आलेला ताण जाणवला. तिला लक्षात आलं की या प्रश्नोत्तरांच्या परिस्थितीला तोंड देणं त्याच्यासाठी त्रासदायक होतं. कागदपत्रं थांबू शकतात.

"चल, आपण आधी इथून बाहेर पडू," ती म्हणाली.

"आपण कुठे जाणार आहोत?" त्याने गोंधळून विचारलं.

"तुझा नवीन फ्लॅट बघायला," केटने तिच्या टेबलावरची किल्ली उचलत म्हटलं.

गोदीचा भाग पूर्वी होता त्यापेक्षा कितीतरी पटीने सुधारला होता. एका नृत्यशाळेवरून एका इटालिअन खाद्यपदार्थांच्या दुकानावरून पुढे जाताना, एक मिठाईचं दुकान ज्यात गोडाधोडानी बरण्या भरून ठेवल्या होत्या, जे मध्यमवर्गीयांसाठी थोडं महागडं वाटत होतं, त्यावरून पुढे जात असताना केटच्या मनात या बदलांची नोंद होत होती. बाकीची बरीच दुकानं रिकामी होती. त्यांच्या खिडक्यांमध्ये मालाऐवजी 'भाड्याने देणे'च्या पाट्या लटकत होत्या. त्यातले बरेचसे फ्लॅट हे व्यावसायिकांनी न घेतल्यामुळे स्वस्त घरांमध्ये त्याचं रूपांतर करून त्याचा रिकामेपणा कमी करण्याचा प्रयत्न केला होता. त्यामुळे ते इटालिअन दुकान आणि मिठाईचं दुकान किती चालणार ते स्पष्टच होतं.

"इथे खाद्यपदार्थ विकत घेण्याच्या भानगडीत पडू नकोस," तिने बेनला सांगितलं. "इथे खिशाला चाट बसेल."

"ठीक आहे."

"तुझ्या स्वातंत्र्याची पूर्वतयारी म्हणून तू काही खरेदी वगैरे केलीस का? निदान वस्तूंच्या किमती कळण्याकरता तरी."

बेनने मान हलवली आणि खाली बघायला लागला.

"ठीक. सध्यातरी तू सुपरमार्केटमध्येच जा. आपण तुझं अंदाजपत्रक तयार करू. तुला मिळणारा भत्ता कशासाठी खर्च करायचा ते ठरवू. तो तुला उद्या मिळेल. दहा वाजता तू जाऊन तो घेऊन ये. मी तशी व्यवस्था केली आहे."

"काय घेऊ?"

केट इतकी चकित झाली की ती जागेवरच थांबली.

"खरंच! तुला त्यांनी तुला मिळणाऱ्या भत्त्यांबाबत, सवलतींबाबत काहीच सांगितलं नाही?"

बेनने खांदे उडवले; "असेलही. पण मी आत असताना मला ते सगळं खरंच वाटत नव्हतं. ते खरंच मला सोडतील यावर माझा विश्वासच बसत नव्हता."

केटने मान डोलावली आणि जवळच्या फ्लॅटचं नाव बघितलं. "चल, आपण पुढे चालत राहू या. या अपार्टमेंट बांधताना बिल्डरने नंबर द्यायचे टाळलेलं दिसतंय. हे जरा जास्तच चांगलं आहे ना. तुझ्या भागाचं नाव आहे वोल्से."

ते पाण्याच्या कडेकडेने चालत राहिले. त्यांच्या एका बाजूला बांधलेल्या बोटी पोकळ कठड्यांवर आपटत होत्या. कुठल्या कुठल्या तुकड्यांवरून समुद्रपक्षी एकमेकांत कचकच करत होते. बेन कशात तरी हरवल्यासारखा वाटत होता. त्याचे डोळे इकडून तिकडे भिरभिरत होते. मध्येच दचकून तो खांद्यावरून वळून बघत होता. तिच्या इतर केसमधल्या लोकांपेक्षा हा मुलगा किती वेगळा आहे हा विचार पुन्हा एकदा केटच्या मनात आला. पूर्वीचे परिविक्षा अधिकारी जसे वागत असत ती पद्धत आता केटला वापरावी लागणार होती. बेनला वेगवेगळी कौशल्ये शिकावी लागणार होती : पैशांचा योग्य विनियोग, स्वयंपाक, जगणं. तिला एकाच वेळी त्याची शिक्षिका, सामाजिक कार्यकर्ती आणि कदाचित समुपदेशकही बनावं लागणार होतं. त्या बिचाऱ्या मुलाला काहीही उमगत नव्हतं.

"हे आलं. ही तुझी बिल्डिंग."

ते त्या चकचकीत मुख्य द्वाराकडे गेले आणि चावी वापरून आत शिरले. इथे सगळं चित्रच बदललेलं होतं. घाणेरड्या गालिच्यावर नको असलेलं टपाल पसरलेलं होतं. भिंतीवर सायकलच्या उंचीचे काळे फराटे होते. खालच्या एका फ्लॅटमधून रॅप संगीत कानठळ्या बसवत होतं. आणि दरवाजाला कोणीतरी लाथ मारल्याने पोचा आलेला होता. बाहेर स्थानिक विभागाने कितीही सुधारणा करण्याचा प्रयत्न केलेला असला तरी इथे मात्र तो सगळा देखावा रसातळाला गेला होता.

तिने लिफ्ट बोलावण्यासाठी बटण दाबलं तेव्हा लिफ्टचे दरवाजे कुरकुरत उघडले, पण केटने आत पाऊल टाकलं तरी बेन मात्र बाहेरच उभा होता. दरवाजा बंद होऊ लागला, तेव्हा मध्ये पाय घालून तिला तो थांबवावा लागला.

"चल, आत ये."

तो अजिबात हलला नाही. त्याची नजर जिन्याच्या पायऱ्यांकडे वळली.

"तू सगळ्यात वरच्या मजल्यावर राहाणार आहेस, बेन."

"मी तुला तिथेच भेटतो." आणि क्षणार्धात तो नाहीसा झाला.

केटने दरवाजा बंद होऊ दिला आणि लिफ्ट वर निघाली. लिफ्टच्या काचेच्या भिंतीतून तिला खालच्या नदीकाठाचं पूर्ण दृश्य दिसत होतं. तिला स्वत:चं प्रतिबिंब बघताना तिच्या लक्षात आलं की तिच्या जॅकेटवर टूथपेस्टचा डाग आहे. सकाळी घाईत तिने जेमतेम तोंड धुवून केस आवरून कॉर्नफ्लेक्स खाल्ले होते. जेवताना सगळा वेळ पॉल तिला बाहेर जाऊन खरेदी करण्याचा आग्रह करत होता. आणि नेमकी तिने त्या फ्रेंच डिटेक्टिव्हचा उल्लेख करण्याची चूक केली. तिला माहीत

होतं की पॉलला त्याच्या त्याला शोभून दिसणाऱ्या लिननच्या सूटबद्दल, त्याच्या चमकत्या केसांबद्दल ऐकायला आवडलं असतं. पण जेव्हा जेव्हा तिने वर पाहिलं तेव्हा ऑलिव्हरची नजर तिच्यावरच खिळलेली होती, हे मात्र तिने पॉलला सांगितलं नव्हतं.

एक गचका बसून लिफ्ट थांबली आणि तिने आताच्या क्षणावर तिचं लक्ष केंद्रित केलं. आज रात्री ती अमेलियाबरोबर बसून तिचा शाळेच्या या सत्राचा पहिला दिवस कसा होता ते ऐकणार होती. हे तिच्या प्राथमिक शाळेचं शेवटचं वर्ष होतं. आणखी चार आठवड्यांत ती अकरा वर्षांची झालेली असेल आणि आता तिच्या वाढदिवसाच्या पार्टीची तयारी करायला हवी होती. तिची छोटीशी मुलगी आता मोठी होत होती.

खालच्या पाण्यावर सूर्य चमकत होता, पण ऊन असूनही केटला जाणवलं की उन्हाळा आता जवळजवळ संपला आहे.

पाचव्या मजल्याची लॉबी छोटी, पण स्वच्छ होती. काळपट रंगाचा गालिचा इतका नवीन होता की व्यवस्थित बसण्याकरता तो जिथे कापला होता तिथले त्याचे दोरे अजून दिसत होते. गेडने सांगितलं होतं की बेन या फ्लॅटमध्ये राहणारा पहिला माणूस असेल. एवढे जिने चढून तो शेवटी जेव्हा धापा टाकत वर आला, तेव्हा तिने त्याच्या हातात किल्ली ठेवली.

"नवीन घरात तुझं स्वागत आहे."

आत गेल्यावर दोघंही थक्क होऊन पाहत राहिले. समोरचं दृश्य पाहताना दोघांच्याही तोंडून शब्द फुटेना. मोठमोठ्या काचांच्या खिडक्यांमधून थेट निळं आकाश दिसत होतं. खाली पाण्यातल्या बोटी एखाद्या खेळण्यांतल्याप्रमाणे वाटत होत्या. दूरवर ऑरवेल ब्रिज एखादी खुणेची वस्तू असावी तसा भासत होता. राखाडी रंगाचे पडदे मागे ओढले होते त्यामुळे समोरचं दृश्य डोळ्यांत भरत होतं.

शेवटी जेव्हा केटने मागे वळून खोलीकडे बघितलं तेव्हा तिला दिसलं की त्या खोलीत एक साधा सोफा आणि त्याला साजेशी एक राखी रंगाची खुर्ची होती. एक छोटं काचेचं कॉफी टेबल होतं. ते खरंच खूप छान होतं. केटला वाटलं, कोणी निवडलं असेल हे सगळं? गेडने नक्कीच नाही. त्याची निवड अशी असेल असं वाटत नाही. आणि असंही, त्याने बेनवरच्या रागापोटी काहीतरी वाईटच निवडलं असतं. कदाचित हा नमुन्याचा फ्लॅट असेल आणि तेव्हा तो एखाद्या महत्त्वाकांक्षी नोकरदाराला विकला जाण्याची आशा असेल.

"टीव्ही नाही पण समोरचा देखावा किती सुंदर आहे."

त्या खोलीच्या पलीकडे एक छोटसं स्वयंपाकघर होतं, ज्यात सिंक, ओव्हन

आणि फ्रिज होता. ''तू इथे टेबल घेईपर्यंत तुला बाहेरच बसून जेवावं लागेल.'' फ्रिज उघडून बघताना ती म्हणाली. फ्रिज नवा कोरा होता. त्यातले बर्फाचे कप्पे अजून प्लॅस्टिकमध्ये गुंडाळलेलेच होते. ''आता उरलेली खोली.''

बेडरूम बऱ्यापैकी मोठी होती. त्यात एक डबलबेड, कपड्यांचं कपाट आणि बेड शेजारचं छोटं टेबल होतं. त्या खोलीला लागूनच बाथरूम होती. छोटीशी, पण चांगला शॉवर असणारी. ''मला वाटतं तुला ही छानच जागा मिळाली आहे बेन,'' ती म्हणाली.

पण तो परत बाहेरच्या खोलीकडे वळला आणि खिडकीतून बाहेरच्या दृश्याकडे एकटक पाहत राहिला. वर आकाशाकडे नाही तर खाली गोदीतल्या पाण्याकडे.

बेन

माझ्या स्वातंत्र्याची पहिली रात्र अतिशय वाईट गेली.

रात्र कायमच संपूर्ण दिवसातली सगळ्यात कठीण वेळ असते. अगदी तुरुंगात असतानाही. मला सर्वांत जास्त काळजी रात्री अंथरुणावर पडल्यावरच वाटायची की आता नवीन आलेले कैदी उद्या सकाळी अंघोळीच्या वेळी कसा त्रास देतील. प्रत्यक्ष घटनेपेक्षा मी कल्पनेतच जास्त घाबरत असे. तोंड कोमट पाण्यात जबरदस्तीने बुडवले जाण्याची आणि थोबाडावर बसणाऱ्या गुद्द्याची वाट बघायची. तुरुंगातल्या कमकुवत कैद्यांना त्रास देऊन ते स्वत:ला सिद्ध करण्याचा प्रयत्न करत. कारण शेवटी त्यांना कळायचंच की मी साधा चोर किंवा कारचोर नाही. एकदा तर मी बर्मिंगहॅमच्या तुरुंगात असताना एक मुलगा लिंकनहून आला आणि त्याने मला ओळखलं. आदल्या महिन्यात 'खुनी मुलं' अशा नावाच्या एका कार्यक्रमात त्याने मला टीव्हीवर पाहिलं होतं. मी त्या कार्यक्रमातलं मुख्य पात्र होतो, असं मला सांगण्यात आलं होतं. मी स्वत: काही ते पाहिलं नव्हतं. पण आईने तिच्या एका पत्रात त्याविषयी सांगितलं होतं. आई जेव्हा पिऊन झिंगलेली असायची, दु:खी किंवा चिडलेली असायची, तेव्हाच मला पत्र लिहायची. तर, या मुलाला एका चित्रकाराने काढलेलं माझं कोर्टात काढलेलं रेखाचित्र आठवलं. माझ्या बोलण्यात त्या वेळी अजूनही हल्च्या भाषेचे हेल होते. त्याने सगळ्यावरून अचूक तर्क केला आणि ओरडला "ए हम्बर बॉय बी!" आणि हे सगळं जेवणाच्या खोलीत. त्यामुळे मी वर बघताना सगळ्यांनी बघितलं. त्यांनी एका रात्रीत मला तिथून हलवलं. ते त्याला 'घोस्टिंग' म्हणत असत. तुम्हाला एका ठिकाणाहून दुसरीकडे हलवतात. इकडच्या तुमच्या अस्तित्वाच्या खाणाखुणा पुसून तुम्हाला रात्रीतून दुसरीकडे नेतात एका नवीन ठिकाणी. नवीन ठिकाण, पण फरक काही नाही.

माझ्या नवीन घरातल्या पहिल्या दिवशी मला सकाळी जाग आली तेव्हा माझ्या पोटात भीतीने गोळा आला होता. कुठूनतरी कुलपाचा आवाज ऐकू यावा असं मला वाटून गेलं. कैदेतली सुरक्षिततेची भावना मनाला हवीशी वाटते. मी या फ्लॅटलासुद्धा

तुरुंग बनवू शकेन. पण मग ते कसलं आयुष्य असेल? नाही, मला बाहेर पडायलाच हवं. शिवाय, केटने सांगितल्याप्रमाणे मला दहा वाजता माझा भत्ता घ्यायला हवा. खरंतर अजून आठही वाजलेले नाहीत, पण मला ते ऑफिस शोधायला हवं. मला आता आवरायला लागलं पाहिजे.

साडेदहा वाजता पोस्ट ऑफिसमध्ये मी माझ्या हातातल्या पैशाकडे बघत राहिलो. वीस पौंडाच्या नोटा ज्या मी कधीही पाहिलेल्या नव्हत्या आणि दोन पौंडाची नाणी जी मी पूर्वी बघितली आहेत, पण हाताळलेली नाहीत. माझा विश्वासच बसत नाही की हे सगळे पैसे माझ्याकरता आहेत.

काचेपलीकडच्या चिडक्या बाईचे मी आभार मानले आणि ओशाळून नोटा आणि नाणी गोळा केली. सत्तावन्न पौंड आणि पंचेचाळीस पेन्स एका आठवड्याकरता. मला तो खजिनाच असल्यासारखं वाटलं. माझ्याकडे साधं वॉलेटही नव्हतं. त्यामुळे ते पैसे मी मागच्या खिशात ठेवून लगेच आजूबाजूला बघितलं; जणूकाही कोणीतरी लगेचच ते पळवणारच होतं. पण तिथे फक्त एक म्हातारी बाई खरेदी करायला आलेली होती आणि एका छोट्या बाळाची आई वाढदिवसाची शुभेच्छापत्रे बघत होती. तिने माझ्याकडे बघितल्यावर मी एकदम ताठ झालो, पण तिने लगेचच शुभेच्छापत्रांकडे नजर वळवली. मी नि:श्वास सोडला. मी कोण आहे, काय केलं आहे ते तिला माहीत नाही. इथे कोणालाच माहीत नाही. मी सहजच एक कार्ड उचललं, तर त्याच्यावर एक फुग्यांचं आणि शॅम्पेनच्या बाटलीचं चित्र होतं आणि त्यावर 'अभिनंदन' असं छापलेलं होतं. मी काचेखालून ते त्या चिडक्या बाईकडे सरकवलं.

''आणि हेही, हे लवकर पोहोचायला हवं.''

बाहेर जोरात वारा सुटला होता आणि मी तोंड उघडून श्वास भरून घेतला. आधी उबदार आणि मग गार. सप्टेंबरचा वारा असा असतो तर; एक पाय उन्हाळ्यात आणि एक हिवाळ्यात. लवकरच मला एका जॅकेटची गरज भासेल आणि त्यात माझे सत्तावन्न पौंड आणि पंचेचाळीस पेन्स संपून जातील. पण असं असलं तरी माझ्या मनात पावसाची ओढ आहे, बर्फाची, भाजून काढणाऱ्या उन्हाळ्याची. सगळ्या प्रकारच्या हवामानाची ओढ माझ्या मनात आहे. जे ऋतू मी हरवलेत ते सगळे परत मला अनुभवायचे आहेत. हिवाळा, वसंत ऋतू. मला माझ्या अंगावर पावसाचे थेंब आणि उन्हाचे चटकेही हवे आहेत; कारण त्याचा अर्थ आहे की मी मुक्त आहे. मी इतकी वर्षं आत असताना ऋतू बदललेच असतील, पण ते सगळं तुरुंगाच्या गजाआड कोंडलेलं होतं. माझे कपडे कधी बदलले नाहीत. मला

कधीच कोट किंवा सनस्क्रीन मलम लागलं नाही. माझं जग नेहमीच थंड होतं. त्याला सतत ब्लीच आणि स्वयंपाकाच्या चरबीचा वास होता.

मला पक्ष्यांच्या आवाजाने कानठळ्या बसल्यासारखं वाटायला लागलं. लोकांचे, वाहनांचे आवाज जरा जास्तच मोठे आहेत. जणूकाही माझ्या संवेदना आता जागृत होत आहेत.

माझ्या मागच्या खिशातल्या पैशाच्या ओझ्याने झुकून मी पोस्ट ऑफिसकडून टाउन सेन्टरकडे चालायला लागतो. मी स्वत:ला मान वर करून चालण्याची आठवण करायला लागलो. तुरुंगात असताना मला जमिनीकडे बघण्याची सवय लागली होती. मारामारी टाळण्याचा तो एक उपाय. ''काय बघतो आहेस तू डोळे फाडून?'' मी तुरुंगात आल्यावर लगेचच एका मुलाने मला विचारलं होतं, आणि ताबडतोब माझ्या नाकावर एक ठोसा देऊन रक्त काढलं होतं. त्यामुळे खटला चालू असताना संपूर्ण वेळ माझं नाक सुजून भप्प झालं होतं. माझ्या सामाजिक कार्यकर्तीने रुमालाने माझं तोंड टिपलं. ''ज्यूरीसमोर हे बरं दिसणार नाही,'' ती म्हणाली, जणूकाही सुजलेलं नाक ही जगातील सर्वांत वाईट गोष्ट असावी.

इतरांच्या नजरेला नजर भिडवायची नाही, हा धडा मी व्यवस्थित शिकलो. आणि आता मी धडपडण्याच्या बेतात आहे.

केटने मला अन्नपदार्थ घेण्याकरता सुपरमार्केटमध्ये जायला सुचवलं होतं. गोदीच्या कोपऱ्यावर सिनेमा थिएटरजवळ स्पार सुपरमार्केट आहे, त्याची लाल-पांढरी खूण आणि आत-बाहेर करणारे लोक.

मी एका माणसाच्या पाठोपाठ गेलो. तो काय करतोय हे त्याला नीट माहीत असणार. मी त्याच्याप्रमाणेच एक चंदेरी रंगाची ट्रॉली घेतली. माझ्या ट्रॉलीची चाकं लडखडत होती. मी कुंड्याच्या दिशेने घसरायला लागलो. पहिली फळं. फळं चांगली आहेत, पण तिथे सफरचंद आणि संत्री सोडून इतर एवढी फळं आहेत. मी एक कंगोरेदार पिवळं फळ उचललं आणि परत खाली ठेवलं. मला कदाचित त्याची चव आवडणार नाही असं वाटलं. मला काय आवडतं? चिप्स, खीर, सॉसेज. मी असलं फळ कधीच खाल्लेलं नाही, म्हणून मग मी स्वस्त असं लिहिलेली सफरचंदांची पिशवी उचलली. आणि पुढल्या विभागाकडे गेलो. तिथे दुधाचे पदार्थ होते. फ्लॅटमध्ये असणारा फ्रिज फार मोठा नाही. म्हणून मी फक्त दूध आणि मार्गारिन (लोणी) घेतलं, पण त्याचेही एवढे प्रकार होते की मला कळत नव्हतं मला कोणते हवे आहेत. सूर्यफूल की ऑलिव्ह तेल की लोणी, आणि मलईवालं की मलईविरहित दूध? मी ट्रॉली पुढे ढकलली, अजूनही ती तशी रिकामीच आहे. मी दमून बाहेर पडण्याच्या रांगेकडे गेलो. या एवढ्याशा गोष्टी घ्यायलाच मला

इतका वेळ लागला. शिवाय, त्याचे पैसे किती होतील ही एक काळजी होतीच. मला कळतंय की केवळ दूध आणि सफरचंद घ्यायला सत्तावन्न पौंड आणि पंचेचाळीस पेन्स लागणार नाहीत. मी इतर ट्रॉलींच्या मागे रांगेत उभा असताना मला वाटतं की मी काहीतरी नवीन करायला हवं, आता मी बेन आहे आणि माझं आयुष्य नवीन आहे. जेव्हा माझ्या वस्तू समोरच्या सरकत्या पट्ट्यावर ठेवण्याची वेळ आली तेव्हा मला जाणवलं की पैसे घेणारी बाई माझ्याकडे पाहते आहे, तिचा चेहरा प्रसन्न आणि हसण्यामुळे आलेल्या सुरकुत्यांनी भरलेला होता.

"हेलो, लव्ह." तिच्या बिल्ल्यावर तिचं नाव होतं शर्ल.

मला एकदम माझ्या आईची आठवण येते. ही बाई तिच्याच वयाची असावी. ती का कधीच अशी हसली नाही? मला वाटून गेलं का ती कायम डोकेदुखीने बिछान्यात असायची? तिने एखादी नोकरी केली असती तर अॅडमला आणि मला खायला तरी घालू शकली असती. हे सगळे विचार मनात घोळत असताना माझा चेहरा तापून लाल झालेला मला जाणवला. मग मी माझ्या वस्तू पुढ्यातल्या त्या काळ्या सरकत्या पट्ट्यावर ठेवण्याकडे लक्ष केंद्रित केलं. तो पट्टा त्या बाईच्या दिशेने सरकला : ब्रेड, दूध, बीन्स, कोक.

"तुला हे भरून घ्यायला मदत हवी आहे?" तिने विचारलं. तिला नक्की काय म्हणायचं आहे ते मला कळलंच नाही. मग ती हसली तेव्हा माझ्या लक्षात आलं की ती गंमत करते आहे; कारण मी अगदीच थोड्या वस्तू खरेदी केल्या होत्या.

"मी अजून एखादी वस्तू आणू शकतो का? मी काहीतरी विसरलोय," मी म्हणालो.

तिने माझ्यामागे इतर ग्राहक आपापल्या ट्रॉली घेऊन रांगेत उभे असणाऱ्या ग्राहकांकडे, त्यांच्याकडे नजर टाकली. "पट्कन ये," ती म्हणाली. मी झट्कन फळांच्या भागात जाऊन ते विचित्र टोकेरी फळ घेऊन आलो. मी ते शर्लकडे देत असताना माझ्या मागच्या माणसाने, तोच ज्याच्या मागोमाग मी येताना आत आलो होतो त्याने, माझ्याकडे रागाचा कटाक्ष टाकला.

"याला काय म्हणतात?" मी विचारले. मला ते फळ माहीत नाही हे फार विचित्र वाटणार नाही, अशी मला आशा वाटते.

"स्टारफ्रूट," तिने सांगितले, "पण ते कसं लागतं ते तू मला विचारू नकोस."

माझे किती पैसे झाले ते तिने सांगितल्यावर, मी माझ्या खिशातून एक नोट काढली.

"आभारी आहे!" कोणीच हम्बर बॉय बीकडे बघून स्मित करत नाही किंवा त्याला लव्हही म्हणत नाही. पण ती बेनकडे बघून हसते आहे म्हणून मीही हसलो.

"हे तुझे उरलेले पैसे."

"धन्यवाद!" ती पैसे माझ्या हातात ठेवताना मी म्हटलं. मी कसंबसं माझं सामान उचललं. माझ्या कोपराच्या बेचक्यात मी दूध ठेवलं, पण ती म्हणाली, "हे घे" आणि माझ्या हातात एक प्लॅस्टिकची पिशवी ठेवली. मी किती बावळट आहे, साधी पिशवी मागणंही मला सुचलं नाही. तिने पिशवी उघडून त्यात दूध ठेवलं, सामान भरून पिशवी बंद केली आणि माझ्या हातात दिली.

"भेटूच पुन्हा."

पुन्हा भेटू : नुसते शब्द, बाकी काही नाही. मी ते टीव्ही आणि रेडिओवर ऐकले आहेत. पण त्यात एक आपुलकी असते. माझी बाहेरची पहिली फेरी चांगली झाली. माझ्या फ्लॅटमध्ये पोहोचल्यावर मी दूध फ्रिजमध्ये ठेवलं आणि सफरचंद कुठे ठेवावीत असा विचार करत राहिलो. मी सिरिअल* आणायला हवं होतं. आता मला परत दुकानात जायला हवं. कदाचित उद्या. मी खरेदी केलेल्या इतर गोष्टी ओट्यावर एका रांगेत लेबल्स पुढे करून मांडून ठेवल्या. तुरुंगात माझ्या अंघोळीचे साबण लावून ठेवत असे तसंच. आमच्यातले खूप जणं ते जमा करत असत. दुसरं जमा करण्यासारखं काही नव्हतंच म्हणा आणि एरवीच्या कळकट कोठडीत तेवढाच रंगाचा शिडकावा. लिंबू किंवा संत्र्याची शॉवर जेल सगळ्यात चांगली; कारण त्यामुळे त्या भयानक जागेत थोडा प्रकाश आल्यासारखं वाटायचं. पण आता माझ्याकडे कोक, बीन्स, पाव आणि पिवळं ताऱ्याच्या आकाराचं फळ आहे.

मी बेन आहे; पण अजूनही मला बेन असल्यासारखं वाटतच नाहीये. बेन इथे राहतो, या फ्लॅटमध्ये वोल्से ब्लॉकच्या सर्वांत वरच्या मजल्यावर. बेन स्टारफ्रूट विकत घेऊ शकतो. ते मी मिळवलेलं एखादं बक्षीस असावं, अशा नजरेने त्याकडे मी बघितलं, पण ते सोलावं की नाही, याविषयी माझा निर्णयच होत नाही. त्याचं साल जाड आणि मेणचट होतं. मी जरासं चावल्यावर ते थुंकून टाकलं. ते कसं सोलावं हे मला कळत नाही म्हणून माझे दात वापरून मी त्याचा रस ओढण्याचा प्रयत्न करायला लागलो.

मला वाटलं तसं ते गोड नव्हतं, तर त्याला एक तुरट अशी चव होती. बेनने ठरवलं की ते खूपच छान आहे आणि पुढल्या वेळी सुपरमार्केटला गेल्यावर तो जाईल तेव्हा शर्लला तसं सांगायला हवं. परत ती त्याच्याकडे बघून हसते आहे का, तेही बघायला हवं.

मी माझ्या फ्लॅटमध्ये फेरी मारली आणि माझ्या नवीन घराचं निरीक्षण केलं.

---

* न्याहारीसाठी खाल्ला जाणारा पदार्थ

तुरुंगात तुमच्याकडे फार वस्तू नसतात. त्यामुळे माझ्याकडे फारसं काही नाही. जे आहे ते इथे माझ्यासमोर आहे.

एक राखाडी लोकरी स्वेटर (भरपूर वापरलेला), बर्गंडी रंगाची धावण्याची पॅन्ट, स्वस्तातले कॅन्व्हास बूट, चार छोट्या चड्ड्या (माझ्याखेरीज इतरांनीही वापरलेल्या).

हे सगळं झोपण्याच्या खोलीत गेलं. मी सगळं सामान कपाटाच्या वर ठेवलं; कारण आत ठेवलं तर त्याचा रिकामेपणा अंगावर येतो.

माझी इंग्रजी साहित्याच्या अभ्यासाची पुस्तकं होती ती बाहेरच्या खोलीतल्या टेबलवर व्यवस्थित बसली.

माझा सीव्ही* आणि जीसीएससी प्रमाणपत्रंही (आठ. इंग्लिशमध्ये ए स्टार श्रेणी) टेबलावर ठेवली. आणि कदाचित मी भिंतीवर एखादं चित्र आणून लावेन म्हणतोय. पण ती दिखाऊगिरी होईल का, सामान्य माणसंही अशीच वागतात?

माझ्याकडे माझ्या आईचा आणि भावाचा एक फोटो आहे. माझ्या दहाव्या वाढदिवशी मत्स्यालयात काढला होता. त्यातला माझा फोटो फाडून काढलेला आहे. त्यामुळे मी जिथे मध्यभागी उभा होतो तिथे एक भोक आहे. फोटोत माझी आई अवघडून हसते आहे. माझ्या भावाचा हात मी जिथे होतो त्या जागेभोवती. हा फोटो मी माझ्या बिछान्याशेजारी छोट्या टेबलावर ठेवला. पण मग मला जाणवतं की माझा फाडून काढलेला चेहरा बघून कोणाच्याही सहज लक्षात येईल सगळा प्रकार. म्हणून मग मी तो खणातच ठेवून दिला.

पत्रं. काही माझ्या आईकडून, तर काही माझ्या वडिलांकडून, पण तुरळक. त्या फोटोतल्या माझ्या नसलेल्या चेहऱ्याप्रमाणेच माझे वडीलही माझ्याजवळ नव्हते, माझ्या आयुष्यातच नव्हते. तीन वर्षांत त्यांनी मला एकही पत्र लिहिलं नाही. आणि तीन वर्षांनंतर जेव्हा ती पत्रं सुरू झाली तेव्हा जणू त्यांना लक्षातच नव्हतं की मी आता हम्बरजवळ राहत नाही. त्यामुळे त्यांच्या पत्रात फक्त एकच प्रश्न असायचा की हल् रोव्हर्सचा संघ आता रग्बी लीगमध्ये कशी कामगिरी करतो आहे. जणूकाही त्याची मला फारच पर्वा होती. जणू नोहाचा विचार मनात न येता मी यापुढे मॅच बघू शकेन. असंही, तुम्ही त्या मुलाशी काय बोलणार ज्याचं आयुष्य एखाद्या शाळेपेक्षाही छोट्या इमारतीशी आणि तिच्या पुढच्या खुरट्या गवताशी बांधलेलं आहे? सिनेमा नाही, मॅक्डोनाल्ड्स नाही, प्राणिसंग्रहालयाच्या सहली नाहीत, पोहणं नाही, पार्टीज नाहीत. बस्स. मला फक्त भिंती आणि गज एवढचं माहीत होतं. पण

---

* सीव्ही - करिक्युलम वायटे - स्वत:ची शैक्षणिक आणि व्यक्तिगत माहिती देणारा अर्ज

जेव्हा ते मला त्यांच्या कामाबद्दल सांगायचे, तो भाग मला फार आवडायचा. ते ॲटलांटिकमध्ये कुठे तरी असायचे, काळ्या समुद्राविषयी आणि तो कसा अति थंड असतो त्यामुळे त्यांनी अगदी कोपरापर्यंत हातमोजे घातले तरीही त्यांची बोटं कशी बधिर व्हायची आणि लाटा कशा एखाद्या टॉवरसारख्या उंच उंच येतात. ते सांगायचे मग ती पत्रं थांबली आणि त्यांच्याशी असणारं माझं नातंसुद्धा संपलं. आता मला त्यांची आठवण फक्त तेव्हाच येते जेव्हा मी आरशात पाहतो आणि माझे पांढरट भुरे केस मला दिसतात, माझी फिकट त्वचा दिसते. माझ्या कुटुंबात कोणाचाच रंग आणि केस तसे नाहीत.

शेवटी, ॲडमची पत्रं. तो सुटल्यानंतर त्याने मला जी पत्रं पाठवली ती. तो सगळ्यांत मोठा ढीग आणि माझ्याकडची सगळ्यांत अनमोल गोष्ट.

मी सगळी पत्रं माझ्या बॅगेत ढकलून ती माझ्या बिछान्याखाली सरकवून टाकली कारण मला माहीत आहे की खरंतर ती माझ्याकडे असायलाच नकोत. ते धोकादायक आहे; कारण त्यामुळे मी बेन नाही हे उघडकीला येईल. मी तोतया आहे.

त्या दिवशी

"आज शाळेला बुट्टी!"

ॲडमने बेनच्या बिछान्यात उडी मारली आणि त्याच्या झोपलेल्या भावाच्या दोन बाजूंना आपले पाय टाकले. त्याने इतक्या जोरात उडी मारली की त्याचं शरीर गादीवरून उडालं आणि बिछान्याचा डोक्याकडचा भाग भिंतीवर आपटला. उत्तरादाखल आईच्या खोलीतून भिंत वाजवल्याचा आवाज आला.

"आरडाओरडा बंद करा! मी झोपायचा प्रयत्न करते आहे!"

बेनने पांघरूण कानांपर्यंत ओढलं आणि कुशीवर वळला. त्याला ॲडमचा विजयी चेहरा बघायचा नव्हता. त्याचे आनंदाचे चीत्कार ऐकायचे नव्हते.

ॲडमने भावाच्या बरगड्यांवर एक लाथ हाणली. "बोंबलण्याची गरज नाही, छोट्या. चल, तुला पेपरमिंटची गोळी घेऊन देईन."

"जा तिकडे." बेनने परत स्वत:ला पांघरुणात गुंडाळलं. ॲडमने जमिनीवर धप्पकन उडी मारली आणि दोघांच्या कपड्यांच्या ढिगातून कपडे उपसायला सुरुवात केली. समुद्राकाठी दिवस घालवण्यासाठी योग्य असे स्वच्छ कपडे तो शोधत होता.

"मॉम!" तो भिंतीच्या दिशेने ओरडला, "मी असा छोटी चड्डी घालून बाहेर नाही जाऊ शकत. माझ्या शॉर्ट्स कुठे आहेत?" जेव्हा आईकडून कसलंच उत्तर आलं नाही तेव्हा तो स्वत:शीच बडबडायला लागला.

बेनने परत झोपण्याचा प्रयत्न केला, पण ॲडमची बडबड चालूच होती. त्याच्या हल् रोव्हर्स संघाच्या टी-शर्टवर सॉसचे डाग पडल्यामुळे तो वैतागला होता. त्याची कटकट सुरू होती, कारण त्याच्या वडिलांनी त्याला पिजहोल्म पार्कला घेऊन जायचं कबूल केलं होतं आणि त्यामुळे जर त्याला ती चड्डी मिळाली नसती तर त्याला समुद्रात नागडंच पोहावं लागलं असतं. हल् रोव्हर्सचा टी-शर्ट खरंतर धुवायला हवा होता, पण ॲडमने तो तसाच अंगावर चढवला.

शेवटी एकदाचा तो बाहेर गेला. बेनला त्याच्या आईच्या खोलीचं दार उघडल्याचा आवाज आला आणि मग एक किंचाळी.

"डॅड? माझे डॅड कुठे आहेत?"

बेनने आई काय म्हणते ते ऐकण्याकरता कानावरून उशी काढली; पण आईचं बोलणं ऐकू येत नव्हतं. ॲडम मोठ्याने ओरडत होता.

"तुम्ही परत भांडलात. तू मला इतकं सगळं सांगूनसुद्धा? आणि हे काय आहे?" काहीतरी आपटल्याचा आवाज आला. काहीतरी जमिनीवर फेकलं गेलं. बाटली असणार. "तू त्या सोशल वर्करला सांगितलं होतंस. तू सांगितलंस की आता तू पिणार नाहीस."

त्यावर काहीतरी उत्तर आलं. विनवणी करणारा बायकी आवाज, मग परत ॲडमचा आवाज. आता तो रागावलेला नव्हता. हा आवाज हळू होता. मधल्या भिंतीतून बोलणं ऐकू येण्यासाठी बेनने कान टवकारून ऐकण्याचा प्रयत्न केला. "या वेळी तो खरंच गेलाय ना? त्याने कबूल केलं होतं की तो जर गेला तर तो मलाही नेणार होता. पण तो खोटं बोलला."

बेनने उशी कानावर ओढून घेतली. आणखी काही ऐकण्याची त्याची इच्छा नव्हती.

ॲडमचे वडील यापूर्वीही कित्येक वेळा निघून गेले होते, यापूर्वीही त्यांनी अनेक शपथा मोडल्या होत्या. त्यामुळे आज या वेळी त्यांनी त्यांचा शब्द पाळला नाही, हे त्याला इतकं जिवाला लागायला नको होतं. पण कोणास ठाऊक का, ते लागलं हे खरं. ॲडम बेडरूममध्ये आला आणि इतक्या प्रयासाने शोधून घातलेले कपडे त्याने काढून फेकले. केवळ एका चड्डीवर तो बेडमध्ये डोकं खुपसून पालथा पडला होता. केवळ त्याच्या गदगदणाऱ्या शरीरावरूनच तो रडतो आहे हे कळत होतं.

बेन नुसता बघत राहिला. त्याला ना आश्चर्य वाटलं ना आनंद. "पिजहोल्म पार्क फालतू आहे."

तिथे बराच वेळ शांतता होती. बेनला वाटलं त्याचं बोलणं ॲडमने ऐकलं नसावं. पण थोड्या वेळाने तो गादीतच पुटपुटला, "पण युद्धनौका भारी आहेत."

युद्धनौका विशेषच आहेत हे बेनला मान्य करावंच लागलं. मागच्या वर्षी उन्हाळ्यात ते स्कारबरोला गेले असताना त्याला तो शोध लागला होता. कौटुंबिक शांततेचा एक दुर्मिळ क्षण होता तो. मागच्या वेळी तेव्हा स्टुअर्ट परत आला होता आणि आणखी एका सामाजिक कार्यकर्तीला फुटवलं होतं तेव्हाचा.

स्टुअर्ट त्याच्या जुन्या कॅराव्हॅनमध्ये सगळ्यांना एका छोट्या सुट्टीसाठी घेऊन गेला होता. तो जेव्हा त्यांच्या बरोबर नसे तेव्हाचं त्याचं ते घर होतं. ते चित्रविचित्र हुक्क्यासारख्या काचेच्या वस्तूंनी आणि बंदुकांच्या प्रतिकृतींनी भरलेलं होतं. या

सगळ्या सामानाला हातही न लावण्याचं गंभीर वचन त्याने मुलांकडून घेतलं होतं. त्यांनीही आनंदाने तसं कबूल केलं. समुद्राजवळ असण्याचा, एक कुटुंब म्हणून वावरण्याचा आनंद काही औरच होता. त्यांनी संबंध दिवस बागेत युद्धनौका बघण्यात घालवला. पण दिवस संपता संपता जेव्हा संध्याकाळी अति बिअर प्यायल्यामुळे मोठ्यांच्या जिभा जड होऊ लागल्या तेव्हा त्या आनंदावर विरजण पडलं. कॅराव्हॅन ही चौघांकरता फारच छोटी जागा असते. त्यातून आई आणि स्टुअर्ट दोघंही भक्कम अंगापिंडाचे आणि मोठ्या आवाजाचे; त्यामुळे लवकरच शेजाऱ्यांनी खिडक्यांवर ठोकायला सुरुवात केली. पाठोपाठ पोलीसही आलेच. त्यांना ती सहल अर्धवट टाकून दुसऱ्या दिवशी घरी यावं लागलं. परतीचा प्रवास मोठ्यांच्या रागात आणि छोट्यांच्या गोंधळलेल्या अवस्थेत पार पडला. पण बेनच्या मनात मात्र युद्धनौकांच्या छानश्या आठवणी तशाच राहिल्या.

आई दारात येऊन उभी राहिली. तिने फक्त एक लांब टी-शर्ट घातला होता आणि डोकं खाजवत होती. ''तुम्ही दोघंही आज माझ्या डोळ्यांसमोर नको आहात.'' बेनने तिच्या गुंतलेल्या चरचरीत केसांकडे बघितलं आणि बाहेर असलेलंच चांगलं हे त्याला पटलं.

''माझं डोकं दुखतंय. मी परत झोपणार आहे. तुम्ही शांत राहा. ठीकय?''

वाद घालून काही फायदा नाही हे त्यांना माहीत होतं, पण ॲडमचा राग अजूनही कमी झाला नव्हता. ''तू आम्हाला थोडे पैसे द्यायला हवेस म्हणजे आम्ही काहीतरी खायला घेऊ शकू.''

आईचा चेहरा क्रुद्ध दिसायला लागला. ''साले, हलकट! मी आताच सांगितलं ना की मला बरं वाटत नाहीये म्हणून. थोबाड सरळ करा आणि चालते व्हा. मी तुमच्या वयाची असताना माझं पाऊल घरात ठरलं नाही कधी. कपडे घाला आधी आणि निघा.''

आणि ती तिच्या खोलीत निघून गेली.

त्यांना दरवाजा आपटल्याचा आवाज आला. त्यांना माहीत होतं आता बराच वेळ ती बाहेर येणार नाही.

''मरू देत त्यांना, इथे कोणाला स्कारबरो हवंय. आपण इथेच आपली सुट्टी घालवू,'' ॲडम उठून बसत म्हणाला. त्याने परत त्याचा रोव्हर्सचा शर्ट घातला. ''तू आणि मी.''

बेनचं मन कळवळलं. त्याला ॲडमबरोबर असायला आवडायचं. त्याला कळत होतं की त्याचा भाऊ दुखावला गेला आहे, पण तो काहीच करू शकत

नव्हता. त्याने बिछान्याजवळच्या घड्याळात बघितलं. ते साधारण बरोबर वेळ दाखवत होतं. "नोहा आता कोणत्याही क्षणी येईल. त्याची आई संपामुळे लंडनला गेली आहे म्हणून आपण त्याला सांभाळायचं आहे."

"मी तुला मुलं सांभाळणारा वाटलो का?" ॲडम चिडून म्हणाला.

"तू नाही बाळा, आई आणि मी म्हणालो की तो इकडे आला तरी चालेल. मज्जा येईल. नोहा आणि मी स्कूटर चालवायला जाऊ किंवा बागेत बॉल खेळू."

"फालतू." ॲडमचं उत्तर.

"नोहाच्या आईने पैसे दिले आहेत त्यामुळे आपली आई काहीतरी जेवायला देईल."

"तिला आठवलं तर ना. तू तिची अवस्था पाहिलीस ना?" ॲडम म्हणाला. "आपण त्याला सांभाळू, तू आणि मी. आईला न सांगितलेलंच बरं. तुला माहीत आहे मग ती काय करते."

बेनने ॲडमकडे पाहिलं. त्याच्या डोळ्यांतून त्याचा राग डोकावत होता. निराशा आणि वेदनेने ती छोटी खोली इतकी भरून गेली होती की काय करावं हे त्या दोन छोट्याशा मुलांना कळेना. "काय करणार आपण? आपल्याकडे तर काही पैसेही नाहीत."

"कदाचित आपण फुटबॉलपेक्षा बरं काहीतरी शोधून काढू. मी म्हटलं ना आज आपल्याला सुट्टी आहे. माझ्या डोक्यात एक कल्पना आहे."

आता

फेसबुक : 'हम्बर बॉय बी'ला शोधा.

नोहाची आई : मला आताच 'द सन' या नियतकालिकाच्या पत्रकाराकडून फोन आला होता. एचबीबी सुटलाय; आता फोन सुरू झालेत, भूतकाळ उकरणारे. पण ही पत्रकार जरा चांगली वाटते आहे. तो मोकळा सुटल्याबद्दल मला काय वाटतंय ते सांगण्याची संधी ती मला देऊ करते आहे. मी तिला सांगितलं की ही माझ्या मुलाच्या स्मृतींची फसवणूक आहे. आणि हे होऊ नये म्हणून मला जे शक्य असेल ते मी करीन.

मी तिला सांगितलं की मला एकदाच त्याला भेटव. तीच माझी इच्छा आहे. त्याकरता मी काहीही करेन. टीव्हीवर बोलीन, कुठल्याही मासिकाला मुलाखती देईन. मला फक्त एकदा, एकदा त्याच्या डोळ्यांत बघून त्याला विचारायचं आहे की, तू माझ्या नोहाचा खून का केलास?

हा एकच प्रश्न त्याला कोर्टातसुद्धा कोणीही विचारला नाही. मी अगदी परमेश्वरालाही विचारलं, पण तो उत्तरच देत नाही.

गुप्त सुहृद : तोच खरा महत्त्वाचा प्रश्न आहे. मला आशा वाटते की तुला एक ना एक दिवस हा प्रश्न विचारण्याची संधी मिळेल.

केट

"दोघांपैकी एकाही भावाने नोहा नदीत पडला हे कोणालाही सांगितलं नाही. ते फक्त घरी पळून गेले," केट सावकाश मान हलवत म्हणाली, "जर त्यांनी कोणाला सांगितलं असतं, ९९९ला फोन केला असता तर चित्र कदाचित वेगळं असतं."

"मला शंका वाटते. नदीचं पाणी अगदी बर्फगार असणार; आणि तो मुलगा एवढ्या उंचीवरून पडला," पॉल म्हणाला.

"पण त्यांनी का सांगितलं नाही? म्हणजे एखादा निनावी फोन करायचा. प्रत्येक ब्रिजवर एखादा सार्वजनिक फोन असतोच. हम्बरवरही असणार."

पॉलचा चेहरा तिरस्काराने भरून गेला. "अमानुष साले."

"पॉल, तुला माहीत आहे हे इतकं सोप्पं साधं नाही. किती वर्षं झाली तू हे परिविक्षा अधिकारी म्हणून काम करतो आहेस?"

"मी कधी मोजलं नाही."

"आणि तुला असे किती लोक भेटले ज्यांना तू खरोखरीच अमानुष म्हणशील?"

पॉल जरा घुटमळला. "खूप नाही, पण ही केस काही नेहमीसारखी नक्कीच नाही."

केटने गवताच्या गंजीसारख्या दिसणाऱ्या त्या कागदपत्रांच्या ढिगाऱ्याकडे नजर टाकली ज्याच्यातून जणू तिला सुई शोधायची होती. "अरे, तो फक्त दहा वर्षांचा होता रे."

"तुम्ही कोणत्याही वयात अमानुष होऊ शकता. तू मात्र आता पक्की खात्री करून घे की तो ताळ्यावर आलाय किंवा त्याच्या मानगुटीवरचं भूत आता उतरलंय, किंवा जे काही अमानुषच्या उलट असेल ते, तसा तो झालाय कारण मला इथे सफोल्कमध्ये त्याने असलं काही करायला नको आहे."

"तुझा फोटो पेपरमध्ये येण्याची स्वप्नं बघतो आहेस की काय?"

पॉलने त्याचा लाल वेल्वेटचा कोट सारखा केला आणि तो दाराच्या दिशेने वळला. "तशी काही इच्छा नाही माझ्या मनात. हा, आता मला लॉटरी लागल्यामुळे मी खुशालचेंडूसारखा ग्लास हातात घेऊन बसलेला फोटो असेल तर चालू

शकेल,'' तो बाहेर पडता पडता म्हणाला.

तिने तिच्या त्या जुन्या मित्राकडे वळून बघितलं.

''आणि तेही इतक्या तरुणपणी!''

त्याने त्याच्यामागे दार ओढून घेतलं आणि केट एकटीच मागे राहिली. ती टेबलापाशी बसून पुढच्या साक्षीचा विचार करत होती, जी बेनच्या आईने, यूवेट्ने दिली होती. पॉलचं म्हणणं योग्य होतं. त्याला सुरक्षितपणे लपवून ठेवणं हेच बेनकरता योग्य होतं. तिच्या आजपर्यंतच्या कारकिर्दीतील ही सगळ्यात महत्त्वाची केस होती आणि बेनची ओळख गुप्त ठेवायची ही तिच्यापुढची सगळ्यात मोठी परीक्षा होती. पण दुसरी गोष्ट जी तिला करायची होती ती तशी साधी होती, जास्त मूलभूत होती. एका छोट्या मुलाने दुसऱ्याला का मारलं असावं? तिला ते समजून घ्यायचं होतं आणि आतापर्यंत तिने जे काही वाचलं होतं त्यावरून या गोष्टीवर काहीच प्रकाश पडत नव्हता.

इतरही काही केसेसबद्दल तिने ऐकलं होतं. सगळ्यांनाच जेमी बल्गरविषयी माहीत होतं. त्याचे एका दुकानाच्या सीसीटीव्ही कॅमेऱ्यातले दुसऱ्या मुलांच्या गळ्यात गळा घालून जातानाचे फोटो सगळ्यांनी बघितले होते. त्या दिवशी त्याच मुलांच्या हातून त्याचा मृत्यू झाला होता. बेनची केसही बातम्यांमध्ये आली होती. तिला हम्बर बॉय ए आणि बी आठवत होते, नोहाबरोबर हातात हात घालून ब्रिजवर चालतानाची त्यांची प्रतिमा तिच्या डोळ्यांसमोर आली. नोहा, त्यांचा मित्र जो नंतर नदीत हरवून गेला. फाइलमध्ये वर्तमानपत्रांतील लेखांच्या कात्रणांच्या झेरॉक्स कॉपी होत्या, ज्यातल्या काही तिने आठ वर्षांपूर्वी त्या जेव्हा प्रसिद्ध झाल्या तेव्हा वाचल्या होत्या.

देशातल्या सगळ्या लोकांप्रमाणेच केटनेही त्या केसचा मागोवा अगदी चोंबड्या उत्सुकतेने घेतला होता. त्या दोन भावांचे तपशील वर्तमानपत्रात प्रसिद्ध झालेले बघताना ती चकितही झाली होती आणि तिला वाईटही वाटलं होतं. तिच्यासाठी ही आश्चर्याची गोष्ट नव्हती की दोघं भाऊ दुर्लक्षित वातावरणातून आले होते आणि त्यांच्या आयुष्यात वडीलधारं कोणी नव्हतं वगैरे वगैरे. पण एका अर्थाने होतीही, कारण असंख्य मुलं अशा परिस्थितीतही व्यवस्थित वाढतात आणि सगळेच काही खुनाकडे वळत नाहीत. मग हम्बर बॉय बीमध्ये असं काय होतं की तो अशा भलत्याच मार्गाला वळला? असं काय होतं ज्यामुळे त्याने आपल्या मित्राला उचलून पुलापलीकडे टाकलं– ही काही क्षणार्धात घडणारी गोष्ट नव्हे, कारण पूल तेव्हाही आणि आजही बऱ्यापैकी उंच आहे; आणि तो काही फार उंच नाही. मग असं काय घडलं?

आणि मग आणखी एक प्रश्न; तिला या प्रश्नाचं उत्तरं कसं मिळणार, जिथे

बेनलाही ते माहीत नसावं? आणि जरी त्याला ते माहीत असेल तरीही आतापर्यंत ते इतकं खोल दबलं गेलं असेल की तिला ते कधीच मिळणार नाही.

फोन वाजला. डॉटचा आवाज घाईत आणि समोरच्याला जोखत असल्यासारखा होता.

''केट? तुझ्याकडे तो मुलगा आलाय. कोणत्याही क्षणी इथून पळून जाईल असं वाटतंय पण...''

''हाय बेन. कसा आहेस? हे मुक्त आयुष्य कसं वाटतंय तुला? जरा स्थिरावलास का आता?''

''चाललंय हळूहळू.''

बेनला फेसबुकच्या त्या पेजविषयी ठाऊक असेल का? केटच्या मनात आलं. 'हम्बर बॉय बी'ला शोधा. त्यावरचं सगळ्यात अलीकडचं चित्र जे नोहाच्या आईने त्यावर टाकलं होतं ते होतं बेनचं कोर्ट रूममधलं रेखाचित्र, त्याचा खटला सुरू असतानाचं. त्यात त्याचा चेहरा सुजला होता आणि डोळा काळानिळा झाला होता. त्यात तो इतका वेगळा, इतका खराब, स्वत:वर ताबा नसलेला असा वाटत होता की तिला वाटलं हा समोर बसलेला मुलगा तोतया असावा.

''मी तुला खरं काय ते सांगते, बेन. मी अशा लोकांबरोबर काम केलं आहे ज्यांनी तुरुंगात अनेक वर्षं घालवली आहेत. पण मला असं कोणी भेटलं नाही जो दहाव्या वर्षीच तुरुंगात गेलाय. ते कसं वाटत असेल मी कल्पनाही नाही करू शकत.''

तो शांतपणे तिचा अंदाज घेत असावा, असं तिला वाटलं. ती खरंच त्याला मदत करू शकेल का? तो आजपर्यंत अनेक व्यावसायिकांना भेटला असेल.

''मी एक स्टारफ्रूट आणलं,'' तो म्हणाला, हे एरवी ऐकायला कदाचित चमत्कारिक वाटलं असतं, पण तिला जाणवलं की या तरुण मुलाकरता ते एक अद्‌भुतच आहे.

''छान,'' ती हसून म्हणाली, ''पण अशा विशेष गोष्टी घेताना जरा विचार करूनच घे बरं का. निदान तुला एखादी नोकरी मिळेपर्यंत तरी.''

''नोकरी?'' तो आश्चर्याने म्हणाला. पण मग त्याचे डोळे संशयाने बारीक झाले. ती चेष्टा तर करत नसेल. ''मला कोण नोकरी देणार?''

''बरेच जण देतील.'' परिस्थितीतला विरोधाभास जाणवून तिने भुवया उंचावल्या. एरवी तिला अशा गुन्हेगारांना नोकरी मिळवून देताना प्रयास पडत असत. पण बेनचा भूतकाळ मुळातच पुसून टाकल्याने आता काही प्रश्न उद्‌भवायला नको. फक्त त्याच्याकडे कोणती कौशल्ये आहेत, हाच एक प्रश्न होता. ''तू आत असताना

बऱ्याच परीक्षा दिल्यास म्हणे, खूपच छान. पण अर्थात तुला मुलांबरोबर काम करता येणार नाही...'' त्याने दुखावून तिच्याकडे पाहिले, जणूकाही हा त्याच्यासाठी एक धक्काच असावा. ''पण त्याखेरीजही तुझ्याकडे अनेक पर्याय आहेत. तुला कुठे काम करायला आवडेल?''

त्या प्रश्नाचा तो आश्चर्याने विचार करतो आहे हे तिला जाणवलं. त्याच्या डोक्यात वेगवेगळ्या कामांनी फेर धरला असावा. त्याचा वेग त्याला सहन होत नसावा.

''मला प्राणी आवडतात,'' तो सावधपणे म्हणाला, ''मी शेवटी ज्या तुरुंगात होतो तिथे मी घोड्यांवर काम केलं.''

''ठीक आहे. आणखी काय?''

''मी लॉन्ड्रीतही काम केलं, पण त्यामुळे मला त्वचारोग झाला होता.'' खालचा ओठ दातात धरून किंचित लाजत त्याने तिच्याकडे पाहिलं, ''मला स्वयंपाक शिकायला आवडेल.''

''बरं. मला थोडा वेळ दे म्हणजे यातलं काय करता येईल ते मी बघते. कदाचित आपण समाजसेवा शिक्षा विभागाकडून* सुरुवात करू, तुला जरा बिनपगारी कामाचा अनुभव मिळेल. म्हणजे ते तुझ्या सीव्हीमध्येही घालता येईल. तुझा जम बसेपर्यंत आठवड्याला काही तास फक्त. काय वाटतं तुला?''

''मला आवडेल ते.'' आता पहिल्यांदाच जेव्हा तो हसला तेव्हा तिला दिसलं की त्याचे दात सरळही नाहीत आणि स्वच्छही नाहीत. अर्थात, तुरुंग काही दातांची काळजी घेण्यासाठी नसतात. पण त्याचं हास्य मात्र रुंद आणि मनापासूनचं होतं.

''नोकरी मिळाली तर खरच खूप छान होईल. धन्यवाद केट!''

''मला काहीतरी नोकरी सापडली ना की मग माझे आभार मान. पण तोपर्यंत तू ईप्सविचची माहिती करून घे. ठीक आहे? आणि लक्षात ठेव की हल्मध्ये कोणाशीही संपर्क नको. कुटुंब नाही, मित्र नाहीत. मी कितीही वेळा सांगितलं तरी ते कमीच आहे. तिथे असे अनेक लोक आहेत ज्यांना किंचितशी संधी मिळाली तरी ते तुला धोका पोहोचवतील. तुझा ठावठिकाणा कळण्याचा धोका आपण पत्करू शकत नाही बेन, विशेषत: आता जेव्हा वर्तमानपत्रं हात धुवून तुझ्या केसच्या मागे लागतील.''

''का?''

''कारण तू सुटला आहेस बेन. आणि तीच आजची मुख्य बातमी आहे.''

---

* कम्युनिटी पनिशमेन्ट डिपार्टमेन्ट

बेन

''खरं रे! मी बाहेर पडलो की पहिलं काय करीन तर हेच.''

हे वाक्य मी पुन्हा पुन्हा ऐकत आलो आहे. कुठेही असू दे, कोणत्याही तुरुंगात असो, बाकीची मुलं सतत बाहेर पडण्याविषयी बोलत असत आणि नंतर काय करणार याविषयी. तुम्हाला वाटेल की ते भावी आयुष्याबद्दल बोलत असणार. कॉलेजला जाणं किंवा लग्न करून संसार थाटणं, काहीतरी भव्यदिव्य, आयुष्याला आकार येईल असं बोलत असणार. पण जास्त करून ते एखादा बर्गर खाण्याबद्दल बोलत. मॅक्डोनाल्डमध्ये जाऊन एक चांगला बर्गर खाण्याबद्दल!

मी हे कधी कोणाला सांगितलं नाही की मी आजपर्यंत कधीच बिग मॅक किंवा मॅक्फ्लरी खाल्ला नाही. हे सांगणं किती लाजिरवाणं आहे. मी लहान असतानाही मॅक्डोनाल्ड्स होतं, त्यामुळे कदाचित मी कधी गेलोही असेन, पण मला मात्र ते आठवत नाही. आम्ही कधीही कुठेही जेवायला गेल्याचं मला आठवतंच नाही. कारण आईला कायम दोन भुकेलेल्या मुलांचं पोट भरायचं असायचं आणि तिच्याकडे कधीच पैसे नसायचे. क्वचित कधीतरी तिचा एखादा मित्र आमच्या तोंडावर पैसे फेकायचा म्हणजे तरी आम्ही घरातून बाहेर जाऊ. मग आम्ही त्यातून थोडेसे चिप्स आणि इतर सटरफटर वस्तू घ्यायचो जे दुकानातच खाता येईल. पण ते काही रेस्टॉरन्टमध्ये जाऊन जेवणं म्हणता येणार नाही. स्टुअर्ट कदाचित आम्हाला बाहेर नेऊ शकला असता खरंतर, पण तो आर्क्टिकवरून परत यायचा तेव्हा स्वत:च्या वजनाइतके मासे आणायचा, त्यामुळे तो आला की माशांशी ऊठ आणि माशांशी बस. मासे आमच्याकरता चांगले आहेत, असं स्टुअर्ट म्हणायचा आणि त्याला सतत निरोगी असायला आवडायचं. जेव्हा तो बारा-बारा फूट उंचीच्या लाटांचा सामना करत ती राक्षसी जाळी पाण्यातून ओढायचा तेव्हा त्याच्या प्रचंड ताकदीमुळेच तो टिकून राहत होता, असं तो आम्हाला सांगत असे. त्यामुळे घरी असतानाही तो वजनं उचलायचा. तो ती बाथरूममध्ये ठेवायचा आणि तो परत गेला की ती कायम वाटेत यायची. मी रात्री बाथरूममध्ये गेलो की मी त्यावरून हमखास धडपडायचो.

पण ते हलवण्याची माझी हिंमत नव्हती; कारण मला माहीत होतं की एक ना एक दिवस तो परत येणार, आणि जर त्याला कळलं की मी त्याच्या वस्तूंना हात लावला तर माझी खैर नव्हती. पण कमीत कमी तो असताना आम्हाला जेवायला तरी मिळत असे. मला तर माशांची इतकी शिसारी यायची की त्यांचा वास आला तरीही मला उमासे येत असत. पण कपाटं रिकामी असण्यापेक्षा ते बरं. ॲडम सोफ्याच्या खाली काही पैसे मिळतात का ते शोधायचा आणि मग आम्ही फक्त पाव आणि बिन्स खायचो. स्वस्त आणि मस्त! आणि बरोबर कोणाच्या तरी दारापुढून ढापलेलं दूध.

पण मॅक् डी नाही, कधीच नाही.

याचा अर्थ एवढाच की जेव्हा इतर कैदी मुलं पातळ सोनेरी फ्राईज*, जाडजूड बर्गर, चीज आणि गर्किन्सचं (ते जे काय असेल ते) वर्णन करत तेव्हा माझ्या तोंडाला पाणी सुटायचं. मी आज्ञाधारकपणे म्हणायचो, "माही असंच करणार. मी एकदम मोठ्ठा घेणार." ही खरंतर त्यांची इच्छा होती. पण आता ती मी माझीही केली.

मला वाटलं की त्यांच्याकरता का होईना पण मी ते केलं पाहिजे. जे करीन असं मी म्हटलं ते आणि एक मॅक्डोनाल्ड्स शोधलं पाहिजे.

तुरुंगातून बाहेर पडून मला तीन दिवस झाले आहेत. पण अजून मी माझ्या फ्लॅटच्या पलीकडे कुठेही गेलेलो नाही. फक्त पैसे आणायला पोस्ट ऑफिसमध्ये, अन्नासाठी सुपरमार्केटमध्ये, आणि मला वाटतंय की मला टाउन सेन्टरलाही जावं लागेल. मला जरा घाबरल्यासारखं होतंय, कारण या गावाची मला काहीच माहिती नाही. मी परिविक्षा कार्यालयात जाऊन आलो आहे, पण ते काही टाउन सेन्टरमध्ये नाही. मला सारखं असं वाटतंय की मी जसा आहे तसा दिसतोय. अगदी मला फ्राईज देणारा माणूसदेखील माझ्या मनात डोकावू शकेल आणि त्यालाही माझ्यातला दुष्टावा जाणवेल. मी तो विचार बाजूला सारून चालायला सुरुवात केली. रस्त्यावरच्या गाड्या सगळ्या त्या गावातल्या कामाच्या ठिकाणीच जात असणार असा विचार करून मी त्यांच्या मागोमाग जायला लागलो. बारा वाजले असावेत, जेवणाची वेळ झाली असणार, म्हणजे निदान तुरुंगात तरी असायची. मला भूक लागली होती म्हणून मग मी भराभरा चालायला सुरुवात केली.

गाड्या जरा जास्तच वेगाने जात होत्या, आणि मी जरी फुटपाथवरून चालत असलो तरी गाडीचा आवाज आला की माझ्या पाठीच गाडी असणार या कल्पनेनेच मला दचकायला होत होतं. माझे पाय थरथरायला लागले आणि श्वास भराभर

---

* बटाट्याचे तळलेले काप

यायला लागला. सूर्य नेमका माझ्या डोक्यावरच तळपतो आहे, असं वाटू लागलं. मी माझी जाड हूडी* आणि माझी सगळ्यात पहिली नवीन जीन्स घातली होती. तुरुंगात असतानाचा गणवेश अगदी पातळ आणि दुसऱ्यांनी वापरलेला असायचा, त्यामुळे या जीन्स मला कडक वाटतात. पण मला हूडी आवडते. त्याचा जाडपणा, आतल्या मऊ लोकरीच्या अस्तराचा स्पर्श, जरी या हवेत ते अयोग्य असलं तरी मला ते आवडतं. माझ्या केसांमध्ये घाम जमा होतो. मी जास्त सुदृढ असायला हवं होतं. शाळेतले शारीरिक शिक्षणाचे शिक्षक मला नेहमी सांगायचे, की 'तू नालायक आहेस, रड्या.' खेळात कोणालाही मी त्यांच्या टीममध्ये नको असायचो. कैदेत असतानासुद्धा शारीरिक सुदृढतेचं महत्त्व खूप होतं. जी आवडणारी मुलं होती ती त्यांच्या टी-शर्टवर रंगीत रुमाल बांधायची. त्यांना संघ निवडायला मिळायचा. जर मला कधी त्यातून सुटका मिळवता आली आणि लायब्ररीत मदत करता आली किंवा एखाद्या शिक्षकांना मदत करता आली, तर ती संधी मी सोडत नसे.

मला माहीत आहे की मी कणखर नाही. म्हणजे त्या अर्थाने नाही. पण मी तरलो, टिकलो. मला आठ वर्षांची शिक्षा झाली ज्यात मी टिकाव धरला, पण असे अनेक जण आहेत ज्यांना ते जमलं नाही. तुरुंगात असताना आत्महत्या हा एक सर्रास मार्ग होता. आणि ठिकठिकाणी त्याबद्दलचे फलक लावले होते. मला अशी मुलं माहीत आहेत ज्यांनी बुटाची लेस किंवा चादर वापरून गळफास लावून घेतला. ही एक गोष्ट अशी होती ज्याचा मी कधी विचारही केला नाही. खरं म्हणजे ते अशक्य नव्हतं. विशेषत: स्टुअर्टने जेव्हा 'द मेल ऑन सन्डे' या वृत्तपत्राला मुलाखत देताना सांगितलं, की मी जन्मलो हीच चूक झाली; मी आमच्या कुटुंबाचा सत्यानाश केला आणि ॲडमला बिघडवलं. पण माझ्यासाठी मात्र टिकून राहणं महत्त्वाचं होतं. मला माहीत होतं, बाहेर लोक माझा जीव घेण्यासाठी टपून आहेत आणि संधी मिळाली तर घेतीलही. माझं आयुष्य इतकं अशाश्वत आहे, या कल्पनेनेच कदाचित मी ते संपवून टाकावं हा प्रश्न काढून टाकला होता.

माझी शिक्षा सहा आठवड्यांपूर्वी संपली तेव्हाच शेवटची मीटिंग झाली. मला पॅरोलवर सोडणार आहेत हे मला आधीच कळलं होतं, पण ही त्याची अधिकृत घोषणा होती. आणि जे कोणी त्याच्याशी संबंधित होते, त्या सगळ्यांना या सुटकेवर चर्चा करण्याकरता सफोल्कला बोलावण्यात आलं होतं. नोहाच्या आईने फेसबुकवर उघडलेल्या मोहिमेबद्दल मला तेव्हाच कळलं.

माझा पर्सनल ऑफिसर केव्हिन याने माझ्या पॅरोलची शिफारस केली होती. त्यामुळे ही बातमी माझ्यापर्यंत पोहोचवण्याची कामगिरी त्याच्यावरच आली. आम्ही

---

* डोक्यावर टोपी असणारं जॅकेट, जे विशेषत: थंडीत वापरतात.

दोघंच असताना त्याने त्याचा आयफोन काढला. जेव्हा त्याने मला ते फेसबुक पेज दाखवलं तेव्हा मला धक्काच बसला. माझा फोटो होता तिथे. ब्रॅमशोल्म तुरुंगात काढलेला फक्त माझ्या चेहऱ्याचा फोटो. पुढचे दोन दात गायब, फिकट त्वचा, खरखरीत पांढरट भुरे केस आणि कॅमेऱ्याकडे बंदूक असल्याप्रमाणे रोखून बघणारे निळे डोळे. मला माझा फोटो काढलेला आवडत नाही, आणि फोटोत मी किती अशक्त दिसत होतो त्याने मला धक्काच बसला.

"ती लोकांना तुला शोधण्याचं आवाहन करते आहे बेन, तू बाहेर पडल्यावर तुला फारच काळजीपूर्वक राहावं लागणार आहे."

केव्हिनने मला अजूनही काही दाखवलं. त्या ठिकाणी माझे अजूनही फोटो होते. ते फोटो, जे तिने इतर संकेतस्थळांवरून घेऊन इकडे लावले होते. काही जे तिने त्या शेवटच्या काही आठवड्यांमध्ये घेतलेले, जेव्हा नोहा आणि मी सतत एकत्र असायचो.

मला मीटिंगमध्ये परत जायला लागलं. मला पॅरोल मिळाल्याचा आनंदच नासल्यासारखा झाला. अजूनही जगाला माझी आठवण आहे आणि ते मला विसरले नाहीत, मी बाहेर पडण्याची वाट बघत आहेत, ही कल्पनाच भयंकर होती. मीटिंगमध्येही सर्व चर्चा मला असणाऱ्या धोक्याबद्दलच होती.

आई म्हणाली की हे काही नवीन नव्हतं तिच्यासाठी. गेली आठ वर्षं ती तेच भोगत होती. लोक तिच्यावर थुंकायचे. तिने सांगितलं, की तिच्या पत्रपेटीत त्यांनी कुत्र्याची विष्ठा टाकली होती. तिने माझ्याकडे रागाने पाहिलं, कारण हे सगळं माझ्यामुळे तर घडत होतं. "तू थांबच," ती म्हणाली. जणू काही जग किती वाईट वागू शकतं हे मला कळण्याची ती वाटच बघत होती. मला वाटतं की तिला या सगळ्याला तोंड द्यावं लागत असताना मी मात्र त्यातून सुटलो असं तिला वाटत असणार.

अगदी सुरुवातीपासूनच आई मला फारशी कधी भेटायला आलीच नाही. पण त्या शेवटच्या मीटिंगला मात्र ती हजर राहिली; कारण दोन पोलीस ऑफिसरही हलूहून आले होते. एक म्हणजे नोहा गेल्यावर ज्या अधिकाऱ्याने माझी तपासणी केली होती तो, आणि दुसरा मी पोलीस स्टेशनमध्ये रखडत असताना जो सतत

मला प्यायला कोक आणून देत होता, तो. मला कधीतरी प्रश्न पडतो की त्याने तेव्हा स्वत: खिशातून पैसे खर्च केले असतील का? तो तसा दयाळू वाटत होता. माझ्या वकिलाने येऊन मला कोणत्याही प्रश्नाला उत्तर द्यायचं नाही हे सांगेपर्यंत तो तसाच वागला, त्यानंतर तो बदलला. त्यानंतर मात्र त्याने मला काहीच आणलं नाही.

मी परत हम्बरला येणार नाही या गोष्टीची त्यांना खात्री करून घ्यायची होती.

ते स्वत: तिला घेऊन आले. आईला कदाचित मला भेटायचं असेल किंवा कदाचित एक दिवस बाहेर काढण्याची कल्पना तिला आवडली असेल, पण ती आली. जरी तिने माझ्याकडे फारसं पाहिलंही नाही तरीही ती आली. तो दयाळू अधिकारी सांगत होता की ते नोहाच्या आईच्या संपर्कात होते आणि त्यांनी तिला सूचना दिलेली होती की जर तिने कुठल्याही प्रकारचं प्रक्षोभक लिखाण केलं तर ते तिच्यावर कारवाई करतील. आईने तोंड वाकडं केलं.

''त्याचा काय फायदा होणार कोणास ठाऊक. जेसिका वॅट्स ही आमची स्थानिक संत झालेली आहे. तुम्ही तिला अटक केलीत तर लोक पिसाळतील.''

पोलीस अधिकाऱ्याने सांगितलं की ते यापेक्षा जास्त काहीच करू शकत नाहीत. जर कोणीतरी त्या फेसबुकच्या पानावर मला एखादी जिवे मारण्याची धमकी वगैरे दिली तरच ते काही करू शकतील. मला त्यात फारशी आशा वाटली नाही.

पण अशा कोणत्याही धमकीशिवायही ते पेज म्हणजे समस्याच होती. नोहाच्या आईने सगळे फोटो त्यावर टाकले होते. या आशेने की कोणीतरी मला ओळखेल. माझी आई आधी अस्वस्थ झाली आणि मग चिडली. म्हणाली असं पेज प्रसिद्धच व्हायला नको. पण पोलीस अधिकाऱ्याने नि:श्वास सोडला. म्हणाला, ''जरी आम्ही तिला ते बंद करायला सांगितलं तरी दुसरं कोणतं तरी सुरू होईल. मग आणखी एखादं. आपण अशाच जगात राहतो. त्यामुळे आहे त्यात समाधान मानायला हवं.''

पण मी त्या जगात राहत नव्हतोच मुळी. माझ्याकडे कधी मोबाइल नव्हता, लॅपटॉपही नव्हता. मी जेव्हा तुरुंगातल्या शिक्षण विभागात जायचो तेव्हाच फक्त अभ्यासाकरता मला कॉम्प्युटर वापरायला मिळायचा. हे सगळं माझ्यासाठी एक कोडंच होतं. मला फक्त इतकंच कळत होतं की नोहाची आई माझा तिरस्कार करते आणि त्यामुळे मला धोका आहे. मग दुसऱ्या अधिकाऱ्याने बोलायला सुरुवात केली. तो म्हणाला, की आईलाही धोका असू शकतो. जेव्हा त्यांना मला शोधता येणार नाही तेव्हा ते आईवर लक्ष केंद्रित करू शकतात. ती आधी हल्मध्येच राहिली होती. लोकांचं थुंकणं, कुत्र्याची विष्ठा सगळं सहन केलं होतं, पण त्यांना वाटत होतं की एकदा मी सुटल्याचं कळलं की तिचा त्रास वाढेल. म्हणून त्यांनी तिच्या समोर एक प्रस्ताव ठेवला. मला तेव्हा मला कळलं की त्यांनी तिला बरोबर का आणलं होतं. त्यांना तिच्या समोर हा प्रस्ताव मांडायचा होता.

''एकदा का बेन सुटला की मग तो देशाच्या दुसऱ्या भागात त्याचं नवं आयुष्य सुरू करेल. तुम्हीही त्याच्या बरोबर जाऊ शकता.''

''कुठे?'' आईने संशयाने विचारलं.

''आम्ही सांगू शकत नाही. तुम्हाला जितकं कमी माहिती असेल तेवढं चांगलं. पण तुमच्या किंवा त्याच्या पूर्वायुष्याशी किंवा गुन्ह्याशी कसलाही संबंध नसणारं

गाव असेल. एक पूर्ण नवी सुरुवात. तुम्ही हा पर्याय निवडलात तर तुमच्यासाठीही एक नवी सुरुवात करता येईल.'' त्यांनी आशेने आईकडे पाहिलं. मला दिसत होतं की त्यांना वाटतंय ती हो म्हणेल, विशेषत: मी समोर आहे म्हणून तरी. त्यांनी गृहीतच धरलं होतं की ती माझ्यावर प्रेम करत असणार.

''आणि या नवीन गावात मी काय करावं?'' तिने तिच्या हाडकुळ्या छातीवर हाताची घडी घालत विचारलं.

ती बोलत असताना तिच्या माझ्याबरोबर असण्याच्या कल्पनेची शक्यता– म्हणजे खरोखर माझ्याबरोबर असण्याची शक्यता– कमी कमी होत चाललेली मला स्पष्ट दिसायला लागली. तिच्या चेहऱ्यावरून, आविर्भावावरून मला स्पष्ट कळलं की तिचा निर्णय आधीच झालेला आहे. ती हल् सोडून कधीच येणार नाही. माझ्यासाठी नाही, स्वत:च्या सुरक्षेसाठी नाही, कशाकरताच नाही.

''तुमच्या हे लक्षात येतंय ना की बेन कधीच तुम्हाला भेटायला येऊ शकणार नाही? तुमच्यात कशाही प्रकारे संपर्क असणं योग्य नाही. त्याला हम्बरच्या परिसरात यायची परवानगीच नाही,'' पोलीस अधिकाऱ्याने विचारलं.

आईने माझ्याकडे पाहिलं. तिच्या डोळ्यांतले भाव स्पष्ट होते; ती गेली आठ वर्षं माझ्याशिवाय राहिली. मग आता उरलेलं आयुष्य घालवण्यात काय मोठंसं असणार आहे. माझी आई वास्तववादी होती.

''ॲडम नाही येऊ शकणार का माझ्याबरोबर?'' मी त्या अधिकाऱ्याला विचारलं. मला माहीत होतं की ते अशक्य आहे. माझा भाऊ माझ्याबरोबर सहआरोपी होता, आणि मी जर नवीन जगाशी जुळवून घ्यायचं असेल तर मी एकट्यानेच असणं योग्य होतं. पण माझ्या मनात आशेचा हा शेवटचा तंतू जिवंत होता की ॲडम त्याचं हल्मधलं आयुष्य माझ्यासाठी सोडून देईल. आईला माझ्याबद्दल प्रेम नसेल, पण त्याचा माझ्यावर जीव होता.

''तू कान उघडून नीट ऐक मुला,'' आईने मला फटकारलं. ती इतकी वैतागली होती की तिचा चेहरा लाल झाला होता आणि तिच्या नाकाभोवती घामाचे थेंब जमा झाले होते. ''तू ॲडमबरोबर राहू शकत नाहीस. तू त्याला किंवा आमच्यापैकी कोणाला भेटायचंही नाहीस. ही आपली शेवटची भेट आहे. यावर कोणतीही चर्चा करायला नको.''

पण मला असा शेवट नको होता, म्हणून मी ते अभिनंदनाचं कार्ड लाल टपाल पेटीत टाकलं. मी त्यावर फार काही लिहिलं नाही, फक्त मी सुरक्षित असून थोडीफार खरेदी करायला आलो आहे इतकंच. पण मग मी त्यावर माझा पत्ताही लिहिला; कारण चुकून जर आईचं मन बदललं आणि मग ती मला शोधू शकली नाही तर?

आता मी जिथे पोहोचलो आहे तो ईप्सविचचा मुख्य रस्ता असावा. आजूबाजूला दुकानं होती आणि खरपूस भाजलेल्या दाण्यांचा वास येणाऱ्या टपऱ्या जागोजागी होत्या. माणसांची गर्दी, आपल्या बाळांच्या गोलमटोल डोक्यावर उन्हाच्या टोप्या चढवणाऱ्या आया, एकटेच चालत असताना मोठमोठ्याने बोलणारे सुटाबुटातले पुरुष, नंतर माझ्या लक्षात आलं की ते फोनवर बोलत आहेत. पण मुलं मात्र कुठेच दिसत नाहीत, अर्थात या वेळी ती शाळेत असणार. तिथे एक लाल बिनबाह्यांचे सदरे घातलेल्या लोकांचा घोळका कसलेसे फलक घेऊन उभा होता. मी त्यांच्याकडे बघत असताना त्यातल्या एकाचं माझ्याकडे लक्ष गेलं. हातातला फलक ढालीसारखा स्वत:पुढे धरून तो झपाट्याने माझ्याकडे यायला लागला. तेव्हा मला माझी चूक लक्षात आली. "आम्ही आफ्रिकेतल्या अल्पवयीन सैनिकांकरता काय काम करतोय ते तुला सांगू का?" मी मान खाली घालून भराभर चालायला सुरुवात केली, पण तरीही त्याने हासडलेली शिवी माझ्या कानावर पडलीच. माझ्या गडबडीमुळे माझा एका म्हाताऱ्या माणसाच्या खांद्याला धक्का लागला. "लक्ष दे," तो खेकसला.

घामेजलेला, गोंधळलेला मी वळलो. आता कुठल्या रस्त्याने जावं. मी माझ्या फ्लॅटवरच थांबलो तर बरं झालं असतं, असं मला वाटून जातं. पण गर्दीत मी पुढे पुढे ढकलला जातो आहे. इतक्या वर्षांमध्ये जी कधी पाहिली नाहीत ती दुकानं माझ्या समोर होती. पाउंडलॅन्ड, डब्ल्यूएच स्मिथ. हल्लीमध्येपण ही दुकानं गावात होती. आमच्या विभागात कोपऱ्यावर एक दुकान होतं. त्यात एक गोळ्यांचा भाग होता. आमच्या दोघांपैकी कोणाकडे पैसे असतील तेव्हा मी ॲडमबरोबर तिथे जायचो आणि जर नसतील तर आम्ही एखादं च्यूइंगम ढापायचो किंवा एकमेकांना मार्सबारचं चॉकलेट ढापण्याचं आव्हान द्यायचो. आम्ही कधीच पकडले गेलो नाही. कदाचित त्या दुकानाच्या मालकिणीला, सौ. पटेलना आमची दया येत असावी म्हणून त्या आम्हाला काही बोलत नसाव्यात.

आणि मग मला ते दिसलं, मॅक्डोनाल्ड्स. लाल, पांढरं, पिवळं. काचेवर बाष्प जमलेलं.

मी त्याच्या जाहिराती बघितल्या होत्या आणि त्याच्या गाण्याची धूनही मी शिटीवर वाजवू शकतो, पण मी कधीच त्या दुकानात आत गेलेलो नाही. त्याचं दार अनपेक्षितपणे जड आहे. आतमध्ये ग्राहकांच्या रांगा लागल्या होत्या; इतक्या लांब की मला पुढचं काही दिसेनासं झालं. मी कुठल्या रांगेत जावं याबद्दल माझा गोंधळ व्हायला लागला. एक रांग पुढे सरकतो आणि मी एका म्हाताऱ्या बाईच्या मागे उभा होतो. कोणीतरी कचऱ्याच्या डब्याकडे जात असताना हातातून पडलेल्या टोमॅटो सॉसच्या पाकिटावर तिने तिची काठी दाबून धरली होती. ती त्या काठीवर वजन टाकून उभी होती. स्वत:च्या जुनाट पर्समध्ये वाकून बघत तिने डोकं हलवलं.

"देवा, माझे डोळे," ती पुटपुटली आणि उघडी पर्स माझ्यापुढे धरली. "यातलं दोन पौंडाचं नाणं कोणतं आहे बेटा? चश्म्याशिवाय सगळी सारखीच दिसतात."

मी गोंधळलो. तिला माहीत नाही का की माझ्यावर विश्वास ठेवायचा नाही ते? आणि मग मला चिंताच वाटली एकदम. मला नाण्यांची फारशी माहिती नाही. सुदैवाने पर्समध्ये अगदीच थोडी नाणी होती. मी त्यातल्या त्यात मोठ्ठं उचलून तिच्या हातावर ठेवलं. "देव भलं करो,"तिने म्हटलं. माझ्या आत एकदम काहीतरी हललं. आत खोल कुठेतरी हललं. कारण तिने माझ्यावर विश्वास ठेवला आणि आता ती मला आशीर्वाद देत होती. मी आता एक बर्गर खाणार होतो.

तिथे लिहिलेला मेन्यू डोकं फिरवणारा होता. किती पर्याय, किती शक्यता, किती प्रकार आणि त्यांच्या आकारांची विविधता. शेवटी मी अगदी सगळ्यात साधी असणारी गोष्ट मागवली. एक हॅमबर्गर. पण तरीही प्रश्नांची एक फैरीच माझ्यावर झाडली गेली. फ्राईज आणि सॉस, त्यांच्या वेगवेगळ्या योजना आणि पेयाचे प्रकार याबद्दल. मी फक्त मान हलवली, सगळ्याला 'हो' म्हणलो आणि कंटाळलेल्या चेहऱ्याचा एक माणूस निरनिराळी बटणं दाबत माझी ऑर्डर थक्क करणाऱ्या वेगाने ओरडून सांगायला लागला ते बघतच राहिलो. ही एक अशी जागा आहे जिथे मी कधीच काम करू शकणार नाही हे माझ्या लक्षात आलं.

हातात कागदी पिशवी घेऊन मी मॅक्डोनाल्ड्स सोडलं. कुठेतरी शांत जागा शोधून जेवावं. या मुख्य रस्त्याच्या कडेने बाकं आहेत, पण त्यावर बसण्याचा धोका मी पत्करू शकत नाही. येणाऱ्या-जाणाऱ्यांच्या अगदीच नजरेसमोर होतं ते. त्यातले इतके लोक आपापल्या फोनमध्ये गुंग आहेत की यातले कोणी आता फेसबुकवर असतील का, माझा फोटो बघत? माझ्या मनात विचार आला. मला माझ्या फ्लॅटवर जायचं आहे.

मी भराभर चालायला सुरुवात केली. अन्नाच्या विचाराने माझ्या पावलांना गती दिली. पांढऱ्या कागदात गुंडाळलेला बर्गर आणि पिवळ्या चिप्सचा खोका, त्याच्या तळाशी चिप्स हलताना मला जाणवत होत्या. माझ्या दुसऱ्या हातात बाहेरून बाष्प जमलेला कोकचा ग्लास होता. चालता चालता मी त्यातून घोट घेतला. बर्फ वितळून त्याचं आता पाणी झाल्यामुळे कोक पांचट झालाय, पण तरीही मला ते बरं वाटलं. वाहनांची रहदारी आता कमी झाली असली तराही ऊन अजूनही कडक होतं. म्हणून मग मी सावलीतून चालायला लागलो. तिथे गार होतं. शेवटी मी वोल्से ब्लॉकला पोहोचलो. पायऱ्या चढताना मला इतकं दमल्यासारखं झालं की, जणू मी मॅरेथॉन पळून आलो आहे. तेवढ्या प्रयत्नांनीही माझ्या हातापायांना झिणझिण्या आल्या. लिफ्ट वापरण्याचं धैर्य माझ्यात असतं, तर माझी ही भीती कधीतरी कमी

होईल का!

फ्लॅटमधली हवा थंड होती. आणि बॅग उघडल्यावर लक्षात आलं की चिप्स आणि बर्गरही थंड झालेत, पण तरीही मी त्यांचा मजा, आस्वाद घेण्याचा निश्चय करतो. मी सोफ्यावर बसलो. माझ्या मांडीवर पिशवी उघडून ठेवली होती. मी चिप्सवरचं मीठ आधी जरा चाटलं आणि मग त्याचा एक कुरकुरीत तुकडा मोडला आणि ते चविष्ट आहेत हे स्वतःलाच बजावलं. एकीकडे त्यात एवढं काय असतं हा प्रश्न मनात होताच. बर्गर फारसा जाड नव्हता आणि रबरी चीजच्या खाली असणारा मांसाचा तुकडाही जाड नव्हता. त्याला काही चवच नाही. गोडसर, खारट, तुपकट, माझ्या जिभेवर खऱ्या अन्नाचा स्वाद आलाच नाही. केवळ वीस सेकंदात माझं सगळं जेवण संपलं आणि तरीही माझं पोट भरलेलं नाही. पण माझ्या स्वयंपाकघरात तर काहीच नाही. मी त्या पिशवीचा फेकून देण्यासाठी चोळामोळा केला आणि खिशात हात घालून माझ्याकडे किती पैसे शिल्लक आहेत त्याचा अंदाज घेतला. बत्तीस पौंड आणि ऐंशी पेन्स. खूप वाटतात ना! पण तुरुंगात असताना आम्हाला मजुरी अगदीच कमी मिळायची आणि तिथे शॉवर जेल आणि चॉकलेट याखेरीज खरेदी करण्यासारखं काहीच नसायचं. मी माझ्या नवीन घराकडे नजर टाकून मला काय काय खरेदी करायला आवडेल याचा विचार करत बसलो. त्यात सगळ्यात वरचा नंबर टीव्हीचा आहे. रोज चहा प्यायल्यानंतर आम्ही तुरुंगातल्या सार्वजनिक खोलीत टीव्ही बघायचो, आयुष्याचं ते दर्शन आता मला मिळत नाही. बातम्या, मालिका, सगळंच! टीव्हीला किती पैसे पडतात ते मला माहीत नाही. पण माझ्याकडे आहेत त्यापेक्षा नक्कीच जास्त असतील. आणि असंही त्याआधी मला थोडी ताटं, वाट्या, चमचे आणि योग्य अन्नपदार्थ घ्यायला हवेत. मला जर माणसासारखं जगायचं असेल तर मला असं प्राण्यांसारखं जगणं थांबवायला हवं. मी सगळा कचरा स्वयंपाकघरातल्या कचऱ्याच्या डब्यात टाकला आणि स्वतःला बजावलं की यापुढे असं हातात घेऊन खायचं नाही, तर केवळ ताटातच जेवायचं.

त्या दिवशी

रॉजर पाल्मर जेव्हा आपल्या मुलीला घेऊन घराकडून गाडीकडे निघाला तेव्हा त्याच्या मुलीने काय घातलंय हे त्याच्या लक्षात आलं. तिने एक पातळ पांढरा झगमगीत ड्रेस घातला होता, काठांशी मणी असलेला. त्याचा कपडा कसा तिच्या अंगात रुतत होता, तिची उमलती छाती कशी बंदाच्या दोन्ही बाजूंनी बाहेर येत होती, तेही त्याच्या लक्षात आलं.

''कपडे बदलून ये चेरिल्! आत्ता.'' तिने नक्कीच ते मुद्दाम केलं असणार, त्याला शरम वाटावी म्हणून. तो तिच्यावर चिडलाच एकदम.

''मला हा ड्रेस आवडतो.'' तिने तो खाली खेचला. आता तो कमरेजवळ जरी नीट बसला तरीही तो उंचीला लहानच होता आणि तिच्या मांड्या उघड्या पडत होत्या. गेल्या काही महिन्यांप्रमाणेच आताही त्याला जाणवलं की ती बदलते आहे. आता ती त्याची छोटीशी मुलगी राहिली नसून, एक किशोरवयीन मुलगी झाली आहे. वयात येण्याने तिच्या शरीराला घाट दिला होता. आणि तिच्या आईप्रमाणेच तिच्याही चेहऱ्यावर ते हट्टी भाव यायला लागले होते. इतके की तिला सरळ करण्याचा मोह आवरण्यासाठी त्याला स्वतःशीच झगडावे लागायचे कधीकधी.

''आपण मासेमारीसाठी चाललोय. तो खराब होईल. प्लीज कपडे बदलून ये.''

''ठीक आहे, पण तुम्ही इतकी चिडचिड का करताय.''

चेरिल् त्याच्या उत्तराची भीती वाटल्याप्रमाणे न थांबता आत गेली. ती घरात जाताना तो तिच्याकडे बघत राहिला. खांद्यावर सगळ्या जगाचं ओझं असावं तशी ती जडपणे चालत गेली. क्षणभर त्याला अपराधी वाटलं. खरंतर आज तिलाही सुट्टी होती आणि जेस्सबरोबर त्याचे मतभेद ही काही तिची चूक नव्हती. त्याला जितकी बायकोची गरज होती तितकीच तिलाही एक आई हवी होती, कदाचित जास्तच. घरात एखादं बाईमाणूस असावं, जिच्याशी मनातलं बोलता येईल, तिच्यातल्या बदलांविषयी, मुलांविषयी. असं कोणीतरी जिच्या जवळ मन मोकळं करता येईल.

''आणि टॉवेलही आण,'' तो थोडा समजुतीने म्हणाला.

ती वळली. तिच्या चेहऱ्यावर अर्धवट हास्य होतं. जणू तिचा विश्वास बसत नसावा.

"आपण पोहायला जातोय?"

"आपण नदीवर जातोय. तिथे तू डुबक्या मार हवं तर. पण चल आता पट्कन. आवर."

जर रॉजरने टीव्ही लावला असता तर त्याला नक्कीच मोर्चाचा वृत्तान्त बघायला मिळाला असता, जो एव्हाना ट्रॅफाल्गर स्क्वेअरपर्यंत पोहोचला असणार. त्याचे पगारवाढीकरता मोहीम काढणारे शिक्षक सहकारी. पगारवाढ तर अर्थात त्यालाही हवी आहे, सगळ्याच शिक्षकांना ती मिळायला हवी असं त्याला वाटतंय, पण त्या गर्दीत हरवून जाण्याची त्याची तयारी नाही. जेस्सला त्याची आठवण येत असेल का? ती म्हणाली होती की तिचं त्याच्यावर प्रेम आहे. अगदी काल रात्री त्याचं मन मोडत असतानाही ती हेच तर सांगत होती.

खरं तर हे सगळं इतकं पुढे जाईल असं वाटलंच नव्हतं. तो एक मध्यमवयीन घटस्फोटित माणूस. आयुष्यातला आपला सर्वोत्तम काळ मागे पडलाय याची कल्पना असणारा. आणि जेस्स, नुकतीच बढती मिळालेली एक तरुण स्त्री. दहा वर्षांचा मुलगा असला तरी ती जेमतेम तिशीजवळ आलेली. सतराव्या वर्षी केलेली चूक निस्तरून स्वत:च्या आयुष्याला आकार देण्याचा प्रयत्न करणारी. आणि ती रॉजरकडे अपेक्षेने बघत होती. ती उमेदवारी करत असताना तोच तिचा पर्यवेक्षक होता. तिने योग्य पदवी मिळवल्यावर शिक्षिकेच्या पदासाठी त्यानेच तिची मुलाखत घेतली होती. त्याला ती तेव्हापासूनच आवडत होती. पण त्या वेळी त्याने कसलेच पाऊल उचलले नव्हते. ते योग्य ठरले नसते.

पण सगळं मागे टाकून ती अशीच निघून जाऊ शकेल असं जर तिला वाटत असेल तर ते चुकीचं आहे. जेस्सला त्याच्यासारख्याच मोठ्या माणसाची गरज होती. डेव्हबरोबर ती निराश झाली होती. आणि अजून तिला कितीतरी शिकायचं होतं. तिला कलात्मक सिनेमे बघायला घेऊन जाणं, तिला वाचण्यासाठी पुस्तकं सुचवणं हे सगळं त्याला फार आवडायचं. आणि आता ती म्हणत होती की तिला डेव्हबरोबरच राहायचं आहे. मूर्खपणा सगळा. जणूकाही तो तिला सगळी सुखं देऊ शकणार होता. राशेलही अशीच. या बायकांना त्यांच्यासाठी काय चांगलं, काय वाईट हे कळतच नाही. आणि आता चेरिल्ही त्याच वाटेने पावलं उचलायला लागली आहे. त्याला लवकरच काहीतरी करावं लागेल.

चेरिल् धावत बाहेर आली. आता तिचे कपडे जरा बरे होते. तिने डेनिम शॉर्ट्स घातल्या होत्या आणि टॉपवर मणीकाम होतं. तिच्या हातात पोहण्याचा पोशाख आणि टॉवेल होता. "चला, जाऊ या डॅड," ती म्हणाली. जशी काही तीच त्याची

वाट बघत थांबली असावी.

रॉजर काळजीपूर्वक गाडी चालवत होता. चौकामध्ये थांबून, टाकी अर्धी भरलेली होती तरी पेट्रोल भरून शेवटी तो सौ. पटेलांच्या दुकानाशी सॅन्डविच आणि काहीतरी पेय घेण्यासाठी थांबला.

"इथेच थांब. मी लगेच येतो," तो लेकीला म्हणाला.

गाडीत एकटी असल्याचा फायदा घेत चेरिल् चालकाच्या जागेकडे सरकली आणि दिव्यांच्या बटणांशी खेळायला लागली, पण गाडी बंद असल्याने काहीच लागलं नाही. तिने आरसा खाली ओढला आणि आपला चेहरा निरखायला सुरुवात केली. तिने ओठांवरून चिकट लिपग्लॉस फिरवलं, पापणीच्या कडेवरून निळ्या मस्कराचा एक कण उडवला. हनुवटीवरची पुटकुळी फोडल्याचा तिला आता पश्चात्ताप होत होता. तिने पाय समोर डॅशबोर्डवर टेकवले आणि पायाच्या बोटांना हात लावण्याचा प्रयत्न केला, पण त्या प्रयत्नात तिचं पोट दुखायला लागलं. आता कुठे तिच्या लक्षात आलं की सकाळी उठल्यापासूनच तिचं पोट दुखत होतं. तिने खिडकीतून बाहेर बघितलं तेव्हा तिला खालच्या वस्तीतली ती तीन मुलं दिसली. ॲडम तिच्याच वर्गात होता आणि ती त्याला गेली अनेक वर्षं ओळखत होती. तिने त्याच्या धाकट्या भावालाही ओळखलं. पण त्यातला जो छोटा मुलगा होता त्याने तिचं लक्ष वेधून घेतलं. जेसिकाचा मुलगा नोहा. 'स्साला फालतू' तिला वाटलं. अर्थात, त्याची आई वाईट होती हा त्याचा दोष नव्हता.

चेरिल्च्या काहीच लक्षात आलं नसेल असं जर तिच्या वडिलांना वाटलं असेल तर ते मूर्ख आहेत असंच म्हणायला हवं. त्यांच्या अंगाला जेव्हा कोणता तरी सुगंध यायचा तेव्हा ते स्नूकर खेळून आलेले नाहीत हे अर्थातच तिला समजायचं. अचानक ज्या पद्धतीने ते कामावर जाताना व्यवस्थित कपडे घालायला लागले होते तेही तिच्या लक्षात आलं होतं. ती मूर्ख नव्हती आणि तिला जेस्स आवडायची. आता तिचे वडील केवळ तिच्याच मागे लागत नाहीत तेही तिला बरं वाटत होतं; कारण आता त्यांचे विचार दुसऱ्या दिशेला धावत होते. चेरिल्ला जेसिका आवडण्यामागचं हेच खरं कारण होतं. आवडण्यापेक्षा तिला जेसिकाची गरज होती. पण जेस्स निघून गेली. तिच्या आईप्रमाणेच जेस्स हलकट होती.

नोहा एक चंदेरी स्कूटर फिरवत होता, पण दुसरे दोघं मात्र चालत होते. ॲडमचे हात खिशात होते आणि त्या दोघांच्या मागून चालताना तो गवतावर लाथा मारत होता.

तिने गाडीचा दरवाजा उघडला आणि त्यामागे उभी राहिली. एक पाऊल एखाद्या बॅलेरिनासारखं बाहेर ताणून गाडीच्या दरवाजाचा आधार घेत ती उभी होती.

"कुठे निघाला आहात तुम्ही तिघं?" तिने विचारलं. तिचा स्वर एखाद्या

शिक्षकाने वाढवलेल्या मुलीला अगदी साजेसा होता.

ॲडमने दचकून वर बघितलं. त्याच्या लक्षात आलं की ती त्याच्याशीच बोलते आहे. खरं म्हणजे तिच्या लेखी तो कुणीच नव्हता. तिच्या डोक्यातल्या माहितीच्या साठ्यात त्याची जागा रिकामीच होती; कारण ना तो शाळेच्या नाटकांत भाग घ्यायचा ना तो वाद्यवृंदात होता. फक्त तो क्रीडादिनाच्या वेळी चमचालिंबू शर्यतीत भाग घ्यायचा. तसं पाहिलं तर तो शाळेतही फारसा नसायचाच. तिने त्याच्या वडिलांना इतर शिक्षकांसोबत चर्चा करताना ऐकलं होतं. तिला हेही माहीत होतं की सामाजिक कार्यकर्ते या प्रकरणात गुंतलेले आहेत, पण तिची माहिती एवढीच होती. आज पहिल्यांदाच ती त्याच्याशी अशी थेट बोलत होती.

"उत्तर द्या मला. काय शिजतंय तुमच्या डोक्यात?"

"आम्ही सुट्टीची मजा करतोय." प्रयत्न करूनही त्याला चेहऱ्यावरचे भाव लपवता आले नाहीत. कंटाळलेले किंवा दु:खी. नक्की काय हे कळण्याइतकी ती त्याला ओळखत नव्हती. "तू?"

"ऊंऽ हूं." चेरिल्‌ने बॅलेचा आविर्भाव सोडून वडिलांच्या गाडीच्या टायरला एक लाथ हाणली. "मासे धरायला. कंटाळवाणं असतं ते."

नोहा, जो ॲडमच्या धाकट्या भावाबरोबर उभा राहून ऐकत होता तो एकदम सरळ झाला. "मला आवडतात मासे पकडायला. तुम्ही कुठे पकडणार आहात?"

तिच्या वडिलांच्या माजी मैत्रिणीचा मुलगा त्यांच्या बरोबर येण्याची कल्पनासुद्धा चेरिल्‌ला असह्य होती. त्यामुळे तिने त्याच्या प्रश्नाकडे दुर्लक्ष केलं आणि ॲडमला म्हणाली, "मला खरंतर गावात जायचं होतं, पण ते तयार नाहीत."

"आम्ही काहीही करू शकतो," ॲडम म्हणाला, "कोणी विचारत नाही."

तिला ही कल्पना आवडली. ती त्याच्या जवळ सरकली. त्याने रग्बीचा शर्ट घातला होता. हल् रोव्हर्सचा, जशी सगळीच मुलं घालायची. फक्त तो एकदा धुण्याची गरज होती.

"कोणालाच पर्वा नाही तू काय करतोस त्याची?"

"हो."

नोहाची स्कूटर त्याच्याकडून खेचून घेऊन आता चेरिल् ॲडमभोवती गोल गोल चकरा मारत होती. तिचे वडील दुकानातून सामान घेऊन बाहेर आले आणि मुलीकडे लक्ष जाऊन तिथेच थबकले.

"मी तुला गाडीत बसायला सांगितलं होतं."

"पण तुम्ही किती वेळ गेला होतात."

"हलो, मि. पाल्मर." नोहाने तोंड उघडेपर्यंत रॉजरचं त्याच्याकडे लक्ष गेलं नव्हतं.

"हॅलो..." त्याला तिथे बघताना रॉजरला अवघडल्यासारखं झालं. अर्थात नोहाला त्याच्या आणि जेस्सच्या नात्याविषयी काहीच कल्पना नव्हती. काल संध्याकाळपर्यंत, रॉजरला आशा होती की तो त्याचा सावत्र मुलगा म्हणून घरी येईल, पण आता तो फक्त एक विद्यार्थी होता. "हॅलो नोहा."

मग, जराशा उपरोधिक आणि उद्धट स्वरात ॲडम म्हणाला, "हॅलो सर."

"ॲडम, आता मोठ्या शाळेत कसं चाललंय तुझं?"

"अगदीच फालतू."

रॉजरने आपल्या मुलीकडे कटाक्ष टाकला आणि म्हणाला, "चल चेरिल्, त्याची स्कूटर परत दे. चल उशीर होतोय."

"तुम्ही मासे पकडायला कुठे जाणार सर?" नोहाने विचारलं.

"हम्बरमध्ये," रॉजरने सांगितलं. आता पुन्हा एकदा त्याला त्या कल्पनेत उत्साह वाटायला लागला. त्याने खरेदी केलेलं सामान गाडीत मागच्या सीटवर ठेवलं जिथे त्याचा गळ आणि बादली ठेवलेली होती. "पुलाच्या खाली."

आता

फेसबुक : 'हम्बर बॉय बी'ला शोधा.

नोहाची आई : सप्टेंबर महिना मला नेहमीच जड जातो. आसपासची मुलं आता शाळेत जायला लागलेली असतात. नोहा असता तर तो आता काय करत असता, हा विचार माझ्या मनात येत राहतो. तो आता अठरा वर्षांचा असता. कदाचित तो कॉलेजच्या मार्गावर असता. कायमचं जाण्याऐवजी आज तो पहिल्यांदाच घरापासून लांब राहिला असता. कधीकधी मी कल्पना करते : तो कसा दिसला असता, त्याने कसले कपडे घातले असते. काही वेळा मला एक मुलगा होता ही आठवणसुद्धा जीवघेणी असते. लोक मला सांगतात की हळूहळू दु:ख बोथट होतं, पण तसं ते होत नाही. चर्चमध्ये लोक नेहमी माझ्यासाठी प्रार्थना करतात. पण त्याचाही काही उपयोग होत नाही. मला तेव्हाच शांती मिळेल जेव्हा एचबीबी पुन्हा तुरुंगात असेल, जिथे तो असायला हवा. मग मी थांबेन.

जेनी : हे वाचताना इतकं वाईट वाटतं. माझ्याकडून तुझ्यासाठी खूप सारं प्रेम. मला तुला पुन्हा आठवण करून द्यायची आहे की तू खूप कणखर आहेस.

गुप्त सुहृद : मदत कधीच स्वर्गातून मिळत नाही; ती आपल्या मित्रांकडूनच येते. तुझ्या वेदना कमी होण्यासाठी मी काहीही करायला तयार आहे. मला आशा आहे की एक ना एक दिवस ती संधी मिळेल.

केट

"इथे किती कोंदट आहे. बाहेर नक्कीच छान असेलही."

केट आपल्या ऑफिसची खिडकी थोडीशी उघडत आणि मानेवरचे केस हाताने उचलून हवेची एखादी झुळूक येते का याची वाट बघत म्हणाली. हवेत काहीही बदल नव्हता, पण तरीही बेनने त्याचा स्वेटर घातला होता आणि त्याची टोपीही डोक्यावर चढवली होती जी जवळपास कपाळापर्यंत आली होती. त्याच्या फिकट चेहऱ्यावर रुळणाऱ्या पिंगट भुऱ्या बटांमुळे तो एखाद्या भुतासारखा किंवा देवदूतासारखा दिसत होता.

"हं, तर मग तुझ्या मुक्ततेचा पहिला आठवडा कसा होता? तू तगलास तर त्यातून." तोंडातून शब्द बाहेर पडल्या पडल्याच केटला त्यांचा पश्चात्ताप झाला. "मग कसं वाटतंय?"

"ठीक आहे."

बेन थकलेला दिसत होता. त्याच्या डोळ्यांभोवती काळी वर्तुळं दिसत होती. त्याचं वजनही कमी झालं असावं असं त्याच्या गालांवरून वाटत होतं.

"तू व्यवस्थित जेवतो आहेस का? स्वत:ची काळजी घेतो आहेस ना?" बोलताना तिला जाणवलं की एखाद्या आईने विचारावं तशी ती बोलते आहे. एखाद्या परिविक्षा अधिकाऱ्याचं बोलणं नव्हतं हे.

"हो. मी खरंच ठीक आहे."

त्याच्या त्या उसन्या अवसानावर केटने एक स्मित केलं. त्याच्या या वृत्तीनेच त्याला तुरुंगात टिकून राहायला मदत झाली असणार हे तिला माहीत होतं आणि त्यानंतर त्याने त्याची शिक्षा अगदी आदर्शपणे भोगून संपवली होती. काही कटकट नाही. खळखळ नाही. कधीही कुठेही बाहेर गेला तरी वेळेवर परत यायचं. सगळ्यांचं, अगदी तुरुंगातल्या कर्मचाऱ्यांपासून ते पाद्रीपर्यंत सगळ्यांचं मत होतं की त्याला पॅरोल मिळायला हवा.

"तुला कसलाही आव आणण्याची गरज नाही बेन. आता सगळं ठीक आहे.

ही खोली कोंदट असेल, पण ही एक अशी जागा आहे जिथे तू तुझ्या खऱ्या भावना व्यक्त करू शकतोस.''

त्याने क्षणभर डोळे मिटले. तिला त्याच्या डोळ्यांत अश्रू तरळल्याचा भास झाला.

''पण तू सगळं नोंदवून ठेवतेस,'' तो तिच्या वहीकडे, पुठ्ठ्यातल्या कोर्टाच्या कागदपत्रांच्या ढिगाकडे नजर टाकून म्हणाला. ''बाकी सगळे जण तेच करत. माझं निरीक्षण, विश्लेषण करत असत.''

तो म्हणतोय ते खरं आहे हे केटला माहीत होतं. तिला हेही माहीत होतं की काही कर्मचाऱ्यांनी त्याच्या कहाणीचा उपयोगही करून घेतला होता. नोहाच्या मृत्यूनंतर जी पहिली सामाजिक कार्यकर्ती त्याला भेटली होती तिने तर त्यावर एक पुस्तकही प्रसिद्ध केलं होतं : 'अमानुषतेचा चेहरा'. ती तिच्या टेबलापासून बाजूला झाली आणि हातात काही नाही हे दर्शवण्यासाठी तिने आपले हात मांडीवर ठेवले. आता ती कसल्याही नोंदी करत नव्हती.

''मी फ्लॅटमधून बाहेर पडल्यावर मला खूप भीती वाटली, पण तरीही मी मॅक्डोनाल्डमध्ये गेलो होतो. तिथे मी एका बाईला योग्य पैसे द्यायला मदत केली.''

केट मान डोलवून हसली. ''अरे व्वा! ही तर छान सुरुवात आहे. तू जर त्या मॅक्डोनाल्ड्सच्या मोठमोठ्या रांगांमधून टिकाव धरू शकला असशी, तर मग तुला कसलीच भीती नाही. मला स्वत:ला विचारशील तर मला तिथे फार घाबरायला होतं.'' ती थबकली. ''पण तू कोणाला काही सांगितलं नाहीस ना? कोणाला कल्पना नाही ना?''

''नाही, अर्थातच नाही.'' तो जरा रागवल्यासारखा वाटला. इतकी वर्षं त्याने स्वत:चं गुपित सांभाळून ठेवलं आहे, तिला वाटलं. ''मी इतका मूर्ख नाही.'' त्याने दातांनी अंगठ्याजवळची कातडी ओढली. ''मला माहिती आहे मी कोणालाच सांगू शकत नाही की मी खरा कोण आहे. मी माझ्या कुटुंबाला कायमसाठी रामराम ठोकलाय.''

''पण ते आवश्यकच आहे बेन,'' केट म्हणाली. तिला हे सगळं किती कठीण आहे याची तिला पूर्ण कल्पना होती. ती स्वत: तिच्या वडिलांना आणि बहिणीला गेली कित्येक वर्षं भेटली नव्हती आणि ही गोष्ट किती दु:खदायक आहे याची तिला पूर्ण जाणीव होती, पण निदान तिला अमेलिया तरी होती. पण आपल्या परिचयाच्या सगळ्यांना असं मागे सोडून यायचं, तुम्हाला ओळखीचं असणारं जग सोडून द्यायचं हे सगळं किती कठीण असेल, आणि तेही इतक्या लहान वयात, ती कल्पनाही करू शकत नव्हती.

''जर ही गोष्ट कोणाला कळली तर तुम्हाला मला इथून हलवावं लागेल आणि ते एक मोठंच काम होऊन बसेल,'' तो कोरड्या निर्विकार आवाजात म्हणाला.

"फक्त तेवढंच नाही बेन, पण त्याचा तुला पण त्रास होऊ शकतो," केट सावधपणे म्हणाली, "बहुतेक लोक हम्बर बॉय बीबद्दल तो अमानुष असल्यासारखे बोलतात. तू त्यांच्याकरता एक सैतान आहेस. फेसबुकवर केवळ तुझ्या शोधमोहिमेला वाहिलेलं एक पेज सुरू केलेलं आहे. तू कोण आहेस हे कोणालाही कळता कामा नये. आता तू बेन आहेस, हेच सत्य आहे. ही तुझ्याकरता एक नवीन संधी आहे.

बराच वेळ ते फक्त एकमेकांकडे पाहत राहिले. केटला बेनची निराशा जाणवली. बेनच्या नवीन सर्वसामान्य आयुष्याची केट ही एकमेव आशा होती. त्याच्या नव्या सुरुवातीची मार्गदर्शक.

"तर मग बेन आपण तुला राहण्याकरता एक जागा शोधली आहे. आता आपण दुसऱ्या पायरीकडे वळू या. नोकरी."

स्टाफरूममध्ये जेवत असताना सेलरीचा एक तुकडा चघळत केटने तिची घोषणा केली. तिने पॉलला सांगितले.

"मी बेनसाठी एक काम शोधलंय. त्याला जमेल असंच काम."

पॉल आ वासून बघतच राहिला. मग त्याने एक हात उचलून तोंड बंद केल्यासारखं केलं. "तू काय त्याचं पुलांवरून माणसं उचलून फेकण्याचं कौशल्य पणाला लावणार आहेस की काय? आहे कुठे ही नोकरी?"

"गंमत आहे ना!" तिने तिचं सॅलड संपवलं आणि तिचा प्लॅस्टिकचा डबा बंद केला. तो झाकणावर हॅलो किटीचं चित्र असणारा अमेलियाचा जुना डबा होता. केटने मान वाकडी करून आपल्या मित्राकडे पाहिलं. "पण मी त्याला मदत करणारच आहे. मी ठरवलंय."

"केट हा काही जुना काळ नाही ऐंशीच्या दशकातला. तू त्याला अशी 'मदत' करू शकत नाहीस. आणि पॅरोल बोर्ड काय म्हणेल याचा विचार केला आहेस का? तो मुलगा अपराधी आहे हे तू आधी लक्षात घे."

"मला माहीत आहे ते आणि आपण त्या गोष्टीचा विचार करू, पण मला त्याच्याशी वागताना जरा वेगळा रस्ता निवडायला हवा. तो एक लहान मुलगाच आहे रे!"

"तू यापूर्वीही किशोरवयीन मुलांबरोबर काम केलं आहेस."

"हो, पण अशा मुलांबरोबर नाही जे कधी सिनेमाला गेले नाहीत किंवा ज्यांना एखादा साधा बीन्सचा डबा कसा उघडायचा तेही माहीत नाही."

पॉलने त्याच्या सुशीवर* माशाच्या आकाराच्या पाकिटातून सोया सॉस ओतलं

---

* जपानी खाद्यपदार्थ : माशाचा एक प्रकार.

आणि त्याच्या छोट्या चॉप्सस्टिक घेऊन खायला सुरुवात केली. ''मग,'' कच्चा ट्यूना मासा खाताना त्याने विचारलं, ''आहे कुठे हे काम?''

''सामाजिक दंड विभागाशी बोलले आहे मी. त्यांच्या संपर्कातील सगळे लोक मी नजरेखालून घातले आहेत. बेनला प्राण्यांच्या संदर्भातील काम आवडेल असं वाटत होतं, म्हणून मग मी त्यातल्या त्यात जवळचं काम निवडलं आणि त्याच्यासाठी मत्स्यालयात काम मिळवलं.''

पॉलने माशात त्याची चॉपस्टिक खुपसली. ''वा! छान! मला पण प्राण्यांसोबत काम करायला फारच आवडतं. खरंच... आवडतं मला! आणि तुलाही केट. आठव जरा.''

''पॉल, तो तसा नाहीये. मला माहीत आहे की फेसबुक आणि 'द मेल' या वृत्तपत्राच्या मते तो अमानुष आहे. पण तो फक्त एक गोंधळलेला मुलगा आहे. निदान एवढं आहे की त्याला शोधणारे लोक जर एखादा दोन शिंगं असणारा राक्षस डोळ्यांपुढे आणून त्याला शोधत असतील तर मग त्यांना आपला मुलगा कधीच सापडणार नाही.''

''तो 'आपला मुलगा' नाही. तो एक खुनी आहे. पण आता ते राहू दे. फ्रिजमध्ये एखादा केकचा तुकडा उरला आहे का बघ, त्यावर लक्ष केंद्रित कर केट.''

बेन

मत्स्यालयात टेबलाच्या मागे एक माणूस बसलेला होता. तो तसा म्हाताराच होता. चश्मा लावलेला, टक्कल पडलेला आणि कानात केस असणारा. त्याला बघून मला माझ्या प्राथमिक शाळेतल्या एका सरांची, मि. पाल्मरची आठवण झाली. म्हणून मग मला तो कठोर असेल असं वाटलं, पण मला पाहिल्यावर तो हसला आणि त्याचा चेहरा एकदम बदलूनच गेला. स्वागतकक्षाच्या शेजारी असलेली एक छोटीशी खोली मला दिसली. तिचं दार उघडं होतं. त्यातून कसले कसले बोलण्याचे, हसण्याचे आवाज ऐकू येत होते. मी तिथून पुढे झालो. तेवढ्यात मला जाहिरातीचं गाणं ऐकू आलं आणि माझ्या लक्षात आलं की तिथे माणसं नाहीत तर फक्त टीव्ही आहे.

''ये मुला. तू बेन असणार.''

दचकून मी मान हलवली. स्वागतकक्षात एका बाजूला एक काचेची पेटी होती आणि त्यात केशरी आणि काळ्या रंगाचे क्लाउन मासे हिरवट पानांच्या आकड्यांमधून सुळ्कन फिरत होते.

''मग, बेन, ती परिविक्षा विभागातली बाई, तिने मला सांगितलं की तुला मासे आवडतात?'' त्याने गप्पांच्या सुरात विचारले.

''हो. मला विशेष आवडतं ते म्हणजे... '' मला म्हणायचं होतं वातावरण किंवा शांतता, पण मला जाणवलं की हे चुकीचं उत्तर ठरेल. ''कार्प मासे.'' मी गेल्या आठ वर्षांत कार्प माशांची आठवण काढलेली नाही, पण तरीही माझ्या तोंडून तेच नाव गेलं.

''हं, दुर्मुखलेले साले! काही करत नाहीत ते. आपल्याच नादात फिरत असतात. आपल्याकडे अजूनही असलेच मोठे मासे आहेत आत तिकडे.'' त्याने वर्तमानपत्राच्या गुंडाळीने आतल्या दिशेला मत्स्यालयाच्या खालच्या दिशेला दाखवले. ''मूडी आहेत स्साले.''

त्याच्या उद्रेकाने मला हसू आलं. तोही हसला. मला वाटतं त्याची ही गंमत

वाटून घेणारं त्याला कोणी भेटत नसणार. मत्स्यालय तसं रिकामंच होतं. त्याने परत पेपर उलगडला आणि मी क्लाउन माशांकडे वळून बघितलं. शांतता भंगल्यावर मला अधिकच अवघडल्यासारखं झालं.

"बरं. माझं नाव लिऑन. चल, मी तुला आत दाखवतो. पण त्याआधी तू चहा घेशील का कपभर?"

"हो." खरं सांगायचं तर माझ्या घशाला कोरड पडली होती. मी अजूनही किटली आणलेली नसल्यामुळे न्याहारीसाठी मी फक्त पाणी आणि चॉकलेट खाल्लं होतं.

"स्टाफरूम इकडे आहे." त्याने एका छोट्या खोलीकडे बोट दाखवलं. "माझ्यासाठीही कर. दूध घाल आणि दोन चमचे साखर."

याचा अर्थ माझ्या लक्षात आला. त्याने मला माझं पहिलं काम दिलं आहे. म्हणजे एकतर त्याने मला स्वीकारलं असावं किंवा स्वत:चा चहा करण्याचा कंटाळा आला असावा. पण दोन्हीपैकी काहीही असलं तरी मी काय करावं हे कोणीतरी सांगणार आहे, याचाच मला आनंद वाटला.

स्टाफरूम ही खिडक्या नसणाऱ्या कपाटासारखी होती. त्यात कसली कसली पोस्टर्स चिकटवलेली होती. एक होतं फुटबॉल लीगचं वेळापत्रक आणि दुसरं फांदीवरून लटकणारं एक मांजर. तुरुंगातले अधिकारीसुद्धा त्यांच्या ऑफिसमध्ये पोस्टर्स लावायचे. कैदी त्यांच्या भिंतींवर बायांची चित्र लावायचे, पण मी मात्र कधीच काही लावलं नाही. माझ्या मनात मुलींचे विचारच नव्हते. म्हणजे फारसे नव्हते. कसे येणार कारण मागच्या वेळी जेव्हा मी मुलीशी बोललो ते आठ वर्षांपूर्वी. माझं आयुष्य ज्या क्षणी बदललं, त्याच्या काही घटकाच आधी. ती मुलगी तिच्या वडिलांबरोबर होती आणि हम्बर नदीत ती कसरती करत होती. तिने एक छोटा टॉप आणि शॉर्ट्स घातल्या होत्या. आणि ती त्या पोस्टर्समधल्या मुलींइतकीच गोड होती. पण नंतर जे काही घडलं त्याने तिचा चेहराच बदलून गेला. त्यामुळे त्या घटनेचा मी विचारच करत नाही. मी किटलीत पाणी ओतलं आणि ते उकळेपर्यंत टीव्ही बघायला लागलो.

तो कुठला तरी अमेरिकन कार्यक्रम असावा. मोठ्ठे आवाज, रापलेली त्वचा, मोठे केस. एक खोल गळ्याचा ड्रेस घातलेली प्रौढ स्त्री इतर तीन खोल गळे असणाऱ्या बायांना पुरुष कसा पटवावा याचे धडे देत होती. "लगेच मान्य करू नकोस," ती भरदार बाई म्हणाली, "त्याला जरा वाट बघायला लाव."

मला पाणी उकळल्याचा आवाज आला म्हणून मी ते मगमध्ये ओतले. एक टी-बॅग वापरावी की दोन, मी गोंधळलो. मी एकच वापरायची ठरवली आणि ती कपात बुडवली. मग दूध किती वापरावं याचा गोंधळ माझ्या मनात सुरू झाला. ही

खरंतर इतकी साधी गोष्ट होती, पण माझ्यासाठी मात्र तो एक धडा होता जो मला आता शिकायचा होता.

मी स्वागतकक्षाकडे परत आलो. लिऑन तिथे तोच चुरगळलेला पेपर वाचत होता. मी त्याला त्याचा कप दिला. एक घोट घेऊन मिटकी मारली. ''मस्त!'' तो म्हणला. मला उगीचच आनंद झाला. मला हा क्षण संपायला नको होता; पण तो लांबवण्यासारखं माझ्याकडे काहीच नव्हतं म्हणून मग माझ्या तोंडून निघालं :

''टीव्हीवरचा कार्यक्रम किती विचित्र आहे.''

''हो?'' त्याने भुवया उंचावल्या. त्याच्यासाठी तो फक्त पाठीमागचा आवाज होता आणि त्याला त्यावर काय चाललं आहे हेही माहीत नसावं.

''तो लोकांच्या जोड्या जुळवण्याविषयीचा सल्ला देणारा कार्यक्रम आहे, पण ते एखाद्या प्रश्नमंजूषेसारखा आहे. या तीन बाया आहेत, त्या तिघींनाही तो एक करोडपती माणूस पटवायचा आहे.''

त्याने शीळ घातली. ''मलाही असा एखादा सल्ला चालेल. मग मला या रद्दड जागेत काम करायला नको.''

मला धक्काच बसला. हे मत्स्यालय किती शांत आहे. मग ते रद्दड कसं असेल? मला वाटतं त्याला कळलं असणार मी अस्वस्थ झालो ते. मग तो जरा हळुवारपणे म्हणाला, ''आता तुला मासे आवडत असतील तर मग ठीक आहे, पण मला मात्र मासे आवडतात ते चिप्सबरोबर ठोकून आलेले.''त्याने खांदे उडवले. ''पण त्यातून पैसे मिळतात त्यामुळे मी तक्रार करता कामा नये.''

पण मला मात्र पैसे मिळणार नाहीयेत. माझ्यासाठी हा फक्त एक अनुभव आहे कामाचा. आणि केटच्या मते माझ्यासाठी तो महत्त्वाचा आहे. लिऑनला त्याची चूक लक्षात आली असावी.

''एक गोष्ट बेन, मला कल्पना आहे की तू इथे समाजाच्या सेवेचा किंवा जे काही त्याला नाव असेल त्याचा एक भाग म्हणून आला आहेस. म्हणजेच तुझ्या हातून काहीतरी चूक झालेली आहे. मला तुला फक्त एवढंच सांगायचंय; तुझ्या परिविक्षा अधिकाऱ्याने मला तू काय केलंस त्याबद्दल काहीही सांगितलेलं नाही आणि मी विचारलेलंही नाही. मला इतकंच माहीत आहे की तू इथे कामाचा अनुभव घ्यायला म्हणून आला आहेस आणि जोपर्यंत तू इतका चांगला चहा करशील तोपर्यंत तुझं आणि माझं उत्तम जमेल. ठीक आहे?''

त्या दिवशी

यवेट्ने पडदे ओढून घेतले आणि ठणकणाऱ्या डोक्यावर उशा ओढून घेतल्या तरीही उन्हं खोलीत घुसून डोळ्यांवर येत होती. आणि व्होडकाची बाटली आता जरी रिकामी दिसत असली तरीही सगळी काही तिने प्यायली नव्हती. हे स्टुअर्टचं काम होतं. दारूमुळे नेहमीच त्याची चिडचिड व्हायची. त्याने ती बाटली आणायलाच नको होती. ते पैसे खरं म्हणजे खाण्याचे पदार्थ आणण्याकरता होते. तिचं डोकं भयंकर दुखत होतं, पण ते दारूमुळे नाही. ताणामुळे असणार. तिला वाटलं तिला कदाचित ब्रेन ट्यूमरच झालेला असणार. खड्ड्यात जाऊ दे तो माणूस. मरू दे. दर वेळी निघून जातो तसा आताही गेला. ॲडमलाही नाराज केलं. तिला आशा वाटायला लागली होती की निदान या वेळी तरी तो टिकून राहील, पण तेव्हाच तो निघून गेला.

या वेळी तिला तसा अंदाजच आला नाही. स्टुअर्ट खरं म्हणजे ट्रॉलरवर जाणं सोडण्याची भाषा बोलत होता. म्हणजे तो घरी जास्त वेळ देऊ शकला असता. तो स्मिथ ॲन्ड नेफ्यूजमध्ये दुसरी नोकरी बघत होता. त्याच्या ओळखीच्या कोणाकडून तरी काम होईल अशी आशा त्याला होती, पण त्याऐवजी तो निघूनच गेला. त्याची बॅग आणि त्याचं सामान घेऊन गेला. त्याला एक वेळ तिला सोडणं शक्य आहे पण समुद्र नाही.

सगळं संपलं आहे आता, तो म्हणाला होता.

आधी तो म्हणाला तिचं पिणं, नंतर म्हणाला की तिचं असं विस्कळीत असणं आणि शेवटी म्हणाला की बेन या सगळ्याला जबाबदार आहे. आणि तीच गोष्ट तिच्या जिवाला लागून राहिली होती. तसा तिला त्याचा अंदाज होताच. तो 'त्या पोराबरोबर' राहू शकत नव्हता. जेव्हा तिने त्याला नक्की काय म्हणायचं आहे याबद्दल छेडलं तेव्हा तो 'सतत आठवण' असं काहीसं पुटपुटला.

यवेट्ला क्वचित कधीतरी बेनच्या चेहऱ्याकडे बघताना तेव्हाची आठवण व्हायची जेव्हा स्टुअर्ट खूप जास्त दिवस बाहेर होता आणि तिला अगदीच एकाकी वाटत होतं. तिच्या उपकाराखाली दबलेल्या या एका माणसाचा थोडासा कनवाळूपणाही

तिला आठवायचा. पण बहुतेक वेळा तिला फक्त बेनच दिसायचा. तिचा मुलगा. तिचं बाळ, फक्त तिचं, इतर कोणाचंही नाही. आता दहा वर्षं झाली, पण स्टुअर्ट ते कधीच विसरू शकला नाही. एकदाच त्या वेळी फक्त तिने त्याच्याशी प्रतारणा केली होती, पण त्याचा चालताबोलता पुरावा त्यांच्या घरात सतत वावरत होता. आणि म्हणूनच स्टुअर्ट बेनचा तिरस्कार करायचा. पण त्यात बेनचा काय दोष होता.

रागाच्या एका क्षणी तिला वाटलं, बरं झालं स्टुअर्ट निघून गेला. पीडा गेली! बेनने तरी का असा सावत्र बापाचा जाच सहन करावा? ते तिघंच आहेत ते बरंच आहे की! पण मग राग विरून गेला तसे हवा गेलेल्या फुग्यासारखं वाटलं तिला.

ती कशी राहणार होती त्याच्याशिवाय? जेव्हा तो घरी परत यायचा तेव्हा पैसे यायचे, घरात अन्न असायचं.

फक्त तिला जरा थोडी झोप मिळायला हवी मग, तिची डोकंदुखी कमी झाली असती आणि ती उठल्यावर तिला जास्त बरं वाटलं असतं. पण ॲडम शेजारच्या बेडरूममध्ये होता. टी-शर्टसाठी आरडाओरडा करत न होणाऱ्या सहलीसाठी तयार होत होता. लवकरच त्याला सगळं कळेल. ती जराशी कण्हली आणि पांघरुणात शिरली. तो क्षण जेवढा पुढे ढकलला जाईल तेवढं चांगलं. पण तेवढ्यात बेडरूमचं दार धाड्कन उघडलं आणि ती ज्याला भीत होती तो क्षण आलाच पुढ्यात.

ॲडमने खोलीत नजर फिरवली.

"माझे बाबा कुठे आहेत?"

स्टुअर्ट पुन्हा निघून गेल्याचं त्याला कळलं आहे हे त्याच्या आवाजावरूनच तिच्या लक्षात आले. परिस्थिती अवघड झाली की तो जे करायचा तेच त्याने केलं. पळून गेला.

"गेला. आइसलॅन्डच्या बोटीवर."

ॲडमच्या चेहऱ्याचा रंगच ओसरला. त्याचा खालचा ओठ थरथरायला लागला. त्याचं पिचवून टाकणारं दु:ख तिला जाणवलं, जणू ते तिच्याच मनावरचं ओझं होतं. त्याची समजूत घालायला तिच्याकडे शब्दच नव्हते. ती काहीच बोलू शकली नाही. तिचं लेकरू इतकं मोडून गेलं होतं. तिने हात पुढे केले आणि त्याला जवळ बोलावलं. तिला त्याला जवळ घ्यायचं होतं, त्याला दिलासा द्यायचा होता. त्याला सांगायचं होतं की त्याचे वडील कुचकामी असतील एक वेळ, पण तिचं त्याच्यावर प्रेम होतं आणि तेही तितकंच महत्त्वाचं होतं.

पण ॲडमने तिलाच दोष दिल्यासारखं तिच्याकडे रोखून पाहिलं. जणू हा बेत तिच्यामुळेच फिस्कटला असावा. त्याला जमिनीवरची व्होडकाची बाटली दिसली आणि तो स्वत:च्या खोलीकडे वळला. बेनकडे, असा एकमेव माणूस ज्याच्याकडे तो स्वत:चं मन मोकळं करू शकेल. आणि य्वेट् स्वत:च्या दु:खाकडे वळली.

आता

फेसबुक : 'हम्बर बॉय बी'ला शोधा.

नोहाची आई : आज आमच्या लग्नाचा सोळावा वाढदिवस आहे. मी सतरा वर्षांची असताना मला डेव्ह भेटला. त्याने मला आमचा मुलगा नोहा दिला. ईश्वर नोहाच्या आत्म्याला शांती देवो. तुम्हाला माहीत आहे का की ज्या पालकांवर आपलं एखादं मूल गमावण्याची वेळ येते, त्यापैकी अर्धे लोक त्या घटनेनंतर वर्षभरात घटस्फोट घेतात. पण आम्ही त्यातले नाही. वाढदिवसाच्या शुभेच्छा डेव्ह. तू जे काही केलंस त्याबद्दल तुझे आभार कसे मानू. पण मी मात्र तुझ्यासाठी दर वेळी असतेच असं नाही. मी जे काही करते ते सगळं आपल्या मुलाकरता. तुला माहीत आहे ते, हो ना?

डेव्ह : लग्नाच्या वाढदिवसाच्या शुभेच्छा जेस्स. माझं तुझ्यावर प्रेम आहे आणि मला तुझं कौतुक वाटतं. माझी समर्थ पत्नी.

गुप्त सुहृद : अभिनंदन! हा प्रवास तुमच्याकरता सोपा नसणार.

केट

"आई, माझ्याकडे बघू नकोस अशी."

"सॉरी बाळा."

अमेलियाचं बरोबरच होतं म्हणा, ती नखं रंगवताना केट तिच्याकडे रोखून पाहत होती. वेंधळेपणाने तिच्या हातून निळं पॉलिश पांढऱ्या टेबलवर पडत होतं, पण केटच्या डोक्यात मात्र निराळेच विचार होते. आपली लेक आता कशी मोठी दिसायला लागली याचं आश्चर्य तिच्या मनात दाटून आलं. ती फक्त दहा वर्षांची होती, पण आताच तिचं शरीर घाटदार दिसत होतं. सळसळीत पिंगे केस आणि मोठे हिरवे डोळे. तिच्या मुलीमध्ये केटला उद्याची स्त्री दिसत होती.

"मी उद्या बाबाकडे राहायला जाणार आहे ना तेव्हा मी माझा नेलपॉलिशचा सेट घेऊन जाईन. मग सॅली कदाचित मला क्लोएची नखं रंगवायची परवानगी देईल."

"मग तू गुलाबी रंग घेऊन जा. मला नाही वाटत तुला तुझ्या सावत्र बहिणीची नखं निळ्या रंगाने रंगवायला मिळतील. आणि ही टेबलावरची घाण काढलीस की रिमूव्हरही घेऊन जायला विसरू नको."

अमेलियाला तिच्या सावत्र बहिणीबरोबर राहायला खूप आवडायचं. एवढं की केटने सावत्रपणाचा उल्लेख जरी केला तरी तिचं डोकं फिरायचं. "ती माझी बहीण आहे आई. सावत्र वगैरे काही नाही."

अमेलियाच्या कोणत्याच बाबतीत असं अर्धंमुर्धं काहीच नसायचं.

एका कापसाच्या बोळ्यावर अमेलियाने रिमूव्हर ओतलं आणि ती कंटाळल्यासारखी टेबलावरचे डाग पुसायला लागली. केटच्या समोरचा कागदपत्रांचा गठ्ठा बघून तिने विचारलं, "काय आहे हे सगळं?"

"काम. आणि काय?"

केट यूवेट्‌ची साक्ष वाचत होती. त्या बाईने आपल्या मुलाला वाचवण्याची संधी हातची घालवलेली बघून केटला अस्वस्थ वाटत होतं. साक्षीवरून तरी ती बाई खचलेली वाटत होती. तिचा स्वत:च्या आयुष्यावरचा ताबा इतका सुटलेला होता

की तिच्या दोघा मुलांना तिची किती गरज होती हेही तिला कळत नव्हतं. ती बाई त्या दिवशी नुसती उठली जरी असती, मुलांना कुठेतरी घेऊन गेली असती तरी आज चित्र वेगळं असतं. केटला कळत होतं की हे म्हणणं अन्यायकारक होतं, पश्चातबुद्धीतून आलेलं होतं. अशी काही दु:खद घटना घडेल हे यूवेट्ला तरी कसं कळणार होतं?

असं म्हणणं अन्यायकारक अशाकरताही होतं की केटला चांगलं माहीत होतं की या खचलेपणातून असं झट्कन 'बाहेर पडता' येत नाही, पण तरीही बेनच्या आईबद्दल तिला फारसं वाईट वाटत नव्हतं. बाकीचेच लोक दयेला अधिक पात्र आहेत असं तिला वाटत होतं. जेसिका आणि डेव्ह वॅट्ससारखे लोक. या खुनामुळे यूवेट्चं आयुष्य कितीही बरबाद झालेलं असलं तरीही या घटनेचे खरे बळी नोहाचे आईवडीलच होते. यूवेट्चा मुलगा निदान जिवंत तरी होता.

"गुन्हेगार?" अमेलियाने विचारलं. केट काय वाचते आहे हे बघण्याकरता ती केटच्या खांद्यावर हनुवटी टेकून डोकावली.

"हं," तिने कागद अमेलियाच्या नजरेच्या टप्प्यातून पुढे ढकलले आणि वळून म्हणाली, "जरा बदल म्हणून."

तिने अमेलियाच्या हातावर हात टेकवला आणि स्वत:च्या हातावर निळा डाग बघून झटक्यात बाजूला केला. हात बाजूला घेताना खटल्याच्या कामकाजाची एक प्रत फाइलमधून खाली पडली. कोर्टात बसलेला असताना काढलेलं ते बेनचं रेखाचित्र होतं. अमेलियाने ते बघितलं.

"त्याने काही वाईट केलं होतं का?"

"हो." अलीकडे अमेलिया प्रश्न विचारायला लागली होती. जणूकाही स्वत:च्या आयुष्यापलीकडचं जग आता तिला दिसायला लागलं असावं. तिला जे काही समजायला हवं होतं ते सगळं सांगण्याची केटची तयारी होती. अज्ञानात सुख असतं यावर तिचा फारसा विश्वास नव्हता, पण बेनच्या बाबतीतल्या प्रश्नांची उत्तरं देणं तिला नक्कीच अवघड जाणार होतं.

"पण तो किती छोटा आहे."

"तो दहा वर्षांचा होता. तुझ्याएवढाच."

अमेलियाला कसलंच आश्चर्य वाटलं नाही. म्हणजे मुलांनाही तितक्याच तीव्र भावना असतात. चांगलं आणि वाइटाची त्यांची क्षमताही तेवढीच असते, या गोष्टीपासून फक्त मोठी माणसंच अनभिज्ञ असतात की काय?

"पण आता तो एक तरुण मुलगा आहे आणि यापुढे त्याने पुन्हा काही वाईट करू नये हे बघणं हे माझं काम आहे."

अमेलियाने स्वत:च्या नखांवर फुंकर घातली आणि स्वत:ची बॅग आणायला उठली. जाता जाता मागे वळून म्हणाली, "तू सतत काम करत असतेस आई. तू

थोडी मजा का करत नाहीस?"

तिच्या लॅपटॉपवर एक ई-मेल होती, ज्याला तिने अजूनही उत्तर दिलेलं नव्हतं; कारण काय मुळात उत्तर द्यावं हेच तिला कळत नव्हतं. मेल ऑलिव्हरकडून होती.

केट,

माझ्या या बदली कामाचा एक भाग म्हणून मला जर या परिविक्षा विभागाच्या कामाची अजून माहिती मिळाली तर ते खूपच फायदेशीर होईल.
आणि जर केट ऑस्टिनला जाणून घेण्याची संधी मिळाली, तर या आठवड्याचे शेवटचे दोन दिवस फारच छान असतील.
तर मग हे साध्य करायला आपण भेटू शकतो का?
तुझाच ऑलिव्हर (मोबा. – ०७७६२४५६७३)

तिच्या मुलीने जरा मजा कर असं सुचवलं होतं, तर त्याला विरोध कसा करणार? दहा वर्षांची मुलं नेहमीच बरोबर बोलतात, असं अमेलिया तिला सुनवायची.

तिने उत्तराचं बटण दाबलं आणि लिहिलं, उद्या संध्याकाळी मी मोकळीच आहे. अर्थात, तुझा प्रस्ताव अजूनही कायम असेल तरच.

पण मेल पाठवण्याचं बटण दाबण्यापूर्वी तिने परत एकदा बेनच्या कागदपत्रांकडे नजर टाकली. तिच्यापुढे दोन शक्यता होत्या. आणि ऑलिव्हरला भेटणं हा कदाचित मस्त निर्णय असला तरीही मनातून ती थोडी धास्तावलेलीच होती. चार वर्षं झाली ती कोणा पुरुषाबरोबर बाहेर गेली त्याला. त्यापेक्षा केसची फाइल वाचणं हा सुरक्षित पर्याय होता. आणि खेरीज डेटवर जाण्याकरता तिच्याकडे चांगला पोशाखही नव्हता.

तिने ती मेल खोडून टाकली आणि शुक्रवारची रात्र कामात घालवण्याचा निर्णय घेतला. एक सुरक्षित पर्याय.

बेन

माझ्याकडे एक तास होता. माझ्या आणि केटच्या या पुढच्या भेटीच्या आधी माझ्याकडे असलेली ही फक्त साठ मिनिटं. आणि कुठे जायचं ते मला माहीतच नाही. मी रस्त्याने एकेक सेकंद मोजत सावकाश चाललो होतो. तुरुंगातल्यापेक्षा बाहेरचा वेळ कसा जाता जात नाही, माझ्या मनात विचार आला. मला वेळेचं ओझं जाणवत नव्हतं, पण आता काय करायचं ते कळतच नव्हतं. मॅक्‌डोनाल्ड्‌समध्ये जाण्याइतके पैसे माझ्याकडे नव्हते आणि तिथे गर्दीही असू शकेल. मला मत्स्यालयात जावंसं वाटलं, पण तिथे एक तास पुरेसा नाही आणि मी कामाच्या वेळेखेरीज तिकडे गेलो तर लिऑनला विचित्र वाटण्याची शक्यता होती.

मग अचानकच माझी नजर एका मुलावर गेली. तो माझ्याच वयाचा किंवा कदाचित थोडा मोठा असावा. तो सहजतेने चालत होता. मला जाणवलं की मी जिथे होतो तिथे तो कधीच राहिला नसणार. मी त्याचा पाठलाग करायला लागलो. आणि अचानक माझ्या तशा वागण्याचं कारण माझ्या लक्षात आलं. त्याच्याकडे बघून मला माझ्या भावाची आठवण येत होती. त्याचे केस ॲडमसारखेच गडद होते. मला त्याचा चेहरा दिसत नव्हता, पण त्याची चालही ॲडमसारखीच होती. खांदे मागे, मान ताठ जसं स्टुअर्टने सांगितलं होतं तसंच. माझ्याप्रमाणेच त्याने जीन्स आणि टी-शर्ट घातला होता, पण त्याकडे त्याने फार लक्ष दिलं नसावं. ते कपडे त्याला व्यवस्थित बसले होते. त्याच्या मागोमाग जाताना मी, त्याच्यासारख्याच हालचाली करत होतो. एक हात हलवत आणि दुसऱ्याने खांद्यावरच्या केशरी रकसॅकला आधार देत तो चालत होता. जर मलाही त्याच्यासारखंच चालता आलं तर, त्याच्याप्रमाणेच सहजतेने जर मला वावरता आलं तर मी विचित्र आहे हे कोणालाच कळणार नाही. तो वळला मला वाटतं की मी त्याचा पाठलाग करतो आहे हे त्याच्या लक्षात आलं असावं. मी एका दाराआड लपलो. माझं हृदय धडधडत होतं. मी स्वत:लाच शांत करण्याचा प्रयत्न केला. मी काही चुकीचं करत नव्हतो. मी परत रस्त्यावर आलो तेव्हा मला ती केशरी रकसॅक गल्लीत नाहीशी होताना दिसली. मी

परत त्याच्या मागे जायला लागलो. तो निसटू नये म्हणून धावलो जरासा आणि थांबलो. तो कोणत्या इमारतीत शिरतो ते बघतलं. मी आणखी पुढे जावं की नाही याबद्दल माझ्या मनात खात्री नव्हती. कदाचित तिथे सगळ्यांना प्रवेश नसावा. विशेषत: मला.

मग मला दिसलं की ते ग्रंथालय होतं.

ईप्सविचचं ग्रंथालय म्हणजे एक काचेची इमारत आहे. पुस्तकांची शेल्फ्स खिडक्यांच्या इतकी जवळ आहेत की ती असुरक्षित वाटतात. पुस्तकांचे थरच्या थर. आमच्या तुरुंगातही ग्रंथालय होतं. थोडीशी पुस्तकं असणारी एक खोली आणि एक म्हातारे शिक्षक, रॉय, जे आम्हाला थिल्लर पुस्तकं वाचण्यापासून परावृत्त करायचा प्रयत्न करायचे आणि आम्ही अभिजात पुस्तकं वाचावीत या प्रयत्नात असायचे. इतर मुलं वैतागायची, पण मला रॉय आवडायचे आणि हळूहळू अभिजात पुस्तकंही आवडायला लागली. विशेषत: अमेरिकन पुस्तकं, 'कॅचर इन द राय', 'द ग्रेप्स ऑफ रॅथ', 'टु किल अ मॉकिंगबर्ड' आणि 'ऑन द रोड'. माझ्याप्रमाणेच वेगळ्या जगात वावरणारी मुलं, वेगळे पर्याय शोधणारी. पुनर्वसनाच्या इतर कोणत्याही गप्पांपेक्षा मला हे जास्त आवडायचं, ही वेगळ्याच आयुष्याची चर्चा. मला माझं नवीन व्यक्तिमत्त्व अमेरिकन असायला हवं होतं. शूर, अन्यायाविरुद्ध लढणारा, शरीरसुख मिळवणारा. मला डीन मोरिआर्टी व्हायचं होतं. नुसताच 'मी' नाही जो शुक्रवारी दुपारी कोणाच्याही नजरेत न भरता लायब्ररीत शिरण्याचा प्रयत्न करतोय.

मी धीर गोळा केला, खरंतर मला इतका ताण आला होता की माझे खांदे जवळजवळ माझ्या कानाला टेकले होते, पण मी स्वत:ला बजावलं की हे ग्रंथालय आहे आणि ते सगळ्यांना खुलं आहे. आणि जर मला तो केशरी रकसॅकवाला मुलगा सापडला तर त्याचं निरीक्षण करून मी सर्वसामान्य लोकांसारखं कसं वागावं हे शिकेन.

ग्रंथालयाच्या आत पुस्तकांच्या शेल्फचा भूलभुल्लय्या होता. तुरुंगातल्या कोणत्याही ग्रंथालयापेक्षा हे ग्रंथालय मोठं होतं. ते म्हणजे केवळ एखाद्या वर्गखोलीत सीमित असायचं, पण पुस्तकं निदान ओळखीची तरी वाटतात. तेवढं मी नक्कीच शिकलो होतो. मी पुस्तकांकडे हावरटपणे बघतलं. काचेत मला माझंच प्रतिबिंब दिसत राहिलं. कदाचित मी एखादा विद्यार्थी म्हणून खपून जाईनही. माझे केस अगदीच बारीक कापलेले होते. तुरुंगातला नियम– उगीच कोणाला धरून ओढण्याची संधी मिळायला नको– आणि माझे कपडे, ते चालू शकतील. ते इतके काही वेगळे नाहीत. एक माझं हूड असलेलं जॅकेट सोडून. या गरमीत ते मात्र विसंगत होतं, पण ते काढण्याची मला भीती वाटली. जणूकाही माझ्या चेहऱ्याऐवजी माझे फिकट हाडकुळे हात उघडे पडले असते तर त्यामुळे मी ओळखला गेलो असतो. जणूकाही

ते जॅकेट लोकरीचं नसून लोखंडाचं असावं. एखादं चिलखतच जसं काही.

मी त्या मुलाला शोधायला सुरुवात केली, त्याची केशरी पिशवी बघायला लागलो.

लायब्ररी आतून वातानुकूलित होती. माझ्या अंगावर थंडीने काटा आला आणि मग मी कुडकुडायलाच लागलो. मला एखाद्या काचेच्या बंद पेटीत अडकल्यासारखं वाटत होतं. आजूबाजूचे सगळे माझ्याकडे रोखून बघत आहेत असं मला वाटायला लागलं. काय करावं ते मला कळेच ना. आत जास्तकरून प्रौढ माणसं होती आणि ती सगळीच अतिशय सहजपणे वावरत होती. मग ते पुस्तकं देवाणघेवाण असेल किंवा एखाद्या विद्यार्थ्याप्रमाणे रिकामं टेबल शोधून तिथे बसून लॅपटॉप उघडणं असेल. मला कुठे जायचं ते ठरवायला हवं होतं आणि तेही पट्कन. नाहीतर कोणीतरी माझ्याशी बोलायला येईल अशी मला भीती वाटली.

दरवाजाजवळच ठेवलेल्या थोड्या आरामखुर्च्यांत बसून लोक मासिकं वाचत होती. काचेच्या खणांमध्ये निरनिराळ्या शीर्षकांखाली असंख्य मासिकं होती. ते काचेचे खण म्हणजे वेगवेगळी जगंच आहेत जणू : टॉप गिअर, फिल्म रिव्ह्यू, क्रोशाचे विणकाम. मलाही बसून एखादं मासिक वाचायला आवडेल. एखाद्या मुक्त माणसाच्या आयुष्यात जेवढ्या शक्यता असतात ते बघण्यात हरवून जायला आवडलं असतं. पण रिकामी असणारी एकमेव खुर्ची एका म्हाताऱ्या बाईच्या शेजारी होती जी 'नवशिक्यांसाठी विणकाम' वाचत होती. तिचं लक्ष वाचण्यात नव्हतं. काहीतरी शोधत असावी तशी ती पानं उलटत होती नुसती. मी जर त्या रिकाम्या खुर्चीत बसलो तर तिने कदाचित माझ्याशी बोलायला सुरुवात केली असती आणि मग मी अडकून पडलो असतो. म्हणून मग मी गोल गोल फिरत जिना शोधत राहिलो, पण मला राहून राहून लिफ्टच दिसत होती आणि मी तर लिफ्टमध्ये जाऊ शकत नाही.

मी मजल्यांचा नकाशा बघायला लागलो.

पहिला मजला – साहित्य विभाग

दुसरा मजला – बाल विभाग

लिफ्ट उघडीच होती. एक पाऊल उचलायचा अवकाश की मी वेगळ्या पातळीवर असेन.

चल चल बेन, तुला जमेल हे, चालत राहा. मला थांबणं किंवा वळणं शक्य नव्हतं, कारण त्यामुळे सगळ्यांचं लक्ष वेधलं गेलं असतं. मी काय करतो आहे ते मला माहीत आहे असंच मला दर्शवलं पाहिजे. मी स्वत:ला लिफ्टमध्ये शिरायला भाग पाडलं.

लिफ्टसुद्धा काचेची होती. त्यामुळे दार बंद झाल्यावर मला मी तुरुंगात

असल्यासारखंच वाटायला लागलं. मला मी कैदेत असल्यासारखंच वाटायला लागलं, जिथे मला लोक, पुस्तकं सगळं दिसत तर असतं, पण मी त्यांना स्पर्श करू शकत नाही. माझं हृदय धडधडायला लागलं आणि हात घामाने चिकट झाले. लिफ्ट सुरू झाल्यावर मला भीती वाटायला लागली की ही आता थांबणारच नाही बहुतेक, पण अर्थातच असं काही होणार नाही. मला माहीत नसलं तरी लिफ्टला माहीत असतंच कुठे जायचं ते. लिफ्टचं दार उघडल्यावर मला एका काळोख्या, मोठ्या खोलीत पुस्तकंच पुस्तकं दिसली. पुस्तकांनी भरलेले बोळ. मी एवढी पुस्तकं आजपर्यंत कधीच बघितलेली नव्हती. ते सगळं मला एखाद्या भूलभुलय्यासारखं भासतं ज्याचे बाहेर पडण्याचे मार्ग पुस्तकं हाताळणाऱ्या किंवा त्या रांगांमधून पुस्तकं न्याहाळत चालणाऱ्या लोकांनी बंद करून टाकले असावेत.

मी त्या ॲडमची आठवण करून देणाऱ्या मुलाला शोधण्याकरता लोकांना ओलांडून पुढे जायला लागलो. मला त्यांच्या निकटतेची आणि शांततेची जाणीव होत होती. मी पुढे जाताना काही जणांना मान वर करून बघितलं. ते मला जाणवलं, पण मी नजर समोर ठेवून तसाच पुढे गेलो. जणूकाही मला कुठे जायचं ते माहीतच होतं. खरंतर मला थांबून एखादं पुस्तक बघायला आवडलं असतं, जे मी पूर्वी वाचलं असेल. एखादं ओळखीचं, पण मला भीती वाटली. मग अचानक मला एक जिना दिसला आणि माझ्या लक्षात आलं की लिफ्टला पर्याय होताच आणि तो नसेल असं वाटणारा मीच मूर्ख होतो. लांबरुंद लाकडी पायऱ्या, मध्येमध्ये मोकळी जागा असणाऱ्या, खिडकीजवळून वळणाऱ्या. बाहेरच्या भिंतीवर चंदेरी नक्षी आहे. चौकोन, वर्तुळं. आणि मी तुरुंगातल्या शिक्षणाच्या वेळी जे काही शिकलो आहे त्यावरून माझ्या लक्षात आलं की ही आधुनिक कला आहे किंवा आधुनिक नक्षी. त्याला आजकाल फार किंमत असते. पण मला त्यावरचा गंज दिसला आणि वारापावसाने किंवा आणखी कशाने त्याचं कसं नुकसान होतंय तेही कळलं. ते जर आत बंदिस्त जागेत असतं तर ते चांगलं राहिलं असतं. तो गंज बघून मला माझ्या चंदेरी स्कूटरची आठवण यायला लागली तशीच पावसात राहिली होती. गंजला चाकं अडकतात आणि त्यामुळेच माझी आणि नोहाची भेट झाली होती.

मी त्याला आधी आसपास बघितलं होतं. आम्ही एकाच भागात राहायचो, पण मला स्कूटर मिळण्याच्या आधी आम्ही कधीच बोललो नव्हतो. तो जरा वेगळा होता. ते लोक पैसेवाले होते. त्याला वडील होते जे रोज सकाळी स्वत:च्या गाडीने कामाला जायचे आणि रोज रात्री परत यायचे. स्कूटर येईपर्यंत आमच्यात बोलण्यासारखं काहीच नव्हतं. मी चाकावर लाथ मारून ती कामाला लावण्याचा प्रयत्न करत असताना तो पाहत होता. सुरुवातीला जरा लाजाळूपणे आणि नंतर ज्याला स्कूटरची माहिती आहे अशा ठामपणाने.

"डब्ल्यूडी ४०."

त्याने स्कूटरचं हॅन्डल धरून स्कूटर अशी वळवली की चाकं नीट दिसावीत.

"माझे वडील ही नीट करून देतील. ते मेकॅनिक आहेत त्यामुळे त्यांना माहिती आहे."

मी ती परत खेचली. "खोटारडा! तुला ती चोरायची आहे!"

त्याचे डोळे आश्चर्याने विस्फारले. "मी कशाला चोरू? माझ्याकडे चांगली चालणारी स्कूटर आहे."

मी त्याला ती चालवत नेताना पाहत राहिलो. स्वत:शीच म्हटलं की नाहीतरी ती मोडकीच आहे. त्याने ती ढापलीच तरी काहीच फरक पडणार नाही.

पण दुसऱ्या दिवशी मी शाळेत जायला निघालो तेव्हा आमच्या पुढच्या दारात ती स्कूटर उभी होती. त्याला तेलपाणी करून नुसती चालू नव्हती, तर त्याचा गंजही काढलेला होता. नोहा किंवा त्याच्या वडिलांनी ती साफ केली असावी. स्टुअर्टनी एका कारबूट सेलमधून ती जेव्हा घरी आणली होती तेव्हाही ती एवढी चांगली दिसत नव्हती. पूर्वी जेव्हा त्याला माझ्याबद्दल काही वाटत असे त्या वेळी त्याने ती आणली होती. मला मारल्याचे प्रायश्चित्त म्हणून.

मला तो सापडला नाही. केशरी रकसॅकवाला मुलगा कुठेतरी नाहीसा झाला होता कोणास ठाऊक. मी दुसऱ्या मजल्यावर बघितलं, बालविभागात. पण तिथे कोणीच नव्हतं.

अर्थात, एव्हाना दुपारचे दोन वाजले होते, पण त्या वेळी अगदी लहान मुलंही नव्हती. पण मी मात्र अस्वस्थच होतो, कारण मला माहीत होतं मी इथे असायला नको– मी काही लहान नाही– आणि इथे मी एकटाच असल्याने जास्तच उठून दिसणार. अठरा वर्षं. मी कोणाचे तरी वडील असू शकत नाही आणि लहान मुलांची पुस्तकंही वाचू शकत नाही. ते वय उलटून गेलंय माझं.

मी भराभर पुढे झालो. वैज्ञानिक कथा, प्रणयकथा टाळून मी दुसऱ्या एका खोलीत शिरलो. ही खोली लहान आणि उजेड असणारी होती. जमिनीवर एक मऊ गालिचा होता, टेडीबेअरचं डोकं असलेला आजूबाजूला रंगीबेरंगी बसण्याकरता बीन बॅग्ज होत्या. एक मोठी हिरवट रंगाची मगर होती. तिची पाठ त्यावर बसता येईल इतकी रुंद होती. मला ही खोली खूप आवडली. मला तिथून बाहेर पडावंसं वाटत नव्हतं. तिथली रंगीबेरंगी पुस्तकं मला मोहात पाडत होती. पिवळी, केशरी, निळी, आणि इतकी मोठी की एकेक पुस्तक धरायला मला दोन्ही हात वापरायला लागले असते. मला पुस्तक प्रत्यक्ष हातात घेण्याचा धीर होईना. ही खोली इतकी छान होती की बघूनच मला रडू यायला लागलं.

एका मोठ्या लाल बीन बॅगमध्ये मी रेलून बसलो. दुसऱ्या खोलीत जिथे किशोर

प्रेमकथा असतात तिथे काहीतरी चाललं होतं ते माझ्या कानावर पडलं. पुस्तकांच्या ट्रॉलीचा आवाज आला. माझ्या शेवटच्या तुरुंगातले ग्रंथपाल, रॉय यांच्याकडे तसली ट्रॉली होती. त्यांना दम लागायचा तेव्हा मी त्यांना ती ढकलायला मदत करायचो. मला आता तिचा खडखडाट जवळून ऐकू यायला लागला. आणि मग ती मला दिसली. एक भारदस्त बाई ती ढकलत होती. इथली ग्रंथपाल असावी. बुटकी भरदार, छोट्या चश्म्यामुळे कठोर वाटणारी. मी श्वास रोखून धरला. मला वाटलं की आता ती मला जायला सांगेल किंवा ओळखेल किंवा कसला तरी आरोप करेल, पण तिने माझ्याकडे पाहिलंही नाही. जणूकाही माणसांकडे लक्ष देण्यापेक्षा पुस्तकांचं काम जास्त महत्त्वाचं होतं.

शेवटी ती गेली तेव्हा मी सैलावतो, पण जरासाच कारण मला खात्री होती की ही खोली माझ्याकरता नव्हतीच. तिथे एक चेटकिणीसारखा पोशाख केलेली बाहुली होती. तिच्या हातात एक जादुई पुस्तक होतं. एक गुबगुबीत डाल्मेशन कुत्रा आणि खडूने रंगवलेली चाच्यांची चित्रं खिडकीला टेपने चिकटवलेली आहेत. मला ते सगळं हवंहवंसं वाटायला लागलं. या सगळ्या गोष्टी, खेळणी. मला जर कधी अशा ठिकाणी आणलं असतं, कधी गोष्टी वाचून दाखवल्या असत्या, तर माझ्या बाबतीत असं कधी घडलंच नसतं. आईला पुस्तकं आवडत नसत, पण स्टुअर्ट बोटीवरून येताना क्वचित कधीतरी एखादं पुस्तक आणत असे. गुप्तहेर, गुन्हेगार, ड्रग्जचे बादशहा या विषयीची पुस्तकं. कारण जर वादळात अडकले तर मग बोट शांत पाण्यात येईपर्यंत त्यांना करण्यासारखं काहीच नसे. मग ते एकमेकांत पुस्तकांची अदलाबदल करत. तो गेल्यानंतर मी ती शोधून काढायचो आणि वाचायचा प्रयत्न करायचो. शब्दांवर बोट ठेवून एकेक शब्द वाचायचा प्रयत्न करायचा, पण ते खूपच कठीण होतं.

कोणी मला वाचून दाखवलेलं मला आठवत नाही, पण मला खात्री आहे. म्हणजे मी त्याला विचारलं नाही कधी, पण तरीही नोहाच्या बाबतीत हे घडत असणार. त्याची आई रोज रात्री त्याला काही ना काही वाचून दाखवत असेल झोपण्यापूर्वी. एक क्षणभर मला विसरायला झालं की तो आता जिवंत नाही आणि परत एकदा माझ्या मनात त्याच्याबद्दल तिरस्कार दाटून आला.

त्या दिवशी

नोहाला कळत होतं की हा दिवस बरोबर नाही. त्याची आई वैतागणार होती. तिने बेनच्या आईला नोहाकडे लक्ष देण्याकरता सांगितलं होतं. त्या दोघींची शाळेमुळे ओळख होती आणि त्यातून ते एकाच भागात राहत होते. आई सकाळी लवकरच बाहेर पडली होती. त्यामुळे त्याला जाग आली तेव्हा टेबलावर एक रिकामा बाउल आणि त्याच्या आवडीचं चॉकलेट सिरिअल काढून ठेवलेलं होतं.

त्याच्या जवळच एक चिठ्ठी लिहून ठेवलेली होती ज्यात म्हटलं होतं की त्याने य्वेट् सांगेल तसं शहाण्यासारखं वागावं आणि आईचं त्याच्यावर फार प्रेम आहे. पण नोहाने तिकडे जाऊन दार ठोठावलं तेव्हा त्याला य्वेट् दृष्टीसही पडली नव्हती आणि त्याने दारात पाऊल टाकण्यापूर्वीच त्या दोघा भावांनी त्याला बाहेर ढकलून थांबायला सांगितलं होतं.

"तुमची आई आज मला सांभाळणार आहे. तसं ठरलंय. माझ्या आईने दुपारच्या जेवणासाठी पैसे दिलेत."

ॲडमने घशातून एक आवाज केला ज्याला हसणं म्हणावं की गुरगुरणं ते कळलं नाही, "विसर ते, पोरा. आमच्या आईने ते पैसे आधीच पिण्यात उडवलेत," नोहाची स्कूटर गोल गोल फिरवत तो म्हणाला.

नोहाच्या जिवाचं पाणी पाणी झालं. ॲडम ज्या पद्धतीने त्याच्याकडे बघत होता ते त्याला बिलकूल आवडलं नाही. काय करावं त्याला काहीच कळेना. परत दरवाजा वाजवून य्वेट्साठी थांबावं का? की वडिलांना गॅरेजमध्ये फोन करावा आणि त्यांना विचारावं? हं, हेच ठीक राहील. बहुतेक त्याचे वडील त्याला त्यांचं काम संपेपर्यंत घरी थांबून वाट बघायला सांगतील.

"बेन, तू तुझ्या भावाला माझी स्कूटर परत द्यायला सांगशील का? मी घरी जातोय."

बेन भावाकडे जाताना नोहा बघत होता. त्या दोघांमध्ये स्कूटरच्या हॅन्डलची खेचाखेची झाली. मग ॲडम वळला आणि थेट नोहाकडे आला. नोहाला वाटलं

ॲडम आता स्कूटर थेट त्याच्या अंगावरच घालणार आणि त्याला पाडणार. पण त्याऐवजी ॲडम एकदम थांबला आणि स्कूटर मागच्या चाकांवर उभी करून म्हणाला, ''घे पोरा. मस्त आहे तुझी स्कूटर.''

स्कूटर परत मिळाल्यावर नोहाला एकदम सुटल्यासारखं वाटलं. आईने असं का केलं असावं, दुसऱ्या कोणाकडे तरी त्याला सांभाळायची व्यवस्था का केली नाही, या विचाराने तो त्रस्त झाला होता. तो स्कूटर घेऊन परत निघाला तशी ॲडमने त्याचं मनगट पकडलं.

''ए, कुठे निघालास?''

''घरी.'' नोहाने नजरेनेच बेनला मदतीसाठी विनवलं. ''आई लवकरच घरी येईल.''

हे खोटं होतं. तिची गाडी पॅरागॉन स्टेशनवर संध्याकाळपर्यंत येणार नव्हती. बाबाही तेव्हाच घरी येणार म्हणजे हा पूर्ण दिवस त्याला एकट्यालाच घालवायला लागणार होता. त्याचे डोळे भरून आले. तो थरथरायला लागला.

''तुला पाहिजे तर तू घरी जाऊ शकतोस,'' ॲडम सहजपणे म्हणाला. ''पण आम्ही दुकानात चाललोय. तुला हवं तर मी तुला काहीतरी खायला घेऊन देऊ शकेन.''

''काय?'' नोहाने संशयाने विचारलं.

''काहीही जे तुला आवडेल ते. चॉकलेट. तुला कोणतं आवडतं? मार्स, क्रंची?''

''मला रोलोज आवडतात.''

''उत्तम.'' ॲडमने स्वत:कडचं पैशाचं नाणं नोहाला दाखवलं, ''चल तर मग.''

तेव्हा जवळजवळ अकरा वाजत आले होते आणि नोहाच्या पोटात भुकेने कावळे ओरडत होते. जर ॲडम खरं सांगत असेल तर य्वेट्‌कडून जेवण मिळण्याची आशा नव्हती आणि आई तिकडे लांब लंडनमध्ये होती.

तिघंही मुलं त्यांच्या भागाच्या जवळ असणाऱ्या दुकानांच्या दिशेने निघाली. त्यांच्या आवडीचं दुकान जवळच होतं. कोपऱ्यावरचं पटेल यांचं दुकान. त्यांच्या दुकानात इतर गोष्टींबरोबर पाच पेन्सच्या गोळ्या मिळायच्या. मिसेस पटेल कधीच काही बोलायच्या नाहीत. ते दोघं फारसं काही घेत नाहीत, पण दुकानातून निघताना नेहमीच चॉकलेटं चघळत असतात हे त्यांच्या लक्षात आलंच असणार. त्या नेहमी त्यांच्या देशातल्यासारखा पोशाख करायच्या आणि त्यांच्या कपाळावर मधोमध एक लाल ठिपका लावायच्या. त्या कधीच त्या दोघांकडे थेट बघायच्या नाहीत. त्यांच्या पलीकडे बघायच्या. नोहाची आई म्हणायची की त्या कष्टाळू आहेत. ''कायम त्या

दुकानात असतात चोवीस तास. आणि त्यांचा नवरा, देव जाणे कुठे पडीक असतो तो.'' जर मि. पटेल आसपास असतील तर मात्र मुलं तिथे फिरकायचासुद्धा नाहीत. पण आज नेहमीप्रमाणेच तिथे मिसेस पटेल होत्या, तेव्हा मुलं बेल वाजवून दुकानात शिरली.

अॅडमने तरातरा पुढे जाऊन वेगवेगळी चॉकलेट्स हाताळायला सुरुवात केली. पुन:पुन्हा ती उचलून तो परत ठेवत होता. जणूकाही कुठलं घ्यावं याविषयी त्याचा निर्णय होत नसावा. नोहा बेनजवळ उभा होता. समोरच्या वस्तूंमधल्या काही खिशात घालण्यासाठी दोघांचेही हात शिवशिवत होते. त्याच वेळी नोहाला कशाची तरी जाणीव झाली. त्याच्या खिशात काहीतरी होतं. ते जे काही होतं, ते जड होतं. एखादा दगड असावा तसं त्याचं वजन त्याला जाणवलं. ''सटक आता.'' अॅडम त्याच्या कानात फिस्कारला आणि मिसेस पटेलना रोलोजचे एक पाकीट आणि एक नाणं देत म्हणाला, ''एवढंच हवंय मला.''

नोहा बाहेर पडत असताना दुकानाच्या दरवाजावरची घंटा जोरात वाजली. नोहाने खिसा चाचपला. त्याला वाटलं, जरी ती काही बोलली नसली तरी मिसेस पटेलला हे नक्कीच कळलं असणार.

अॅडम दुकानातून धावत आला. त्याने नोहाचं कोपर पकडलं आणि दोघांनी धूम ठोकली. बेन मागून धावत ओरडत होता, ''काय झालंय? आपण का पळतोय?''

जेव्हा ते त्यांच्या भागापासून लांब हॅसल रस्त्याच्या कडेला येऊन पोहोचले तेव्हा नोहाने वेग कमी केला. त्याच्या खिशातली वस्तू धावताना त्याच्या पायावर आपटत होती. ते काय आहे हे बघण्याकरता त्याने खिशात हात घातला, पण अॅडमने ते त्याच्याकडून हिसकावून घेतलं आणि एखादं बक्षीस असावं तसं हवेत उंच धरलं. बदामी रंगाचं काहीतरी आत असणारी ती एक गोलाकार बाटली होती.

अॅडमने नोहाला रोलोज दिले.

''चला मुलांनो, पार्टीला सुरुवात करू या!''

ते जे काही पेय होतं ते अगदी साबणासारखं लागत होतं. त्याच्या आईला ते फळांसारखं लागणारं आवडायचं, जे तो ख्रिसमस आणि 'मदर्स डे'ला तिला भेट द्यायला आणायचा, तसं. पण त्याचे चार घोट घेतल्यावर नोहाला पोटातून उबदार वाटायला लागतं आणि खूप वेळ जागून टीव्ही पाहिला की जसं गरगरतं तसं त्याचं डोकं गरगरायला लागलं. अॅडम उताणा पडून त्यांना शाळेतल्या इतर मुलांबद्दल गमतीशीर काहीतरी सांगत होता. नोहाची खात्री पटली की त्याच्या आईचं नक्कीच काहीतरी चुकत होतं. जे कोणी हल् रोव्हर्सच्या बाजूने असतील ते चांगलेच असणार आणि अॅडम एकदम मस्त आणि मजेशीर मुलगा होता, आणि ते बदामी रंगाचं पेय

तर खत्तरनाक होतं.

''एऽऽ नोहा,'' ॲडमने बाटलीतलं उरलेलं पेय संपवून बाटली झाडीत फेकून दिली. एका बाईचा कुत्रा तिथे घाण करताना ती बघत होती. तिने रागाने त्यांच्याकडे पाहिलं आणि घाण साफ करण्याच्या फंदात न पडता कुत्र्याला खेचत ती तशीच पुढे निघून गेली. ते शाळेत का नाहीत अशी शंका जरी तिच्या मनात आली असेल तरी ती काहीच बोलली नाही.

''चला, आपण सिनेमा बघायला जाऊ,'' ॲडम म्हणाला. त्या कल्पनेने आणि पोटात गेलेल्या स्वस्तातल्या त्या दारूने त्याला फारच उत्साही वाटत होतं.

''कसं जाणार?'' नोहाने धापा टाकत विचारलं.

''आपल्याकडे पैसे कुठे आहेत?''

''हा!'' ॲडम उडी मारून उठला. धडपडून त्याने स्वतःला सावरले. त्याच्या लाल जॅकेटमध्ये तो बॉल टोलवण्याच्या तयारीत असणाऱ्या एखाद्या खेळाडूसारखा दिसत होता.

''पण मला आत शिरण्याचा एक गुप्त मार्ग माहीत आहे.''

आता

फेसबुक : 'हम्बर बॉय बी'ला शोधा.

नोहाची आई : आज मी डॉक्टरना भेटून आले. त्यांनी मला ताण कमी करण्याच्या आणि निद्रानाशावरच्या आणखी काही गोळ्या दिल्या. नोहाचा खुनी बाहेर मोकाट फिरतो आहे हा विचारच किती भयंकर आहे. आणि तो कसा दिसतो हेसुद्धा मला माहीत नाही. तो जेव्हा छोटा होता तेव्हा मी त्याला माझ्या घरी बोलावलं, त्याच्यासाठी सॅन्डविच केली, त्याला ज्यूस दिला, त्याला घरात घेऊन नोहाशी खेळू दिलं. दोघांनाही लेगोचा खेळ आवडायचा म्हणून मी बैठकीच्या खोलीत लेगोचा एक संच ठेवला होता, जो आजही तिथेच आहे. मी तो कधीच फेकू शकले नाही.

हम्बर बॉय बी माझ्या घरात खेळला, माझ्या मुलाबरोबर खेळला, आणि आता तो रस्त्यातून माझ्या समोरून गेला तर मी त्याला ओळखूही शकणार नाही. कधीकधी मला वाटतं, या माझ्या शोधाला काहीच अर्थ नाही, तो मोकळा आहे हे सत्य मी बदलूच शकत नाही. आणि हे तितकंच त्रासदायक आहे जितकं नोहाला गमावणं.

डेव्ह : आपण धीर सोडून चालणार नाही राणी. कुठेतरी, कोणाला तरी माहीत असेलच तो कुठे आहे ते.

नोहाची आई : 'द सन'चा पत्रकार पुन्हा पुन्हा माझ्या संपर्कात आहे. मला वाटतं तीच माझी शेवटची आशा आहे. ते वर्तमानपत्र लाखो लोक वाचतात आणि त्याला ओळखण्याकरता एक माणूस पुरेसा आहे. मला काय म्हणायचं आहे ते मी स्पष्ट सांगते. मला काही त्याची शिकार करायची नाही. मला फक्त काही उत्तरं हवी आहेत. माझा मुलगा तर गेला. मला निदान तेवढं तरी समाधान मिळू देत.

गुप्त सुहृद : तुला अजून खूप काही मिळायला हवं. तो कायमचा लपून राहू शकत नाही.

केट

“आई मला आज दुपारी क्लोएबरोबर ‘फ्रोझन 2’ बघायला जायचंय. तो आजच लागलाय आणि त्याचा ४ *डी* प्रीमिअर शो आहे. खरा बर्फ असणार आहे तिथे. म्हणजे, खरा बर्फ नसेल... तुला कळतंय ना मी काय म्हणते आहे. डॅड म्हणाले की जेवणानंतर ते येऊन मला घेऊन जातील.”

केट जरा घुटमळली. अमेलिया नेहमीसारखीच शुक्रवारची रात्र तिच्या वडिलांबरोबर घालवून काल रात्रीच घरी आली होती. रविवार तिच्याबरोबरचा दिवस होता.

“बरं, मला आवडेल असं वाटतंय का ही फिल्म?”

“ती आताच लागली आहे, त्यामुळे कोणीच अजून पाहिली नाहीये. पण पहिली फ्रोझन फिल्म किती छान होती तुला माहीती आहे ना.”

“साधारणत: माहिती आहे.”

“तुला माहीत आहे आई. तुला त्याचं गाणंही माहीत आहे.” अमेलियाने बोलणं थांबवून गाण्याचे शब्द गायला सुरुवात केली तशी केटनेही तिच्या आवाजात सूर मिसळला. “ही दोन बहिणींची गोष्ट आहे. एल्सा आणि ॲना. पण त्यांना एकमेकींपासून लांब राहावं लागतं, कारण एकीचं काहीतरी रहस्य असतं. काहीतरी वाईट गोष्ट जी तिने जर कोणालाही सांगितली तर ते... काय ते मला माहीत नाही, कारण ती जेव्हा सांगते ते ठीक आहे, म्हणजे फार काही फरक नाही पडत सांगितलं म्हणून. पण ना ती जराशी दु:खी गोष्ट आहे, कारण त्या दोघींना एकत्र खेळता येत नाही. पण मग त्यातली एक बहीण ते निस्तरायचं ठरवते. पण कोणास ठाऊक, ‘फ्रोझन 2’मध्ये काय घडतं ते मला माहीत नाही. पण तो सिनेमा छान असणार. प्लीज मी जाऊ?”

केट लेकीकडे बघून हसली. तिच्या चेहऱ्यावर सिनेमाचे तपशील आठवताना आठ्या पडल्या होत्या. “हं, मला बरा वाटतोय सिनेमा. मीही येते. आपण गाडीत परत एकदा ते गाणं म्हणू.”

आता अमेलियाचा चेहरा उतरला, तिच्या कपाळावर आठी आली, चेहऱ्यावर

काळजी दाटून आली. "सॅलीसुद्धा येणार आहे आई.''

"ओह!'' टिमच्या दुसऱ्या बायकोबरोबर सौजन्याने वागणं ही एक गोष्ट होती, आणि तिच्याबरोबर पॉपकॉर्न खात सिनेमा पाहणं ही वेगळी गोष्ट. दोन बहिणी आपल्यातले वाद मिटवून एकत्र येतात हे पाहायला केटला कितीही आवडलं असतं तरी आता ते शक्य नव्हतं. "मला वाटतं मी न आलेलंच बरं. जरी मला सिनेमा आवडणार असला तरीही...!''

अमेलियाच्या चेहऱ्यावर सुटकेपासून काळजीपर्यंतचे भाव झट्कन सरकून गेले. "पण माझं काय? आई, मी जाऊ ना, प्लीज.''

केट नमलीच. अमेलियाला घरात बसवणं स्वार्थीपणाचं ठरलं असतं. "ओके स्वीटहार्ट. तुझ्या वडिलांना फोन करून येते म्हणून सांग.''

अमेलिया उत्साहाने आणि आनंदाने फोनकडे धावली. आता या रविवारी काय करावं हा विचार केटच्या मनात आला. तिच्यात नक्कीच काहीतरी बदल झाला होता. गेले काही दिवस बेनच्या केसमध्ये ती इतकी बुडून गेली होती की आता काहीतरी वेगळं करावं असं तिला प्रकर्षाने वाटायला लागलं. आणि बेननही तसंच काहीतरी करावं अशी तिची अपेक्षा होती. ती त्याला पुन्हा नव्याने आयुष्य जगायला सांगत होती. काम करायला, आयुष्यात नव्याने आनंद शोधायला सांगत होती. आणि ती मात्र अशी अडकून पडली होती. अगदी पहिल्यांदा जेव्हा टिम तिला सोडून गेला तेव्हा जशी तिच्या घटस्फोटाने ती अडकली होती तशीच ती आता अडकली होती. अमेलिया, जी पूर्वी तिची होती, तिची एकटीची, ती आता तिच्यापासून दूर जायला लागली होती. आता तिने काय करावं याबद्दल तिची स्वत:ची मतं तयार व्हायला लागली होती. केटला स्वत:साठी काहीतरी करायलाच हवं. तिच्या मनात एक कल्पना आली.

तिने स्वत:च्या बॅगेतून फोन काढला आणि त्यावर ई-मेल शोधायला सुरुवात केली. ऑलिव्हरला उत्तर द्यावं का? त्याची ई-मेल तीन दिवसांपासून तशीच अनुत्तरित होती. तिने एकच ओळ पाठवली. तुझा प्रस्ताव अजून कायम असला तर मी आज तुला भेटायला मोकळी आहे.

अंगात कोट चढवताना अमेलिया स्वत:शीच गुणगुणत होती. टिम बाहेर गाडीतच थांबला होता. एसएमएसखेरीज बोलण्याच्या फारच थोड्या गोष्टी आता त्यांच्यात उरल्यामुळे आजकाल तो आत येणं टाळायचा. लेकीला टाटा करून केट आत आली आणि पाण्याचा पेला उचलला. ऑलिव्हरने काय उत्तर दिलं असेल हे पाहण्याआधीची ही सगळी वेळकाढूपणाची लक्षणं होती, दुसरे काय!

ऑलिव्हर : विचार करायला तुला बराच वेळ लागला! मग, ही भेट कामासाठी असणार आहे की आनंदासाठी?

उत्तर देण्यापूर्वी केट जरा थांबली. टिमचा थंड कठोर चेहरा तिने मनाबाहेर ढकलला. या लग्नामुळे तिला फक्त तापच झाला होता. मजा, तिला त्याचीच गरज होती. आणि *४ डी* सिनेमातल्या बर्फाच्या उल्लेखामुळे तिच्या मनात एक कल्पना आली, पण ऑलिव्हर त्यासाठी तयार होईल की नाही याची तिला खात्री वाटत नव्हती.

केट : बघू या. तुला स्कीइंग येतं?

ऑलिव्हर : सप्टेंबरमध्ये? आपण विमान पकडणार आहोत की काय?

ईप्सविच स्की-स्लोपवर केट आज काही पहिल्यांदाच येत नव्हती. अमेलियाचा मागचा वाढदिवस त्यांनी इथेच साजरा केला होता. त्यावर घसरताना त्यांची दुपार फार मजेत गेली होती. त्या वेळी ती स्वत: घसरायला गेली नव्हती; कारण केक आणि सॅन्डविचची व्यवस्था करण्यात ती गुंतली होती. पण आता मात्र तिला ते करून बघायचं होतं.

''हे काय आहे?'' फुगवलेल्या प्लॅस्टिक ट्यूबकडे पाहत ऑलिव्हरने विचारले. जणूकाही ती कोणत्या तरी बाह्य जगातील वस्तू असावी. ''या प्लॅस्टिकच्या ट्यूब्ज पोहण्याच्या तलावाकरता असतात, स्कीइंगसाठी नाही!'' त्याने त्या नकली बर्फावर ती रिंग ठेवली आणि त्यावर बसला. त्याच्या वजनाने ती दबली गेली आणि एकूणच ते चित्र विनोदी दिसायला लागलं. केटला ते बघून इतकं हसू आलं की तिचा श्वासच कोंडला. त्याची फिकट तपकिरी जीन्स फारच चांगली होती. त्याचा लांब हातांचा शर्ट अगदीच टापटीप होता. पण हे दृश्य बघतानाचा, आणि तिथल्या तरुण मुलांबरोबर रांगेत उभं राहतानाचा त्या उतरणीवर ओल्या बोचक्यासारखं घसरतानाचा त्याचा अवघडलेपणा बघताना मात्र तिला फारच मजा आली. कदाचित फ्रान्समध्ये लोक असं सहजतेने काही करत नसावेत.

गंभीरपणे स्कीइंग करणाऱ्या लोकांना, जी बहुतेक येणाऱ्या हिवाळ्याकरता सराव करत असावीत त्यांना, मागे टाकून ऑलिव्हर सगळ्यांच्या आधी घसरत आला. जे लोक आणि मुलं नुसतीच मजा करण्याकरता घसरत होती, त्यांच्या मध्येमध्ये हे लोक येऊन घसरत होते. खाली तळाशी येऊन तो उभा राहिला आणि मांडीवरून नकली बर्फ झटकून वर तिच्याकडे बघून ओरडला, ''ये केट! मी तुला पकडतो.''

ती त्या उडणाऱ्या टायरवर बसली तेव्हा त्यावर तिचा कसा अजिबात ताबा नाही, हा विचार तिच्या मनात आल्याशिवाय राहिला नाही. तो किती वेगात खाली जाईल, ही भीती तिच्या मनाला स्पर्शून गेली. पण मुळात ही सगळी कल्पना तिच्याच डोक्यातून निघालेली होती आणि ऑलिव्हर खाली वाट बघत होता.

टायर कडेवरून खाली सटकला तशी तिने डोळे घट्ट मिटून घेतले आणि मग त्यातली गंमत जाणवून जोरात किंचाळली. त्या उतारावरून वेगात खाली येताना तिचा श्वासच थांबल्यासारखा झाला. तळाशी आल्यावर अंगाचं मुटकुळं करून ऑलिव्हरकडे बघताना तिला वेड्यासारखं हसू फुटलं.

''ओके केट, तुझ्या इच्छेप्रमाणे मी या शाळकरी मुलांसमोर स्वत:चं हसं करून घेतलेलं आहे. आता आपण काही प्यायला घेऊ या का?''

स्की-लॉजमध्ये तीन महिने आधीच ख्रिसमसची सजावट केलेली असावी. काळ्या आणि चंदेरी सजावटीच्या वस्तूंनी ते सजले होते. नुसती कॉफी पिणाऱ्यांपासून जेवणाऱ्यांचा भाग वेगळा करणारा जो लाकडी कठडा होता त्यावरही ही सजावट केलेली होती. पण सगळी टेबलं मात्र नकली महोगनी लाकडाची बनवलेली होती आणि खिडक्यांची चौकट काळ्या रंगात रंगवलेली होती. खिडक्या काळ्या तिरक्या ब्लाइंड्स्*नी झाकलेल्या होत्या.

''आपण फ्रेंच आल्प्समध्ये आहोत अशी कल्पना करू शकतो,'' केट म्हणाली. खिडक्यांच्या पलीकडे गाड्या ठेवण्याची जागा आणि पुढे गोदी होती हा विचार तिने मनातून बाजूला सारला. या असल्या मंद प्रकाशात ते इतर कुठेही असण्याची कल्पना करणं सोपं होतं. फक्त स्पीकर्समधून मायकेल बवल जोरजोराने गात होता आणि त्यांच्या आजूबाजूला असणारी गर्दी ही त्यांच्या हॉलिस्टरच्या हूडीजपासून ते त्यांचे चेहरे आणि त्यांच्या भरमसाट कॉफी पिण्यापर्यंत अगदी खात्रीने ब्रिटिश असल्याचे कळत होते. ते एक सोडलं तर ते कुठेही असण्याची कल्पना करणं सोपं होतं.

''लक्झमबर्गहून मला फक्त दोन तासांचा प्रवास करावा लागतो स्कीइंग करण्यासाठी. वोसजेस पर्वत फारच सुंदर आहेत आणि तिथली रेस्टॉरन्ट खात्रीने यापेक्षा चांगली आहेत.''

''शिष्ट,'' केटने चिडवलं आणि तिच्या पुढ्यातल्या पेल्यातलं चमचमतं पाणी एका झटक्यात पिऊन टाकलं. इतक्या शारीरिक कसरतीनंतर तिच्या घशाला कोरड पडली होती. ''मला माहीत आहे की हे काही स्वित्झर्लंड नाही, पण मला याच्या बाबतीत काय आवडत असेल, तर ते म्हणजे हे ईप्सविचमधलं वाटत नाही. इथे आलं की एका वेगळ्याच जगात असल्यासारख वाटतं.''

ऑलिव्हरने तिच्याकडे रोखून पाहिलं. ''खरंच, प्रवास मग तो कोणताही असो तो आपल्या आत्म्याकरता चांगलाच असतो.'' त्याने हात पुढे करून तिच्या हाताला स्पर्श केला. ''थँक यू केट. हा प्रवास माझ्यासाठी खूपच छान होता.''

---

* ब्लाइंड्स् - प्लॅस्टिकच्या पट्ट्यांचे पडदे

या वेळी जेव्हा ती तिच्या रिकाम्या घरी परत आली तेव्हा तिला उदास वाटलं नाही. ती फारच आनंदात होती. तिने अंघोळीसाठी पाणी काढलं, त्यात वेगळेवेगळे तेलार्क घातले ज्यांनी तिच्या दुखऱ्या अंगाला आराम मिळाला असता. पाण्यात शिरण्यापूर्वी तिने स्वत:करता थोडी वाइन ओतून घेतली आणि तिने उन्हाळ्यात विकत घेतलेली, पण आजपर्यंत न वाचलेली कादंबरी उचलली. ती एक प्रेमकथा होती. यापूर्वी तिला ती कधी वाचाविशीच वाटली नव्हती.

ती आरामात पाण्यात शिरली आणि वाइनचा एक घोट घेऊन तिने कादंबरी उघडली. एकदाही तिच्या मनात कामाचा विचार आला नाही.

बेन

कोण मला शोधून काढू शकेल?

सकाळी उठताना माझ्या मनात हा विचार आला.

मला वाटतं की ही प्रगती असावी, कारण इतर वेळी मी उठताना, मला उशीर झाला आहे आता कोणत्याही क्षणी तुरुंगाधिकारी माझ्या कोठडीचं दार उघडतील आणि मला अंथरुणातून ओढून काढतील. माझ्या अंगावर खेकसतील की नाश्ता तयार आहे आणि हे मला हॉटेल वाटतं आहे की काय असं विचारतील, असं वाटतं. किंवा एखाद्या वाईट सकाळी मी घामाने डबडबून उठतो, आज अंघोळीचा दिवस आहे या भीतीने.

कारण त्याच वेळी ते मला पकडत असत. एखादा नवीन मुलगा ज्याला स्वत:ला सिद्ध करायचं असायचं किंवा एखाद्या टोळीचा म्होरक्या ज्याला मला कशामुळे त्रास होईल हे नेमकेपणाने माहीत असे. अनुभवी कैदी ज्यांना कळत असे की मी सराईत गुन्हेगार नाही, यांपैकी कोणीही. त्यांना माहीत होतं की माझ्यात काहीच दम नाही, पण मी काय आहे ते त्यांना माहीत नव्हतं, त्यामुळे ते मला अंघोळीच्या वेळी पकडत. कर्मचारी त्याकडे काणाडोळा करत असत, माझं ओरडणं हे फरशीवर पडणाऱ्या पाण्याच्या आवाजात विरून जात असे. "तू काय केलं आहेस ते सांग कुत्र्या, एखाद्या उंदरासारखा बुडून मरण्याआधी आम्हाला सांग.''

किमान आता मला त्याची तरी काळजी नव्हती.

पण जेव्हा मी त्या फरशीवर चुरमडून पडलेला असायचो आणि माझ्या नाकातून किंवा कानातून रक्त वाहत असायचं तेव्हा निदान मला हे तरी माहीत असायचं की कोणीतरी माझ्या मदतीला येईल. थोड्या वेळाने का होईना, पण येईल. भले मग तो तुरुंगातला अधिकारी असेल की ज्याला मी काय केलं आहे हे माहीत असायचं आणि त्या गोष्टीची तो मला सारखी जाणीवही करून द्यायचा, पण तरीही तो मला वैद्यकीय विभागात घेऊन जायचा. काही असलं तरी त्यांना मला जिवंत ठेवणं भाग होतं.

आता मी मुक्त आहे, तर मग माझी काळजी कोण घेईल?

मी एक सोपी शिकार आहे. मी छोटासा, बारीक आणि अशक्त मुलगा आहे. 'माझा नाजूकसा राजकुमार' आई खूश असेल तर म्हणायची आणि नसेल तेव्हा नुसतंच 'पाप्याचं पितर'. मी जेव्हा लहान होतो तेव्हा तिला माझी छोटीशी चण आवडायची. पण नंतर माझी वाढ खुरटली आणि मी कसा अशक्त मुलगा आहे आणि ॲडम कसा सुदृढ आहे, यावर जेव्हा स्टुअर्ट सारखा बोट ठेवायला लागला तेव्हा तिचं मन बदललं. मी नेहमीच छोटासाच राहिलो आहे. तुरुंगातल्या इतर मुलांना वाटायचं की मी दुबळा आहे. ती मुलं जी तुरुंगाच्या व्यायामशाळेत वजनं उचलायची, रात्री जोरबैठका काढायची, शंभर मोजताना धापा टाकत एकमेकांशी बोलायची. पण त्यांची समजूत चुकीची होती. मी दुबळा नाही. मी हाडकुळा असेन, पण तुरुंगातल्या इतर कोणत्याही मुलापेक्षा मी अधिक घातक होतो.

धोकादायक. म्हणून तर इतका काळ मला न्यायाधीशांनी कैदेत ठेवलेलं ना. जरी वयाच्या दहाव्या वर्षी मी कायद्याच्या दृष्टीने नुकताच जबाबदार झालो होतो तरीही. आणि म्हणून मी आज बेन आहे, कारण जो खरा मी आहे तो भीतिदायक आहे. लोकांना तो इतका सापडायला हवा आहे की माझं पहिलं नाव वापरणंसुद्धा धोकादायक आहे. गृहखात्यातल्या कोणीतरी मी दहा वर्षांचा असतानाचं माझं नाव बदलून टाकलं. तुरुंगात प्रवेश करताना ज्याला मी कधीही भेटलो नाही अशा कोणत्यातरी सरकारी नोकराने माझं नाव बदललं, पण माझं हे नवीन नाव मला नेहमीच वाचवू शकलं नाही. सहा वर्षं मला एका कारागृहातून दुसरीकडे असं देशभर फिरवण्यात आलं. त्यानंतर दोन वर्षं मी निरनिराळ्या *'वायओआय'**मध्ये फिरलो. जर मी तुरुंगात इतका बंदोबस्त असताना लपून राहू शकलो नाही, तर आता या सभ्य लोकांमध्ये मी कसा लपून राहू शकेन? ते याला मुक्तता म्हणतात खरं, पण मला तर हा पहिल्यापेक्षा जास्त भीतिदायक तुरुंगच वाटतो.

काल माझ्याकडचं दूध संपलं आणि ते आणायचं विसरल्यामुळे मी मूठभर कॉर्नफ्लेक्स कोरडेच खाल्ले आणि तेही त्याच्या पाकिटातून, कारण माझ्याकडे ताटलीही नव्हती आणि चमचेही. मग मी फिरायला जायचं ठरवलं.

माझे पाय मला ब्रिजच्या दिशेने घेऊन जातात. हा काही माझा पूल नाही. हा ऑरवेल आहे, हम्बर नाही. पण तरीही त्याच्याकडे बघताना माझं मन पाण्याबाहेर काढलेल्या मासळीसारखं फडफडतं. तो किती भव्य आणि सुंदर आहे. त्याचा क्रॉंक्रीटचा भक्कमपणा, त्याच्या त्या सारख्या कमानी आणि सरळ रेषांचा तो पूल.

---

* *'वायओआय'* : यंग ऑफेन्डर्स इन्स्टिट्यूशन - साधारण १८ ते २० वर्षं वयाच्या बालगुन्हेगारांसाठीचे कारागृह.

इथून खालून, पाण्याच्या काठावरून मला फक्त पुलावरून जाणाऱ्या लॉऱ्यांचे वरचे भाग दिसत आहेत. ते जणू जादूने चालत असावेत तसे. लहान असताना माझ्याकडे एक रिमोट कन्ट्रोलने चालणारा ट्रक होता, तसे. कोणी बरं आणलं होतं ते खेळणं मला? आईने नाही, स्टुअर्ट नक्कीच नाही. कदाचित माझ्या वडिलांनी आणलं असेल. त्यांच्या कुठल्यातरी एखाद्या धावत्या भेटीमध्ये, जेव्हा त्यांचा मुक्काम हल्मध्ये असावा आणि स्टुअर्ट नसेल तेव्हा कधीतरी ते दिलं असणार, पूर्वी केव्हातरी. त्या पुलावरून जाणाऱ्या लॉरी रिमोट कन्ट्रोलवर चालणाऱ्या असतील का? लाल लॉरी, पिवळी लॉरी, हिरवी. एका मागोमाग ठरावीक अंतरावरून जाणाऱ्या.

इथून खालून गाड्या दिसत नाहीत. फक्त नावं दिसतात. मर्स्क आणि पी ॲन्ड ओ आणि क्वालिटी. काँक्रीटवरचे शब्द फक्त. त्यामागचं निळं आकाश, मेंढ्यांसारखे दिसणारे पांढरे ढग आणि आकाशातल्या एकांड्या काळ्या ढगाला ढुश्या देणारा सूर्य.

चालण्याचा रस्ता बंद आहे. तो पाण्यापर्यंत जात असावा असं मला वाटलं. धोका : पुढे काम चालू आहे. पण एक मी सोडल्यास इथे कोणीच नव्हतं. एक कठडा होता फक्त एक-दोन फूट उंच आणि ती पाटी. ॲडमने अशा पाट्यांना कधीच धूप घातली नाही. तो अगदी बेडर होता. मी जर त्याच्या सारखाच असतो तर... आज चित्र वेगळंच असतं. मी त्या पाटीला वळसा घालून पाण्याकडे गेलो. सावधगिरीच्या सूचनेकडे दुर्लक्ष करणं फारसं अवघड नसतं.

नदी पाण्याने भरलेली होती. दोन्ही काठांजवळचं पाणी स्तब्ध पण पात्राच्या मध्यभागी मात्र खळबळ होती. त्यावरून माझ्या लक्षात आलं की नुकतीच एखादी बोट इकडून गेली असणार. पाणी अजून शांत होतंय. मला हे सगळं दिसत असतानाच दुसरा एक पूल माझ्या डोळ्यांसमोर आला. कानात ओरडणं घुमायला लागलं. नोहा आणि ॲडमचे आवाज मला इतके स्पष्ट ऐकू आले की जणू ते माझ्या आजूबाजूलाच असावेत. मी माझे डोळे गच्च मिटून घेतले आणि ईप्सविचला या आत्ताच्या वर्तमानात परत आलो. पुन्हा एकदा बेन झालो.

पाय पाण्यात बुडवण्याची एक अनावर ऊर्मी माझ्या मनात दाटून आली.

दुसऱ्या, डाव्या बाजूच्या काठावर जुनाट, पडायला आलेल्या लाल विटांच्या घरांची एक रांग होती. ती घरं पुलापेक्षाही जुनी असणार. पूर्वी नदीच वाहतुकीचं मुख्य केंद्र असताना त्यांनी पाहिलं असणार. त्या दूरवरच्या गोदी जिथे क्रेन जहाजांमधून माल उचलताना त्यांनी पाहिलं असणार. आणि आता त्यांच्या पुढे देखावा आहे तो लाल लॉरी, पिवळी लॉरी, बार्ट्रम आणि चायना शिपिंग गोदींमधल्या लॉरी ज्या फेलिक्स्टोव्ह बंदरापासून ते पूर्ण यूकेमध्ये आणि तिथून जगभरात माल

पोहोचवतात. या पुलामुळे हा सगळा प्रवास शक्य झाला आहे, पण ही घरं मात्र नुसतं पाहण्याखेरीज काही करत नाहीत. त्यांना हे सर्व आवडत असेल का? ही लगबग, ही जिवंतपणाची खूण, की ती घरं त्या लॉरींच्या नावाने खडे फोडत असतील, त्यांचा कर्कश आवाज आणि आकाश फाडणाऱ्या पुलाचा देखावा?

एक डोकं दिसायला लागलं. एका माणसाचा चेहरा. मी जाण्याकरता म्हणून वळलो. मला वाटलं की तो बहुतेक बांधकाम करणारा असेल आणि मला तिथून परत जायला सांगेल. मग मला दिसलं की त्याने पाण्यातले बूट घातले होते आणि त्याच्या हातात मासेमारीचा गळ होता. तो पाण्याच्या दिशेने चालला होता. त्यालाही मासेमारी करायची असल्याने त्याने पाटीकडे दुर्लक्षच केलं. माझं मन एकदम भूतकाळात गेलं, आणि मला रॉजर पाल्मरची आठवण झाली. मी जेव्हा त्याला न्यायालयात पाहिलं तेव्हा तो वर्गात दिसायचा त्यापेक्षा वेगळा दिसत होता. जणूकाही तो आक्रसून गेला असावा आणि त्याचा सगळा रंग उडून गेला असावा. तसा कोर्टात खटला फारच रेंगाळला होता. पूर्ण सहा आठवडे. किती वैतागवाणं होतं ते. जरी माझ्याच स्वातंत्र्याचा प्रश्न असला तरीही कंटाळवाणं.

त्या सहा आठवड्यांच्या शेवटी परत परत त्याच कंटाळवाण्या गोष्टीचं चर्वितचर्वण करून जागं राहण्यासाठी झगडल्यानंतर एक गोष्ट अगदी ठळकपणे सामोरी आली ती म्हणजे पुलावर घडलेल्या प्रसंगाने फक्त तीन आयुष्यं, म्हणजे नोहाचं, ॲडमचं आणि माझं, एवढीच बदलली नाहीत तर त्यामुळे इतरांचं आयुष्यसुद्धा बदललं. त्यामध्ये रॉजर पाल्मर एक होता.

हा माणूस रॉजर पाल्मर असणं शक्य नाही. माझं मन मला फसवतंय. तो केशरी रकसॅकवाला मुलगा मला तेव्हा ॲडमसारखा वाटला नव्हता का. हे असं होणं म्हणजे जणू माझ्या बुद्धीने मान्यच केलेलं नाही की माझं आयुष्य पुन्हा नव्याने सुरू झालेलं आहे. हा वेगळा पूल आहे. पण यापुढे आयुष्यात मी कोणत्याही पुलावर जाताना त्या लाल बुटाचा विचार मनात आल्याशिवाय राहणार नाही. आधी तो बूट पाण्यात पडला आणि पाठोपाठ मुलगा.

मी घरी परत आलो तेव्हा मला एक पत्र आलं होतं. लॉबीमध्ये प्रत्येक फ्लॅटसाठी एक अशा पत्रपेट्या होत्या. मी कधी माझी उघडून बघण्याची तसदीसुद्धा घेतली नसती, पण मला त्या पाकिटाचा एक कोपरा त्या झडपेत अडकलेला दिसला. मी माझी किल्ली वापरून पत्रपेटी उघडली तर ते तिथे होते. माझं नवीन नाव लिहिलेलं पांढरं पाकीट माझ्या नवीन पत्त्यावर. हे ॲडमचं अक्षर आहे. त्यावरून मला कळलं की मी आईला लिहिलेलं पत्र पोहोचलं असणार. नाहीतर त्यांना माझा हा नवीन पत्ता कसा कळला असता?

तो पातळ कागद मी हातात घेऊन चाचपून बघितला. त्याच्या कुरतडल्यासारख्या कडा, हा कागद वहीतून फाडून घेतलेला होता. कागदावर शाईचा डाग होता आणि कागदाला थोडा लिंक्स बॉडी स्प्रेचा वासही चिकटलेला होता. चौदा वर्षांचा असतानाही ॲडमला स्वत:चं फार कौतुक होतं. कायम काय कपडे घालावेत याचाच विचार असायचा त्याच्या डोक्यात. तो फार बदलला नसावा.

आमच्यात काही संपर्क असता कामा नये. केटने ते स्पष्टपणे सांगितलं होतं. माझ्या पॅरोलची ती एक अट आहे. फक्त एक चूक आणि मी परत तुरुंगात जाऊ शकतो. मी जर परत गजाआड गेलो तर अनेक लोकांना आनंदच होईल. मी त्यांना कोणतीच संधी देता कामा नये. माझा भूतकाळ मला अडचणीत आणू शकतो. पण तो माझा भाऊ आहे, माझं कुटुंब.

मी हलकेच पाकीट उघडलं.

हे ब्रो,

कसं चाललंय आयुष्य? विचित्र वाटत असेलना तुला बाहेर फिरणं, असा मोकळेपणा वगैरे. त्यांनी तुला किती लांब पाठवलंय– मला तर ईप्सविच कुठे आहे हेही काल नकाशा पाहीपर्यंत माहीत नव्हतं. बाळा, तुझ्यासाठी हे एक नवीन आयुष्य सुरू झालंय.

आईला तुझं कार्ड मिळालं. ती आत्ता तरी काही लिहू शकणार नाही. तिला हे सगळं पचनी पडायला वेळ लागेल. पण ती ठीक आहे, काळजी करू नको.

आता मी सांगेन त्याने तुला हसू येईल. मला एक मुलगी मिळाली आहे आणि तिला सगळं माहीत आहे. तिने काही वर्षांपूर्वीच मला पत्र पाठवायला सुरुवात केली. किती छान पत्रं होती ती! मग तिला आपल्याला दोघांना भेटायचं होतं. असं कोण करतं सांग? म्हणून मग मी ठरवलं ठीक आहे. मी इतका अस्वस्थ झालो होतो की एका जागी बसूही शकत नव्हतो, पण ती गोड होती. सुरेख आणि जाताना ती माझा मुका घेऊन गेली.

आम्ही एकत्र राहण्याचा विचार करतो आहोत. माझं नशीब बदलतंय. मला वाटतं आता तुझंही बदलेल.

असो! आता मला माहीत आहे तू कुठे आहेस ते, तर मी केव्हातरी येऊन तुला भेटून जाईन. मला तुझी खूप आठवण येते.

मी पत्रावरचा शिक्का बघितला तर तो दुसऱ्या वर्गाचा होता. हल्‌मधून दोन दिवसांपूर्वीचा. नुसतं ते नाव जरी घेतलं तरी माझ्या मनात कालवाकालव होते. त्यातला एक भाग हा आहे की तो तिकडे राहू शकतो, पण मी नाही. तो आईला

भेटू शकतो, पण ती मला साधं पत्र लिहायलाही तयार नाही. ॲडमने मला काहीच तपशीलवार लिहिलेलं नाही. अर्थात, कसं लिहिणार म्हणा! पत्र भरकटू शकतं, चुकीच्या हातात पडू शकतं. पण ही काही खूप महत्त्वाची गोष्ट नाही माझ्या दृष्टीने. माझ्या मनात सतत घोळणारा विचार हा होता, की ॲडमने मला पत्र लिहिलं आहे हे आईला माहीत आहे का? तिला काय वाटतं आहे त्याबद्दल?

मी पुन्हा एकदा पत्र वाचलं. या वेळी त्याने लिहिलेली आणखी एक गोष्ट माझ्या ध्यानात आली ती म्हणजे ॲडमची एक मैत्रीण आहे आणि तिला 'सगळं माहीत आहे'. त्याने म्हटलंय आहे 'माहीत आहे'. त्या ठळकपणावरून त्याला काय म्हणायचं आहे ते कळतंय. पण तिला सगळं कसं माहीत असणार? हे कसं शक्य आहे की एखाद्या मुलीला नोहाबद्दल माहिती आहे आणि तरीही तिला ॲडममध्ये गुंतणं चालणार आहे? तिला त्याबद्दल काहीच वाटत नाही? म्हणजे मलाही मैत्रीण मिळू शकेल, अशी कोणीतरी जिला माझा भूतकाळ माहीत असेल आणि तरीही ती माझी मैत्रीण होईल? पण मग माझ्या लक्षात आलं की ती माझ्याबरोबर नसून ॲडमबरोबर आहे. ॲडमला खुनाची शिक्षा झालेली नव्हती. एखाद्या मुलीला तो आवडेलही कदाचित, पण त्यांना माझ्या बाबतीत मात्र तसं वाटणार नाही– आणि जिथे माझ्या आईलादेखील माझ्याबद्दल काही वाटत नाही तिथे त्यांना तरी काय वाटणार?

मी पत्र परत लिफाफ्यात टाकलं आणि माझ्या बेडरूममध्ये जाऊन बिछान्याखालची बॅग बाहेर काढली. हे पत्रही इतर पत्रांबरोबरच ठेवायला हवं, जी मला माझ्या आठ वर्षांच्या तुरुंगवासाच्या काळात मिळाला होती. त्या बॅगेत एक असं पत्र आहे जे मला माझ्या डोळ्यांसमोरही नको असतं, पण जे मला शब्दन्शब्द पाठ आहे. माझ्या आईने लिहिलेलं आहे ते. खटल्यानंतरच्या काही दिवसांमध्येच ते आलं आणि ते उघडण्याचा मूर्खपणा मी केला. सतत हाताळून तो कागद आता विरायला लागला आहे. मी जिथे अंगठ्याने धरलं तिथली शाई आता पसरायला लागली आहे. आणि सारखी उघडमीट केल्याने घड्याही फाटायला लागल्या आहेत. मी ते पत्र अगणित वेळा वाचलं. मला आशा होती की मला दयेचा, करुणेचा किंवा क्षमेचा एखादा तरी शब्द मिळेल.

मी तुला हे एकदाच सांगून टाकते– मी अगदी वाईट आई आहे. बघ, सांगून टाकलं. आता आपण एकमेकांशी स्पष्टपणे बोलू. असंही यापुढे तू जे काही करशील त्याने मला काहीच त्रास होणार नाही– मी तुझी आई असल्याने प्रत्येक गोष्टीचं खापर आमच्याच डोक्यावर फुटणार. तुला हेच हवं होतं ना?

ठीक आहे. मी कबूल करते की मी तुझ्यावर कधीच प्रेम केलं नाही. मला कधी

कोणावर प्रेम करताच आलं नाही; कारण कोणी कधी माझ्यावर प्रेम केलं नाही. तुला बरं वाटत असेल हे ऐकून. हो ना? मला शंकाच आहे.

उरलेलं पत्र वाचून स्वत:ला त्रास करून न घेण्याचा मी प्रयत्न करतो. मी ते पत्र टाकूनही देऊ शकत नाही. जरी ते घडी करून ठेवलेलं असलं तरी माझ्या मनात त्याचं सतत पारायण सुरू असतं. मी फक्त दहा वर्षांचा होतो आणि खुनाकरता मला कैदेत टाकण्यात आलं होतं. त्या पत्राने माझ्या आत काहीतरी उलथापालथ झाली. त्या पत्रातल्या क्रूर सत्याने माझ्यातलं काहीतरी तडफडलं. आई माझा तिरस्कार करते. जरी ती सगळ्या खटल्याच्या दरम्यान हजर होती आणि तिने सगळे साक्षीपुरावे ऐकले होते तरीही तिला वाटत होतं की ब्रिजवर जे काही घडलं तो माझाच दोष होता.

पण खरंतर त्यात माझा काहीच दोष नव्हता. नोहा स्वत:च कठड्यावर चढला होता.

नोहाचा चेहरा... त्याचा फाटलेला, सुजलेला, रक्ताळलेला खालचा ओठ, त्यातून हनुवटीवर ओघळलेलं रक्त. ते आणखी ओघळून त्याच्या टी-शर्टवर आलं होतं. हे दृश्य आठवण्यापेक्षा हम्बर ब्रिजच्या स्टील आणि काँक्रीटचा विचार केलेला बरा. ओठातून एवढं रक्त येऊ शकतं?

आणि आता ॲडमचं हे पत्र.

तो ॲडम जो कोर्टात चाचरत बोलत होता. ज्याच्या वडिलांनी माझ्याकडे बोट दाखवून सांगितलं की मीच त्याच्या मुलाला बिघडवलं.

''मी बेन आहे.'' मी स्वत:ला बजावलं. ''हे माझं नवीन आयुष्य आहे. मला कोणी भाऊ नाही.''

त्या दिवशी

दुकानाच्या बाहेर त्या तीन मुलांना पाहून मिसेस पटेल सावध झाल्या. शिक्षकांच्या संपाबद्दल त्यांना माहीत होतं. म्हणून तर त्यांची मुलगी नझ्मा वरती गणिताचा गृहपाठ करत बसली होती ना. या शिक्षकांच्या हे लक्षातच येत नव्हतं की शिक्षकी पेशा हा एक उदात्त पेशा आहे. त्यांच्या जास्त पैशांकरताच्या मागण्या तिला असभ्य वाटत. दर उन्हाळ्यातली सहा आठवड्यांची सुट्टी त्यांना पुरेशी का होत नाही? तिला तर गेल्या तेवीस वर्षांत एका दिवसाचीही सुट्टी कधी मिळाली नव्हती.

खिडकीतून बघताना तिने त्या तिघांनाही ओळखलं. दोघं भाऊ आणि तिसरा मुलगा– सगळ्यात छोटा– तो खूपदा त्याच्या आईबरोबर दुकानात यायचा. नम्र, सुसंस्कारी. त्या भावांबद्दल तिला वाईट वाटायचं. खरं म्हणजे तो मोठा मुलगा तिला अस्वस्थ करायचा. तो आता मोठा व्हायला लागला होता.

ते दार ढकलून आत येताना दारावरची घंटा वाजली. त्यांच्या बरोबर त्यांचा घामट आणि जुन्या मोजांसारखा वासाचा भपकारा आला. आत येऊन ते गोळ्या- चॉकलेटच्या भागासमोर उभे राहिले. आधी तिच्या बाजूला गल्ल्याजवळ, डिओडरन्टच्या वासात न्हालेला आणि स्थानिक क्रीडा संघाची जर्सी घातलेला तो मोठा मुलगा होता. त्याच्यानंतर त्याचा तो पांढऱ्या केसांचा भाऊ आणि सगळ्यात शेवटी तो लहानगा, ज्याने एकदाही तिच्याकडे मान वर करून पाहिलं नव्हतं. खरं म्हणजे एरवी त्याची आई नेहमी त्याला तिच्याशी बोलायला लावायची. त्यांना वाटायचं ती मूर्ख आहे. काय घ्यावं असा विचार करत असल्यासारखा जेव्हा ते आव आणायचे तेव्हा खरंतर ते काही ढापता येतंय का, याचीच संधी शोधत असायचे. दुसऱ्या दुकानांतून पाट्या लावलेल्या असायच्या, मुलांना एकत्र होऊन गटाने यायला परवानगी नाही म्हणून, पण मिसेस पटेलला तसं करायला आवडायचं नाही. तिचा अजूनही चांगुलपणावर विश्वास होता.

"हलो मिसेस पटेल."

खरं सांगायचं तर तो मोठा मुलगा नेहमीच तिला या पद्धतीने अभिवादन

करायचा. त्याला अंघोळीची नितांत गरज असावी असा तो दिसत असला, तरीही त्याचं हसणं मात्र गोड होतं. तिने मान डोलावली आणि तो कोणतं चॉकलेट घेतो याची वाट पाहत ती गल्ल्याजवळ थांबून राहिली. धाकटी दोघं छोट्या-छोट्या गोळ्यांच्या दिशेने जात होती, ज्यांची किंमत अगदीच फुटकळ होती आणि जे खिशात सरकवणं अगदीच सोपं होतं. त्यातल्या मोठ्याला चॉकलेटची निवड करायला भलताच वेळ लागत होता. खरंतर तिच्याकडच्या मालात कधीच बदल होत नसे आणि तेही नेहमीच दुकानात येत असत. शेवटी त्याने रोलोजचे एक नळकांडं घेतलं आणि तिला पैसे दिले. नंतर तो इतर मुलांना घेऊन दुकानातून बाहेर पडला.

ती गल्ल्यापासून उठून खिडकीत गेली आणि मुलांना जाताना पाहू लागली. बाहेर पडल्या पडल्या त्यांनी पळायला सुरुवात केली. ती वळली तेव्हा तिला अल्कोहोलच्या कप्प्यातली रिकामी जागा दिसली, जिथे पीच स्नॅप्सची* अर्धी बाटली ठेवलेली होती. ती स्वस्तातली कडक दारू होती आणि त्यांना त्यामुळे नक्कीच त्रास झाला असता. अर्थात, तिने हे कोणाजवळ कबूल केलं नसतं, पण त्या विचाराने तिला जरासा आनंदच झाला. त्या बाटलीच्या जागी दुसरी आणून ठेवायला म्हणून ती आत गेली, तेव्हा तिच्या डोळ्यांसमोर ते चित्रच उभं राहिलं की ते तिघंही कुत्र्यासारखं ओणवून गवतावर ओकत आहेत. मग तिने रिकाम्या जागेवर बाटली ठेवली आणि ती पुन्हा गल्ल्यावर येऊन उभी राहिली. त्यांचा विचार तिने मग मनातून पार पुसून टाकला.

---

* पीच स्नॅप्स - एक प्रकारची कडक दारू.

आता

फेसबुक : 'हम्बर बॉय बी'ला शोधा.

स्यू : मला आज एक माणूस दिसला. तू टाकलेल्या फोटोमधल्या मुलासारखाच तो दिसत होता, फक्त जरा मोठा. तो पक्का गुंड होता. त्याच्या बिच्चाऱ्या पोरावर तो स्कारबरोच्या चौपाटीवर वसावसा ओरडत होता. त्याच्या मानेवर काहीतरी गोंदलेलं होतं.

नोहाची आई : धन्यवाद स्यू. पण तो 'तो' नक्कीच नसणार. पॅरोल बोर्डच्या म्हणण्याप्रमाणे त्याला या हम्बरच्या परिसरात येण्याची मनाई आहे. पण तू हे इतरांपर्यंत पोहोचवण्याचं काम कर. कधीना कधी तो सापडेलंच. निदान तो कैदेत असताना त्याचा ठावठिकाणा तरी माहीत होता. त्याला परत तिथे नेण्याकरता मी काहीही करू शकेन.

गुप्त सुहृद : हा देश काही इतका मोठा नाही की तो कायमचा लपून राहू शकेल. आणि मी त्याच्या जवळ हळूहळू पोहोचेन.

केट

रविवारची संध्याकाळ एखादा मसाला गुन्हेगारपट बघण्यात घालवण्याची ऊर्मी दाबून टाकून केट आपल्या जेवण्याच्या टेबलवर लॅपटॉप समोर ओढून बसली. ती मन एकाग्र करण्याचा प्रयत्न करत होती, पण पुन:पुन्हा तिचे विचार ऑलिव्हर बरोबरच्या स्की ट्रीपकडे धावत होते. ऑलिव्हरच्या विचारांबरोबर मनात निर्माण होणारी उत्कंठा तिला आवडते आहे की काय, या बाबतीत तिचं मन जरा साशंक होतं. अशी उत्कंठा जी तिने बऱ्याच वर्षांत अनुभवली नव्हती. तिच्या किशोरवयात ती जेव्हा टिमबरोबर जात असे तेव्हा कदाचित असावी, पण त्यानंतर नाहीच. तिने स्वत:ला लक्ष एकाग्र करण्यासाठी बजावलं. उद्या बरोबर नऊ वाजता धोका व्यवस्थापन विभागाची मीटिंग होती. ती पोलिसांनी बोलावली होती. त्यांच्या कालच्या भेटीत ऑलिव्हर त्याबद्दल एक शब्दही उच्चारायला तयार नव्हता. त्याने फक्त इतकंच सांगितलं की ते हल्ल्याच्या संभाव्य धोक्याबद्दल आहे, आणि त्यांना बेन कसा आहे हेही जाणून घ्यायचे आहे. म्हणून मग तिने त्याच्या प्रगतीविषयी एक अहवाल तयार केला. त्याच्या मत्स्यालयातील कामाबद्दल ते प्रथमच ऐकणार होते आणि त्यांच्यापैकी कोणीही बेनने हे काम करू नये असं म्हणायला नको, असं तिला वाटत होतं. अजून नुकतीच सुरुवात होती, पण मत्स्यालयाचा व्यवस्थापक लिऑनला बेन आवडला असावा असं वाटत होतं. तो चांगलं काम करतो आहे, असं लिऑन म्हणाला. तिला त्यांना हे पटवून द्यायचं होतं की बेनच्या पुढे काहीतरी हेतू ठेवणं, त्याच्या दिवसाला काहीतरी वेळापत्रक देणं आवश्यक होतं. यामुळे दीर्घ मुदतीच्या कैद्यांना सुटकेनंतर जे नैराश्य येतं ते त्याला येणार नाही. तिच्या माहितीप्रमाणे बेनची ओळख किंवा पत्ता कोणाला कळला असावा, अशी कोणतीही शक्यता नव्हती.

दारावरची बेल कर्कशपणे वाजली आणि ती दचकली. आता कोणी येण्याची अपेक्षा नव्हती आणि तिला तिचा अहवालही पूर्ण करायचा होता. कदाचित कोणीतरी कोणत्या तरी मदतकार्यासाठी पैसे वगैरे गोळा करणारे असावेत.

पण तिच्या पुढच्या दाराच्या काचेतून तिला ओळखीची सावली दिसली आणि

ती हताशच झाली. बाहेर तिची आई उभी होती.

"हलो कॅथरीन," तिने हे अशा औपचारिक सुरात म्हटले की केटला अगदीच व्रात्य मुलगी असल्यासारखं वाटू लागलं. "मी म्हटलं जर तुला आधी फोन केला असता तर मला न भेटण्यासाठी तू काहीतरी सबबी शोधल्या असत्यास."

टीव्हीवर जी कोणती गुन्हेगारी मालिका सुरू असेल त्याचा केट अगदी आसुसलेपणाने विचार करू लागली. तिची आई जेव्हा जेव्हा तिच्या आयुष्यात यायची तेव्हा तेव्हा तिच्या आयुष्यात निर्माण होणाऱ्या नाट्यापासून तिने शोधलेली ती एक पळवाट होती.

"एका सहज भेटीकरता जरा उशीरच झालाय असं वाटत नाही का आई?"

"आत्ताशी कुठे नऊ वाजलेत."

"हो, पण माझ्या म्हणण्याचा अर्थ वेगळा होता."

केटच्या आईने नेहमीसारखेच नीटनेटके कपडे केले होते, पण ती केटला ओलांडून पुढे जाताना केटला मधाचा वास जाणवला. "अमेलिया कुठे आहे?"

"रविवारी रात्री या वेळी ती जिथे असायला हवी तिथेच. झोपली आहे."

"मी भेटू तिला?"

"नाही भेटलीस तर बरं. ती गाढ झोपली आहे." पण अर्थातच हे म्हणायची वेळ निघून गेली होती. वरच्या मजल्यावरून आलेल्या एका हाकेत तिचं पितळ उघडं पडलं. "आजी आली आहे का?" आणि मग अमेलिया तिच्या रात्रीच्या पोशाखात जिन्याच्या वरच्या पायरीवर अवतरली. "मला तहान लागली आहे." ती धडपडत खाली उतरली आणि तिच्या आजीच्या मिठीत शिरली.

"अरे अमेलिया, किती छान रंगीत नाइटी. यावर पुढे हे राजकन्येचं चित्र आहे का?"

"हो, ती 'फ्रोझन'मधली ॲना आहे. डॅडींनी माझ्यासाठी ही नॉरविचच्या डिस्नेशॉपमधून आणली."

"किती छान! तिचे केस फारच सुरेख आहेत."

"मला नाइटी घेताना तेही असंच म्हणाले. ते म्हणाले, ते आईच्या केसांसारखे लाल आहेत."

टिम तिच्याविषयी चांगलं बोलला या कल्पनेनेच केटला आश्चर्य वाटलं. सॅलीला अगदी फारच आवडलं असणार हे! सुदैवाने लहानपणाच्या निरागसतेने अमेलिया पुढे बोलतंच राहिली. तिची आई आणि आजीच्यात झालेली नजरानजर तिने पाहिलीच नाही.

"डॅड म्हणतात म्हणूनच आई इतकी तापट आहे."

हं, हे मात्र सॅलीला नक्कीच आवडलं असेल.

''ते म्हणाले की ते पुढच्या वर्षी मला कदाचित युरो डिस्नेला नेतील. ते खरं म्हणजे क्लोइच्या पाचव्या वाढदिवसाकरता आहे, पण तिथे एक भाग आहे जो सगळा सिनेमांविषयी आहे. त्यात एक 'फ्रोझन'चं काहीतरी असेलंच. मला ते नक्कीच आवडेल.''

''कुठे आहे युरो डिस्ने? तिच्या आईने विचारले. ''पॅरिस? ते छानंच आहे. हो ना?''

तिची आई खरोखरच प्रेमळ होती. केटला जरा अलिप्तपणे वाटून गेलं. आपण हरणारी लढाई लढतो आहोत हे जाणवून तिने हार पत्करली आणि अमेलियाला आणि आईला हॉलकडे पाठवून म्हणाली, ''ठीक आहे अमेलिया, तू आजीला पॅरिसबद्दल सांग. मी तुला पाणी आणते. तुला काही हवंय आई?''

''हो. मला बर्फ घालून जीन चालेल.''

''ठीक आहे. मग मी पाणी उकळत ठेवते.''

स्वयंपाकघरात केटला आई आणि अमेलियाचं बोलणं ऐकू येत होतं. आई तिला तिच्या शाळेबद्दल, तिच्या नृत्याच्या शिकवणीबद्दल, क्लाइबद्दल विचारत होती. तिला त्या दोघींना खूप वेळ एकत्र ठेवायचं जिवावर आलं. पण जेव्हा ती चहाचा ट्रे घेऊन आली तेव्हा सौम्य चहा पिऊन आईने तोंड वाकडं केलं.

''आई, मला उद्या काम आहे आणि मला अमेलियाही दमलेली असायला नकोय. तेव्हा आपण नंतर बोलून चालणार असेल तर...''

तिची आई तिच्या बॅगेत काहीतरी शोधता शोधता थांबली आणि तोंड पुसून म्हणाली, ''काय नंतर बोलू या?''

''जे काही तू सांगायला आली आहेस ते.''

तिच्या आईने परत अमेलियाला मांडीवर ओढायचा प्रयत्न केला, पण ती पाणी पीत झोपाळूपणे डोळे चोळत होती.

''मी माझ्या एकुलत्या एका नातीला भेटायला येऊ शकत नाही का?''

केटने खांदे उडवले. तिला माहीत होतं की हे प्रकरण एवढ्यावर थांबणारं नाही. तिची आई तेव्हाच यायची जेव्हा काहीतरी वाईट घडलेलं असायचं; म्हणजे एखाद्या मित्राने तिला दगा दिला असेल किंवा रोटरी क्लबमध्ये तिला कोणी काही बोललं असेल. आणि तिचे डोळेही जरा वेगळेच वाटत होते. जणू ती कशाबद्दल किंवा कोणाबद्दल खरोखरच गांभीर्याने विचार करत असावी. तिने एक खोल श्वास घेऊन चहाकडे नजर वळवली. नक्कीच चहाऐवजी जीन असती तर अशी इच्छा तिने केली असावी.

''एलिझाबेथने मला फोन केला होता.''

अच्छा, हे खरं कारण आहे तर या भेटीमागचं.

"का?" केट थक्कच झाली.

"म्हणजे तुझी बहीण का?" अमेलिया म्हणाली. अचानक तिच्या डोळ्यांतली झोप उडून ती टकटकीत जागी झाली होती.

केट अवाक् झाली. अमेलिया शब्दन्शब्द ऐकते आहे याचं भानही न राखता तिची आई पुढे सांगायला लागली, "अर्थात अमेलिया. तुझी एलिझाबेथ मावशी जी फार दूर राहते. तिने हे सांगायला फोन केला की तिला आपल्याला भेटायचं आहे."

"अमेलिया झोपायची वेळ झाली. चल लगेच," केटचा आवाज किंचित थरथरला. "आजीला गुडनाइट म्हण." अमेलियाने जरा नाराजीनेच आजीच्या रंगवलेल्या गालावर ओठ टेकले आणि आजीच्या घट्ट मिठीतून बाजूला होण्याचा प्रयत्न केला, पण केटने तिला हलकेच ढकलेपर्यंत तिने झोपायला जाण्यासाठी काहीच हालचाल केली नाही. "झोपायला जा अमेलिया, ताबडतोब."

ती गेल्यानंतर केट आईच्या दिशेने वळली.

"माझा विश्वासच बसत नाही. कुठे आहे ती?"

"तिने सांगितलं नाही." तिच्या आईने लहान मुलांसमोर आपण संयम बाळगावा अशा आविर्भावात नि:श्वास सोडला. "मला माहीत आहे कॅथरिन की मी घोळ घातला, पण ती काही माझी एकटीची चूक नव्हती ना. जर तुझे वडील एक चांगला नवरा होऊ शकले असते तर घरची परिस्थिती जरा बरी असती. नात्यांच्या बाबतीत तू माझ्यावरच गेली असणार. नाहीतर आपण दोघींनीही असल्या नालायक माणसांशी कशाला लग्न केलं असतं?"

"तू यात मला किंवा डॅडना आणू नकोस. तुझ्या पिण्याकरता तू एकटीच जबाबदार आहेस."

"माझी स्वत:चीच मुलगी जर माझ्याशी अशा सुरात बोलत असेल, तर मी पिते यात नवल ते काय असणार? आणि एलिझाबेथचं काय? जर उद्या अमेलियाने तुला भेटायला नकार दिला तर तुला कसं वाटेल?"

"प्लीज, माझी तुलना तू तुझ्याशी करू नकोस. माझं माझ्या मुलीवर प्रेम आहे." केट शांतपणे, पण कडवटपणा भरलेल्या सुरात म्हणाली.

"आणि माझं तुझ्यावर प्रेम आहे. तुमच्या दोघींवरही. मला वाटतं, तुझ्या तापटपणाबद्दल टिम जे म्हणाला त्यात तथ्य असणार. तू जर तुझे केस रंगवलेस तर तू शांत होशील असं वाटतं का तुला?"

"आई तू अतर्क्य आहेस. तुझ्या लक्षात येतंय ना की तू सत्य टाळते आहेस."

तिच्या आईने आपला स्कर्ट व्यवस्थित सारखा केला. "आणि काय सत्य आहे ते?"

"तू का प्यायला लागलीस याबद्दल बोलतेय मी. तू जर चोवीस तास झिंगलेल्या अवस्थेत नसतीस, तर माझ्यासाठी गोष्टी जरा वेगळ्या घडल्या असत्या. लिझसाठीसुद्धा फरक पडला असता. कदाचित ती त्या दिवशी कायमची निघून गेली नसती."

खूप थकून गेल्यासारखी केटची आई खुर्चीत कोसळली. "तू किती स्वार्थी आहेस. अगदी तुझ्या बहिणीसारखी. तुम्हाला कधीच असं नाही वाटलं की हे माझ्यासाठी किती कठीण असेल? तुझ्या मनात आलं नाही का की सगळं आलबेल आहे असा देखावा करताना मी काय काय सहन केलं असेल?"

एक क्षणभर तिथे स्तब्ध शांतता पसरली. दोघींनीही आपली मानसिक स्थिती ठीकठाक केली, हा वाद कुठपर्यंत ताणू शकतो याची चाचपणी केली. हा वाद ताणायला ती फारच दमली आहे हे लक्षात येऊन केट थंडपणे म्हणाली, "मग तिला आता का भेटायचं आहे आपल्याला. इतक्या वर्षांनतर आता काय असा फरक पडलाय परिस्थितीत?"

"ती म्हणते की ती आपल्याला भेटल्यावर सांगेल. ती तुला फोन करणार आहे."

"मी त्याकरता उपलब्ध असेन की नाही हे आता सांगता येणार नाही. शेवटी, गेली वीस वर्षं मी तिला शोधण्याचा प्रयत्न करते आहे."

तिची आई आता उभी राहून तिच्या बॅगेच्या तळाशी असणाऱ्या किल्ल्या शोधत होती. बाहेर पडताना दारात उभ्या असणाऱ्या केटच्या ती समोरासमोर आली.

"राणी, तुझी समस्या ही आहे की तू कायमच ढोंगी होतीस. तुझ्या कधी हे डोक्यात तरी आलं का की जे काही घडलं त्यात तुझीही काही जबाबदारी असेल?"

केट तिच्या आईच्या गाडीचा दूर जाणारा आवाज ऐकत राहिली. तिची पाठ पुढच्या दाराला टेकलेली आणि हनुवटी प्रकाशाच्या दिशेने ताणलेली होती. खरं असेल का हे, लिझ निघून गेली त्यामागचं एक कारण तीसुद्धा असेल? खरंच असं जर असेल तर ते लवकरच तिच्या समोर येईल. आणि केटच्या लक्षात आलं की तिला या कल्पनेचंसुद्धा भय वाटतं आहे. लिझचं जाणं हे संथ तळ्यात टाकलेल्या दगडासारखं होतं. त्यानंतर उठलेले तरंग आता कुठे शांत होऊ लागले होते. जरी तिचं आयुष्य तिच्या मनाप्रमाणे घडलेलं नव्हतं तरीही ते वाईटही नव्हतं. आणि लिझमुळे ते बदलावं अशी तिची इच्छा नव्हती.

बेन

फरशी पुसण्याचं काम विसरून मी भारल्यासारखा त्या मोठ्या टँककडे बघतच राहिलो. पाण्यातल्या त्या अबोध जगात आणि दगडगोट्यांत मी इतका रमलो होतो की मला तो सगळा भाग स्वच्छ करायचा आहे हे विसरूनच गेलो. हे मासे मला भुलवून टाकतात. सगळे वेगवेगळ्या प्रकारचे, तरंगणाऱ्या वस्तूंबरोबर पोहणारे, वेगवेगळ्या आकारांचे, लहान-मोठे, एकत्र राहणारे, नाकाला नाक भिडलं तरी चालवून घेणारे. ते इतके शांत कसे राहू शकतात, एकमेकांपेक्षा इतके वेगळे असूनही एकत्र कसे राहतात?

माझे विचार असेच धावत राहतात. मासे आ वासून तरंगत राहतात.

नदीतले मासे. तेच मासे जे हम्बरमध्येही मिळाले असते. असे मासे जे गळाला अडकतात किंवा जाळ्यात सापडतात. नोहाला बुडताना असलेच मासे दिसले असतील का? पाण्यावर आपटल्याने जर तो लगेच मेला नसेल तर त्याच्या नाकातोंडातून मौल्यवान हवेचे बुडबुडे निसटताना त्याला काय दिसलं असेल?

धारदार कल्ल्यांच्या, माझ्या पंजाएवढ्या चंदेरी माशांची एक ओळ बाहेर बघत होती. या सगळ्या पेट्यांमधल्या सगळ्या माशांमधले हे एकटेच मासे असे आहेत की जे बघणाऱ्याला न्याहाळतात. त्यांचे डोळे गटाणे आणि दुसऱ्याला दोष देणारे आहेत.

''कसला विचार चालू आहे?''

मी दचकतो. मग जरा शांत होऊन हातातल्या कामाकडे वळतो. दुपारी एका छोट्या मुलाने ज्यूसचा कप सांडला होता तिथली फरशी साफ करण्याचं काम मी करत होतो. लिऑनने आधीच मत्स्यालयाच्या दारावर बंदची पाटी लावून आमचे चहाचे मग विसळून टाकले आहेत.

''सॉरी लिऑन, मी जरा मासे बघत होतो.''

''ठीक आहे मुला. तुला त्यात इतका रस वाटतोय हे छानंच आहे. आता मला तुला काहीतरी विचारायचंय. मी विचार करत होतो की तुला रविवारी दुपारी

माझ्याकडे जेवायला यायला आवडेल का? माझ्या पत्नीलाही भेटशील.''

चमकून मी फरशी अधिक जोराने घासायला लागतो. जरी त्यावरचे डाग निघून गेले असले तरीही. माझी मान आणि गाल लाल झालेले मला जाणवले.

''ओह, कधी?''

''रविवारी. दुपारी.'' स्वत:च्याच विनोदावर लिऑनला हसू येतं आणि ठसका लागतो. नंतर तो बोलतो तेव्हा त्याचा स्वर अगदी नम्र असतो. ''म्हणजे जर उद्या तुला काही काम नसेल तर.''

''नाही. काही काम नाही.''

आयुष्यात पहिल्यांदाच हे शब्द अर्थपूर्ण आहेत. मी पुसण्याचं फडकं आणि बादली कपाटात ठेवली. लिऑन मला त्याच्या घरापर्यंत पोहोचण्याचा तपशीलवार नकाशा काढून देताना मी काळजीपूर्वक बघितला. माझ्या मनात एकच विचार घुमत होता, मी जुळवून घेतो आहे. पॅरोल बोर्डाने म्हटल्याप्रमाणे माझं पुनर्वसन होतं आहे. रविवारचं जेवण, हे खरं म्हणजे अगदी औपचारिक वाटतं, पण अर्थात लिऑन तसा नाही. त्यामुळे जेवायला फक्त सॅन्डविचसुद्धा असू शकेल. लिऑन रोज मत्स्यालयात तेच आणतो तेही चंदेरी कागदात गुंडाळलेलं.

''आणि पोटात जागा ठेवून ये,'' तो म्हणाला.

नीट बसून व्यवस्थित जेवण्याचा विचार हा घाबरवणारा आणि उत्कंठित करणारा होता.

लिऑनने पेन्सिलीने काढलेला नकाशा त्याच्यावरचे बाण, पूल आणि पबच्या चित्रांसकट शनिवारी संध्याकाळ आणि रात्रभर माझ्या बिछान्याजवळच्या टेबलावर होता. आता तो नकाशा स्वयंपाकघरातल्या खिडकीच्या कट्ट्यावर आहे. मी तो इतक्या काळजीपूर्वक बघितला आहे की मी डोळे बंद करूनही लिऑनच्या घरी पोहोचू शकेन. पण तरीही मी तो काळजीपूर्वक घडी करून खिशात ठेवला.

आताशी अकरा वाजले आहेत, पण मला उशीर करायचा नव्हता आणि मला आधी स्पारमध्ये जायचं आहे. मी आधीच पाहिलं होतं की त्यांच्याकडे फुलं असतात, बाहेर काळ्या बादलीत ठेवलेली. मी त्यातलीच थोडी घेणार होतो.

गल्ल्यावर आज परत शर्ल होती.

''हॅलो, लव्ह. मैत्रिणीला भेटायला चालला आहेस?''

''रविवारचं जेवण.''

तिने मला न्याहाळून बघितलं. मी नवीन शर्ट घातलाय हे तिच्या लक्षात आलं. हा आकाशी शर्ट माझ्या सुटकेच्या वेळी केव्हिनबरोबर जाऊन घेतलेल्या कपड्यांमधला एक होता. हा खरंतर नोकरीच्या मुलाखतींच्या वेळी वापरण्यासाठी घेतला होता. त्याची कॉलर टोचते आहे. मला अशा मापातल्या कपड्यांची सवय नाही, पण

शर्लच्या नजरेवरून तिला ते आवडले असावेत असं मला वाटलं. तिने परत फुलांकडे लक्ष वळवले.

"मस्त! मलाही क्रिसॅन्थमम आवडतात." शर्लने त्याचं किमतीचं लेबल काढलं आणि फुलं गुलाबी कागदात व्यवस्थित गुंडाळून त्यांना टेप लावली. एखादी अमूल्य वस्तू द्यावी तशी तिने मला ती फुलं नजर केली. "मला आशा आहे की तिला ती आवडतील."

मी नकाशाबरहुकूम जायला सुरुवात केली. ऑरवेल ब्रिजच्या अगदी खालून जाणाऱ्या रस्त्यावरून स्टार पबच्या पलीकडे पुढे पुढे जात राहिलो; ते मला लाल विटांच्या घरांची ओळ दिसेपर्यंत. तेव्हा माझ्या लक्षात आलं की त्या दिवशी मी नदीकाठावरून जी घरं बघितली होती त्यातल्याच एका घरात तो राहतो. मी हल्मध्ये जिथे राहत होतो तिथे अशा प्रकारचे अनेक रस्ते होते; कुत्र्यांची विष्ठा, घाण, चिकटपट्टीने बंद केलेल्या खिडक्या. पण मी लिऑनच्या घरी पोहोचलो तेव्हा माझ्या लक्षात आलं की माझ्या जुन्या घरापेक्षा ते खूपच वेगळं होतं. पुढचं अंगण काळजीपूर्वक नीटनेटकं ठेवलेलं होतं आणि फाटकाचा गडद रंगही त्याला व्यवस्थित तेलपाणी केल्यामुळे आलेला होता. फाटकावर एक लाकडी पाटी होती ज्यावर खारीचं चित्र रंगवलेलं होतं. तिने हातात एखादा दाणा पकडला असावा, अशा तऱ्हेने ३ आकडा धरला होता. गेट उघडल्यावर मला दिसलं की पुढच्या खोलीच्या खिडकीवर आणखी एक खार आहे, पण ही लाल मातीची आणि टोकेरी कानांची आहे. मी दरवाजाची कडी वाजवायला गेलो आणि जरा घुटमळलो. पण मग परत पितळेच्या खारीची शेपटी दारावर वाजवली.

हलकेच, ऐकू येईल न येईल अशी. पण दार लगेचंच उघडलं.

लिऑन माझ्याकडे बघून मोकळं हसला. तो वेगळा दिसत होता. अचानक माझ्या लक्षात आलं की तो मत्स्यालयात नेहमी जे कपडे घालतो, निळा छोट्या बाह्यांचा शर्ट, तो खरंतर त्याचा गणवेश असणार. आता तो निळी जीन्स आणि बर्गंडी (गर्द लाल) रंगाचा, पुढे कसलं तरी चित्र असणारा टी-शर्ट घालून एकदम आरामात होता.

"हाऊ," तो हसला, पण तो गंमत करतो आहे हे त्याने माझ्या स्वागताकरता एक हात उचलल्यावरच लक्षात आलं. "आत येऊन आमच्या म्हाताऱ्या पोरीला भेट."

"मी खरंच मुलगी असते तर." स्वयंपाकघराच्या दरवाजात एक स्त्री उभी होती. तिच्या पाठीमागून भाजलेल्या मांसाचा गंध दरवळत होता. तिच्या हातात ओव्हनमध्ये वापरायचे हातमोजे होते आणि अंगावर गुलाबी नक्षीदार एप्रन. तिच्या चेहऱ्यावर मनमोकळं हास्य होतं.

तुरुंगाबद्दल एक सांगता येईल, तिथे फारशा बायका नसत. फक्त काही अधिकारी, एखादी शिक्षिका बस्स. ज्या काही मोठ्या माणसांना मी भेटलो त्यापैकी बहुतेक पुरुष होते. मला भीती वाटते की मी तिच्याशी बोलू शकणार नाही.

"अं... हाय!"

"हॅलो, लव्ह. मी तुझ्याबद्दल खूप काही ऐकलंय. मी इस्सी."

मी अवघडून हातातली फुलं तिच्या हातमोजे घातलेल्या हातात कोंबलीच जवळजवळ. इतक्या आनंदाने आणि आश्चर्याने तिने ती फुलं धरली की मी चॉकलेट्सही आणायला हवी होती असं मला वाटून गेलं.

"ये आत ये. हे आपलंच घर समज. असंच म्हणतात ना लिऑन?"

"असंच काहीसं राणी." त्याने माझ्याकडे बघून डोळे मिचकावले. "ये बेन, मी तुझ्यासाठी काहीतरी आणतो."

पुढची खोली मी आजवर पाहिलेल्या खोल्यांपेक्षा वेगळीच होती. ती एखाद्या दुकानासारखी अनेक वस्तूंनी खचाखच भरलेली आहे. मातीच्या वस्तू, लेस, उशा आणि चिनीमातीच्या काही खारी, काही कापडावर भरून फ्रेम केलेल्या. या सगळ्यामुळे ती खोली जादुई वाटत होती. एखाद्या अद्‌भुत गोष्टीतल्या घरासारखी. माझ्या हल्मधल्या घरापेक्षा कितीतरी वेगळी. तिथे एकमेव सजावटीची गोष्ट म्हणजे ॲश-ट्रे. तिथल्या तंबाखूचे डाग असणाऱ्या भिंतींवर एखादंही चित्र टांगलेलं नव्हतं. सोफ्यावरच्या उशा केव्हाच गायब झाल्या होत्या आणि त्याचं श्रेय होतं ते वेगवेगळ्या दुर्गुणी कुत्र्यांना. एखादी संध्याकाळ बाहेर उनाडल्यावर स्टुअर्ट कुठून तरी त्यांना उचलून आणायचा आणि मग आपण त्यांना आणलंय हे साफ विसरून निघून जायचा. त्यांच्यासाठी मग नवीन घर शोधण्याची कामगिरी आपोआप आईवर यायची. त्यांच्यासाठी घर शोधायचं किंवा त्यांना स्वत:चं घर शोधण्यासाठी कुठेतरी सोडून द्यायचं. लिऑनने माझ्या हातात बिअरचा थंड कॅन सरकवला. इसाबेलने स्वयंपाकघरातून आवाज दिला.

"माझा स्वयंपाक तयार होईपर्यंत बेनला आपली बाग दाखव."

बाग जेमतेम बारा चौरस फुटांची असावी. पण तो नंदनवनाचा एक तुकडाच होता. गवताचं प्रत्येक पातं इतकं हिरवगार आणि लुसलुशीत होतं की ते खाण्याचा मोह आवरू नये. आणि सुंदर सुगंधी फुलांची कडेची झाडं बघितल्यावर तर मला माझ्या गुच्छाची लाजच वाटली. इस्सी स्वत:च्या परसातून पन्नास फुलं काढू शकली असती. तिथे पक्ष्यांची पाणी पिण्याची एक जागा होती आणि एक बाक. सगळं कसं नीटनेटकं आणि परिपूर्ण होतं.

"वा!" मी मनापासून म्हणालो.

“बघितलंस ना, मला हे आवडतं. मासे नाही. ”

लिऑनने कुंपणाकडे बोट दाखवलं. तिथे पांढरी फुलं फुलली होती. हिरव्या कोवळ्या पानांनी लाकूड झाकलं जात होतं. “बागकाम हा माझा छंद आहे. त्याने माझा सगळा ताण कमी होतो.” बिअरचा एक घोट घेऊन त्याने कॅन उंचावला. “आणि हेही.”

त्याला हे असं बघताना बरं वाटत होतं. मीही माझ्या बिअरचा आस्वाद घ्यायला सुरुवात केली. ती थंड आणि सौम्य होती. त्यामुळे मला हलकं, पण झिंगल्यासारखंही वाटत नव्हतं.

“तुझं मत्स्यालयातलं काम छान चाललंय बेन.” त्याने म्हटलं. “तुला कामावर ठेवून घेतल्याचा मला खरच खूप आनंद होतोय. मला खरंतर खात्री वाटत नव्हती. तुला सांगतो, आपला बॉस केवळ फुकटात काम होतं म्हणून असं सामाजिक सेवा विभागातून कोणालाही उचलून आणतो. पण तो काय ग्रेट यारमाउथहून फक्त महिन्यातून एकदाच येतो. म्हणजे काही भानगड झाली तरी त्याला काही ती निस्तरावी लागत नाही ना. पण तुझ्या बाबतीत मात्र माझी काहीच तक्रार नाही.”

त्याला थोडं लाजल्यासारखं झालं. मला जाणवलं की त्याला जरी हे सांगायचंच होतं, तरीही त्याला बोलताना जरा अवघडल्यासारखंच होत होतं. म्हणून मग मी बिअरचा एक घोट घेऊन त्याचे आभार मानले, आणि त्याच्या बागेबद्दल अजून काहीबाही विचारत राहिलो. सरतेशेवटी त्याने मला बागेतून फिरवून आणलं, सगळी झाडं, फुलं दाखवली, मातीबद्दल सांगितलं आणि केवळ त्या वीस मिनिटांतच मला बागकामाची इतकी माहिती मिळाली जेवढी मला मी ग्लेन पारवाच्या बागकाम करणाऱ्या लोकांबरोबर काम करतानाही मिळाली नव्हती. आणि ते काम तर तब्बल सोळा महिने होतं.

शेवटी लिऑन बाकावर बसला. त्याने हात गुडघ्यांवर आवळून घेतले होते. खोल श्वास घेत त्याने बागेच्या एका कोपऱ्याकडे नजर वळवली. तो बागेतला सगळ्यात प्रसन्न कोपरा होता. तिथे सिरॅमिकचा एक पुतळा होता, गुडघ्याएवढा, फुटबॉल खेळणाऱ्या मुलाचा. पुतळ्यातला मुलगा पायाने बॉल उडवत होता आणि त्याच्या पायाजवळ एक प्लॅस्टिकची फ्रेम होती ज्यात एक दहा- अकरा वर्षांच्या, निळं आणि पांढऱ्या रंगाचं फुटबॉल जॅकेट घातलेल्या मुलाचा हसरा, दातपडका फोटो होता.

“तो आमचा मुलगा.” ती बोलेपर्यंत तिचं बागेत येणं मला जाणवलं नव्हतं.

लिऑनने घसा खाकरला आणि स्वत:च्या बुटांकडे नजर वळवली, पण इस्सी माझा दंड पकडून फोटोकडे बघत होती. तिच्या नजरेत प्रेम आणि वेदना इतकी ठळकपणे उमटली होती की मला अस्वस्थ व्हायला झालं.

"आमचा मायकेल."

तिने झट्‌कन माझा हात सोडला. मला शंका आली की हे सगळे माझ्या कल्पनेतच घडले असावे. दोन्ही हात एकमेकांत गुंतवत ती म्हणाली, "चला जेवायची वेळ झाली." वातावरण एकदमच बदलून गेलं.

जेवतानाच्या गप्पा सहज साध्या होत्या. आम्ही मत्स्यालयाबद्दल बोललो. लिऑन किती कष्ट करतो, माझ्या येण्याने त्याला किती मदत झाली आहे, असं सगळं त्यांनी मला त्यांच्या घराविषयी सांगितलं. ते कसे इतकी वर्षं तिथेच राहत आहेत, कसे शेजारी आले आणि गेले, कसे ते असभ्य लोक होते. सगळ्यात शेवटी आमच्यात एक शांतता व्यापून राहिली होती. शांतपणे आम्ही मनापासून जेवत होतो. मी जेव्हा तिसऱ्यांदा पुडिंग घेऊन खाल्लं तेव्हा इस्सीला बरं वाटलेलं मला जाणवलं.

"कोणीतरी मनापासून जेवतानाचा आस्वाद घेतंय हे बघूनच किती बरं वाटतं. मायकेलचा आहारही चांगला होता."

"इस्सी..." लिऑन तिला शांत राहायला सांगत असावा. मला तिला म्हणायचं होतं की ठीक आहे, ती त्यांच्या मृत मुलाबद्दल बोलली तरी मला काही वाटणार नाही. पण मला तसं म्हणताच येईना. त्याऐवजी मग मी माझं खाणंच सुरू ठेवलं, फक्त जरा सावकाश.

"लिऑन जास्त काही खात नाही. त्याच्या वाटचं खाणं मी पक्ष्यांना देते. मी केलेला स्वयंपाक कोणाला तरी आवडतोय हे बघून बरं वाटतं."

तिच्या बोलण्यात जरासा नापसंतीचा सूर होता. घरची जेवणाच्या वेळची भांडणं आठवून मला एकदम अस्वस्थ वाटलं. अर्थात, आम्ही कधी असं जेवायला एकत्र बसलोच नाही म्हणा. पण क्वचित कधीतरी एखाद्या शुक्रवारी रात्री स्टुअर्टला जेव्हा उदारपणाचा झटका यायचा तेव्हा एखादी चायनीज करी किंवा तो आनंदात नसेल तर मग नूडल्स. पण आम्ही सगळे एकाच खोलीत असू तर काहीतरी विपरीत झालंच पाहिजे.

हा नवीन मूड बदलण्याच्या प्रयत्नात, लिऑनने त्याचं ढेरपोट पकडलं आणि म्हणाला, "माझ्याकडे बघून मला कोणी मी खात नसेन असं म्हणूच शकणार नाही. फक्त मी दोन जणांचं अन्न खाऊ शकत नाही."

ती होतीच तिथे. मला जाणवत होती ती. त्यांच्या आयुष्यातील पोकळी, मायकेलची रिकामी जागा. इस्सीला कमी स्वयंपाक करताच येत नव्हता; तो कायमचा गेला हे तिला स्वीकारता येतच नव्हतं. फक्त तीन यॉर्कशायर पुडिंग खाऊन ती जागा भरून काढणं इतकं सोपं असतं तर मग काय हवं होतं. मी मायकेलच्या खुर्चीत बसलो होतो, पण मी तो असूच शकत नाही. जर या दयाळू

माणसांना कळलं की मी काय केलं आहे, तर ते मला हाकलून देतील. त्यांची दु:खाशी ओळख आहे आणि मी दु:खाचा वाहक आहे. यापेक्षा वेगळ्या कशाची अपेक्षा करावी.

त्या रात्री घरी आल्यानंतर माझं मन कळवळलं. निद्रा आणि जागृतीच्या मध्ये असणाऱ्या त्या एकाकी ठिकाणी माझ्या मनाला प्रश्न पडला. लिऑन आणि इस्सीला माझ्याबद्दल कधी प्रेम वाटू शकेल? मी कधीच कोणत्याही मुलीचं चुंबन घेतलेलं नाही. कधी मला कोणाबद्दल आकर्षणही वाटलेलं नाही. अगदी एखादी शिक्षिकाही आवडली नाही. कधी कशाबद्दलही ओढ वाटली नाही, पण आता मात्र मला वाटते आहे. पण ती मुलीबद्दल किंवा शरीरसुखाची नाही, तर दोन म्हाताऱ्या जीवांची. भरपूर खारी आणि एका फुटबॉल आवडणाऱ्या दातपडक्या मुलाच्या स्मरणार्थ बाग फुलवणारी ती दोन म्हातारी माणसं. तो कसा गेला ते त्यांनी सांगितलं नाही, किंवा तो किती वर्षांचा होता तेही नाही, पण ती पोकळी मात्र होतीच त्यांच्या आयुष्यात.

माझ्या आयुष्यातही एक पोकळी आहे. माझी आई, जी माझ्या पत्राला उत्तर देत नाही, जी मी कैदेत असताना कधी मला भेटायला आली नाही. एक सावत्र बाप, ज्याने मी किती दुष्ट आहे याची कहाणी वर्तमानपत्रांना विकली. नाही, मी तिकडे जाऊच शकत नाही. चुकून जर गेलोच तर माझ्या मनात प्रश्न येतील की या सगळ्यात नोहाचं स्थान कोणतं, मी हम्बर बॉय बी कसा झालो आणि ही अशी गोष्ट आहे की जी मी करूच शकत नाही. म्हणून मी फक्त रविवारच्या जेवणाचा विचारच डोक्यात ठेवला. हा दिवस कसा चांगला गेला. परिस्थिती बदलेलही कदाचित.

त्या दिवशी

नझ्माला खिडकीच्या कठड्यावर बसायला आवडत असे. संपूर्ण घरातली ती तिची आवडती जागा होती. तिच्या बारीकशा कुडीला पुरण्याइतका तो कठडा रुंद होता. पडदे ओढून घेतले की ती एकदम आरामशीर जागा व्हायची, पण मुख्य म्हणजे ती तिथून संपूर्ण भागावर लक्ष ठेवू शकत असे आणि तेही कोणाच्याही लक्षात न येता. कशी कोण जाणे, पण नझ्मा तशी पट्कन नजरेत भरणारी मुलगी नव्हतीच.

आताही ती खिडकीत एक पुस्तक घेऊन बसली होती. एका बेटावर आई-वडिलांशिवाय राहणाऱ्या मुलांच्या गोष्टीत ती हरवून गेली होती. तिला वाचायला आवडायचं, पण कधीकधी तिला बाहेरही जावंसं वाटत असे. पण तिला कधी कोणी खेळायला बोलवेल तर ना! कधीकधी तिला शाळेतील इतर मुलं स्केटिंग करताना दिसायची, पण ती कधी त्यांच्यात गेली नाही. तुम्ही जेव्हा इतरांपेक्षा वेगळे असता तेव्हा मैत्री करणं किती कठीण असतं. आणि असंही ती बाहेर असली तर तिची आई काळजी करायची. शिवाय, तिने नझ्माला असंही सांगितलं होतं, की शाळेचा अभ्यास मन लावून केला तरच तिचं भविष्य चांगलं असेल. तिचं करिअर होईल. तिची आई दुकानात इतके काबाडकष्ट करायची, पण त्यामानाने तिला त्याचं फळ काहीच मिळायचं नाही. तिला तिच्या मुलीकरता याहून चांगलं आयुष्य हवं होतं. हे ती पुन:पुन्हा सांगायची. म्हणजे नुसते जास्त पैसे नव्हेत, ते येतीलच म्हणा, पण आदर.

"डॉक्टर किंवा अकाउन्टंट. या व्यवसायांना जगात किंमत आहे," तिची आई तिला नेहमी सांगायची.

नझ्माने नि:श्वास टाकला. हे सगळं जबाबदारीचं किंवा आईला खूश करण्याचं ओझं वाटून घेण्याकरता तिला जर एखादं भावंड असतं तर किती बरं झालं असतं. ती परत पुस्तकाकडे वळली, 'स्वॅलोज ॲन्ड ॲमेझॉन्स'. पुन्हा एकदा ती त्या बेटावरच्या बालिश रोमांचक आयुष्यात, काड्यापेटी नसताना आग कशी पेटवावी, या प्रश्नात हरवून गेली. तिला डॉक्टर व्हायचं नव्हतं. तिला विज्ञान किंवा गणितात

तेवढी गतीच नव्हती. त्याऐवजी तिला काटक्या वापरून आग पेटवायला किंवा झाडावर घर बांधायला जास्त आवडलं असतं.

बाहेरच्या हालचालीने तिला पुस्तकातून मान वर करायला भाग पाडलं. तीन मुलं दुकानाच्या दिशेने येत होती. त्यातल्या दोघांची मान खाली होती. त्यामुळे तिला त्यांचे चेहरे दिसले नाहीत, पण त्यातल्या एकाने वर बघितलं तेव्हा तिला दिसलं की तो नोहा होता. गेली पाच वर्षं, त्या दोघांनी एकदमच प्राथमिक शाळेत जायला सुरुवात केली तेव्हापासून ती त्याला ओळखत होती. तो थांबला आणि बुटाची लेस बांधण्याकरता खाली वाकला. तो उठला तेव्हा तिने हात उंचावून खिडकीच्या काचेवर ठेवला. तिच्या हाताला काचेचा गारवा जाणवला. त्याने हात हलवला तशी ती हसली आणि तो तिच्या आईच्या दुकानात शिरला. दार उघडताना वाजणारी घंटा तिला ऐकू आली. आणि तो काउन्टरपाशी उभा असल्याचं चित्र तिच्या डोळ्यांसमोर आलं.

एक क्षणभर तिने मनाशी कल्पना करून पाहिली की तिची आई तिला हाक मारून सांगते आहे की नोहा तिला बाहेर खेळायला बोलावतो आहे. तिने डोळे बंद केले आणि मनासमोर चित्र उभं केलं. हसण्याचं, उन्हं अंगावर घेऊन धावण्याचं. ती पुस्तकातलं वाचलेलं त्याला सांगू शकेल, ओंडके आणि वेली वापरून तराफा कसा बनवायचा, पिण्याआधी पाणी उकळून थंड कसं करून घ्यायचं. तिला किती गोष्टी माहिती आहेत ते दाखवून ती त्याला आश्चर्यचकित करू शकेल.

ती तशीच थांबून राहिली. थोड्या वेळाने मुलं परत बाहेर आली आणि पळत सुटली. पाठीमागे वळूनही न पाहता नोहा रस्त्यावरून पळत जाऊन दिसेनासा झाला. तिला दिसलं की त्याची बुटाची लेस परत सुटली होती.

नझ्मा परत पुस्तकाकडे वळली.

आता

फेसबुक : 'हम्बर बॉय बी'ला शोधा.

गुप्त सुहृद : मी शोधलं आहे त्याला. मी त्याला एका फ्लॅटमधून बाहेर येताना पाहिलं. आणि तेही एका चांगल्याशा फ्लॅटमधून. आता मी काय करावं असं तुला वाटतं?

मायकेल फॅरो : त्यांनी त्याला चांगला फ्लॅट मिळवून दिला आहे? हे जरा अतिच होतंय. ही परोपकारी माणसं माझ्या डोक्यात जातात. परत एकदा फाशीची शिक्षा आणायला हवी म्हणतो मी.

गुप्त सुहृद : मलाही तसंच वाटतं आहे.

नोहाची आई : मला पटत नाही मृत्युदंड, पण माझा शिक्षेवर विश्वास आहे. आणि त्याने जे केलं आहे त्याला फक्त आठ वर्षांची शिक्षा पुरेशी नाही. जे यात बळी ठरतात त्यांचं म्हणणं कोणीच कसं ऐकत नाही? पार गळ्याशी येईपर्यंत त्यांच्याकडे कोणाचं लक्ष नसतं. आणि शेवटी अगदी कैचीत पकडल्यासारखी अवस्था होते तेव्हा समोर कोणताच मार्ग उरत नाही.

केट

सोमवारी सकाळी कॉन्फरन्स रूममध्ये शिरल्यावर केटच्या लक्षात पहिल्यांदा कोणती गोष्ट आली असेल तर ती म्हणजे ऑलिव्हरच्या शर्टाच्या उघड्या गळ्यातून त्याच्या छातीवरचे भरपूर केस दिसत होते. आणि दुसरी गोष्ट म्हणजे त्याने तिला हॅलो म्हणण्याकरता त्याच्या आयपॅडमधून डोकं वरसुद्धा केलं नव्हतं. खरंतर तिने अगदी काळजीपूर्वक पोशाख केला होता. तिने उन्हाळ्यात सेलमध्ये विकत घेतलेला, पण आजपर्यंत कधी न वापरलेला हिरवा रेशमी ब्लाउझ आणि एरवी फक्त कोर्टात वापरण्याकरता राखून ठेवलेला निमुळता स्कर्ट घातला होता. तिच्या तयारीलाही आज नेहमीपेक्षा जास्त वेळ लागला होता. आणि एवढंच नव्हे, तर तिला हव्या तशा लिपग्लॉससाठी तिने अमेलियाच्या वाढत्या साठ्यावर डल्ला मारला होता. हे सगळं करता करता तिला पंधरा मिनिटं उशीर झाला होता, पण या पठ्ठ्याने तिच्याकडे नजरही वळवली नव्हती. स्साला फेसबुकवर विहरत होता.

"मॉर्निंग केट," तिला बघून निदान पेनीला तरी बरं वाटलेलं दिसलं. "छान दिसतेस आज. कुठे जाणार आहेस वाटतं?"

देवा! पण आता ऑलिव्हर निदान वर तरी बघत होता. त्याची पारखी नजर तिला न्याहाळून तिच्या नजरेला भिडली. त्याच्या छातीवर खरोखरच खूप केस असावेत आणि तेही गडद.

"विशेष काही नाही पेनी, हवेतील बदल साजरा करते आहे. उन्हाळ्यासारखं वाटतंय अगदी."

"मला नाही असं वाटत," ऑलिव्हर म्हणाला. त्याने परत आयपॅडच्या स्क्रीनमध्ये डोकं खुपसलं, तिला चेहऱ्यावरचे भाव दिसू नयेत म्हणून बहुतेक. "मी शनिवारी स्कीइंग करायला गेलो होतो."

केटला हसू आलं. ती स्वत:शीच हसली. प्रयत्नपूर्वक तिने गेडकडे लक्ष वळवलं; आजही तो उबदार कपड्यांमध्ये आला होता. त्याने तिच्याकडे पाहून मान डोलावली. "हाय गेड, कसा आहेस तू?"

“छान!” तो म्हणाला, पण त्याच्याकडे बघून काही तसं वाटत नव्हतं. तो अशा तऱ्हेने हाताची घडी घालून बसला होता की त्याच्या आविर्भावावरून त्याची इथे असण्याची अनिच्छा स्पष्टपणे दिसून येत होती.

स्टिफन फ्लिन आला. सुदैवाने त्याला केटपेक्षाही जास्त उशीर झाला होता. त्याच्या हातात असलेली जाड फाइल त्याने टेबलच्या मध्यभागी भिरकावली. “च्यामारी त्या फेसबुकच्या..., मी तो कोण झिमरमन का कोण आहे त्याच्यावर खटलाच ठोकणार आहे आम्हाला त्रास दिल्याबद्दल.”

केटने काय झालं अशा अर्थी पेनीकडे पाहिलं, पण तिला उत्तर मिळालं ते ऑलिव्हरकडून. त्याने आयपॅड तिच्या दिशेने सरकवलं. स्क्रीनवर *‘हम्बर बॉय बी’ला शोधा* या शीर्षकाचं पान उघडलेलं होतं. त्यातल्या अगदी ताज्या नोंदीकडे त्याने पेनीला स्पर्श करून तिचं लक्ष वेधलं.

गुप्त सुहृद : मी शोधलं आहे त्याला... आता मी काय करावं असं तुला वाटतं?

“या थापा असू शकतील,” केट म्हणाली, “तुम्हाला माहीत आहे, कितीतरी लोक गुन्हे विभागाला उगीचच फोन करतात. का? तर त्यांना कशात तरी सहभागी व्हायचं असतं.”

“शक्य आहे. किंवा त्याला वाटतंय की त्याने बेनला शोधलंय. अर्थात, हे चुकीचं आहे,” ऑलिव्हर म्हणाला. त्याने आयपॅडवरचा मजकूर हलवून बेन आणि नोहा मुलांच्या छोट्याशा तलावात खेळतानाचा फोटो स्क्रीनवर आणला. “या साइटवरची छायाचित्रं अगदीच जुनी आहेत. आठ वर्षांनंतर हा मुलगा कसा दिसू शकेल हे कोणालाच सांगता येणार नाही.”

“तुला असं का वाटलं की तो पुरुष असेल?” केटने विचारलं, “गुप्त सुहृद एखादी स्त्राही असू शकेल.”

ऑलिव्हर फस्सकन हसला. “ती बाई नसणार! बायका इतक्या दक्ष असूच शकत नाहीत.”

त्याने ते इतक्या आढ्यतेने म्हटले की केट खवळलीच.

“मीडीआ*बद्दल ऐकलं आहेस कधी? आणि लेडी मॅक्‌बेथ? स्त्रिया कधीच कमी नसतात...”

तिचं बोलणं झटकून टाकावं तसे हात उडवून त्याने तिला अडवलं, “त्शुक्, त्या सगळ्या काल्पनिक स्त्रिया आहेत. खऱ्या स्त्रिया या काळजीवाहक असतात, त्या गृहिणी आणि पत्नी असतात. फार क्वचित त्या इतक्या हिंसक असतात.”

---

* मीडीआ - युरीपिडीस या प्राचीन ग्रीक नाटककाराच्या नाटकातील नायिका.

तिला कळेना की तो तिची फिरकी घेतो आहे की खरंच गंभीरपणे बोलतो आहे. "तुला नावंच हवी असतील, तर खऱ्या आयुष्यातील उदाहरणंसुद्धा आहेत."

स्टीव्हने टेबलवर बोटांनी टकटक केलं. "पुरे करा दोघंही. आपण जर आपल्या आपल्यातच भांडत बसलो, तर आपण बेनला कसं वाचवणार?"

आता गेडने तोंड उघडलं. "मला वाटत होतं की आपलं काम लोकांना वाचवण्याचं आहे. त्याला नाही."

एक क्षणभर केटला वाटून गेलं की गेड तर गुप्त सुहृद नसेल ना? बेन कुठे आहे हे त्याला माहीत होतं आणि बेनबद्दल त्याच्या मनात असणारा तिरस्कार त्याने कधीच लपवून ठेवला नव्हता. पण पोलीस फेसबुकवर लक्ष ठेवून आहेत हे माहीत असताना खुलेआम धमक्या देण्याइतका मूर्ख तो खचितच नव्हता. शिवाय त्याची नोकरी धोक्यात आली असती ते वेगळंच. इतका अविचारी तो नव्हता. नक्कीच.

"तू ते कोणी पाठवलंय ते शोधून नाही का काढू शकणार?" केटने स्टीव्हला विचारलं.

"आम्ही प्रयत्न केला, पण आम्ही फक्त सर्व्हरपर्यंतच पोहोचू शकलो. जे कोणी आहे त्याला इंटरनेट वापरण्याची चांगली माहिती आहे. आम्ही खात्रीने फक्त एवढंच म्हणू शकतो की तो वापरलेला सर्व्हर यॉर्कमधला आहे. हम्बर परिसरातला."

सुटकेची भावना तिच्या मनात भरून आली, तिच्या अपेक्षेपेक्षा जरा जास्तच. "म्हणजे हा नुसताच कांगावा आहे तर. आपल्या परिसरातून कोणी नाही ज्याने खरंच बेनला पाहिलं असेल."

"हो, हा कांगावा असण्याची शक्यता जास्त आहे, पण म्हणून आपण खरोखर धोका नाहीच असं म्हणून चालणार नाही. अर्थात, त्याने काही फारसा फरक पडत नाही म्हणा, जोपर्यंत खरंच काही घडत नाही निदान तोवर तरी नाही."

"मी आता त्याला हलवू शकत नाही," गेडने सांगितलं, "आधीच त्याच्यासाठी जागा शोधणं इतकं कठीण होतं. शाळेजवळ नको, इतर गुन्हेगार राहत असतील त्याच्या आसपास नको. नदीकाठी हा त्यातल्या त्यात सुरक्षित पर्याय आहे. तिथेही त्यांनी त्याला शोधून काढलं तर मग काय, आपण आपलं काम नीट केलेलं आहे, पण ते होणं शेवटी अटळ होतं."

"आपण आधीच त्यावर कीस पाडायला नको," पेनी म्हणाली, "मला वाटतं की या धमक्यांबद्दल आपण बेनला आधी काहीच सांगायला नको. उगीच त्याची काळजी कशाला वाढवा. आपण थांबून काय होतंय त्याची वाट पाहू."

"थांबून कशाची वाट बघायची? त्याच्यावर हल्ला होण्याची?" केटने विचारलं. अर्थात, तिला उत्तराची कल्पना होतीच.

बेन

लिऑनचा विश्वासच बसेना की मी 'स्कायफॉल' (जेम्स बॉन्डपट) कधी बघितलेलाच नाही. त्याला या गोष्टीचा इतका धक्का बसला आहे. मला वाटायला लागलं की मी काहीतरी भयंकर केलेलं आहे. मी त्या संदर्भात काहीतरी आठवण्याचा प्रयत्न केला. मी कसा जेम्स बॉन्ड बघतंच मोठा झालो याच्या बढाया मारल्या, पण लिऑन माझ्याकडे अजूनही अविश्वासानेच पाहत होता. शेवटी मी तो नाद सोडून दिला आणि सांगून टाकलं, ''आमच्या घरी आम्ही खूप चित्रपट पाहत नसू.'' आणि हे सत्यच होतं. कधीकधी तुरुंगात एखादा कर्मचारी जाहीर करत असे की आज रात्री चित्रपट दाखवतील. चित्रपट नेहमीच त्या कर्मचाऱ्याच्या आवडीचा असायचा, पण आम्ही मात्र सगळे अगदी उत्कंठेने पाहत असू. म्हणजे जर त्या दिवशी केव्हिनची रात्रपाळी असेल तर त्याच्या आवडीचा 'अमेरिकन पाय' बघायला मिळायचा, जर स्यू असेल तर नेहमीच 'हॅरी पॉटर'चा चित्रपट असायचा. पण चित्रपटाची रात्र मात्र नेहमीच कठीण असायची. कारण क्वचितच एखादे वेळी असं होत असे की कोणत्याही अडथळ्याशिवाय कार्यक्रम पार पाडला. नाहीतर कोणीतरी भांडण उकरून काढणार किंवा कोणीतरी मोठ्याने पादणार किंवा खुर्ची आपटणार. मग केव्हिन किंवा स्यू वैतागून आम्हाला झोपायला पाठवणार, म्हणजे त्यांना शांतपणे उरलेला सिनेमा पाहता येईल. हाच नेहमीचा कार्यक्रम असायचा.

लिऑनही थोडासा तसाच होता. त्याला मी त्याचा आवडता चित्रपट पाहायला हवा होता, म्हणजे मी त्याचं कौतुक करताना त्याला ऐकता आलं असतं. त्या मत्स्यालयातल्या छोट्याशा खिडकी नसलेल्या खोलीत मी मजेत, अगदी आनंदात होतो. जिथे आम्ही चहा करतो तिथे लॅपटॉपवर जेम्स बॉन्डला रेल्वे गाड्यांवरून उड्या मारताना पाहताना, तो कोणाचा पाठलाग करतो आहे हे बघताना मी आनंदात होतो. या सगळ्यामुळे मी थरारून गेलो होतो, पण ते मला दर्शवता येणं शक्य नव्हतं; कारण तसं करणं योग्य झालं नसतं. आधीच त्याला वाटायचं की मी विचित्र आहे.

“मी हे घरून आणलंय.” त्याने माझ्या दिशेने एक स्कोन सरकवला. “इस्सीला आग्रहाने दोघांकरता द्यायला सांगितलं.”

“तिला धन्यवाद सांग.”

“तू स्वत:च सांग. परत ये घरी. तिला आनंद होईल.”

मी न विचारताच पाण्याचा पेला भरून घेतला. लिऑन रागावणार नाही याची मला खात्री होती. त्याला इथे मी मोकळेपणाने वागायला हवं आहे. मी लिऑनचा चहा आणि साखर फार काळजीपूर्वक वापरायचो. मला माहीत आहे की या वस्तू किती महाग असतात. आणि आपण कुणाच्याही वस्तू वापरायच्या नाहीत, हा धडा मी तुरुंगात नीटच शिकलो होतो, पण इस्सीने स्कोन्स केले होते. तेही दोघांना पुरतील इतके, भरपूर लोणी आणि जॅम लावलेले. माझे डोळे जेम्स बॉन्डचा तो उंच इमारतींवरून उड्या मारत वाट काढत पाठलाग करत असतानाच मी त्यांचा आनंदाने घास घेतला.

लिऑन माझ्याकडे बघतो आहे हे मला समोरच्या काचेत दिसत होतं. त्याला माझ्याबद्दल काय वाटत असेल, मी कुठून आलो आहे हे त्याला माहीत आहे का, असा विचार माझ्या मनात डोकावला. त्याला माहीत आहे की मी अडचणीत आहे; कारण मी सामाजिक शिक्षा विभागाच्या म्हणजेच कम्युनिटी पनिशमेन्ट प्रोग्रॅमच्या मार्फत इथे आलो आहे. पण त्याने आजपर्यंत मला मी काय केलं होतं हे कधीच विचारलेलं नाही. रॉय– जे आमच्या तुरुंगाचे ग्रंथपाल होते त्यांनी मला डिकन्स वाचायला लावला होता. कदाचित लिऑन मला डिकन्सच्या साहित्यातला ऑलिव्हर किंवा आर्टफुल डॉजरसारखा समजत असावा. थोडासा भामटा, छोट्यामोठ्या चोऱ्या करणारा असावा तसा.

एका ओसाड बेटावर जेव्हा खलनायक प्रकट होतो तेव्हा मी पडद्यावरची नजर हटवूच शकलो नाही. तो अगदी नम्र, सभ्य असा दिसत होता. मी आजवर पाहिलेल्या गुन्हेगारांशी त्याचं काहीच साम्य नव्हतं. तो जेम्स बॉन्डशी मित्रत्वाने वागला आणि मग त्याला एका विचित्र खेळात भाग घ्यायला लावला. त्यात एका सुंदर स्त्रीच्या डोक्यावर ठेवलेल्या दारूच्या पेल्यावर कोण नेम धरू शकेल असा तो खेळ. जेम्स मुद्दामहून नेम चुकवतो. पेला तसाच राहातो आणि गोळी भलतीकडेच जाते, पण खलनायक मात्र थेट तिच्या हृदयातच गोळी घालतो. ती रक्ताच्या थारोळ्यात जमिनीवर पडते. आणि पेलाही जमिनीवर पडून फुटतो. “मी जिंकलो. बोल आता यावर काय म्हणणं आहे तुझं?” तो विचारतो.

मला यावर असं म्हणायचं आहे की खून असाही असू शकतो ना, एखाद्या खेळासारखा. नंतर जेव्हा ते प्रेत जमिनीवर पडतं आणि उठतच नाही तेव्हा ते खरंच वाटायला लागतं. तुम्हाला वाटत असतं की आता तो कोणत्याही क्षणी उठेल, मला

त्याचं डोकं पाण्यावर आलेलं दिसेल, पण तसं होत नाही. तुम्ही तुमच्या भावाबरोबर हम्बर ब्रिजवर असता आणि तुम्हाला अजूनही तो खेळच वाटत असतो, कारण तिथे रक्तबिक्त काहीच नसतं. आणि आपल्याला वाटत राहतं की जर आपण घरी गेलो आणि या सगळ्याबद्दल काहीच बोललो नाही, तर सगळं ठीक होईल.

"बेन, ठीक आहेस ना मुला?"

मी माझा चेहरा 'नेहमीसारखा' केला, स्कोनचा एक घास घेऊन मान डोलावली.

त्या दिवशी

हल् पॅलेडियम हे गावातलं जुनंच सिनेमागृह होतं. त्याच्या पाठीमागे कचरापेट्या आणि वास मारणारी रिकामी डबडी, खाद्यपदार्थांची पाकिटं आणि पायाखाली करकरणारा इतर कचरा होता.

"माझ्या आईला मी इथे आल्याचं कळलं तर ती आपल्याला फटकावून काढेल," नोहा हळूच म्हणाला आणि मग जरासं ठामपणे, "तिला वाटतंय की मी तुमच्या घरी आहे आणि तुझी आई आपली काळजी घेते आहे."

"श्श! त्यांनी ऐकलं तर आपल्याला आत जाता येणार नाही."

ॲडम दोघांच्या जवळ सरकला आणि त्याने त्या राखी रंगाच्या दरवाजाकडे बोट दाखवलं. दाराला थोडीशी फट होती आणि पूर्ण बंद होऊ नये म्हणून त्याला विटेची अडणी लावून ठेवली होती. "बरं झालं बिड्या, सिगारेट ओढणारे लोक असतात ते. हो ना?"

या सगळ्याचा सिगारेट पिणाऱ्यांशी काय संबंध ते बेनच्या लक्षात आलं नाही, पण तो काहीच बोलला नाही. ॲडम दरवाजा उघडत होता.

"मला मदत करा," तो हलक्या आवाजात खेकसला. "हे स्सालं जड आहे."

दारातून ते एका अंधाऱ्या, चिंचोळ्या बोळात आले. मुलं आपसूकच अंग चोरून एकमेकांजवळ सरकली. हळूहळू ते दुसऱ्या दरवाजाकडे सरकायला लागले.

"आता जेव्हा आपण या दरवाजातून आत जाऊ तेव्हा अगदी सहजपणे वावरायचं कळलं ना? जणूकाही आपण पैसे भरूनच आलो आहोत अशा प्रकारे."

दार उघडलं आणि अचानक आलेल्या गडगडाटी आवाजाने मुलांच्या कानठळ्याच बसल्या. ते अगदी पडद्यामागेच होते. आणखी काही पावलं टाकली की ते प्रेक्षकांमध्ये असते. ॲडमने दोघांकडे पाहून एक विजयी हास्य केलं. "जगातली सर्वांत उत्तम जागा ही. चला पिक्चर बघू!"

कोणाच्या लक्षात येऊ नये अशा तऱ्हेने मुलं हलकेच पडद्यासमोरच्या रिकाम्या रांगेच्या दिशेने सरकली, पण सुदैवाने चित्रपटगृह बरचंसं रिकामच होतं. त्यामुळे

कोण तक्रार करणार? चित्रपट आधीच सुरू झाला होता हे अगोदर त्यांच्या लक्षातंच आलं नाही. कारण पडद्यावर काहीच चित्र नव्हतं. फक्त त्याचं भयंकर संगीत हीच चित्रपट सुरू असल्याची खूण होती. नोहा घाबरून मागे सरकायला लागला.

"नाही. परत जायचं नाही!" ॲडमने नोहाला जोरात धक्का दिला. "गेलो तर सगळे नाहीतर कोणीच नाही. आठवतंय ना?"

धारदार पातं आणि गडद रक्ताने पडदा अचानक भरून गेला. आणि त्या भयंकर संगीताच्या जागी एक कर्णकटू किंकाळी घुमली. बेन आणि नोहा खुर्चीला आणखीनच चिकटले. ॲडमही जरा घाबरल्यासारखा वाटत होता.

सिनेमा सुरू होऊन बराच वेळ झाला होता. त्यामुळे कथानकाचा अंदाज येत नव्हता. पण लवकरच ते त्या अंधारामुळे, एकमेकांच्या उबेने, भोवतालच्या आवाजाने आणि पडद्यावर उलगडत जाणाऱ्या भयाच्या संवेदनेने भारल्यासारखे झाले.

शेवटी चित्रपट संपला तेव्हा तीनही मुलांचे पाय लटपटत होते, डोळे विस्फारलेले, पडद्यावरच्या रक्तपाताने डोकं भिरभिरलेलं आणि छातीत धडधडत होतं. मागचे लोक हलायला लागले आणि दारं उघडायला लागली. ॲडमने नोहा आणि बेनच्या मांडीवर हात ठेवून त्यांना थांबवलं. "सांभाळून," तो म्हणाला. "माझ्या मागोमाग या."

पण नोहा हलला नाही. तो अजूनही पडद्याकडे एकटक पाहत होता. घामेजलेले हात मांडीत ठेवून आपल्या इवल्याशा देहाचं मुटकुळं करून तो खुर्चीत रुतून बसला होता. भीतीने जणू त्याच्या हालचाली गोठून गेल्या होत्या.

नोहाच्या टी-शर्टचा गळा धरून ॲडमने त्याला खुर्चीतून बाहेर खेचले आणि ते आले त्या दिशेने धक्का दिला. मुख्य दरवाजातून बाहेर जाणं धोकादायक होतं. म्हणून मग खुर्च्यांमधून दाराकडे जाण्याऐवजी ते परत पडद्याच्या दिशेने सरकले.

"बापरे, काय सिनेमा होता!" नोहा उद्गारला. त्याचा आवाज विस्मयाने किंचित थरथरत होता. "मलाही असं काहीतरी करावंसं वाटतंय. खरंच असं काही असतं का ते तरी कळेल."

"ते सगळं खरं असतं," ॲडम म्हणाला. एखाद्या चित्रपटातला निवेदक असावा त्या थाटात तो बोलत होता. "आपल्या सगळ्यांच्या अंगात सैतान असतोच."

नोहाचे डोळे चमकले. त्याची छाती धपापत होती.

"चला, आपणही करून पाहू,"तो म्हणाला.

दोघा भावांनी एकमेकांकडे पाहिलं आणि नोहाच्या पाठोपाठ चालायला लागले.

आता

फेसबुक : 'हम्बर बॉय बी'ला शोधा.

नोहाची आई : न्यायालयातील खटल्यानंतर मी हल् सोडून जाण्याचा विचार केला. मला सगळं इतकं असह्य झालं होतं. नोहाची जुनी शाळा, त्याच त्या दुकानांमध्ये जायचं, लोकांच्या सहानुभूतीच्या नजरा झेलायच्या. पण आता मला वाटतं की हेच बरोबर आहे. तो इथेच होता, इथेच कुठेतरी आहे. माझ्या चर्चसाठी निधी गोळा करण्याच्या कार्यक्रमाचं पत्रक त्या कोपऱ्यावरच्या दुकानातल्या दयाळू स्त्रीने तिच्या दुकानात लावलं आहे. लोकांना आपल्याबद्दल काहीतरी वाटतं ही भावनाच किती सुखद आहे. 'तो' तुरुंगातून सुटण्यापूर्वी मी कसं का असेना, पण एक आयुष्य जगत होते. पण आता तो मुक्त आहे तर मला हे जग ही एक भयंकर जागा आहे असंच वाटू लागलं आहे. पण मी हल्मधल्या लोकांची माया कधीच विसरणार नाही. कदाचित मला परत संधी मिळेल न मिळेल, मी आताच तुमच्या सगळ्यांचे आभार मानते.

नझ्मा पटेल : माझ्या आईला पत्रक लावताना बरं वाटलं. तिला इंटरनेट आवडत नाही, पण मी तिला तुमच्या साइटबद्दल सांगते आणि आम्हाला आशा वाटते की या शोधातून काहीतरी निष्पन्न होईल. तो दिवस ती कधीच विसरू शकत नाही. नोहाला शेवटचं पाहिलेल्यांपैकी ती एक होती. तिने नोहाला त्या दोन मुलांबरोबर जाण्यापासून रोखलं नाही हे तिच्या जिवाला लागून राहिलं आहे.

नोहाची आई : तुझ्या आईला सांग की तिला कसं कळणार होतं पुढे काय घडणार होतं ते. तिने त्यात लक्ष घालावं हे अपेक्षितच नव्हतं. ज्यांनी लक्ष द्यायला हवं होतं असे अनेक लोक होते.

केट

पॉलची हसून हसून मुरकुंडी वळली. त्याला ते सगळं गमतीशीरच वाटत होतं. ''म्हणजे बायका लक्ष ठेवू शकत नाहीत. तो खरंच असं म्हणाला? देवा, हे खासच आहे. तुझ्या त्या फ्रेंच गृहस्थाला सांग, या ऑफिसमध्ये एक आठवडा काढायला. म्हणजे मग आपण त्याला दाखवून देऊ.''

''त्याला बहुधा वाटत असावं की बायका फक्त एखादा नवरा पटकवायचा आणि मुलं जन्माला घालायची एवढाच विचार करत असणार. हे म्हणजे १९५०मध्ये राहण्यासारखंच आहे.''

परंतु केटच्या बोलण्याकडे लक्ष देण्याऐवजी अचानकच तिने घातलेल्या हिरव्या सिल्कच्या ब्लाउझकडे पॉलचं लक्ष गेलं आणि तेव्हा खरा प्रकार त्याच्या लक्षात आला.

''पण केवळ तेवढ्यावरूनच तू वैतागली नाहीस, हो ना? नाही, नक्कीच नाही. तू वैतागली आहेस, कारण तुझ्या या उत्कृष्ट कपड्यांमुळे आणि तू खरंच खूप छान दिसते आहेस याचा ऑलिव्हरवर काहीच प्रभाव पडलेला नाही.''

''मी खोलीत शिरले तर त्याने मान वर करूनसुद्धा बघितलं नाही.'' केटने तोंड वाकडं केलं.

''मला माहीत होतं!'' पॉल पुन्हा हसू लागला. ''काय पण तुझा स्त्रीवादी संताप. म्हणजे कदाचित तूही त्या पन्नासच्या दशकातल्या गृहिणींपेक्षा फार वेगळी नाहीस तर.''

''चालता हो, पॉल.''

त्याच्या चेहऱ्यावर विजयी हास्य होतं. ''पाहिलंस, तुला आवडतो तो.''

''मला काम आहे पॉल.'' टेबलवर ठेवलेल्या तिच्या फोनचा आवाज आला. पण तिने मुद्दामहून त्याकडे दुर्लक्ष केलं आणि तिच्या खुर्चीवर मागे रेलून तिने लॅपटॉपकडे नजर वळवली. तिचा फोन थरथरायचा थांबला आणि मग एक मेसेज आल्याचा छोटासा पिंग आवाज आला. तिने त्याकडे नजरही न टाकता आपण

लॅपटॉपवर कामात अगदी गर्क असल्याचं भासवलं.

"माझ्या अंदाजाने हा त्याच सैतानाचा फोन आहे, होय ना?"

तिने संगणकाच्या पडद्यावरची आपली नजर हटवली नाही, पण पॉलला त्यात तिचं प्रतिबिंब दिसलं. ती अस्वस्थ आणि रागावलेली दिसत होती. आणि ही गोष्ट केटकरता निश्चितच चांगली नव्हती; कारण नाकावरची माशी उडवण्याकरता तलवारीने नाकच छाटून टाकेल, असा तिचा स्वभाव होता.

"त्याने मला चार वेळा फोन केला, पण मी उचलला नाही. आज मला बाहेर नेण्याची त्याची इच्छा आहे."

पॉलने हलकेच नि:श्वास टाकला आणि तिला जवळ घेऊन तिच्या गालांवर ओठ टेकले. "राणी, अगं, 'तो' तुला बाहेर घेऊन जाणार आहे ना. तुला फक्त तुझं गरम डोकं शांत ठेवायचं आहे म्हणजे तो तुला नेऊ शकेल."

"जरी तो बथ्थड असला तरीही?"

"अगं, प्रत्येकात काही ना काही खोट ही असतेच. आणि हे मी मान्य करतो की तो अगदी उमदा फ्रेंच पुरुष आहे. पण तू जितकं वर्णन करतेस त्याच्या निम्म्याने जरी तो देखणा असला तरीही त्याच्या बथ्थड डोक्याकडे तुला दुर्लक्ष करायला हवं. आता मी त्याला उत्तर पाठवायचंय की तू शहाण्या मुलीसारखी तुला सांगितल्याप्रमाणे वागणार आहेस? जा त्याच्याबरोबर जेवायला, केट. त्या गरिबावर दया कर!"

"तू फारच लक्ष देतो आहेस माझ्याकडे," केट म्हणाली. ऑलिव्हर तिच्याकरता एका ग्लासमध्ये रेड वाइन ओतत होता. चमकत्या ग्लासमधली माणकासारखी चमचमणारी वाइन. त्याची चव प्लम फळासारखी आणि कॅरामलसारखी लागत होती.

ऑलिव्हरला आश्चर्य वाटल्यासारखं दिसलं. "अर्थातच."

"सकाळच्या मीटिंगपेक्षा हे वेगळं आहे," ती म्हणाली. तिचा रुसल्यासारखा आवाज ऐकून तिलाच कसंतरी वाटलं. "तू सकाळी अगदी थंडपणाने वागलास माझ्याशी."

"केट," ऑलिव्हर जरा गोंधळून म्हणाला, "मला तुझ्याबरोबर स्की सेन्टरवर खूपच मजा आली आणि आताही मी तुझ्याबरोबर असण्याचा आनंद अनुभवतोय. पण एक लक्षात घे की कामाच्या ठिकाणी मी एक वेगळाच माणूस असतो."

"मला हे विचित्र वाटतंय, म्हणजे मला असं म्हणायचं आहे की मी कुठेही गेले तरी तीच मी असते. तुला असं वेगळं कशाकरता वागायचं असतं?"

"माझ्यासाठी ते तसंच आहे. आणि केट, आपण ही गोष्ट मान्य केली आहे की आपली मैत्री ही एक वेगळी गोष्ट आहे. जेव्हा फक्त तू आणि मी असू, मग आपण प्लॅस्टिक टायरमधून बर्फावरून घसरू किंवा वाइनचा आस्वाद घेत असू,

तेव्हा बेनबद्दल बोलायचं नाही. पण कामाच्या ठिकाणी आपण आपलं व्यावसायिक व्यक्तिमत्त्वच धारण करायला हवं.''

''पण मी स्वत:चे असे दोन भाग करूच शकत नाही.''

''तुम्ही इंग्रज लोक म्हणता ना तसं यात पणबीण काहीच नाही.''

तिने निराशेने ओठ चावला. पण मग तिने ठरवलं की ऑलिव्हरचंच चुकतंय. पेनी मिळून मिसळून वागत होती आणि स्टीव्हसुद्धा. आणि तिला खात्रीच होती की गेडही जसा आहे तसाच वागत होता. तो मुळातच चिडचिडलेला होता, आव आणत नव्हता. वाइनमुळे तिची जीभ जरा सैल सुटली.

''तू जरा आगाऊपणेच वागलास सकाळी. काय तर म्हणे बायका चांगली नजर ठेवू शकत नाहीत.''

झालं. बोललीच ती शेवटी. तिने वाइनचा मोठ्ठा घोट घेतला आणि त्या गर्द लाल द्रवावर डोळे खिळवून बसली. दोघांमध्ये काही नातं उमलण्याआधीच बहुधा मुळावर घाव बसला असावा, असा विचार तिच्या मनात आला.

ऑलिव्हर जरासा क्षुब्ध झाल्यासारखा वाटला आणि मग त्याला गंमत वाटली. ''असं तुला वाटतंय. पण मी पोलीस आहे आणि तू परिविक्षा अधिकारी, त्यामुळे तू असाच विचार करणं अगदी स्वाभाविक आहे. आपापल्या भूमिकेतून आपल्याला गोष्टी वेगवेगळ्या दिसतात, पण इथे आणि आत्ता आपण त्या भूमिकेत नाही. तू एक सुंदर, मजेशीर आणि जराशी विचित्र अशी स्त्री आहेस आणि मी असा माणूस जो एका सामान्य हॉटेलात राहतो आणि ज्याला बर्फावरून घसरता येत नाही.''

तिने तिचा ग्लास उचलून त्याच्या ग्लासला स्पर्श केला. ''त्यासाठी आपण पिऊ, पण मला हे कळत नाही की मी विचित्र कशी?''

''कदाचित ही भाषांतरातली चूक असेल. मला म्हणायचं होतं, जरा वेगळी. मला अजून एक गोष्ट सांगायची आहे आणि मग आपण हा विषय बंद करू. तुला कदाचित वाटेलही की मी आगाऊ आहे, पण हे सगळं प्रकरण हाताळत असताना पोलिसांची गरज भासणारच आहे. पण तुझ्याशिवाय, आम्हा पोलिसांना जो अमानुष खुनी दिसतो त्याच्या पलीकडे पाहणाऱ्या तुझ्याशिवाय या सगळ्याला काहीच अर्थ नाही. आम्ही बेनला सुरक्षित ठेवू, पण तू मात्र त्याचा आत्मा वाचवशील.''

असं म्हणून तो टेबलावरून पुढे झुकला आणि त्याने तिच्या कपाळावर ओठ टेकले. त्या एका क्षणी तिला अगदी त्या पन्नासच्या दशकातील गृहिणीसारखं वाटलं. फक्त तिच्या पुरुषाला तिच्याबद्दल काय वाटतं हेच महत्त्वाचं, बाकी सगळं झूठ. सुदैवाने तेवढ्यात त्यांचे जेवण घेऊन वेटर आला आणि तो क्षण तिथेच संपला.

बेन

एका मोठ्या कर्कश न थांबणाऱ्या आवाजाने मी जागा झालो आणि क्षणार्धात माझं मन तुरुंगात जाऊन पोहोचलं. तिथे कोणामध्ये मारामारी झाली किंवा आग लागली तर वाजायची अशी धोक्याची घंटा, कर्णकटू. मी ताड्कन बिछान्यात उठून बसलो आणि मग माझ्या लक्षात आलं की मी आता मुक्त आहे. माझ्या घरात शांतता आहे. माझ्या हृदयाची धडधड कमी झाली.

मी सुटकेच्या भावनेने परत बिछान्यात पडलो. माझी नजर छताकडे वळली जिथे रंगाचे पोपडे आलेले होते. स्विन्फेनमधल्या रंगकाम आणि सजावटीच्या कार्यशाळेचे प्रमुख मि. मे यांनी हे अजिबात खपवून घेतलं नसतं. त्यांनी ते काम पुन्हा एकदा व्यवस्थित करायला लावलं असतं.

'क्रिंगऽऽ क्रिंग'

या वेळी आवाज थांबला नाही. सुरूच राहिला, मोठ्ठा आणि आग्रही. माझ्या घरात वाजत होता तो. दारावरच्या घंटेचा आवाज. माझ्याकडे कोणीतरी आलंय.

तुरुंगात सतत आवाज असायचे. दारं उघडायची, बंद व्हायची. पण त्याच्या किल्ल्या आणि जबाबदारी माझ्यावर कधीच नव्हती. पण इथे मात्र कसला आवाज आहे हे पाहायला माझ्याशिवाय कोणीच नव्हतं. मी पाय घासत दाराकडे गेलो. तुरुंगात वापरत असलेली छोटी चड्डी आणि सुपरमॅनचा टी-शर्ट एवढेच कपडे माझ्या अंगावर होते. मला कुडकुडायला झालं.

"कोण आहे?"

माझा आवाज खरखरला. दारापलीकडे जे कोणी उभं होतं त्याला नक्कीच तो ऐकू आला नसणार. फक्त मलाच, जणूकाही मी माझंच स्वागत करत होतो– मुक्त, नव्यानेच नामकरण झालेला बिच्चारा. त्या विचारानेच मी मन घट्ट करून दरवाजा उघडला.

माझ्यासाठी पहिला धक्का होता तो म्हणजे गडद निळा गणवेश आणि नंतर त्या माणसाचा करारी चेहरा आणि रागीट डोळे, जे जणू मला जोखत होते. नोहाचं

रक्त अजूनही माझ्या टी-शर्टवर असताना जो पोलीस अधिकारी आला होता तोही असाच दिसत होता. पण हा वेगळा माणूस होता. वयस्कर, केस पिकलेला आणि त्याचा गणवेशही वेगळा होता. मला वाटलं मी कदाचित त्याला ओळखतो, पण मला फारशी खात्री नाही. कदाचित ते माझ्याच मनाचे खेळ असतील.

"हॅलो?"

"तुझ्या मीटरवरची नोंद करण्याकरता आलोय मित्रा."

मित्रा? तुरुंगातली इतर मुलं मला मित्रा म्हणत, पण ते काही मित्र नव्हते. या शब्दाचा तिथला अर्थ म्हणजे त्यांना काहीतरी हवं असायचं. सिगारेट, फोनचं कार्ड, मासिक वगैरे.

त्या माणसाने कुतूहलाने मला वरपासून खालपर्यंत असं न्याहाळून पाहिलं की माझ्या अंगावर काटाच आला. मग म्हणाला, "तू मला मीटर दाखवणार आहेस की मी ते शोधून काढायचंय?"

मी काय करणं अपेक्षित आहे ते मला कळलं नाही म्हणून मग मी बाजूला होऊन त्याला घरात येऊ दिलं.

"स्वयंपाकघरात आहे का?"

तो फ्लॅटच्या छोट्याशा जागेतून आत गेला. ओट्यावर नजर टाकली, त्यावर एका रांगेत सूपचे डबे ठेवलेले होते : टोमॅटो सूप, गाजर, नवीन बटाट्याचं. ते मी पट्कन गरम करून खाऊ शकेन. स्वयंपाक ही एक अशी कला आहे की जी मला कोणी शिकवलीच नाही. दुसऱ्या ओट्यावर दुसरी एक रांग होती : पाव, जॅम, कॉर्नफ्लेक्सचा खोका. तो माणूस बराच वेळ या दोन्ही रांगा न्याहाळत राहिला. मला कळत होतं की त्याला त्यात काहीतरी खटकतंय. पण काय ते माझ्या लक्षात आलं नाही. तुरुंगात आम्ही सर्व जण सगळ्या गोष्टी खिडकीच्या कठड्यावर अशाच रांगेत ठेवत असू.

मग तो वळला. त्याच्या चेहऱ्यावर एक छद्मी हास्य होतं. त्याच्या सगळं लक्षात आलं असणार. मी कसा दुबळा आहे, कसा विचित्र आहे. मग माझ्या मनात विचार आला की माझी भीती निराधार नसली, तर या माणसाला मी कोण आहे ते ठाऊक असलं तर.

"जरासा ओसीडी* आहेस वाटतं? ठीक आहे, मित्रा. कुठे आहे मीटर?"

आता मात्र माझं अज्ञान लपवणं अशक्य होतं, पण मी माझी भीती लपवण्याचा प्रयत्न केला.

"मला माहिती नाही."

---

* ओसीडी - *आब्सेसिव्ह-कम्पल्सिव्ह डिसऑर्डर*- एक मानसिक आजार

त्याने हताशपणे नि:श्वास टाकला आणि कपाटं उघडायला सुरुवात केली. सगळी रिकामीच होती, पण तरीही त्याने प्रत्येक कपाट तपासून पाहिलं.

"तू आताच राहायला आलास की काय?"

मी स्तब्ध. काय आणि किती सांगावं हे मला उमगेना.

"अं, हो गेल्या आठवड्यात."

एका कपाटात त्या माणसाला भिंतीवर बसवलेला खोका दिसला. खिशातून पेन काढून त्याने त्या मीटरमध्ये वाकून पाहिलं आणि त्यावरचे आकडे नोंदवून घेतले. त्या सगळ्याचा काय अर्थ होता ते मला कळलच नाही. कधी एकदा तो जाईल, असं मला वाटत होतं, पण त्याला कसलीच घाई दिसत नव्हती.

"छान आहे फ्लॅट. नदीकाठचं दृश्य छान आहे. माझ्या घरूनही असं दृश्य दिसलं असतं तर किती बरं झालं असतं."

तो परत बैठकीच्या खोलीत गेला आणि खिडकीतून वाकून बघितलं. मला माझ्या हातांच्या वळलेल्या मुठी आणि... आतला तणाव जाणवला. मला हा माणूस निघून जायला हवा होता, पण हे कसं घडवून आणावं तेच कळत नव्हतं. तो खिडकीतून मागे वळला. सूर्य आता त्याच्या पाठीमागे असल्यामुळे. त्याचा चेहरा म्हणजे फक्त एक गडद आकार होता.

"एवढंच होतं ना?" मी विचारलं. माझ्या आवाजातून माझी उत्कंठा डोकावली.

तो माणूस हलला नाही, त्याचे ओठ हलले.

"तू सरकारी मदतीवर आहेस तर!"

हे सगळं त्याला त्याच्या नोंदींमध्ये भरावं लागतं की काय? मला उत्तर द्यायलाच हवं का? पण मला उत्तर देण्याची आता सवय झाली होती. आपल्याला जसं सांगितलं आहे तसंच करायचं. मला फक्त आता तो जायला हवा होता. तो असाच थांबला तर काय होईल, याची मला भीती वाटायला लागली.

"बेकार भत्ता."

"जर सरकार तुमच्यावर असा पैसा उधळत असेल तर तुम्ही मुलं कामं करायला तयार होत नाही यात नवल ते काय."

त्याने एक शीळ घातली. मला कळलं की तो चिडलाय, पण काय करावं ते मला कळतच नव्हतं.

"तुम्ही निघा आता. माझ्याकडे कोणीतरी येणार आहे."

तो घुटमळला. मला वाटलं की तो नाही म्हणेल, पण मग तो माझ्या दिशेने वळला. "पुढल्या वेळी तू मीटरवरची नोंद तयार ठेव. काय?"

मी मान डोलवली. तो पुन्हा कधी येणार किंवा मीटरची नोंद कशी करायची हे काही त्याने मला सांगितलं नाही.

शेवटी एकदाचा तो गेला. मी दार बंद करून त्याला माझी पाठ टेकून उभा होतो. माझ्या छातीत धडधडण्याची मला जाणीव झाली. माझ्या हातांना विजेचा धक्का लागावा तशा झिणझिण्या यायला लागल्या. त्या एकाच जाणिवेने मी आता उभा होतो.

तो माणूस गेल्यानंतर मला फ्लॅट वेगळाच वाटायला लागला. जणू त्यावर कोणीतरी अतिक्रमण केलं असावं, जणूकाही आता तो सुरक्षित नव्हता. माझ्या स्वयंपाकघरातल्या या थोड्याशा गोष्टींनी माझं पितळ कसं उघडं पाडलं, या जाणिवेने माझ्या मनाला दंश केला. मी सगळ्या गोष्टी चुकीच्या करत होतो, पण मला कळत नव्हतं की त्या अजून वेगळ्या कशा करायच्या असतात.

मी फ्लॅटमध्ये नजर फिरवून त्याच्या नजरेला काय दिसलं असेल हे पाहण्याचा प्रयत्न केला तेव्हा आधी त्याचा रिकामेपणा माझ्या नजरेत भरला. मी अंदाज केला की इतर लोकांकडे फोन, कॉम्प्युटर आणि इतरही काहीबाही वस्तू असणार. पण मी कुठून सुरुवात करावी हे मला कळतंच नव्हतं. कॉम्प्युटर असाच जोडता येतो की मला कोणाची तरी मदत लागेल? आणि मला कोण मदत करेल?

माझ्याच मुलखात मी परदेशी असल्यासारखं मला वाटत होतं. मला वाट दाखवायला माझं कुटुंब नाही. मला स्वयंपाक करता येत नाही, खरेदीही करता येत नाही. मला बसेस इकडेतिकडे जाताना दिसतात, पण त्यांचं तिकीट किती किंवा कुठलं मागायचं हेही मला माहीत नाही. माझं आयुष्य किती व्यर्थ होतं. मी तसाच जमिनीवर बसलो. माझी पाठ अजूनही दारालाच चिकटलेली होती. आणि मी रडायलाच लागलो. मी तुरुंगासाठी रडत होतो. पुन्हा एकदा तुरुंगाच्या भिंतीच्या आड सुरक्षित असावं याकरता रडत होतो.

नंतर केवळ भुकेच्या जाणिवेनेच मी त्यातून बाहेर पडलो. परंतु ज्या क्षणी मी बाहेर गोदीजवळ आलो, मोकळ्या आकाशाच्या प्रचंड घुमटाखाली उभा राहिलो, त्या क्षणी मला माझ्या फ्लॅटमध्ये परत जाण्याची जबरदस्त ऊर्मी आली. इतर कुठेच मला स्वस्थचित्त वाटत नव्हतं. मला कळतंय की मला यातून बाहेर पडायला हवं, पण जर मला नव्याने आयुष्य उभं करायचं असेल तर मला निदान प्रयत्न तरी करायला हवा. मी स्पारमध्ये गेलो, पण तिथे शर्ल नव्हती. एक कोक आणि चॉकलेट विकत घेऊन मी मत्स्यालयाकडे वळलो.

मी माझ्या कामाच्या वेळी आत शिरतो तेव्हा लिऑनने जेमतेम पेपरमधून डोकं वर काढून वर बघितलं.

"आलास मुला."

“मी गोड्या पाण्यातल्या माशांची टाकी साफ करू? त्याच्या काचेवर काल डाग दिसत होते.”

“कर. मला माहीत आहे तुला ते वाकडतोंडे आवडतात.”

मला ते खरंच आवडतात. ती टाकी मत्स्यालयात अगदी पाठीमागे आहे हेही मला आवडतं. मी शिडी आणि पुसायचं फडकं घेतलं. ते पूर्ण कोरडंच वापरावं लागतं. त्यामुळे काम अजूनच कठीण होऊन बसतं, पण जरा चिकाटीने काम केलं की काच कशी स्वच्छ होते. मत्स्यालय जवळजवळ रिकामंच होतं. मी त्याच्या बोळांमधून वाट काढत कार्प माशांच्या टाकीपर्यंत गेलो.

टाकीच्या समोर एक बाक होतं आणि पुसण्याची कापडं वेगळी वेगळी करण्याकरता मी त्यावर बसलो. काम सुरू करण्यापूर्वी मी त्यावर पाण्याचा हलकासा फवारा मारत असताना माझ्या पाठीमागून एका माणसाचा आवाज ऐकू आला. मला आश्चर्य वाटलं. घाबरायचं नाही, असं मी स्वत:लाच बजावलं. तो मत्स्यालय बघायला आलेला असणार. मी माझं लक्ष समोरच्या टाकीवर केंद्रित करून सर्वांत लांबच्या कोपऱ्यापासून कामाला सुरुवात केली. शांतपणे काच गोल गोल पुसायला सुरुवात केली. काम करताना मी माशांकडे बघत होतो, ज्यांचं माझ्याकडे लक्षही नाहीये. त्यांच्या मी खिजगणतीतही नव्हतो. एकीकडे माझ्या कानावर फिल्टरचा आवाज पडत होता. जो पाण्यात प्राणवायू मिसळतो किंवा पाणी शुद्ध करतो किंवा काय करतो कोणास ठाऊक. पण तो चमचमता आवाज माझ्या कानावर पडत राहिला; एखाद्या पार्श्वसंगीतासारखा. त्यांच्या काचेच्या तुरुंगात मासे आनंदी असतील किंवा अनभिज्ञ. ही कार्प माशांची टाकी आहे. हा बाक इथे का ठेवला होता कुणास ठाऊक; कारण हे राखाडी आणि चपटे मासे मंद हालचाली करतात. त्यांच्या अवकाशात ते सावकाश फिरत राहतात. इतर माशांच्या तुलनेत ते अगदीच साधे होते. निदान बऱ्याचशा लोकांकरता तरी ते तसेच वाटतात.

आवाज आता जवळ जवळ येऊ लागला. मग पावलांचा आवाज. एक साधारण चार वर्षांचा मुलगा बोळातून धावत आला. त्याचे वडील त्याच्या मागेच काही अंतरावर होते. मुलाने टाकीच्या काचेवर बोटं वाजवली. त्यातल्या रंगीबेरंगी माशांनी त्याला भुरळ घातली होती. भीतिदायक सालमॅन्डर माशांनी त्याची नजर खिळवून ठेवली होती. पण या कार्प माशांमध्ये एक मी सोडून कोणालाच रस नसावा. आणि ते मासेदेखील एकमेकांकडे दुर्लक्ष करून एकमेकांना धक्के देत फिरत राहतात. जणूकाही ते फक्त स्वत:करताच जगत असावेत किंवा तेसुद्धा नसेल. तोंडाची सतत उघडमीट सुरूच होते. त्याचं तोंड एखाद्या नरसाळ्यासारखं आहे ज्यातून ते तरंगणारा कचरा ओढून घेतात.

मुलगा साधारण दहा फुटांवर आहे, सालमॅन्डर माशांकडे तो आ वासून पाहत

होता. मला तो मासा पाण्याच्या पातळीच्या वर एका ओंडक्यावर दिसत होता. त्याचं काळं तेलकट शरीर, त्यावरच्या पिवळ्या खुणा यामुळे तो एखाद्या परग्रहावरच्या प्राण्यासारखा वाटतो. त्याचे भिरभिरते डोळे त्या मुलाचा अंदाज घेत असावेत. जणू त्यालाही त्या मुलाच्या वेगळेपणाचं आश्चर्य वाटत असावं. वडील मुलाला शेजारच्या पाटीवरची माहिती वाचून दाखवत असावेत. त्यांचं बोलणं मृदू आहे, पण मुलाचं मात्र त्याकडे फारसं लक्ष नसावं. मीही नीट ऐकलं नाही. माझ्या कानावर त्यांचे स्वर पडत राहिले. शिकवणारे, पण मायाळू. मृदू आणि माहिती देणारे. म्हणजे हे असं असतं तर. वडील असे वागतात आपल्या मुलांशी. माहिती देतात, प्रश्न विचारतात, निरनिराळ्या गोष्टी दाखवतात.

माझे वडील मला कधीच कुठल्या म्यूझिअममध्ये वगैरे घेऊन गेले नाहीत. ते कधी आधी कळवून यायचे नाहीत आणि यायचे ते कायम स्टुअर्ट समुद्रावर गेल्यानंतरच. जणूकाही ते लक्ष ठेवून असावेत आणि आपलं येणं सुरक्षित कधी आहे हे माहीत असावं ना तसं. आणि जोपर्यंत त्यांच्याकडे देण्यासारखं काही असायचं तोपर्यंत आई त्यांना भेटून खूशच असायची. एखादी वीस पौंडाची नोट किंवा माझ्याकरता एखादी भेटवस्तू. अर्थात, त्यांना योग्य भेट आणणं कधी जमलंच नाही. कधी ती माझ्या वयापेक्षा फार लहान असायची, तर कधी पट्कन मोडूनच जायची, पण निदान त्यांनी प्रयत्न तरी केले.

स्टुअर्टसारखं नाही. स्टुअर्टला सालमॅन्डर्सविषयी काही माहीत असेल का? मला शंकाच आहे. आणि माहीत असेल तरी त्याने मला काही सांगितलं नसतं. माझ्या खटल्यानंतर त्याने वृत्तपत्रांना जी कहाणी विकली ती म्हणजे एक छोटा मुलगा असूनही मी काय विचित्र आणि भयंकर गोष्टी केल्या ती. आणि विशेष म्हणजे या गोष्टी मला आठवतही नाहीत. त्याचं घोषवाक्य होतं : 'माझा सावत्र मुलगा जन्मालाच आला नसता तर बरं झालं असतं'. माझे स्वत:चे वडील तर गायबच झाले. मी गेल्या आठ वर्षांपासून त्यांना पाहिलेलंच नाही, म्हणजे नोहा जायच्या आधी माझा जो वाढदिवस झाला तेव्हापासून नाहीच. ते खटल्याच्या वेळी कधी हजर राहिलेच नाहीत. त्यामुळे निदान त्यांनी माझ्याबद्दल जे काही बोललं गेलं ते ऐकलंच नाही.

ॲडमचे वकील वेगळे होते आणि त्यांनी सगळा दोष माझ्याच माथ्यावर मारला. पण मी तर सगळ्यात लहान होतो. मग हे कसं शक्य होतं? इतका छोटा आणि हाडकुळा. मग मी वृत्तपत्रांनी रंगवलेला अमानुष खुनी मुलगा कसा असू शकत होतो? पण माझ्या वकिलांनाही तसंच वाटत असणार; कारण त्यांनी कधी माझ्या बचावाचा प्रयत्नच केला नाही. म्हणजे व्यवस्थित नाही. ते कधी ओरडले नाहीत, कधी भावनेचा आधार घेतला नाही. जणू ते आधीपासूनच केस हरलेलेच

होते.

काच आता स्वच्छ झाली होती, चमकती. मी माझी शिडी हलवून काचेच्या दुसऱ्या बाजूला काम करायला सुरुवात केली. कार्प मासे तसेच एकमेकांभोवती फिरत होते. त्यांना कळतच नाही की ते एकसारखेच आहेत, एकमेकांचे आप्त, मित्र. त्यातल्या त्यात ते कंटाळलेले दिसतात. त्यातल्या एकाने माझ्याकडे पाहिलं. आपलं तोंड उघडून जणू मला आतल्या अज्ञाताचं दर्शन घडवत होता. मला वाटलं की मी कार्पच असायला हवं होतं. मला कंटाळ्याचं काहीच वाटत नाही. मी आठ वर्षं तशीच काढली ना. मी त्या टाकीत राहू शकेन सुरक्षित. मग मला कोणीतरी बघेल, ओळखेल ही भीतीच नसेल. कोणीतरी मला शोधून काढेल, माझ्या अंगातला, डोळ्यांतला दुष्टपणा ओळखेल ही धास्तीच उरणार नाही.

तो मुलगा आता शेजारच्या टाकीजवळ होता. त्यातल्या गटाण्या डोळ्यांच्या बेडकाकडे तो पाहत होता. त्याचे वडील त्याच्या पाठीमागे उभे होते. त्याच्या खांद्यावर त्यांचा आश्वासक हात ठेवून. मला शंका आली की तो माझ्यामुळेच तर नसेल.

"तो किती ओंगळ आहे ना?" मुलगा म्हणाला. मला आधी वाटलं की तो माझ्याबद्दलच बोलतोय.

"ओंगळ नाही तो. तो वेगळा आहे. मस्त! चल नोहा."

माझं जग एकदम उलटंपालटं झालं. मला शिडीचा आधार घ्यावा लागला. केवळ ते एक नाव, नोहा. काय योगायोग आहे हा. पण हा माझा नोहा नव्हता. आमच्या विभागातला माझा मित्र. हम्बर ब्रिजवरून पडलेला मुलगा.

मला आत्ताच्या आत्ता इथून बाहेर पडायला हवं होतं. मी इथे थांबू शकत नाही. कार्प माशांबरोबर नाही आणि या मुलाबरोबरही नाही, ज्याचं नाव नोहा आहे. मला मोकळ्या हवेत जायला हवं, नाहीतर मला उलटी झाली असती.

मी लिऑनच्या अंगावरून पुढे धावत गेलो. तो सॅन्डविच खात होता. त्याच्या ट्यूना माशांसारख्या वासाने माझ्या घशाशी उमासे यायला लागले. "बेन? तू ठीक आहेस का?"

पण मी थांबलो नाही. एक शब्दही उच्चारला नाही. मला गेलंच पाहिजे.

मी मत्स्यालयाच्या बाहेर येऊन धापा टाकत उभा राहिलो. माझे हात गुडघ्यांवर टेकले होते. पण काहीच उलटून पडलं नाही. मी हवेचा एक दीर्घ घोट घेतला.

मी जिथे उभा होतो तिथेच पलीकडे एक बाग होती. तिथेच एक आइस्क्रीमची गाडी होती आणि दोन्ही गोष्टी ऑरवेल पुलाच्या सावलीत होत्या. हा पूल हम्बर ब्रिजसारखा नाही जो भव्य आहे, पण हाही काही कमी उंच नव्हता. जर समजा कोणी त्यावरून पडलंच तर मेल्याशिवाय राहणार नाही. म्हणूनच मग पाण्याकडे किंवा

वर पुलाकडे पाहण्याऐवजी मी बागेकडे पाहिलं, खेळणाऱ्या त्या दोन मुलांकडे पाहिलं, त्यांची आई जवळच तिथे त्यांच्यावर लक्ष ठेवून होती. मी याआधी या अशा झोपाळा, घसरगुंडी किंवा मेरी-गो-राउंडचं चक्र असणाऱ्या बागेत कधीच गेलेलो नाही. ही बाग विशेषच होती. याच्यात एक लाकडी समुद्री चाच्यांचं जहाज आहे. त्यात डोलकाठीच्या दोऱ्याही आहेत. खाली समुद्राचा आभास निर्माण करण्याकरता निळसर खडी आहे. त्या खडीत लाकडी खांब आहेत ज्यावर मुलांना उड्या मारता येतात, सुरक्षित किनाऱ्यावरून पाणी टाळून थेट बोटीत.

नोहा. त्याला जर एखाद्या दगडाचा किंवा बोटीचा किंवा दोराचा आधार मिळाला असता तर? आमच्या तिघांसाठी आज आयुष्यच बदललं असतं.

ती आई त्यातल्या एकाला डोलकाठीवर चढायला मदत करत होती. त्यातल्या मुलीला. मला दिसतंय की ती मुलं जुळी मुलं आहेत. एकाच चणीची, तसेच सारखे पिंगे केस. फक्त मुलगा आणि मुलगी असल्यामुळे येणारा काय तो फरक. मला जुळ्यांबद्दल फारसं काही माहीत नाही. म्हणजे त्यातली तंत्रं वगैरे, पण मी त्यांच्याकडे टक लावून पाहत राहिलो. मला आश्चर्यच वाटतं, की एक मुलगा आणि एक मुलगी इतके सारखे कसे असू शकतात. आईने मला त्यांच्याकडे बघताना पाहिलं आहे हे माझ्या लक्षात आलं. त्या क्षणी मला तिला काय दिसलं ते कळलंच. हूडी घातलेला एक चमत्कारिक मुलगा, परका विचित्र. त्या मीटर बघायला आलेल्या माणसाप्रमाणेच तिला माझा वेगळेपणा जाणवला असावा. जणूकाही माझ्या कपाळावर त्याचा छापच असावा. तिने तिच्या मुलांना हाक मारली, त्यांचा हात धरून माझ्याकडे एक नजर टाकली, काळजीने भरलेली. या लहान मुलांच्या बागेत असायला मी जरा तसा मोठाच होतो. ती अंदाज बांधू पाहत असावी मी इथे का असेन याचा. मी एखादा व्यसनी किंवा विकृत असेन का?

रागाच्या झटक्याने माझी आतडी पिळवटून निघाली. कदाचित मला नुसतंच आइसक्रीमही हवं असू शकेल. इतका का मी वेगळा होतो? मला शिंगं नाहीत डोक्यावर. आइसक्रीमच्या गाडीतल्या माणसाने सिगारेट ओढायला सुरुवात केली. त्याचा वास माझ्या नाकात शिरला. आईने मुलांना घेऊन जाण्याचा प्रयत्न केला; पण मुलांनी विरोध केला. त्यांना जायचं नाहाये. त्यांनी आइसक्रीमचा हट्ट केल्यावर आईने तिरस्काराने गाडीकडे बघितलं. मला दिसत होतं की तिचा धूम्रपानाला आक्षेप होता आणि तिला तो माणूस गलिच्छ वाटत असावा, पण मला मात्र त्याची पर्वा नव्हती. मला खरंतर आइसक्रीम खायला आवडलं असतं, पण तसं केलं तर माझ्या विचित्रपणात आणखीनच भर पडली असती. जे ऊन शहरात मला भाजून काढत होतं ते इथे पाण्याच्या सान्निध्यात उबदार वाटायला लागलं. जणू माझ्या हूडी आणि जीन्सवर त्याचं अजून एक पातळ आवरण पसरलं होतं. मी माझ्या जॅकेटची टोपी

मागे ओढून माझ्या डोक्यावरून हात फिरवला. माझे केस आता वाढायला लागले. आता हाताला माझी कातडी किंवा हाडं लागत नाहीत, तर मऊपणा जाणवायला लागलाय.

मला कोणाचा तरी श्वास जाणवला, माझ्यामागे पावलांचा आवाज आला आणि मी भीतीने स्वत:ला आक्रसून घेतलं. मार चुकवण्याच्या हेतूने मान वळवली. पण तसं काहीच झालं नाही. तो एक व्यायामासाठी धावणारा माणूस फक्त पुढे पळत निघून गेला. आता कोणी मला मारणार नाही. मी स्वत:ला बजावलं. मी कोण आहे हे कोणालाच माहीत नाही, आणि मी काय केलं आहे हेही नाही. कदाचित आईची मुलांना घरी घेऊन जाण्याचीच वेळ झाली असेल. मी उगीचच घाबरत असेन. तो पळणारा माणूस ब्रिजवर जाणाऱ्या रस्त्याकडे दिसेनासा झाला. मला त्याच्या श्वासोच्छ्वासाचा आवाज लांब जाताना ऐकू आला.

आता तो पळणारा माणूस आणि मुलं सगळेच निघून गेले होते आणि मी एकटाच उरलो होतो. फक्त इथे आइसक्रीमची गाडी तेवढी आहे, पण आता मला आतला माणूस मात्र दिसत नव्हता.

मी आता एकटाच असलो तरी त्याने मला काहीच फरक पडत नव्हता. मी त्या चाच्यांच्या बोटीत चढलो. जणूकाही ती मला वाचवणारच होती.

त्या दिवशी

ॲशले शेवटच्या रांगेच्या टोकाशी रेलून बसला होता. त्याची विजेरी त्याच्या खिशात होती. 'द डेव्हिल्स प्लेग्राउंड' या चित्रपटाची– ज्यात एक श्रीमंत तरुण जोडपं आपल्या घरात कॅमेरा बसवण्याचा निर्णय घेतं– सुरुवात तो मन लावून पाहत होता. त्यातल्या मित्राचा भुताखेतांवर विश्वास नव्हता, पण मुलीचा मात्र होता, ॲशलेसारखाच. चित्रपटांचा अर्थ लावण्यात तो कुशल होता. त्याला माहीत होतं की ही घरात कॅमेरा लावण्याची कल्पना म्हणजे नुसतीच घाबरवण्याची एक युक्ती होती. पण ते बघून जी काही अमानवी शक्ती मोकळी होणार होती त्याचा तो आस्वाद घेणार होता.

पॅलेडियममध्ये नोकरी लागणं हे म्हणजे ॲशलेच्या हाती घबाड लागल्यासारखंच होतं. एकतर त्यामुळे त्याला थोडेफार पैसे मिळत आणि खेरीज त्याला नवीन नवीन चित्रपट पाहायला मिळत ते वेगळंच. आणखी एक फायदा म्हणजे मायकेला; ती धूर्त व्यवस्थापिका. ती त्याच्यापेक्षा दहा वर्षांनी मोठी होती आणि एका मुलाची आई होती तरीही तिला तो आवडायचा. जेव्हा तिला शिक्षकांच्या संपाबद्दल कळलं तेव्हा त्याला जादा काम करण्याबद्दल तिनेच विचारलं होतं. तो खरंतर त्याच्या महत्त्वाच्या परीक्षेची तयारी करत होता, पण 'द डेव्हिल्स प्लेग्राउंड' नुकताच लागला होता. त्यामुळे त्याने काम करण्याचा निर्णय घेतला. आणि अर्थातच तो कितीतरी वर्षं या चित्रपटाची वाट पाहत होता. त्याला इथे यायला इतका उशीर का झाला कोणास ठाऊक. त्या चित्रपटाचा सेटही खरा नव्हता, तर ते खरंच कोणाचं तरी घर असावं आणि हातात धरलेला कॅमेरा, त्यातलं रक्तसुद्धा खोटं कळत होतं. पण नंतर पुढे काही विशेष परिणाम असलेली दृश्यं असतीलच ना. आणि हा एक प्रकारे अभ्यासच होता; कारण त्याचा एक विषय होता, प्रसारमाध्यमांचा अभ्यास. शिवाय, ॲशलेला चित्रपट दिग्दर्शक व्हायचं होतं. त्यामुळे हा सगळा त्याचा अभ्यासाचाच एक भाग होता. आणि तो करण्याचा त्याला पगार मिळत होता.

जेव्हा तीन वाकलेल्या आकृत्या हळूच आत येऊन आपल्याला कोणी पाहत

नाही या भ्रमात पळत जाऊन तिसऱ्या रांगेत जाऊन बसल्या तेव्हा ॲशले स्वत:शीच हसला. पण तो आत्ता प्रसन्न मन:स्थितीत असल्याने आणि त्यांना बाहेर काढण्याची गडबड त्याला नको असल्याने, विशेषत: आताच चित्रपटाने वेग घेतलेला असताना– त्याने त्यांच्याकडे दुर्लक्ष केलं. बघू देत त्यांना, जरी ते भीतीने गर्भगळित होतील तरीही.

ॲशलेचं त्यात काय जाणार होतं.

आता

फेसबुक : 'हम्बर बॉय बी' ला शोधा.

निकी पी : आज सकाळी *'जीएमटीव्ही'* लोरेनी केलीचा कार्यक्रम होता. त्यात ती, आजकाल मुलं कसं बघू नये तेही बघतात याविषयी बोलली. तू पाहिलंस का ते?

नोहाची आई : त्यांनी मला त्यासाठी विचारलं होतं, पण त्या अमानुष मुलाने माझ्या मुलाचं जे काही केलं त्याकरता मी कोणत्या तरी भयपटाला दोष देणार नाही. सर्वसामान्य माणसं, मग त्यांनी कितीही चित्रपट बघू देत, ते असलं काही करत नाहीत.

निकी पी : बरोबर आहे, पण कदाचित तो कारणीभूत ठरला असेल. तो चित्रपट जरा भीतिदायकच होता. एक तरुण जोडपं ओईजा बोर्ड*चा वापर करून अमानवी शक्तींना आवाहन करतं, असा त्याचा विषय होता. ते म्हणाले की हम्बर बॉय बी या सगळ्या भीतिदायक प्रकारात होता. त्याने म्हणे त्या दिवशी सैतानाला आवाहन केलं होतं.

नोहाची आई : मला वाटतं त्या दिवशी ब्रिजवर त्यांच्या बरोबर सैतानच होता. देवाचं त्यांच्याकडे लक्षच नव्हतं.

गुप्त सुहृद : आपण मानवाच्या सैतानीपणाबद्दल कोणत्याही सबबी द्यायला नकोत. आता कृती करण्याची वेळ आहे.

---

* ओईजा बोर्ड - प्लँचेटसारखा फळा- याचा वापर करून मृतात्म्यांना आवाहन करता येते असा समज आहे.

केट

केटला रविवारी सकाळी जाग आली ती तिला पडलेल्या स्वप्नामुळेच. तिने पाहिलं की ती आणि लिझ एका मोठ्ठ्या पुलावर खेळत होत्या आणि लिझ खाली पडली. तिला वाचवायला म्हणून केटने उडी मारली, परंतु तिचे केससुद्धा ओले व्हायच्या आधीच ती पाण्यातून बाहेर आली. ती पोहत काठावर आली आणि तिने तिच्या बहिणीला बुडू दिलं.

गेली कित्येक वर्षं तिने लिझबद्दलचे विचार मनातसुद्धा येऊन दिले नव्हते, पण आता तिने त्यांच्या आईशी संपर्क साधला आहे या बातमीने तिच्या मनातले ते विचार जागृतावस्थेत आले होते. त्याखेरीज या गोष्टीचं आकलन व्हायला तुम्ही फ्रॉइड असण्याची गरज नव्हती की ते स्वप्न म्हणजे तिच्याकडे असलेल्या बेनच्या केसचा परिणाम होता. नोहा ब्रिजवरून पडला त्याचं रॉजर पाल्मरने केलेलं भयानक वर्णन वाचून आणि इतर माणसं, जी त्या दिवशी मुलांना भेटली उदा. पळणारी माणसं जी त्यांच्यावरूनच पुढे गेली किंवा पुलावरून जाणारे इतर वाहनचालक जे इतके घाईत होते की त्यांनी थांबण्याचे कष्ट घेतले नाहीत, त्या सगळ्याचा हा परिपाक होता. त्या दिवशी इतके असे क्षण येऊन गेले की जेव्हा घटनांचा प्रवाह वेगळ्या दिशेने वळू शकला असता, असा एक एक क्षण की त्या सगळ्याचा परिणाम म्हणून शेवटी एक मुलगा नदीत बुडून गेला. जर तो पॅलेडियममधला मुलगा जरा जागरूक असता आणि त्याने तिघांना तिथून हुसकावून लावलं असतं, जर मिसेस पटेलनी दुकानातल्या वस्तू चोरण्याच्या संदर्भात पोलिसांना बोलावलं असतं, जर शिक्षकांचा संप झालाच नसता तर.

केट कण्हली आणि तिने कुशीवर वळून खिडकीबाहेर पाहिलं. पडद्यांच्या फटींमधून येणाऱ्या उन्हाकडे पाहत तिने डोळे बारीक केले. आजचा दिवस खूपच सुंदर होता. तिने स्वत:शीच निश्चय केला की ती आज कामाचा जराही विचार करायचा नाही.

ती बिछान्यातून उठली आणि पडदे सारून तिने उन्हं आत येऊ दिली. अमेलिया

अजून उठली नव्हती म्हणून मग कॉफी करायला म्हणून ती खाली गेली. पण तिला खरी ओढ लागली होती ती ऑफिसमध्ये जाऊन केसच्या संदर्भात काम करण्याची, साक्षीदारांच्या साक्षी वाचून त्यावर विचारमंथन करण्याची. पण आज रविवार होता. सुट्टीचा दिवस. आणि हे सप्टेंबर महिन्याचे शेवटचे दिवस म्हणजे एक छोटीशी उष्णतेची लाटच आली होती जणू. आज अमेलियाला फेलिक्सटोव्हला घेऊन जायचं आणि हवामान बदलाच्या आधी तिच्या बरोबर छान मज्जा करायची असं तिने ठरवलं.

"ऊठ अमेलिया, चल! आपण हा दिवस बिछान्यात वाया नको घालवू या. चल, चल." तिने जिन्यातूनच हाक मारली.

आई होण्यापूर्वी केटला रविवार अजिबातच आवडत नसत. वाढत्या वयात तिला या रिकामपणाचा, कंटाळ्याचा तिरस्कार वाटायचा. रविवारमध्ये कधीच शनिवारची उत्कंठा नसते. लिझला आणि तिला तेव्हा काय करायचं हे सुचायचंच नाही. विशेषत: जर पाऊस पडत असेल आणि त्यांना स्केटिंग किंवा बाहेर सायकल फिरवणं शक्य नसेल तर आणखीनच. लवकरच टीव्हीवरचा कोणता कार्यक्रम पाहावा यावरून त्यांची भांडणं सुरू व्हायची ती आई आतून येऊन त्यांना ओरडेपर्यंत. आणि जर वडील शनिवार-रविवार घरात असतील तर मात्र चित्र वेगळं असायचं. मग त्यांना घरातल्या वेगवेगळ्या प्रथा पाळण्यामध्ये भाग घ्यावा लागायचा; म्हणजे चर्चमध्ये जाणं (जर ईस्टर किंवा ख्रिसमस असेल तर) किंवा बागेतला कौटुंबिक फेरफटका, विशेष जेवण आणि रविवारच्या मालिका. ती केवळ सात वर्षांची असतानाच तिच्या एक गोष्ट लक्षात आली जी तिची आई कधीच स्वीकारायला तयार नव्हती– की त्यांचं कुटुंब हे एक नाटक होतं आणि त्याचे प्रेक्षक होते तिचे वडील.

आईचा विचार मनात येऊन केटने एक उसासा सोडला. तिला तिच्याबद्दल मनापासून वाईट वाटलं. सात वर्षांची असतानासुद्धा तिला तिच्या आईपेक्षा जास्त समज होती, जी फक्त आनंदी कुटुंबाचा देखावा करत होती. जर तिने सत्याचा सामना केला असता तर त्यांच्या लग्नाचा हा सगळा दिखावा उघडकीला आला असता आणि ती सतत या भीतीखाली जगत राहिली असती की खरंच जर वडील निघून गेले तर तिचा निभाव लागणार नाही. परिस्थितीशी जुळवून घेणं हा तिचा प्रांतच नव्हता. त्याऐवजी दारू हा तिचा परिस्थितीला तोंड देण्याचा उपाय होता. वास्तवाची धार बोथट करण्याचा एक मार्ग.

पण शेवटी ते घडलंच म्हणा. त्यांचं कुटुंब विखरून गेलं आणि तिची आई त्याची बळी ठरली. त्या दोघी एकेकट्या असताना केट स्वतःशी ही गोष्ट मान्य करत असे. पण जर त्या एका खोलीत असतील तर सगळी वाटचाल भांडणाच्या

दिशेनेच असायची.

अमेलिया एखाद्या प्रदीर्घ निद्रेतून नुकत्याच जाग आलेल्या राजकन्येसारखी जिन्यातून तरंगत आली. तिच्या 'फ्रोझन'च्या नाइट ड्रेसमध्ये दोन्ही हात डोक्याच्या वर ताणून आळस देत ती उतरली. एका अनावर ऊर्मीने केटने तिला घट्ट मिठीत घेतलं आणि तिच्या गालांचा मुका घेतला.

"हो, हो आई. तुझा मूड चांगला दिसतोय."

"गुड मॉर्निंग गोड सोनुले. जा, पट्कन काहीतरी खाऊन घे. मी आपलं सामान भरते. आपण समुद्रकिनाऱ्यावर सहलीला जाऊ."

पाण्याजवळची एक जागा निवडून त्यावर बसताना सप्टेंबर महिन्यातलं सौम्य ऊन अंगाला सुखद वाटत होतं. अमेलियाने तिचा लूम बॅन्डचा संच घरून निघताना घेतला होता. ती आता त्या प्लॅस्टिकचे क्लिष्ट गुंतागुंतीचे आकार गुंफायला लागली. केटने स्वत:चं पुस्तक काढून वाचायला सुरुवात केली. सगळं जग कसं उबदार आणि शांत वाटत होतं. वादळापूर्वीची शांतता असावी तसं.

बेन

"हॅलो..."

त्याने माझ्यासमोर उभा राहून माझ्या पूर्वीच्या त्याच नावाने हाक मारली जे नोहाबरोबरच संपलं आहे. त्याच्या पाठीवर केशरी रकसॅक होता.

मी स्तब्ध उभा राहिलो, जेमतेम त्याला त्याच्या नावाने हाक मारू शकतो. त्याच्या नेहमीच्या एकुलत्या एका नावाने.

"अॅडम."

अॅडम, माझा भाऊ, हम्बर बॉय ए. तो माझ्यापेक्षा चार वर्षांनी मोठा होता, पण म्हणून तो अपराधी नव्हता. हम्बर बॉय ए, जो मला अनोळखी अशा चाचरत्या स्वरांत म्हणाला होता की त्याच्या धाकट्या भावाने त्याला सुचवलं, उचलायला लावलं आणि ढकललंसुद्धा. हम्बर बॉय ए, ज्याच्या वडिलांनी, स्टुअर्टने त्याला छानसा शर्ट आणला होता.

नुसतं त्याने माझं नाव उच्चारल्याबरोबर सगळ्या आठवणी धडाधडा बाहेर आल्या. जेव्हा स्टुअर्ट सांगत होता की आमच्या सगळ्या अडचणींना मी कारणीभूत आहे तेव्हा अॅडम मान खाली घालून बसला होता. त्यापूर्वी अॅडमने कायमच माझी काळजी घेतली होती आणि तिथे पुलावर तर तो प्रत्यक्षच होता. त्याला सत्य माहीत होतं तरीही त्याने स्टुअर्टला मला एक नालायक, एका परदेशी बापापासूनचा अनौरस सावत्र भाऊ ठरवू दिलं. त्याने पुढे जाऊन असंही सांगितलं, की माझ्या डोक्यातच काहीतरी बिघाड होता ज्याला काही प्रमाणात मनोविकार तज्ज्ञांनीही दुजोरा दिला. अर्थात, इतकाही नाही की माझा तुरुंगवास टळेल.

मी फक्त दहा वर्षांचा होतो. माझ्या डागाळलेल्या टी-शर्टमध्ये एकटाच बसलो होतो. माझ्या बाजूने बोलायला कोणीही नव्हतं. न्यायालयातली चित्रकार माझं रेखाचित्र बनवताना पाहत होतो. तिच्या मनातलं खुन्याचं चित्र. दोन तासांच्या चर्चेनंतर ज्यूरींनी निकाल दिला.

पण अॅडम, तो खुनी नव्हता. नाही. तो खुन्याचा साथीदार होता. त्याने

लपवाछपवी केली, पण प्रत्यक्ष खुनात त्याचा सहभाग नव्हता. प्रत्यक्ष खुनाच्या बाबतीत हम्बर बॉय एबद्दल तुमचा निर्णय काय आहे? निर्दोष. त्याला फक्त चार वर्षांची शिक्षा झाली. आणि स्वत:चं नाव कायम ठेवता आलं.

"तू मला कसं शोधून काढलंस?"

तो माझ्या पुढ्यात काही अंतरावर उभा होता, पण मी अजूनही बाजूला होऊन त्याला आत येऊ दिलेलं नव्हतं.

"गुगल अर्थ."

माझीच चूक होती ती. मी आईला पाठवलेल्या कार्डवर माझा पत्ता लिहिलेला होता. ते कार्ड, जे कधीही पाठवायचं नाही असं मला बजावण्यात आलं होतं. ते कार्ड, ज्याचं आईने उत्तरही पाठवलं नव्हतं.

ॲडमने जागा बदलली आणि कंटाळल्यासारखा चेहरा केला. ते त्याला नेहमीच जमतं म्हणा.

"चल, आम्हाला आत घे, आमच्या बाळा."

क्षणभर त्याच्या चेहऱ्यावर साशंकता उमटली, जणू अचानकच त्याला जाणवलं असावं की कदाचित मला तो इथे आलेला नको असेल. त्या क्षणी मला तो एकदमच अनोळखी वाटला. पण नंतर त्याने चेहरा सरळ केला आणि खांदे ताठ. हा मला माहीत असलेला ॲडम होता. अजिंक्य, कोणी त्याच्या वाटेला जाऊ शकत नाही, असा माझा भाऊ, ज्याचा मला प्रचंड अभिमान होता. तो थेट स्टुअर्टसारखा दिसतो.

ॲडम माझ्या पाठोपाठ घरात शिरला आणि सगळे जण करतात तसाच सरळ खिडकीच्या दिशेने गेला.

"स्साला, काय दिसतो इथून देखावा."

"हो."

"हे समोरचं पाणी आणि पलीकडचा पूल बघून काय वाटतं तुला?"

त्याच्या बोलण्यातला हेल इतका हल्‌मधला आहे की मला आतून कोलमडायलाच झालं. ज्या पद्धतीने तो उच्चार करतो त्याने थेट मला आमच्या लहानपणाकडे गेल्यासारखं वाटलं आणि माझ्या बोलण्यातून ते उच्चार कसे हरवले आहेत हे मला प्रकर्षाने जाणवलं. इतक्या वर्षांच्या वेगवेगळ्या ठिकाणांच्या फिरतीने आणि माझ्या प्रयत्नांनी माझ्या बोलण्यात आता विशिष्ट हेल राहिलेलाच नाही. माझ्या बोलण्याची पद्धत पूर्णपणे बदलली आहे. पण ती त्याच्या लक्षात यावी एवढं मी अजून काहीच बोललेलो नव्हतं. मला त्याच्या शेवटच्या प्रश्नाचं उत्तर देता आलं नाही.

तो खोलीत इकडेतिकडे फिरला, जमिनीवरून माझं पुस्तक उचलून त्याचं नाव वाचलं. हे पुस्तक म्हणजे रॉयने माझ्या सुटकेच्या वेळेस मला दिलेली भेट होती.

ते दान्तेचं 'इन्फर्नो' हे पुस्तक होतं, अर्धं पान इटालियन भाषेत तर अर्धं इंग्लिशमध्ये. त्याने ते परत जमिनीवर फेकून दिलं. त्यांच्या नजरेत आत्ता जे दिसलं ती जराशी असूया होती का? छे! नसावी. कोणाला माझ्यासारखं आयुष्य हवं असेल?

"तू मला काही प्यायला वगैरे विचारशील की नाही? मी किती लांबचा प्रवास करून आलो आहे हल्‌वरून, माहीत आहे?"

तो कालच आला होता हे त्याने सांगितलं नाही. पण मला आता नक्की कळलंय की मी ग्रंथालयात त्यालाच पाहिलं होतं. त्याने रात्र कुठे काढली हे मी त्याला विचारत बसलो नाही. "तुझ्याकडे गाडी आहे?"

तो माझ्याकडे आला पालथ्या हाताने माझ्या छातीवर हलकेच थोपटले. "मग नाहीतर कसा येणार होतो मी इकडे? उडत? आता तू मला प्यायला काही देणार आहेस की नाही? माझ्या घशाला अगदी कोरड पडली आहे."

तो माझ्यापाठोपाठ स्वयंपाकघरात आला आणि मी स्पार कोलाची एक लिटरची बाटली उघडताना बघून विचारलं.

"दुसरं काही आहे, बिअर?"

मी मान हलवली. बिअर वगैरे आणण्याचं माझ्या कधी डोक्यातच आलं नाही. आणि असंही ती महाग असणार.

पेल्याकडे दुर्लक्ष करून ॲडमने सरळ बाटलीच उचलली, झाकण उघडलं आणि फेस बाहेर येत असतानाच तो प्यायला सुरुवातही केली. बाटली आक्रसेपर्यंत माझा कोक संपवताना मी त्याच्याकडे पाहत राहिलो. एक नळाचं पाणी सोडल्यास घरात इतर कोणतंही पेय नाही याबद्दल मला स्वतःचीच कीव वाटली. आणि आता काही माझी स्पारमध्ये जाण्याची इच्छा नाही. जरी शर्ल कितीही मित्रत्वाने वागत असली तरी अजूनही कोणत्याही दुकानात शिरताना मला अस्वस्थंच वाटायचं. शेवटच्या बुडबुड्यांमधली हवासुद्धा ॲडमने ओढून घेतला. बाटली रिकामी झाल्यावर त्याने ती बाजूला करून एक ढेकर दिला आणि माझ्याकडे पाहून हसला.

"खायला आहे का काही?"

माझ्याकडे फक्त थोडा पाव आणि मार्माईट (जॅम अथवा चटणीसारखा पदार्थ) एवढंच होतं. पण तेही माझ्यासाठी मौल्यवान होतं म्हणून मी जरासा घुटमळलो. तो माझा भाऊ आहे आणि हा काही फक्त पावाचा प्रश्न नव्हता; हा त्या खटल्याचाही प्रश्न आहे. मला त्याला माझ्याकडचं काहीही द्यायचं नव्हतं. त्याने आधीच माझं खूप काही हिरावून घेतलं होतं. आमच्यामधल्या शांततेत तो मला जोखत राहिला. मला कळतं ते शेवटी मी थेट त्याच्या नजरेला नजर भिडवली.

मी त्याला गेल्या आठ वर्षांमध्ये एकदाही पाहिलेलं नाही. पण तो इतका ओळखीचा आहे, आणि माझ्या लक्षात आलं की तसं वाटण्याचं कारण म्हणजे तो

अगदी स्टुअर्टसारखाच माझ्याकडे पाहत होता. मग मला दिसलं की त्याच्या चेहऱ्यावरचे भाव जरी स्टुअर्टसारखेच असले तरी त्याचा चेहरा थेट आईचा आहे. आणि माझा, पण आमच्या सगळ्यांचाच तसा आहे. अंडाकृती चेहरा, आकाशी-निळे डोळे. आम्ही पूर्वेकडच्या किनाऱ्यावर राहतो जिथे कोणे एके काळी व्हायकिंग लोक पहिल्यांदा आले होते, आमची चेहऱ्याची ठेवण ही कदाचित त्यामुळे तशी असावी. "आपण त्यांचेच वंशज आहोत," आई म्हणाली असती. "आपण चिवट आहोत. आयुष्यात काहीही सोसायला लागलं तरी आपण डरत नाही." तिला आम्ही व्हायकिंग असण्याची कल्पना फारच आवडायची. आणि तिला कचकचून भांडायला आवडायचं त्यामुळे त्यात कदाचित तथ्य असू शकेल. पण मी ॲडमपेक्षा बुटका आहे आणि ते काही व्हायकिंग असण्याचं लक्षण नाही. आणि माझे केस माझ्या वडिलांसारखे फिकट पिंगे आहेत, तर ॲडमचे स्टुअर्टसारखे गडद. कोणाला वाटेल की माझ्या छोट्याशा चणीमुळे कोर्टात माझा फायदाच झाला असेल. ज्यूरींचा असा समज होईल कदाचित की त्यातल्या मोठ्या मुलानेच हे कृत्य केले असेल.

ॲडम परत एकदा बाहेरच्या खोलीत जाऊन तिथून ऑरवेल पुलाकडे पाहत राहिला. मग पुन्हा एकदा माझ्याकडे वळला, "तू नुकताच बाहेर पडला आहेस ना, मग तुरुंगातून सुटका होताना मिळतं ते सगळं सामान कुठे आहे?"

"त्यांनी तुला दिलं होतं का ते?" माझा प्रतिप्रश्न.

ॲडमचा चेहरा लाल झाला. त्याने खाली गालिच्याकडे नजर वळवली.

"मला काहीच मिळालं नाही. असा मस्त फ्लॅट तर नाहीच. मला जाऊन आपल्या आईबरोबर राहायला लागलं."

खोल कुठेतरी घाव बसावा तसं वाटलं मला. त्याला हल्मध्ये परत जायला मिळालं आणि आईनेही त्याला घरात घेतलं. त्याच्यासाठी सगळंच वेगळं होतं; खटला, शिक्षा, ज्या पद्धतीने आई वागली तेही. आणि मग आणखी एक विचार एखाद्या तीक्ष्ण शरासारखा माझ्या मनात घुसला.

"तू अजूनही तिच्या बरोबर राहातोस? आणि म्हणूनच ती इथे माझ्याबरोबर सफोल्कला यायला तयार नाही, होय ना?"

त्याने खांदे उडवले, जणू ते महत्त्वाचं नव्हतंच. "कधीतरीच, जेव्हा मी माझ्या मैत्रिणीबरोबर नसतो तेव्हा."

तेव्हा कुठे मला त्याच्या पत्राची आठवण झाली. "ही तुझी तीच मैत्रीण का जिला सगळंच माहीत आहे? तुला काय अधिकार आहे हे सगळं तिला सांगायचा, तेही अशा वेळी जेव्हा मला पकडण्याकरता फेसबुकवरसुद्धा मोहीम उघडली आहे?" माझा आवाज, त्यातली तीव्र कटुता ऐकल्यावर माझ्या लक्षात आलं की मी किती चिडलो होतो. तो हल्मध्ये राहतो, आईबरोबर, शिवाय त्याला एक

मैत्रीणही आहे.

त्याला माझ्या रागाचं बहुतेक आश्चर्य वाटलं असावं, ''पण मी तिला हे आताच नाही सांगितलं बाळा. ती होतीच तिथे. मी हे सगळं पत्रात लिहू शकलो नाही. ते योग्य झालं नसतं. पण माझी मैत्रीण म्हणजे चेरिल्, जी त्या दिवशी पुलावर होती.''

हे सगळं डोक्यात शिरायला वेळ लागला.

''रॉजर पाल्मरची मुलगी?''

मला कळेचना, तो तिच्याबरोबर कसा काय असू शकतो. विशेषत: जे घडलं त्यात ती इतकी गुंतलेली असताना. तो माझ्या चेहऱ्यावरचे भाव निरखून बघत होता. त्याला माझा गोंधळ लक्षात आला.

''तुला आठवतं, आपली आणि तिची कोर्टात भेट झाली होती. तिची साक्ष देऊन झाल्यानंतर तिला आपल्याबरोबर बसू दिलं होतं. आणि त्या वेळी आपण एकत्रच खाणंपिणं केलं होतं. आठवतं?''

मी मागचं आठवायचा प्रयत्न केला, वार्ताहरांपासून सुरक्षित असं ते प्रतीक्षागृहातलं थांबणं. चेरिल्ही तिथेच होती. सरकारी पक्षाची साक्षीदार, कारण त्या दिवशी तिने आम्हाला पाहिलं होतं. त्या दुकानाबाहेर आधी आणि नंतर नदीजवळ. पण तिची साक्ष अगोदरच झाल्यामुळे तिला त्या खोलीत आमच्या बरोबर थांबण्याची परवानगी मिळाली होती. आम्हाला सगळ्यांना काहीतरी खायला दिलं होतं आणि माझ्या सामाजिक कार्यकर्तीने आमच्याकरता काहीतरी गोळ्या-चॉकलेट आणली होती. आम्ही जरी न्यायालयीन खटल्यात गुंतलेलो असलो तरी आम्ही लहान मुलंच होतो शेवटी. गोळ्या कोणाला आणि चॉकलेट कोणाला यावरून आम्ही भांडत होतो.

दोन आरोपी आणि एक सरकारी साक्षीदार एकाच खोलीत बसून पोलोच्या गोळ्या आणि चॉकलेट वाटून घेत होते. पण कोणालाच त्यात वावगं वाटलं नाही. चेरिल्नेच कोंडी फोडली. तिने एका पत्राचा चुरगळा केला आणि बाथरूममध्ये जाण्याच्या निमित्ताने उठून जाताना माझ्या मांडीवर फेकला.

तिने त्यात आमचीच खरी नावं वापरली होती; कारण अर्थातच तिला ती माहीत होती. न्यायालयात खरंतर ती उच्चारायलाही बंदी होती. मला आजही ते पत्र तोंडपाठ आहे.

तुम्ही तुरुंगात जाणार आहात. माझे बाबा म्हणतात यातून तुमची सुटका नाही. तुम्ही मला पत्र लिहावंत अशी माझी इच्छा आहे. मी माझा पत्ता पुढे देते आहे, कारण मी पुलावरून गेल्यावर तिथे काय झालं ते मला कळलं पाहिजे. नोहा ठीक होता. जरी तो जरा 'पॉश' होता तरीही मला तो आवडायचा. तो गेला त्याचं मला वाईट वाटतं. तुम्हाला वाईट वाटतं का? त्यांनी का नाही हा प्रश्न विचारला तुम्हाला?

मी ते पत्र चुरगळून कचऱ्याच्या पेटीत टाकलं.

"तिला कसं कळलं तू कुठे होतास ते?"

उत्तरेच्या भागात लहान मुलांसाठीचे अनेक तुरुंग आहेत. त्यातून त्याला शोधणं इतकं सोपं नसणार. आणि मग माझ्या डोक्यात प्रकाश पडला. ॲडमने ते पत्र कचऱ्यातून उचलून वाचलं असणार.

"तू लिहिलंस तिला?"

"तुला तर माहीतच आहे ना सगळं." तो एका पायावरून दुसऱ्या पायावर वजन टाकत म्हणाला, "म्हणजे, मला फार एकटं एकटं वाटत होतं. कोणी फारसं भेटायलाही यायचं नाही– तुला तर माहितीच आहे की आपली आई पत्र लिहिण्यात किती तत्पर आहे ते. आणि काय घडलं ते चेरिल्ला माहीतच होतं; कारण ती होतीच तिथे. मला तुला पत्र लिहिण्याची परवानगी नव्हती, पण तिला लिहायचं नाही असं तर कोणीच म्हटलं नव्हतं. त्यामुळे मनातलं सगळं तिच्यापर्यंत आपोआप पोहोचत गेलं. मग नंतर ती मला भेटायला आली. आणि शेवटी जेव्हा माझी सुटका झाली तोपर्यंत आम्ही एकमेकांच्या प्रेमात पडलो होतो."

"देवा! परमेश्वरा!" मी थोपवायच्या आधीच माझ्या तोंडून शब्द बाहेर पडले. त्याच्या चेरिल्वरच्या प्रेमाचा मला इतका त्रास का होत होता ते मला कळत नव्हतं, पण झाला खरा. ते पत्र माझ्याकरता होतं, त्याच्यासाठी नाही. त्याने माझ्याकडून हिरावून घेतलेलीही आणखी एक गोष्ट.

त्याने पुन्हा एकदा खांदे उडवले. माझ्या एक लक्षात आलं की जेव्हा काय उत्तर द्यावं हे त्याला कळत नाही तेव्हा तो असंच करतो.

"एकामागून एक गोष्टी घडतच गेल्या."

"गोष्टी घडत गेल्या? शक्य तरी आहे का हे? तिला आपण कोण आहोत याची चांगलीच कल्पना आहे. ती होती तिथे. त्या सगळ्याचा भाग होती ती."

त्याने माघार घेतल्यासारखे दोन्ही हात समोर धरले. "आपण लहान मुलं होतो. ही खूप जुनी गोष्ट आहे."

जसा काही त्यामुळे मोठाच फरक पडणार होता. मी मान खाली घातली. या सगळ्याचं ओझं मला त्या क्षणी तरी असह्य झालं.

"हे बघ बाळा, तुला हे कळायलाच हवं की तुला इकडे येऊन शोधावं हे मला चेरिल्नेच सांगितलं. तिलाही तुला भेटायचंच आहे."

"म्हणून तू स्वागताला आलास?" ही कल्पनाच अस्वस्थ करणारी होती. आता कोण कोण माझ्या दाराशी येईल कोण जाणे. ॲडमला माझ्या म्हणण्याचा अर्थ बहुधा ध्यानात आला नसावा. "मी इथे पोहोचलो की तिला फोन करीन असं सांगितलंय. तिला सांगीन इथे काही धोका नाही."

त्या दिवशी

पॅलेडियमच्या एका बाजूच्या दारातून नोहा झट्कन बाहेर पडला. त्याचे डोळे एखाद्या तप्त निखाऱ्यासारखे चमकत होते. "आपणही करू या असंच, चला." जणूकाही भीतीने गोठून जाण्याऐवजी त्याच्यातलं आदिम काहीतरी जागृत झालं होतं.

"काय करायचं रे मूर्खा?" ॲडमने नोहाच्या पाठोपाठ चालताना विचारलं, पण त्याचा स्वर जरा सावध होता. त्याचा चेहरा अजूनही रंगहीन होता आणि हृदयाची धडधड मूळपदावर आलेली नव्हती. चित्रपट भीतिदायकच होता. अर्थात, त्याने ते कधी कबूल केलं नसतं. "काय करायचं? जंगलात एक घर विकत घेऊन कोणत्या तरी सैतानाला जागवायचं?"

"तसं नाही. ओईजा बोर्ड. आपण जेवण्याचं टेबल वापरू शकतो. आणि माझ्याकडे टेपरेकॉर्डर आहे, म्हणजे जे काही बोललं जाईल ते रेकॉर्ड होईल. माझी आई तर इतक्यात येणारच नाही." नोहा भराभर बोलत होता. उत्कंठेने त्याचे शब्द एकमेकांत अडकत होते. त्याच्या बुटाची लेस सुटली होती तिच्यावरून तो परत अडखळला. खाली वाकून त्याने ती परत बांधली, त्याच्या आईने जशी शिकवली होती तशी व्यवस्थित, दुहेरी गाठ.

त्यांच्या घराकडे जाण्याकरता मुलांना पॅलेडियमच्या समोरच्या भागातून जावं लागणार होतं. तिथे ॲशले त्याच्या पाच मिनिटांच्या मोकळ्या वेळात सिगारेट ओढत उभा होता. त्याला बघितल्यावर ॲडमने बेनला शर्टची कॉलर धरून मागे खेचलं. "पळ इथनं. हा तोच मुलगा आहे तो जो तिकीट तपासतो."

त्याच्या घराबाहेर नोहाने एक दगड उचलला. निदान तो तसा दिसत तरी होता. तो फिरवून त्याने त्यावरून आपली बोटं फिरवली. त्याबरोबर तो उघडला आणि त्यातून किल्ली बाहेर आली.

"आयला, भारीच आहे," ॲडम नोहाच्या हातून तो प्लॅस्टिकचा दगड घेत म्हणाला. त्याने त्याच्यावर बोटं आपटून तो फिरवून पाहिला, "कोणत्याच चोराला

कळणार नाही की तो खोटा आहे.''

"माझ्या आईने तो इंटरनेटवरून मागवलाय. ती सगळ्याची काळजी घेते," नोहा छाती पुढे काढत अभिमानाने म्हणाला.

आता मात्र तो थबकला, त्याच्या हातात किल्ली असली तरी दार उघडायची त्याची तयारी नसावी.

"पसारा घालायचा नाही, कारण तिला जर कळलं तर ती ओरडेल.''

"चालेल नोहा. आम्ही काळजी घेऊ," बेनने नोहाला सांगितलं.

"पण आपण सैतानाला जागवणार आहोत," आपली बोटं नाचवत ॲडम म्हणाला, "काहीही होऊ शकतं.''

घरात शिरल्यावर, नोहाच्या आईच्या हुशारीच्या आणखी खुणा समोर आल्या. तिथे पुसल्यावर स्वच्छ होणारा एक फळा होता आणि त्यावर आठवड्याचे सात वार लिहिलेले होते. प्रत्येक वाराच्या पुढे त्या दिवसाचा जेवणाचा बेत लिहिलेला होता. बेनने आश्चर्याने ती सगळी पदार्थांची नावं वाचली. नुसत्या विचारानेच त्याच्या तोंडाला पाणी सुटलं. त्यातली काही नावं त्याला माहीतसुद्धा नव्हती. गम्बो म्हणजे काय असेल? आणि फजिता म्हणजे?

नोहाने त्याला ते वाचताना पाहिलं. "आणि ती दिवसभर नोकरीही करते.'' मिरवण्याची एकही संधी नोहा सोडत नव्हता. बेनला ते आवडलं नाही, तरीही सर्वसामान्य कुटुंबात रोजचं जीवन कसं जगलं जातं हे पाहून तो भारला गेला होता.

"आणि तुझे वडील?''

"ते तर गॅरेजमध्ये गेलेत. ते उशिरा येतील बहुतेक.''

ॲडमने फ्रिजमध्ये धुंडाळायला सुरुवात केली आणि नोहाने जरी त्याला थांबवण्याचा प्रयत्न केला तरी ताज्या फळांचा रस आणि हॅमचे तुकडे याचा मोह त्याला आवरता येत नव्हता. शेवटी नोहाने माघार घेतली आणि तिघंही मुलं आतल्या वस्तूंवर तुटून पडली. त्यांनी रसाळ स्ट्रॉबेरी उचलल्या, ग्रीक योगर्ट घेतलं आणि ब्री चीजचे हातानेच तुकडे केले. बेनला ब्री चीज तितकसं आवडलं नाही, पण तरीही त्याने ते खाल्लं, कारण ते वेगळंच आणि नवीन होतं. तिथे पावही होता. त्यांनी उभ्याउभ्याच ते खायला सुरुवात केली. ज्यूसचा खोका एकमेकांच्यात फिरवत शेवटी संपवला.

पोट भरलेल्या आणि झोपाळलेल्या मुलांनी बाहेरच्या खोलीचे पडदे ओढून घेतले आणि मांडी घालून गुडघ्यांना गुडघे लावून खाली बसले. त्यांच्या समोर गालिच्यावर फिशर प्राइसचा टेपरेकॉर्डर ठेवलेला होता.

“हा एवढाच आहे माझ्याकडे,” नोहा म्हणाला, “म्हणजे तसा माझ्याकडे एक सीडी प्लेअर आहे, पण त्यावर काही रेकॉर्डिंग होत नाही. आणि याला माइकदेखील आहे बघा.” त्याने पांढऱ्या प्लॅस्टिकचा मायक्रोफोन उचलला. बाकीचे दोघं हसले. एव्हाना आभाळात ढग जमा झाले होते आणि खोलीत शांतता होती.

“पण काही झालं म्हणजे मग?” बेनने विचारलं. त्याला चित्रपटात सैतान प्रकट झाल्यावरचा रक्तपात आणि यातना आठवल्या.

“घाबरलास बाळा?” ॲडमने उपहासाने विचारलं. “चला, मी पहिल्यांदा सुरुवात करतो. आम्हाला पेन द्या, म्हणजे काय म्हणायचं ते मी ठरवतो. सिनेमात दाखवलं तसं उलटीकडून.”

आणि त्याने कागदावर लिहिलं : करतो आवाहन होण्याचं प्रकट सैतानाला आम्ही.

मुलं एखादा मंत्र म्हणावा तसं ते वाक्य पुन:पुन्हा म्हणायला सुरुवात केली. त्याच्या आवर्तात ती इतके गुंतली की त्यांना भोवंडल्यासारखं व्हायला लागलं, आवाज खरखरायला लागला. अचानक आलेल्या पत्रपेटीच्या आवाजाने ते दचकून किंचाळले. पण बाहेर कोणी सैतान नव्हता, तर नवीन मॉरिसन मोटारींच्या जाहिराती फक्त होत्या.

बाथरूमकडे जात असताना बेनच्या नजरेला अशी एक गोष्ट पडली की त्याला ती न बघता ओलांडून पुढे जाववेना. नोहाची खोली. जराशी किलकिल्या असणाऱ्या दाराने जणू ती त्याला आत बोलावत होती. गेल्या काही आठवड्यांत तसा तो नोहाच्या घरी जरी पुष्कळ वेळा आलेला असला तरीही ते एकतर बागेत खेळत किंवा बैठकीच्या खोलीत, जिथे नोहाच्या आईने लेगोच्या खेळाचा एक प्रचंड मोठा खोका ठेवला होता. त्यामुळे त्याने नोहाची खोली कधी पाहिलीच नव्हती. आणि आता तो दारात उभं राहून हे कोडं सोडवण्याचा प्रयत्न करत होता की इतक्या सगळ्या वस्तू त्याच्या मालकीच्या असताना नोहा बाहेर खेळायला येतोच कसा. लहाणपणीचा खजिना, जो बेनकडे कधीच नव्हता. लेगोने बनवलेले वेगवेगळे आकार फळ्यांवर दिमाखात बसले होते. स्कॅलेक्सट्रिक्सचा सेट* जमिनीवर अशा तऱ्हेने विखुरला होता की जणू त्या गाड्यांना काही किंमतच नसावी. अगदी बिछान्यावरसुद्धा हल् रोव्हर्स संघाचं पांघरूण आणि उशी होती. आणि बिछान्याच्यावर सर्वांत महत्त्वाच्या ठिकाणी हल् रोव्हर्सच्या लाल-पांढऱ्या रुमालाला मानाचं स्थान दिलं गेलेलं होतं.

---

* स्कॅलेक्सट्री सेट - खेळण्यातल्या गाड्यांचा एक ब्रॅन्ड

बेनने पुढे पाऊल टाकलं. नोहाच्या वस्तूंना स्पर्श करण्याकरता त्याचे हात शिवशिवत होते. स्वत:च्या खोलीची आठवण होऊन त्याने मुठी घट्ट आवळल्या. डाग पडलेलं पांघरूण, ॲडमची मोडकी खेळणी, हवा गेलेला फुटबॉल. नोहाकडे इतकं सगळं आहे तरी तो किरकिरत असतो, गरीब बिचारा श्रीमंत मुलगा. आणि तेव्हाच त्याने निश्चय केला, नोहाला जर सैतानाला बघायचं असेल तर दिसू देतच त्याला सैतान आता.

खाली ॲडम आणि नोहा टेबलावर वाकले होते, पण बेन आल्याबरोबर पेला हलायला सुरुवात झाली. सुरुवातीला *एच-ई-एल-एल-ओ* मग नंतर दुसरा शब्द

डी-आय-ई (मरण).

''कोण मरणार आहे?'' ॲडमने पेल्याला विचारलं. तो एकीकडे हसू दाबत होता, पण त्याच्या चेहऱ्यावर वेगळेच भाव होते. बेनने ओठ चावला. बाकीचे घाबरलेले बघून त्याला फारच मजा वाटत होती. त्याने तो लपवण्याचा प्रयत्न केला. तो स्वत:च त्याला जबाबदार होता याची त्याला गंमत वाटत होती. हा फारच मजेशीर खेळ हाता.

ओ-एन-ई

''आमच्यापैकी एक?'' ॲडम म्हणाला. आता लपवण्याकरता हसणं नव्हतच. त्याने बेनच्या छातीवर एक बुक्का मारला. ''तू पेला हलवतो आहेस का बाळा?''

''नाही.'' आणि हे म्हणतानाच बेनला जाणवलं की ते सत्यच होतं. त्याच्या बोटांचा दाब न देताही पेला हलत होता.

नोहाच्या चेहऱ्यावरून आता कोणत्याही क्षणी तो त्याची चड्डी ओली करेल असं वाटत होतं. बेनने स्वत:चं बोट पेल्यावर कसं टेकवून ठेवलं होतं त्याचं त्यालाच माहीत. पेला आता भराभर सरकत होता. शेवटचा शब्द तयार झाला :

एम-यू-आर-डी-ई-आर (खून).

चटका बसावा तसे मुलांनी हात मागे घेतले आणि पेला खाली पडला. अक्षरांवरून घरंगळत शेवटी तो एका अक्षरावर येऊन थांबला.

ते अक्षर होतं *एन.*

आता

फेसबुक : 'हम्बर बॉय बी'ला शोधा.

गुप्त सुहृद : मला कळलंय तो कुठे आहे ते. उद्या मला नक्की कळेल.

नोहाची आई : तुम्ही कोण आहात ते मला माहीत नाही. पण तुमच्या बोलण्यावरून तुम्ही आमच्या बाजूने असणार असं वाटतंय. धन्यवाद! मला फक्त त्याच्याशी बोलण्याची एक संधी हवी आहे. मला त्याला फक्त एकच प्रश्न विचारायचा आहे. हे शक्य होईल असं वाटतंय का तुम्हाला?

गुप्त सुहृद : स्वतःचं म्हणणं मांडण्याची संधी त्याला आधीच मिळाली आहे. आता या गोष्टीला फारच उशीर झाला आहे.

नोहाची आई : पण माझी तीच इच्छा आहे. त्याच्या नजरेला नजर भिडवून तो काय म्हणतो ते मला ऐकायचे आहे. मला आता आणखी हिंसा नको आहे.

गुप्त सुहृद : मला काय करता येईल ते मी करीन, जेसिका.

केट

गालिच्यावर वाळू झाडत केट आणि अमेलिया आत आल्या, अमेलिया चिकट होऊनही हसत आत आली आणि केट, दोन्ही खांद्यावर जिथे ती सनस्क्रीन लावायचं विसरली होती तिथली गुलाबी झालेली त्वचा मिरवत आत आली. सप्टेंबरच्या त्या सौम्य उन्हात कोणाची त्वचा जळेल हे शक्य तरी आहे का, अशा विचाराने तिने ते लावायचा आळस केला होता. ती कधी सुधारणार कोणास ठाऊक.

अमेलियाला फोनवरचा लुकलुकणारा दिवा दिसला तसं तिने ते बटण दाबलं.

"मी बोलते आहे. आईने तुला सांगितलं असेलंच की मी फोन केला होता. मला खरंतर तुझ्याशीच बोलायचं होतं, पण माझ्याकडे तुझा नंबर नव्हता. मी बऱ्याच वेळा फोन केला, पण तू नेहमी बाहेरच होतीस.''

"मी आठवडाभरात ईप्सविचला येणार आहे– आपण भेटू या का? मी 'द ग्रेट व्हाइट हॉर्स'मध्ये राहणार आहे. मला आशा आहे की आपण लहान असताना ते ज्या स्थितीत होतं त्यापेक्षा आता ते बरं असेल. असो! मला येऊन भेट. केट, आपल्याला पुष्कळ गोष्टी बोलायच्या आहेत.''

अमेलियाने मान कलती करून फोनच्या यंत्रालाच विचारावं तसं म्हटलं, "कोण बोलत होतं?''

"ती लिझ आहे, माझी बहीण.''

केटने बटण परत एकदा दाबून बघितलं, पण लिझने ज्या नंबरवरून फोन केला होता तो डिरेक्टरीमध्ये नसल्यामुळे केटला तिला फिरून फोन करणं अशक्य होतं. ती हातातलं दिवसभराचं ओझं रिकामं करण्याकरता स्वयंपाकघरात शिरली तशी अमेलिया तिच्या पाठोपाठ आली.

"आपण तिला कधीच का भेटत नाही? तिला काही मुलं वगैरे आहेत का? मग ती माझी भावंडं असतील ना?''

अर्थातच, हा प्रश्नांचा भडिमार अपेक्षितच होता. केट त्याकरता अमेलियाला दोष देत नव्हती. फक्त तिच्याकडे या प्रश्नांची उत्तरं असायला हवी होती, असं मात्र

तिला प्रकर्षाने वाटलं.

"मला माहीत नाही राणी. सतरा वर्षांची असताना लिझने घर सोडलं. तिने एकाएकी बॅग भरली आणि चालती झाली; त्यानंतर मी तिला एकदाही पाहिलेलं नाही."

अमेलिया उडी मारून स्वयंपाकघराच्या ओट्यावर बसली. केटने आज तिला थांबवलं नाही. तिने त्या दोघींनी समुद्रकिनाऱ्यावर भाजलेल्या मार्शमेलोज्‌ची अर्धवट भरलेली पिशवी उचलून त्यातलं एक चघळायला सुरुवात केली. "जर क्लोइ घर सोडून गेली तर मी तिला शोधायचा प्रयत्न करीन. त्या 'फ्रोझन'मधल्या ॲनासारखं मी आकाश पाताळ एक करीन."

केटने भांडी पुसून ठेवली आणि जळलेलं अन्न होतं ते कचऱ्यात टाकलं. साफसफाई करत असताना तिच्या डोक्यात लिझचेच विचार होते. तिने तिचा शोध घ्यायचा पुरेसा प्रयत्न केला होता का? लिझ का गेली हे तिला खरोखर माहीत नव्हतं? तिचा मेंदू कुरतडणारे विचार जे इतकी वर्षं तिने दडपून ठेवले होते ते आता जागे होऊन उसळ्या मारत होते. आणि लिझच्या जाण्याची जखम जी भरली आहे अशी केटची समजूत होती तिचीही खपली निघून वेदना नव्याने वर आली.

"त्या दुसऱ्या सिनेमामध्ये काय होतं ते मला सांग अमेलिया. त्या दोघी बहिणी नंतर आनंदाने राहतात का?"

अमेलियाचा मेंदू एखाद्या चित्रपटाच्या रिळासारखा होता, एकामागून एक दृश्यं क्रमवार तपशिलासह. त्याला कात्री लावणं अशक्य होतं. तिने त्या आधी हरवलेल्या आणि नंतर एकत्र भेटलेल्या दोन बहिणींची गोष्ट सांगायला सुरुवात केल्यावर केट लक्ष देऊन ती ऐकायला लागली. तिच्या लेकीचा तिच्यावरून ओघळत जाणारा गोड आवाज हळूहळू तिला शांत करत गेला.

अमेलिया झोपल्याची खात्री करून मगच तिने तिच्या आईला फोन केला. तिने स्वतःसाठी शारडोनेचा (व्हाइट वाइन) एक ग्लास भरून घेतला आणि कोणत्याही परिस्थितीत चिडायचं नाही, हे स्वतःला बजावलं.

"आई, मी केट बोलते आहे. तू लिझला माझा नंबर दिलास." तिला पलीकडून आईचा सुस्कारा ऐकू आला. आईने ओठ कसे घट्ट आवळून घेतले असतील, त्याचं चित्र डोळ्यांपुढे उभं राहिलं. तिने काहीतरी चुकीचं केलं असावं, या शक्यतेपासून ती जणू स्वतःचा बचाव करत असावी.

"तुला तिला भेटायचंच होतं, हो ना कॅथरिन? शेवटी बहीण आहे तुझी ती."

अचानकच केटला जाणवलं की तिच्या अंगात वाद घालण्याचं त्राणंच उरलेलं नाही. दारूमुळे किंवा स्वतःच स्वतःला बजावल्यामुळे नाही, तर दुःखामुळे. "आपण तिला तोंडघशी पाडलं का आई? आपण तिला शोधण्याचे पुरेसे प्रयत्न केले ना?"

पलीकडे शांतता होती. पण केटला ग्लासचा किणकिणाट ऐकू आला. दोघी

जणी जणू समोर आपापलं शक्तिवर्धक पेय घेऊन बसल्या असाव्यात.

"तू परत प्यायला लागली आहेस आई?" केटने हळुवार आवाजात विचारलं.

"नाही, फक्त पाणी."

हे खरं असावं म्हणून केटने मनापासून प्रार्थना केली. कदाचित लिझचं त्यांच्या आयुष्यात परत येणं ही चांगली गोष्ट असेल. कदाचित त्याने तिच्या आईच्या जखमा भरूनही येतील.

"मी चांगली आई होण्याचा खूप प्रयत्न केला. मला जेवढं प्रेम शक्य होतं तेवढं मी तुम्हाला दिलं. पण कदाचित ते पुरेसं नसावं."

केटने स्वत:चा ग्लास धुऊन जागेवर ठेवला. दात घासून झाल्यावर ती अमेलियाच्या खोलीत गेली. दिवा मालवण्यापूर्वी एक क्षण ती स्वत:च्या लेकीकडे बघत राहिली. तिचा मुका घेण्याची मनात दाटून आलेली ऊर्मी तिने तशीच दाबून टाकली; कारण अमेलियाची झोप फार सावध होती. त्या उलट केट. भूकंप झाला तरी जाग येणार नाही इतकी तिची झोप गाढ होती. लिझ आपल्या बॅगा भरून निघून गेली तेही झोपेत तिला कळलं नव्हतं. तिचे आई-वडील कचकचून भांडायचे तेव्हाही तिला कधी जाग आली नाही.

हा फोन म्हणजे जणू एक कलाटणीच होती. तिच्या आईने प्रेमाविषयी बोलणं ही एक दुर्मिळ गोष्ट होतीच, पण तिच्या आवाजात एक अस्पष्टशी माफी मागण्याची भावना होती. अर्थात, तिला हे माहीत होतं की यात तिच्या वडिलांचाही दोष होताच. जे काही घडलं होतं, त्याचा परिणाम एकट्यादुकट्यावर न होता सगळ्या कुटुंबावर झाला होता. एके काळी त्यांच्या आईवडिलांचं एकमेकांवर प्रेम होतं अणि कधी काळी ते एक कुटुंब म्हणून राहत होते, या गोष्टीचा केट किंवा कॅथरिन म्हणजे जशी ती लहानपणी ओळखली जायची, आणि तिची बहीण या दोघी पुरावाच नव्हत्या का? पण तिची सुस्पष्ट आठवण मात्र त्यांना तिच्याबद्दल वाटणाऱ्या अनास्थेचीच होती. तिचे मित्र-मैत्रिणी घरी बोलावण्याला बरेचदा नकार मिळायचा. तिची आई सबबी द्यायची ते तिला आठवत होतं, "आत्ता जरा हे गैरसोयीचं आहे केट. आपण नंतर केव्हातरी बोलावू या का त्यांना?" शेवटी केटने विचारायचंच सोडून दिलं आणि जोपर्यंत तिची शाळेतील प्रगती चांगली होती तोपर्यंत पालकसभेला आईने येण्याचा प्रश्नच उद्भवत नव्हता. आणि जरी ते गरीब वगैरे नसले तरीही बरेच वेळा केट शाळेत डब्याशिवायच जात असे, तिचे बूट जरा अतिच घट्ट झाल्याशिवाय तिला नवीन बूट मिळत नसत किंवा शाळेचा गणवेश अगदीच लहान होतो आहे हे पाहिल्यावरच नवीन गणवेश मिळत असे. साध्या साध्या गोष्टींकडे दुर्लक्ष. सोप्या शब्दांत सांगायचं तर अनास्था.

केटने तिच्या वडिलांचं प्रेम मिळवण्यासाठी खूप प्रयत्न केले; पण ते कायमच त्यांच्या कामात गुंतलेले असत. कायमच कुटुंबापेक्षा त्यांच्यासाठी काम जास्त महत्त्वाचं होतं. सतत फोनवर किंवा कोणाच्या तरी भेटीगाठीत व्यस्त, सतत व्यवसायाच्या धूसर जगात हरवलेले. जेव्हा जेव्हा इतर मुलं किंवा शिक्षक तिचे वडील काय करतात हे विचारत असत, तेव्हा उत्तर देण्यासाठी तिची तारांबळ उडत असे.

''मी व्यवस्थापक आहे,'' एवढंच उत्तर तिला त्यांच्याकडून मिळत असे तेही पेपरमधून डोकं वर न करता दिलेलं. ते उत्तर अर्धवट आहे हे तिला माहीत होतं, पण ते तिला खोलीत जायला सांगतील, या भीतीने ती फार लावून धरत नसे. नुसतं त्यांच्या शेजारी शांतपणे बसायला मिळणं हेही तिला एखाद्या मोठ्या विजयासारखं वाटत असे.

पण ते लिझकडे मात्र कधीच दुर्लक्ष करत नसत. ती जर खोलीत आली तर ते वर्तमानपत्र खाली ठेवून लगेच वर तिच्याकडे पाहत असत. रात्री ते बिछान्यावर तिच्या शेजारी झोपून तिला एखादी गोष्ट वाचून दाखवत असत. केटला मात्र यातलं काहीच मिळालं नाही.

त्यामुळे ती जेव्हा वाढीच्या वयात आली तेव्हा त्यांच्यापासून दूर होऊन जे लोक निदान तिच्याकडे लक्ष तरी देत असत अशांबरोबर वेळ काढायला लागली तर त्यात काहीच आश्चर्य नव्हतं. आता तर आपल्या सततच्या बाहेर असण्याबद्दल काही सबबी सांगणंही वडिलांनी सोडून दिलं होतं. आणि आईचं पिणंही प्रमाणाबाहेर गेलं होतं. बरेच वेळा केट उशिरा घरी आली की तिला आई सोफ्यावर पिऊन तर्र होऊन पडलेली दिसायची.

या सगळ्यातून सुटण्याची, कोणाच्या तरी प्रेमाची एक अनावर इच्छा तिच्या मनात उमटली होती. ती अठरा वर्षांची असताना शाळेच्या शेवटच्या वर्षी तिला टिम भेटला. द ग्रेट व्हाइट हॉर्समध्ये एका वीकएन्डला काम करत असताना तिची आणि त्याची भेट झाली. सुरुवातीला तिला त्याच्यावर भरवसा ठेवणं फारच कठीण गेलं, पण तिने जितका प्रतिकार केला तितका जास्त तो तिच्या मागे लागला. शेवटी तिला त्याच्या बरोबर सुरक्षितता जाणवायला लागली. तिने स्वतःला पटवून दिलं की सरतेशेवटी आता तरी तिला अशी व्यक्ती भेटली आहे जी तिच्यावर प्रेम करते. पण हेही खरं नव्हतंच.

अमेलिया गाढ झोपली होती. तिच्या मनात जे कोणतं स्वप्न भिरभिरत होतं त्याप्रमाणे तिचे डोळे फिरत होते. कदाचित चौपाटीवरचे आनंदी क्षण तिच्या मनात तरळत असावेत. केटने दिवे बंद केले आणि परत खाली आली. कोणाशी तरी बोलण्याची अनिवार ऊर्मी तिच्या मनात दाटून आली.

बेन

मी लपतोय हे मला कळत होतं. झोपण्याच्या खोलीमधून बाहेर येऊन माझ्या भावाला तोंड देणं टाळण्याकरता मी अजून बिछान्यातच लोळत होतो. मला बाहेर अॅडमच्या वावरण्याचा आवाज येत होता. स्वयंपाकघरातील कपाटांची दारं जोरात लावताना, घसा खाकरताना. मला ते आवाज, त्याच्याशी ही जवळीक सहनच होत नव्हती. त्याला त्यांनी कसं घरी जाऊ दिलं याभोवतीच माझे विचार अडखळत होते. यात त्याची काहीच चूक नाही. पण मग खरंच सगळी माझीच चूक होती का?

पुन्हा एकदा खटल्याचा विचार माझ्या मनात आला. कसा तो गरीब बिचारा बावळट दिसत होता. आणि ज्यूरी फसले त्याला. कदाचित हाही त्याची चूक नसेल, तो फक्त माझ्यापेक्षा जास्त हुशारीने वागला आणि मी फक्त खरं काय झालं ते सांगितलं. मला वाटलं तेच महत्त्वाचं वाटलं होतं. त्याला आजूबाजूला वावरताना, खिडक्या उघडताना, जांभई दिलेलं ऐकताना मला जाणवलं की जर मी माझ्या भावनांवर ताबा ठेवला नाही, तर मी त्याला फटकारल्याशिवाय राहणार नाही. मी तुरुंगात हा एक धडा पक्का शिकलो आहे, की आपल्या ज्या काही तीव्र भावना असतात त्या आत दडपलेल्याच चांगल्या. म्हणजे तुम्हाला त्यावर ताबा ठेवता येतो. तो जर सतत माझ्या डोळ्यांसमोर राहिला तर मी असं काही करून बसेन ज्याचा मला नंतर पश्चात्ताप होईल आणि हातातून सगळं निसटून जाईल. मला आता घराबाहेर पडणं भाग होतं.

मी पट्‌कन माझ्या बेडरूममधून बाहेर पडलो आणि दरवाजाकडे गेलो. "मी जरा दूध घेऊन येतो." माझं जॅकेट आणि टेबलावरचे पैसे उचलले. माझे शब्द बंदुकीतल्या गोळ्यांसारखे सटासट बाहेर पडले. मीही येतो हे म्हणायला मी त्याला जागाच ठेवली नाही.

त्याने फक्त एक जांभई दिली आणि डोळे चोळले, "थोडी बिअरसुद्धा आण, नंतरकरता."

नंतर? म्हणजे किती काळ राहणार आहे तो इथे? पण मला आत्ता तरी त्याला

ते विचारण्याची इच्छा नव्हती. आणि उत्तराचीही नाही. मी माझी किल्ली उचलली आणि बाहेर पडलो. दार बंद करताना मला जाणवलं की तो माझ्या फ्लॅटमध्ये आहे आणि मी बाहेर. हे किती चुकीचं आहे.

मी ढांगा टाकत पायऱ्या उतरलो त्यामुळे बिल्डिंगच्या बाहेर उन्हात येईपर्यंत माझ्या छातीत दुखायला लागलं. उन्हाने माझे डोळे दिपले आणि मी धडपडलो, कोणत्या दिशेला जावं याचा मी विचार करत होतो. शांत हो बेन, हळू चाल. तू जितका भराभर चालशील तितक्या लवकर तुला ॲडमला परत बघावं लागेल. पण तो माझ्या फ्लॅटवर होता, सगळंच बिघडवून टाकत होता. मी शेवटी घाईच केली.

शर्ल गल्ल्यावर बसली होती. मला बघून ती हसली, पण मी इतका अस्वस्थ होतो की मी तिच्याकडे लक्ष दिलं नाही. "तू ठीक आहेस ना?" तिने विचारलं. मला वाटलं की तिला माझ्या मनातलं दिसत असणार आणि प्रत्येकालाच माझी समस्या कळत असणार. हा सगळा डोलारा कोसळणार आहे. हे सगळं नाटक संपेल आणि मग माझं खरं स्वरूप उघडकीला येईल. दुसऱ्या एका छोट्या मुलाला मारणारा मुलगा. हम्बर बॉय बी. आणि मग मी अर्थात मरूनच जाईन.

मी फ्लॅटच्या दिशेने चालत राहिलो. एका हातात दूध आणि एका हातात स्पार लागरच्या बाटल्या. माझ्या डोक्यात एकच विचार पिंगा घालत होता: जर केटला कळलं की ॲडम फ्लॅटमध्ये आहे तर तो पॅरोलच्या नियमांचा भंग होईल. मग मला परत तुरुंगात जावं लागेल. पण मग निदान तिथे मी सुरक्षित तरी असेन.

मी परत आलो तेव्हा मला दिसलं की ॲडम हे आपलंच घर असल्यासारखा वावरत होता. सोफ्याच्या एका हातावर कपड्यांचा ढीग होता. जीन्स, टी-शर्ट आणि जमिनीवरच्या त्या उघड्या पिशवीतून त्याची अंतर्वस्त्रं अर्धवट डोकावत होती. तो बहुधा राहण्याच्या तयारीनेच आला असावा. त्यात अंघोळीचं सामानही होतं. मला त्या सगळ्याकडे आ वासून पाहताना त्याने पाहिलं.

"तू नव्हतास तेव्हा मी पट्कन गाडीतून सामान घेऊन आलो."

मग ॲडमने जेव्हा त्याच्या मांडीवर नजर वळवली तेव्हा मला दिसलं, त्याच्याकडे एक आयपॅड होतं काळं, चकचकीत. त्याच्या स्क्रीनवर रंगीबेरंगी चित्रं आणि शब्द होते. मी माझा हेवा लपवू शकलो नाही आणि शब्द बाहेर पडले,

"कुठे मिळालं तुला ते?"

त्याने त्याच्या कडेवरून बोटं फिरवली आणि जरासा वळला. आता मला स्क्रीन दिसत नव्हता. "एकदा अर्गोसचा सेल लागला होता, तेव्हा विकत घेतलं."

"महाग असतात ना पण ते?"

माझा कडवट स्वर ऐकून त्याने एकदम वर बघितलं आणि मला त्याच्या डोळ्यांत काहीतरी चमकून जाताना दिसलं. शुद्ध प्रामाणिकता, समजूत. पण लगेच त्याच्या जागी एक हिशेबीपणा आला. मला कळलंच त्याचे पुढचे शब्द तद्दन खोटे असणार आहेत.

"मी सांगितलं ना, तो सेलमध्ये मिळाला. आणि मी थोडे पैसे बाजूला काढून ठेवले होते."

आईने तर घेतलं नसेल त्याला हे, मला शंका आली किंवा स्टुअर्टने. मला वेड लागलंय की काय? कसला विचार करतोय मी? का स्वत:चंच डोकं फिरवून घेतोय? तरी मला आयुष्याने आणि अनुभवाने चांगलाच धडा दिलाय की जग काही फार सोवळं नसतं.

"मग हे काय बघतो आहेस तू त्यावर?"

मी कुतूहलाने पुढे सरकलो आणि त्याला बदलायची संधी मिळण्यापूर्वीच मी ती पांढरी आणि निळी स्क्रीन आणि त्यावरचे शब्द आणि चित्रं बघितलं. त्याचं शीर्षक होत :

फेसबुक : 'हम्बर बॉय बी'ला शोधा.

"आपणंच!" तो ओशाळून म्हणाला, "खरं सांगायचं तर बाळा, कोणाला तरी तू कुठे आहेस हे माहीत असावं, असं दिसतंय."

आम्ही ते एकत्रच वाचलं. नोहाच्या आईने लिहिलेले मेसेजेस, फोटो.

"हे सालं गुप्त सुहृद प्रकरण काय आहे?" त्याने तिरक्या नजरेने माझ्याकडे पाहत विचारलं. जणूकाही मला माहीत असणार होतं. "माझ्याखेरीज आणखी कोणाला माहीत आहे तू कुठे आहेस ते?"

त्याच्या प्रश्नावर विचार करताना मला गोठूनच जायला झालं. माझ्या अंगावर सरसरून काटा आला. गुप्त सुहृद कोणीही असू शकतं. पण तो जो कोणी आहे त्याला माहीत होतं की माझा फ्लॅट नदीकाठी आहे. तो कालचा ओळखीचा वाटणारा माणूस असू शकेल, ती शर्ल असू शकेल, देवा, तो लिऑनही असू शकेल. आणि तो ॲडमसुद्धा असू शकतो जो माझ्या घरी येण्याआधी एक संपूर्ण दिवस ईप्सविचमध्ये होता.

मी त्याच्या हातात त्याची बिअर दिली. "चीअर्स, माझ्या भावा, अरे तुला सांगायचं होतं, चेरिल्‌ने एक निरोप दिलाय, ती गाडीत बसली आहे."

"ईप्सविचच्या?"

"हो. तिला तुला भेटायचं आहे बाळा, मी सांगितलं होतं की तुला."

यावर काय प्रतिक्रिया द्यावी हे मला उमगलंच नाही. चेरिल्. मी तिला शेवटचं पाहिलं होतं ते खटल्याच्या वेळी. जिच्या वडिलांनी नोहाला वाचवण्याचा प्रयत्न

केला, पण अयशस्वी ठरले.

"अजिबात नाही. मी तिला भेटू शकत नाही."

ॲडमने सुसकारा सोडला. जी गोष्ट त्याच्याकरता सूर्यप्रकाशासारखी स्वच्छ होती ती मला कळू नये, याचा वैताग त्याच्या चेहऱ्यावर होता. "हम्बर ब्रिजवर जे काही घडलं त्याने चेरिल्चं आयुष्यसुद्धा बदलून गेलं आहे. आणि माझ्या तिच्याबद्दलच्या भावना अतिशय तीव्र आहेत, कारण ती त्या समजून घेते. परमेश्वरा, कुणीतरी मरण पावलं आहे. तू यापेक्षा जास्त जवळ जाऊ शकत नाहीस."

आता मात्र मी पूर्णपणे गोंधळून गेलो. चेरिल् सरकारी पक्षाची साक्षीदार होती; आमच्या विरुद्ध बाजूची. आणि तरीही आज हा असं बोलतोय की जणू नोहाचं मरण ही दोघांची एकत्रित कृती असावी, दोघांना एकत्र बांधून ठेवणारी. पण त्यामुळे माझं जग मात्र उद्ध्वस्त झालं होतं. माझं म्हणून जे काही होतं ते माझ्यापासून हिसकावून घेतलं जावं तसं. झालेल्या गोष्टीबद्दल त्याला काहीच वाईट वाटत नव्हतं? तो त्याच्या प्रेमप्रकरणातच बुडून गेला आहे.

"कारण मी चेरिल्ला काहीही सांगू शकतो. सगळं काही, पण यातला एक भाग हरवलेला आहे. आणि तो भाग म्हणजे तू. तिला तुला भेटणं आवश्यक आहे."

"खड्ड्यात घाल."

जणूकाही माझं बोलणं त्याच्या कानापर्यंत पोहोचतंच नसावं अशा पद्धतीने त्याने टेबलावरून त्याच्या किल्ल्या आणि फोन उचलून घेतल्या. "तिची गाडी आत्ता वीस मिनिटांत येऊन पोहोचेल. मी तिला आणायला चाललो आहे. वेळेत जायलं हवं. तिला तिथे खोळंबून ठेवण्यात अर्थ नाही. मारेलच धरून ती."

मी त्याला दरवाजाच्या दिशेने जाताना बघत होतो. गेला तो... लिफ्टचा खाली जाण्याचा यांत्रिक आवाज माझ्या कानावर पडला. क्षणार्धात निर्णय घेऊन मी धावत सुटलो. धडाधड एका वेळी दोन पायऱ्या गाळून त्याच्या आधी खाली पोहोचण्याचा माझा प्रयत्न होता. जर मला चेरिल्ला भेटावंच लागणार असेल तर मग ते बाहेरंच भेटलेलं बरं.

ॲडमच्या मझ्दा गाडीत बाजूच्या सीटवर बसताना मी घामाघूम झालो होतो. ॲडम चालवत असलेल्या गाडीत बसताना मला कसंतरीच वाटलं. शेवटचं मी त्याला काय चालवताना पाहिलं असेल तर ती नोहाची स्कूटर, तीही त्याला धड चालवता येत नव्हती. पण आता त्याने मला आश्चर्याचा धक्काच दिला. गिअरबॉक्स आणि ब्रेक दोन्ही तो ज्या हळुवारपणे आणि सांभाळून वापरत होता त्याने मला सुरक्षित वाटायला लागलं. नदीकाठच्या भागातून गाडी बाहेरच्या रिंगरोडवर काढताना

ती त्याने ती अतिशय काळजीपूर्वक आणि शांतपणे चालवली. अवघड वळणं सहजपणे घेतली. माझ्या मनात विचार आला की या ॲडमलाही मी ओळखत होतो. अधूनमधून जेव्हा स्टुअर्ट घरी यायचा आणि घरात खायला अन्न असायचं तेव्हा तो मला क्वचित दिसलेला आहे. त्या वेळी तो शांत असायचा. स्वत:वर ताबा असलेला. 'घरातला छोटा पुरुष' असं आई त्याला कौतुकाने म्हणायची ते त्याला आवडायचं.

गाडीत मिन्टचा वास येत होता आणि ती अगदी टापटिप होती. त्याने जिथे प्लॅस्टिकला पॉलिश केलं होतं ते जाणवतं, आणि आरशावरून लटकलेली प्रार्थनेची माळ. तुरुंगातल्या पोरांकडे अशा माळा होत्या. काही वर्षांपूर्वी ते फॅडच होतं. पण नंतर ते गेलं आणि त्याची जागा *डब्ल्यूडब्ल्यूजेडी* ब्रेसलेटने घेतली आणि नंतर चकाकते पट्टे. पण ॲडमला ते नंतरचं काही पाहायला मिळालं नसणार. तो माझ्या आधीच चार वर्षं सुटला होता.

"श्या! स्टेशनला जाण्याकरता मी चुकीच्या लेनमध्ये आहे."

आम्ही जसेजसे चेरिल्च्या जवळ जात होतो तसतसा ॲडमचा ताण वाढत होता. त्याचा श्वास आता धपापल्यासारखा येत होता, पण तरीही तो आत्मविश्वासाने गाडी चालवत होता. हळू चालणाऱ्या गाड्यांना मागे टाकून तो योग्य त्या लेनमध्ये आला, आणि खुणेप्रमाणे वळला. त्याला माझ्यापेक्षा रस्ता जास्त चांगला माहीत असावा.

"तू यापूर्वी ईप्सविचला आला आहेस वाटतं?" मी विचारलं. आता कदाचित तो मला खरं काय ते सांगेल.

"नाय."

"पण तुला कसं जायचं ते बरोबर माहीत असावं असं वाटतंय."

त्याने खिशातल्या मोबाइल फोनवर बोट ठेवलं. "सॅटलाइट नॅव्हिगेशन (उपग्रह मार्गदर्शन) भारी आहे एकदम."

मत्सराचा आणखी एक दंश. त्यांच्याकडे आणखी एक गोष्ट आहे ज्याबद्दल मला काहीच माहीत नाही. ॲडमने परत एकदा जगात पाऊल टाकलंय आणि तो त्यात मिसळून गेलाय. मी मात्र मत्स्यालयात वेळ घालवतोय आणि मला केवळ दोनंच मित्रं आहेत ते म्हणजे एक म्हातारा माणूस आणि त्याची बायको.

"तू सुटलास तेव्हा तुला ते जड गेलं का रे? म्हणजे सुरुवातीला?" माझं बोलणं केविलवाणं वाटतंय का, म्हणजे मी धडपडतोय असं वाटतंय का? तसं नको वाटायला, पण माझी उत्सुकता मला स्वस्थ बसू देत नाही.

आम्ही सिनेमा थिएटरला वळसा घालून मुख्य रस्त्यावर आलो जिथे आम्हाला सिग्नलला थांबावं लागलं. तो समोरच्या स्टिअरिंगवर बोटं वाजवायला लागला.

मला वाटलं नाही तो मला काही उत्तर देईल. पण मग तो म्हणला, ''आपल्या भागातल्या काही पोरांनी एका रात्री माझ्यावर हल्ला केला होता, हेसल रोडवर, माझा एक हात मोडला. यापेक्षा फार काही नाही. थोडा आरडाओरडा, क्वचित घरावर शेण टाकलं. पण हल्ला नाही नंतर कधी. माझं घरी येणं लोकांच्या अंगवळणी पडून गेलं मग.''

''तू हल्मध्ये परत गेलास आणि लोकांना त्याची सवय झाली?'' माझा माझ्या कानांवर विश्वासच बसेना. माझ्या बाबतीतही असंच झालं तर. हात मोडल्याने काही कोणी मरत नाही. आणि त्यानंतर जर सगळा धुरळा खाली बसत असेल...

त्याने तिरक्या नजरेने माझ्याकडे बघितलं आणि मग सिग्नलच्या दिव्यांकडे लक्ष वळवलं, ते आता पिवळे आणि हिरवे होत होते. ''तू परत जाण्याचा विचार करू नकोस हं बाळा. तिकडे काहीही घडू शकतं,'' गाडीला वेग देत ॲडम म्हणाला, ''तुझ्यावरचे आरोप सिद्ध झालेले आहेत. तू खुनी आहेस.''

ईप्सविचचं रेल्वे स्टेशन हे टॅक्सी, हातात ब्रिफकेस घेतलेली माणसं यांच्या कोलाहलाने भरलेलं होतं. तिथे सगळा गडबड गोंधळ होता. मी पूर्वी इथे येऊन गेलोय म्हणून काही या वातावरणाचा त्रास कमी होत नाही. एक नाजूकशी पिंग्या केसांची युवती इमारतीबाहेर उभी होती. एखाद्या शाळकरी मुलीसारखे हात समोर गुंफलेले आणि हातात एक पांढऱ्या रंगाची खेळाडूंकडे असते तसली बॅग घेतलेली. ती नक्की कशाकरता थांबली आहे आणि ते केव्हा येईल याची तिला पक्की कल्पना असावी. जेव्हा ॲडमने थेट तिच्यासमोरच गाडी थांबवली तेव्हा कुठे मी तिला ती पुलावरची मुलगी म्हणून ओळखलं. जर दहा मुलींना ओळखपरेड करण्याकरता उभं केलं असतं तर मी काही तिला ती खटल्याच्या वेळी चाचरत बोलणारी, नम्र, जिम्नॅस्टिक करणारी मुलगी म्हणून नक्कीच ओळखलं नसतं. तरी बरं, ती अजूनही एखाद्या नृत्यांगनेसारखी दिसते. तिने मोठ्या डौलात गाडीचं दार उघडलं आणि माझ्या शेजारी बसली. मागच्या सीटवर.

''देवा, मी शिजून निघाले पूर्ण गाडीत.'' तिच्याकडे बघितल्यावर तिला गाडीत उकडलं असेल असं वाटत नव्हतं. तिचा पातळ उन्हाळी पोशाख अगदी टापटीप होता. पाच तास रेल्वेतून प्रवास केल्याच्या मानाने जरा जास्तच. ''मी चक्कर येऊन पडायच्या आधी एसी लाव बरं.''

ॲडमने तिने सांगितल्याप्रमाणे केलं. तिने आमच्या दोघांच्यामध्ये झुकून त्याच्या गालाचं चुंबन घेतलं तसा तो जरासा लाजून हसला, प्रेमात आकंठ बुडालेल्या एखाद्या मुलासारखा. एसीमधून थंड हवेचे झोत बाहेर पडायला लागले.

''याने तुला छान गार वाटेल, बेबी.''

तिने अजूनपर्यंत माझ्या अस्तित्वाची दखलही घेतली नव्हती. लवकरच गाडी

परत सुरू झाली. इतर गाड्यांना मागे टाकत सहजपणे गोदीच्या भागातून माझ्या घराकडे परत आली. कोणीच काही बोलत नव्हतं. फक्त एसीमधून येणाऱ्या गार हवेचा आवाज तेवढा येत होता. मला तिचा सुगंध जाणवला. टॅन्गरिन किंवा संत्र्यासारखा तिच्या त्वचेला सुगंधित करणारा वास. ॲडमचा चेहरा अजूनही लालसर होता आणि मला जाणवलं की एकाग्रतेने केलेल्या त्याच्या प्रत्येक हालचालीमागे या मागच्या सीटवर बसलेल्या मुलीचा विचार त्याच्या मनात आहे. ना ती मला दिसते ना तिच्याशी बोलण्याची माझी हिंमत आहे.

जातानापेक्षा हा प्रवास मला मोठा भासत होता. शेवटी आम्ही नदीकाठावर गाडी लावून माझ्या फ्लॅटच्या दिशेने चालायला लागलो. मी पायऱ्या चढून जाईपर्यंत ते लिफ्टने वर पोहोचलेले होते. मी खिशातून चावी काढून दरवाजा उघडेपर्यंत ते वाट पाहत राहिले. आणि शेवटी जेव्हा आत त्या मोठ्या खिडकीजवळ आम्ही तिघे एकत्र जवळजवळ उभे होतो, आमचे ऊर धपापत होते, तेव्हा कुठे ही कोंडी फुटली.

"तू अजूनही हाडकुळाच आहेस," ती मला म्हणाली. तरी मी सैल जीन्स घातली होती. त्या क्षणी मला ती मुलगी दिसली जिने त्या दिवशी ॲडमला आपल्या तालावर नाचवलं होतं. ती मुलगी जिने नोहालाही शिक्षा व्हायला हवी याचा पहिल्यांदा उच्चार केला होता. अर्थात, हे म्हणणारी ती एकटीच नव्हती.

ती बूट काढून अनवाणी पायांनी उभी राहिली. तिचा ड्रेस तिच्या गुडघ्यांपर्यंत आला होता.

"तू अजूनही एखाद्या नर्तकीसारखीच दिसतेस, चेरिल्."

यावर हसून तिने खाली वाकून जमिनीला हात लावला. ॲडम माझ्याकडे रागाने बघत होता. मला काही प्रेमाबिमाचा फारसा अनुभव नाही, पण ॲडम प्रेमात पार बुडालाय हे मला दिसतं होतं. ती परत सरळ झाली आणि ॲडमकडे लक्ष गेल्यावर त्याला जाऊन चिकटली. "मी अजून तुला नीट भेटलेही नाही."

ते एकमेकांचं चुंबन घेण्याच्या पवित्र्यात होते. मी नजर वळवली, कारण मला तिच्या जिभेचं गुलाबी टोक ॲडमच्या दातांजवळ दिसतं होतं. मी नजर वळवून खाली नदीकाठाकडे बघायला लागलो.

चेरिल्ने खोलीत चक्कर मारली, सोफ्याला स्पर्श केला, घरपोच पिझ्झाचं एक पत्रक पडलेलं होतं ते उचलून बघितलं. बघण्यासारखं फार काही नव्हतंच तिथे. "*होइला चेझ मोइ* (हे माझं घर)." मी विचार न करताच बोलून गेलो.

ती माझ्याकडे अशी काही बघत होती की तिच्या नजरेत एकतर तिरस्कार असावा किंवा उघड कुतूहल.

"तुला फ्रेंच येतं?"

"थोडंसं." मी तिला सांगत नाही की मला त्या विषयात जीसीएसई *ए* मिळाली आहे. "मी आठ वर्षं बोर्डिंग शाळेत होतो ना, विशेष काही नाही."

"गज असलेल्या," तिने अनावश्यक पुस्ती जोडली.

"हो ना. अभ्यासाशिवाय काहीच करणं शक्य नव्हतं."

अर्थात, हे खरं नव्हतं म्हणा. तिथे वेटलिफ्टिंग, ड्रग्ज, सेक्स हे सगळं होतंच. मी ते करूनही बघितलं, पण मला फारसं आवडलं नाही. मला वाटतं की मी भिन्नलिंगी प्रवृत्तीचा असणार. अर्थात, मला ते तपासून पाहण्याची संधी मिळाली नाही म्हणा. त्यामुळे माझ्याकरता फक्त एक अभ्यासाचाच पर्याय उरला. ते अगदी परिपूर्ण शिक्षण नसलं तरी त्याचे फायदे होतेच.

मी शेक्सपीअरची सगळी नाटकं वाचली आहेत, मार्लो, वेबस्टर वाचलंय. मी दान्ते आणि गोथे वाचलेत. मी विसाव्या शतकात प्रसिद्ध झालेल्या अमेरिकन गुन्हेगारी कथाही बऱ्यापैकी वाचल्या आहेत. मी एखाद्या फ्रेंच रेस्टॉरन्टमध्ये जाऊन जेवणाची ऑर्डर देऊ शकेन. अर्थात, खुन्यांना प्रवासाची परवानगी नसल्याने माझ्यावर ती वेळ येणारच नाही. निदान माझ्यासारख्या 'लाइफ लायसेन्स'*वरच्या कैद्याला तर नाहीच नाही.

ते दोघंही असल्यामुळे माझा फ्लॅट आक्रसल्यासारखा वाटत होता. चेरिल्‌ला स्वत:जवळ ओढत ॲडम सोफ्यावर बसला.

"मी तुमच्यासाठी काही आणू का?"मला त्यांच्या समोरून सुटका हवी होती.

चेरिल्‌ने वर पाहून मान डोलावली. "मला काहीतरी प्यायला चालेल."

"माझ्याकडे बिअर आहे किंवा दूध. आणि पाणी."

"मग मला पाणीच दे."

स्वयंपाकघरात मी पाणी थंड होईपर्यंत नळ सोडून ठेवला. स्टीलवर पाणी पडल्याचा आवाज ऐकत राह्यलो. चेरिल् पाठीमागे येऊन उभी राहिलेली मला कळलच नाही.

"मग? कसं वाटतंय आता?" तिने विचारलं. तिचा आवाज आता मोकळा किंवा मित्रत्वाचा नाही, तर जरा कुत्सितच वाटला मला.

"काय?"

---

* 'लाइफ लायसेन्स - काही वेळा अर्धी शिक्षा भोगून झालेल्या कैद्याला लाइफ लायसेन्सवर बाहेर सोडतात. यामुळे त्यांना समाजात मिसळण्याची संधी मिळते. अशी सुटका झालेल्या कैद्याला काही अटी पाळाव्या लागतात आणि परिविक्षा अधिकाऱ्याच्या नजरेखाली राहावं लागतं.

"शिक्षा संपली ते. मुक्त असणं."

मला माहिती आहे की मी कधीच मुक्त असणार नाही. खऱ्या अर्थाने मुक्त होणार नाही. पण तिला ते म्हणायचं नसावं. "तुरुंगातल्यापेक्षा आणि मला जे आठवतंय त्यापेक्षा वेगळं आहे हे. भीतिदायक."

मला माहीत नव्हतं की मी हे बोलून बसेन, पण ती ज्या पद्धतीने माझ्याकडे पाहत होती, माझं पाणी जोखावं तसं, त्याने मी अस्वस्थ झालो. मला ती परत जरा सौम्य व्हायला हवी होती, सुंदर शरीर असणारी नृत्यांगना व्हायला हवी होती. ती ॲडमकडे जशी हसून बघते तसं तिने माझ्याकडे बघावं असं मला वाटतं होतं. तिच्या गुलाबी जिभेची आठवण माझ्या मनातून जात नव्हती.

"हं, मरण्यापेक्षा भीती बरी."

ती नोहाबद्दल बोलतेय. आमच्या दोघांमध्ये एक अवघडलेली शांतता पसरली ज्यात एका मुलाचा लाल बूट पाण्यात पडतो. तिने जेव्हा परत बोलायला सुरुवात केली तेव्हा तिचा आवाज शांत आणि धमकावणारा होता. मी तिच्या खांद्यावरून पलीकडे ॲडमला शोधायला लागलो मदतीसाठी, पण तो तिथे नव्हताच.

"त्या दिवशी हम्बर ब्रिजवर सगळं बदललं. त्याने माझं आयुष्यंच बदलून गेलं. माझे वडील परत कधीच कामाला गेले नाहीत. त्यांना आजारपणाच्या नावाखाली काढून टाकण्यात आलं. तुला माहीत आहे? ते दिवसभर घरीच असायचे. त्यांच्यापासून आणि त्यांच्या दुःखापासून मला कधी सुटकाच नाहीये."

मला हे ऐकायचं नव्हतं. हे ऐकण्याची माझी तयारीच नाही.

मी तिच्या हातात पाण्याचा ग्लास ठेवला आणि बाहेरच्या खोलीत निघून आलो.

ॲडम सोफ्यावर पसरून त्याच्या आयपॅडवर काहीतरी टाइप करत होता. तो मला स्क्रीन दिसू नये म्हणून वळला. मीही विचारायच्या फंदात पडलो नाही, पण तो काय करत असेल याची उत्सुकता होतीच. चेरिल् बाहेर आली आणि तिची बॅग कुठे ठेवायची ते विचारायला लागली. तिची पांढरी बॅग छोटीशी होती, त्यात ब्रश आणि पर्सशिवाय दुसरं काहीच मावलं नसतं. मला आशा वाटली की ते बहुधा लवकर जातील.

"आज आम्ही तुझ्या बिछान्यात झोपू बाळा. हा सोफा दोघांना पुरणार नाही."

माझं आयुष्य परत ताब्यात जातंय; ॲडम-चेरिल् आणि भूतकाळाच्या.

त्या दिवशी

नदीच्या चिखलाने भरलेल्या काठावर चेरिल् पोहण्याच्या पोशाखात कुडकुडत बसली होती. तिचं पोट अजूनही दुखत असल्यामुळे तिने गुडघे वर हनुवटीजवळ घेतले होते. जिप्सीविलेच्या दिशेने येणारी ती तीन मुलं तिला आता काठाजवळ दिसायला लागली. ते पायवाटेवर तसे अजून लांब होते. अजूनही त्यांना ती दिसलेली नाही.

तिला अदृश्य असल्यासारखंच वाटतं होतं. तिच्या वडिलांचंही तिच्याकडे लक्ष नव्हतं. ते त्यांच्या गळाला वळवळवणाऱ्या किड्याचं आमिष अडकवण्यात मग्न होते. तिच्या मनात त्या सगळ्या वर्षांचा विचार तरळून गेला जेव्हा तिच्या आईच्या निघून जाण्यानंतर तिला आपल्याकडे कोणाचंच लक्ष नसावं अशीच इच्छा होती. पण आता मात्र वडिलांचं दुर्लक्ष तिला असह्य होत होतं. जेसिकाने त्यांना सोडून दिल्यावरही हे असं काहीच न घडल्यासारखं कसं वागू शकतात. त्यांची कुटुंब निर्माण होण्याची शक्यताच आता नाहीशी झाली होती. चेरिल्ला वाटलं की कदाचित जेसिका ही तिच्या वडिलांना मिळालेली शेवटची संधी होती. तिची आई निघून गेल्यावर त्यांच्या आयुष्यात कोणीही नव्हतं. नशिबाने जेसिका भेटली आणि त्यांनी तिला अशीच हातून निसटू दिलं आणि मासे मारत बसलेत?

वारा जरा जास्तच सुटलाय, पण चेरिल्ने मात्र पोहण्याच्या पोशाखावर कपडे घातले नाहीत. त्याऐवजी तिने फक्त स्वत:च्या कंबरेभोवती एक टॉवेल गुंडाळून घेतला होता. ती स्वत:लाच गवतामधून फिरणारी इजिप्शिअन राजकन्या क्लिओपात्रा असल्यासारखी समजत होती.

आणि तिचे वडील ते बागेत राहणाऱ्या एखाद्या नोम*सारखे वाटत होते. त्यांच्या गळावर वाकलेले आणि त्यांचा हिरवट तंबू सभोवती गुंडाळलेला. ते कदाचित झोपलेलेही असू शकतील. त्यांना सांगण्याच्या फंदातही न पडता ती

* नोम - भूगर्भातील संपत्तीचे रक्षण करणारा काल्पनिक ठेंग्यू रक्षक.

तिथून निघून गेली.

मुलं टेकडीच्या उंचवट्यावर एका रेषेत बसलेली होती.

"तुम्ही पोरं त्या तीन शहाण्या माकडांसारखी दिसताय," चेरील् स्वत:च्याच विनोदावर हसली. त्यांच्या समोर उभं राहताना तिला जाणवलं की त्यांचं लक्ष तिच्या पोहण्याच्या पोशाखाकडे होतं. तिचा पोशाख वरच्या बाजूला जरा घट्ट झाल्यामुळे तिचे वक्ष दोन्ही बाजूंनी बाहेर ओसंडून आले होते. टॉवेल सारखा करण्याकरता तिने कमरेवर दोन्ही हात ठेवले.

"मग," नोहाच्या लाल बुटांच्या टाचेवर स्वत:च्या अनवाणी पायांनी आघात करत चेरिल् बोलली. त्याला टोमणा मारण्याचा मोह तिला आवरला नाही. "आई कुठे आहे तुझी?"

ती जवळ नाही हे जाणवल्यासारखे नोहाचे डोळे विस्फारले, "लंडनमध्ये संपासाठी."

"आणि तिने तुला एकट्यालाच सोडलं?" चेरिल्ने परत एकदा, पण जरा हळुवारपणे बुटावर लाथ मारली.

"तिने माझी बेनकडे राहण्याची व्यवस्था केली आहे." त्याने त्याच्या मित्राकडे नजर टाकली, आता त्याच्या नजरेत नाराजीची छटा होती. "त्याच्या आईने आमच्याकडे लक्ष द्यायचं असं ठरलं आहे. पण ती आजारी आहे."

"डोक्याने आजारी," ॲडम कडवटपणे उद्गारला. "ती आत्ता स्वत:कडेही लक्ष देण्याच्या स्थितीत नाही."

"तुला माहीत आहे तिला अर्धशिशीचा त्रास होतो," बेन पुटपुटला. फक्त तो दारूच्या बाटल्या रिचवल्यावर होतो हे सांगण्याचं त्याने टाळलं.

नोहाने पाय जवळ ओढून घेतले, आता त्याचे गुडघे हनुवटीपाशी होते. पाण्याच्या दिशेने बघत तो म्हणाला, "आईला मला सोडून जायचं नव्हतं, पण तिचा इलाज नव्हता. कारण आज शिक्षकांचा संप आहे ना. तिला लंडनला जावंच लागलं. ती युनियनची प्रतिनिधी आहे."

चेरिल्ला हे सगळं माहीत होतं. तिला हेही कळत होतं की खरंतर तिचे वडीलही तिथेच असायला हवे होते. जर ते काल जेस्सशी भांडले नसते तर... आणि आता हा, तिचा लाडका मुलगा, तिने कबूल केल्याप्रमाणे डेव्हला सोडून आली असती तर म्हणे तो राहू शकला नसता. तो चेरिल् आणि तिच्या वडिलांबरोबर राहू शकला नसता.

नोहामुळेच जेस्सने हे प्रकरण थांबवलं होते. चेरिल्ला मिळू शकत असलेली कुटुंबात राहण्याची संधी निसटून जायला तोच कारणीभूत होता. जेसिका जेव्हा त्यांच्या आयुष्यात होती ते काही महिने आयुष्य किती वेगळंच होतं. जेसिका

स्वयंपाक करायची, आवरायची, तिच्या वडिलांवर प्रेम करायची आणि तेही चेरिल्ला साध्या मुलीसारखंच वागवायचे.

आता हे अनुभवल्यावर चेरिल् त्यापूर्वीच्या निरस आयुष्यात परत जाऊ शकत नव्हती. त्यापेक्षा मरण बरं.

भोवतालच्या गारठ्यामुळे नोहाला थरथरायला झालं. त्याचा चेहरा मनावर कोरून ठेवल्यासारखी चेरिल् त्याला निरखून बघत होती. तिला वाटलं खरंतर त्या तोकड्या पोशाखात टॉवेल गुंडाळून ती उभी आहे, पण थंडीने मात्र तो काकडतोय. किती क्षुद्र आणि दुबळा होता तो!

"पण युनियन प्रतिनिधी म्हणजे काय?" ॲडमने विचारलं.

स्वत:ला सगळं कळत असावं तशा स्वरांत चेरिल्ने सुरुवात केली, "त्याचा अर्थ तिने संपाच्या बाजूने मत दिलं, म्हणून मग तिला लंडनला जावं लागलं आणि आता संपूर्ण दिवस तिला हातात फलक घेऊन उभं राहावं लागेल. माझ्या वडिलांना जायचं नव्हतं, कारण त्यांना त्या रांडेचं तोंडही बघायचं नव्हतं." जेसिका समोर नसल्याने हे शेवटचे शब्द तिने नोहाच्या दिशेने भिरकावले.

नोहाने कपाळाला आठ्या घातल्या आणि ओठ चावून धरला.

"तुला माहीत आहे, माझे वडील कोण आहेत?" या मुलाला काय माहिती असेल याची तिला उत्सुकता वाटत होती.

वर बघायचं टाळत नोहाने मान डोलावली. "म्हणजे काय, ते माझ्या आईबरोबर काम करतात. ते शिक्षक आहेत."

ते फक्त तेवढंच करत नाहीत, असं चेरिल्ला म्हणावंसं वाटलं; पण आता बोलून काय फायदा? सगळंच तर संपलेलं होतं. आणि जेस्स आता त्यांच्याकडे राहायला येणार नव्हती. आता परत एकदा फक्त ती आणि तिचे वडील, कायमचे. आणि याला जबाबदार नोहा होता.

"ते बघ तिकडे आहेत," चेरिल्ने तिच्या मागे बोट दाखवलं. "मासे पकडत आहेत. त्यांना मी इथे आल्याचं कळलंही नाही. त्यांना बादलीभरून ते गलिच्छ मासे मिळाले आहेत आणि तिथेच त्यांचं लक्ष आहे."

"खरंच?" नोहाचा चेहरा उजळला, जणूकाही मासे गळाला लागणं ही जगातील अत्युच्च महत्त्वाची गोष्ट असावी. मग तो जरासा गोंधळला, त्याला बहुतेक जाणवलं असावं की या जराशा विचित्र वाटणाऱ्या मुलीला आपण आवडत नाही. "तू एखादा आणशील? बघायला नुसता."

"मला वाटलं तर आणीन." त्याला हवी असलेली गोष्ट त्याला मिळणं, न मिळणं आपल्या हातात आहे या जाणिवेने तिला विलक्षण आनंद झाला.

“तू आमच्यासाठी एखादा तरी घेऊन ये नं, प्लीज?” त्याने याचना केली.

चेरिल् कठड्याच्या फटीतून नाहीशी झाली. काहीतरी कृती मग ती क्षुल्लक का असेना करायला मिळाली या आनंदात ती होती. काही वेळातच एका राखाडी बादलीचं वजन हातात पेलत धापा टाकत ती परत आली.

“यात आहे एखादा?” नोहा उठून उभा राहिला. बेनही सरकून पुढे झाला. दोघंही तिच्या भोवती दाटीवाटीने उभे राहिले. ॲडमने आपल्याला यात काहीच रस

नाही असं दाखवत चेरिल्च्या खांद्यावरून नजर टाकली, आधी माशाकडे आणि मग तिच्या छातीकडे. डोक्यावर पडणारे पावसाचे थेंब झेलत चौघंही मुलं बादलीभोवती कडं करून उभी राहिली.

“तो बघ ना किती मोठ्ठा आहे,” नोहा अचंब्याने उद्गारला.

“कोणता मासा आहे तो?” बेनने विचारलं.

“मूर्खा, तो कार्प मासा आहे,” चेरिल्ने सांगितलं.

“पण तो हालचाल करत नाहीये.”

“करतोय.” नोहाने गढूळ पाण्यात हात घालून माशाच्या डोक्यावर बोटाने ढोसलं. मग तो म्हणाला, “नाही, ते पाणी आहे फक्त. मासा मेला आहे.”

“तो झोपलाय,” चेरिल् अधिकारवाणीने म्हणाली, “त्याला ढोसू नकोस.”

“रक्त दिसतंय बघ.”

“माशांना रक्त येत नाही.”

“मग काय आहे ते? श्शीऽ किती भयंकर आहे.”

सगळे गप्प झाले. चौघेही जण त्या छोट्या-छोट्या माशांमध्ये अडकलेल्या मोठ्या माशाकडे टक लावून पाहत होते.

“तू चहाच्या वेळी खाणार आहेस का तो?” बेनने चेरिल्ला विचारलं. स्टुअर्ट मासे आणायचा त्यापेक्षा हा जरा वेगळा वाटत होता.

“डॅडना तो आमच्या चहाच्या वेळी हवा असेल,” चेरिल्ने म्हटलं आणि अचानकच तिने ती बादली वाकडी केली. मासा आता गवतावर होता. तिने बादली परत सरळ केली आणि बाकीचे मासे बचावले. “पण त्यांना ते जड जाणार.”

आणि तिच्या अनवाणी, फिकट पायांनी तिने माशाच्या अंगावर उडी मारली. लाल आणि पांढरा आतड्यांचा गोळा पचूकन जमिनीवर सांडला.

“नको!” नोहा किंचाळला. त्याचे हात त्याच्या डोळ्यांवर होते. जणूकाही त्या निष्पाप जिवाचा मृत्यू त्याला सहन होत नव्हता.

“शी! काय किळसवाणं आहे हे,” ॲडम तोंड वाकडं करत म्हणाला. पण जेव्हा चेरिल्ने त्याच्याकडे पाहिल्यावर चेहऱ्यावरचे भाव बदलून तो एकदम हसला.

त्याने त्याचा हात चेरिल् पुढे धरला. गवतावर आपले पाय स्वच्छ करताना त्याने तिला आधार दिला. तिच्या टॉवेलची कमरेवरची गाठ सुटली होती. त्याचा हात धरून ती एखाद्या राणीसारखी पावलं टाकत नदीकाठाकडे गेली. डौलात खाली बसत तिने ॲडमला आपल्या शेजारी ओढून घेतलं. तिचा टॉवेल कमरेवरून पार खाली घसरला.

दोघं लहान मुलं मात्र अजूनही माशाजवळच उभी होती. शेवटी नोहाला ते दृश्य असह्य झालं. त्याने ते माशाचे अवशेष एखादं मोडकं खेळणं असावं तसे गोळा केले. जणूकाही त्याच्या या कृतीने तो मासा जिवंतच होणार होता.

आता

फेसबुक : 'हम्बर बॉय बी'ला शोधा.

नोहाची आई : माझ्या चर्चने वर्गणी गोळा केली आहे. त्यांच्याकडे १५,००० पौंड्स जमले आहेत. ते कसे वापरावेत या विषयीचं माझं मत त्यांनी विचारलं आहे. नोहाच्या नावाने काही तरी करण्याची त्यांची इच्छा आहे.

हे ठरवताना डेव्हला आणि मला पुष्कळ वेळ लागला. नोहाला काय आवडलं असतं यावर आम्ही पुष्कळ खल केला. त्याला फुटबॉल आवडत असे म्हणून मग आम्ही त्याही कल्पनेचा विचार केला, पण नंतर आम्ही स्केटपार्कवर शिक्कामोर्तब केलं. तो गेला त्या दिवशी त्याची स्कूटर त्याच्या जवळच होती. आमच्या भागातून स्कूटर चालवायला त्याला फार आवडत असे. बरीचशी मुलं आजही चालवतात. त्यांना सुरक्षित आणि चांगली जागा मिळावी अशी माझी इच्छा आहे. त्यामुळे त्या पैशांनी हम्बर ब्रिजच्या तोंडाशीच जी एक पडीक जागा आहे तिथे स्केटपार्क बांधण्यात येईल. तिथलं ते छोटंसं हॉटेल आता बंद असतं, पण स्केटपार्कमुळे तिथे परत स्थानिक व्यवसायांना चालना मिळेल आणि मग कदाचित तो संपूर्ण भागच प्रेक्षणीय झालेला असेल.

आम्ही काल ती जागा पाहून आलो. चर्चच्या वर्गणी गोळा करणाऱ्या लोकांबरोबर गेलो होतो. तिथे गेल्यावर मला फार वाईट वाटलं. तसं ते नेहमीच वाटतं म्हणा, पण मला वाटतं की स्केटपार्कमुळे ते थोडंसं कमी होईल.

मला हम्बर ब्रिजशी जाऊन तिथे मुलांना खेळताना पाहायचं आहे. मजा करताना पाहायचं आहे. असं काहीतरी चांगलं काम जे आमच्या नंतरही टिकून असेल.

गुप्त सुहृद : ते १५,००० पौंड्स बक्षीस म्हणूनही वापरता येतील जेसिका. ते पैसे वापरण्याचा तो एक चांगला मार्ग असेल.

डेव्ह : तू कोण आहेस ते आम्हाला माहीत नाही. पण हे चर्चचे पैसे आहेत आणि ते जखमा भरून येण्याकरता वापरायचे आहेत. रक्तपाताकरता नाही.

गुप्त सुहृद : पण ते तसेच वापरायला हवेत. हम्बर बॉय बी मरणार असेल तर त्यापुढे १५,००० पौंड्स ही रक्कम काहीच नाही.

केट

बेन आज नेहमीपेक्षा खूपच अस्वस्थ आहे हे केटला जाणवत होतं. त्याच्या डोळ्यांमध्ये त्याच्या मनातला संघर्ष प्रतिबिंबित होत होता. *स्वत:च्या अनुभवावरून केटने ताडलं की बोलावं की बोलू नये या द्विधा मन:स्थितीत तो हेलकावे घेत होता.*

"बेन, मला तुला अतिशय महत्त्वाचं असं काहीतरी सांगायचं आहे. नीट लक्ष देऊन ऐक. तुझ्या आयुष्यात तू इतर कुठेही काहीही बोलला नाहीस तरी या खोलीत तू काहीही बोलू शकतोस, नव्हे बोलायलाच हवे. मला माहीत आहे की हे सांगणं मला खूप सोपं आहे, परंतु मला कळतंय की काहीतरी बिनसलंय. म्हणून एक दीर्घ श्वास घे आणि मला सांग, काय झालंय?"

"माझी काहीच चूक नाही," त्याने सांगायला सुरुवात केली तसा तिला सावधपणा जाणवायला लागतो. *या खोलीतली कितीतरी संभाषणं या वाक्यानेच सुरू झालेली तिला आठवत होती.*

"तो इथे आला ही माझी चूक नाही. मी त्याला बोलावलं नाही. खटला संपल्यानंतर मी त्याला पाहिलेलंही नाही."

"आपण कोणाविषयी बोलतोय, बेन?"

"माझा भाऊ, ॲडम. हम्बर बॉय ए. तो ईप्सविचमध्ये आहे. माझ्या फ्लॅटमध्ये."

पॉलने शीळ घातली. हातातली पेन्सिल एखाद्या पिस्तुलाप्रमाणे स्वत:च्या डोक्यावर रोखली आणि अंगठ्याने घोडा दाबल्याप्रमाणे कृती केली.

"छान. शुक्रवारी दुपारी तीन वाजता हेच फक्त कमी होतं आपल्याला."

केटने बेनबरोबरची मुलाखत घाईघाईने संपवून आणि तिला ही गोष्ट इतरांना सांगावीच लागेल याचा इशारा त्याला देऊन ती आता पॉलच्या ऑफिसमध्ये उभी होती. ती हात टेबलावर ठेवून थोडी पुढे झुकून तिचे व्यवस्थापक तिला काय सल्ला देणार ते ऐकण्यासाठी ती सज्ज होती. "तुला वाटतंय मी त्याला परत ताब्यात घ्यावं?"

पॉल त्याच्या खुर्चीत मागे रेलला. "संपर्क न ठेवण्याची परिविक्षेची अट?"

"बळीच्या कुटुंबाशी प्रत्यक्ष किंवा अप्रत्यक्ष कुठलाही संपर्क नको आणि हम्बरच्या परिसरात प्रवेश नाही."

"पण सहआरोपीविषयी काही नाही ना?"

"लायसेन्समध्ये काही नाही. पण त्यांना नेहमीच वेगळं ठेवलं गेलं होतं."

"तसंच करायला हवं. जर त्या दिवशी पण त्या दोघांना वेगळं ठेवलं असतं, तर ते गरीब बिचारं पोरगं हम्बर नदीत सापडलं नसतं. नाही, आपण त्याला परत ताब्यात घेण्याची गरज नाही."

केटला जाणवलं की पॉललाही सुटल्यासारखं वाटतंय. परत ताब्यात घेणं ही एक प्रदीर्घ प्रक्रिया होती. आणि आठवडाअखेर अगदीच तोंडावर होती. पण तरीही ती तो पर्याय सहजासहजी सोडून द्यायला तयार नव्हती.

"आणि बेनच्या स्वतःच्या सुरक्षेचं काय? फेसबुकवरचं गुप्त सुहृदाचं लिहिणं जरा जास्तच धमकीपर होत चाललं आहे. शेवटच्या लिखाणात स्पष्ट म्हटलंय की हम्बर बॉय बी मरायलाच हवा म्हणून. त्या पोस्ट्स असं सुचवतात की त्याला माहीत आहे बेन कुठे आहे ते. आणि आता हा भाऊ उपटलाय. काहीतरी चुकतंय."

"मान्य आहे. आपण त्या सहआरोपीला लगेच फ्लॅटमधून बाहेर काढायलाच हवं, एवढंच नाही तर सफोल्कमधूनच हाकलायला हवं ताबडतोब. कळलं?"

"एवढंच?" केटने टेबलची कड सोडली जी ती आल्यापासून घट्ट पकडून उभी होती. "परत बोलवायचं नाही?"

"भाऊ जात असेल तर प्रश्नच नाही. पण माझ्याकडे आज रात्रीची स्नेप माल्टिंग्जची तिकिटं आहेत पीटर ग्रीम्सची. त्यामुळे मला खात्री आहे तू त्याला घालवशील."

केट थेट नदीकाठावरच्या बेनच्या फ्लॅटकडे गेली. पण जेव्हा त्याच्या घराचं दार उघडलं तेव्हा समोर तो नव्हता, तर एक विशीच्या आसपासची तरुण मुलगी होती. सडपातळ, पिंगट ओलसर केसांचं पोनीटेल बांधलेली, फक्त टॉवेल गुंडाळलेली.

केट आ वासून बघतंच राहिली आणि आपली चूक तर होत नाही ना हे पाहण्याकरता एक पाऊल मागे सरकली.

"काय हवंय?" मुलीने विचारले. केटला तिच्या त्या बोलण्यातून, अगदी एकाच शब्दातून उत्तरेकडच्या भाषेची चुणूक जाणवते.

"मी बेनला भेटायला आले आहे. तो आहे का इथे?"

ॲडम आणि बेनला सोफ्यावर एकत्र बसलेलं बघून ते भाऊ आहेत हे सहज ओळखू येतं. तिला माहीत होतं की त्यांचे वडील वेगवेगळे आहेत. आणि बेनचे केस पिंगे आहेत तर ॲडमचे गडद, पण त्यांचा चेहऱ्याचा आकार सारखा होता.

तसेच गाल, तेच निळे डोळे. अर्थात, ॲडम जास्त आत्मविश्वासाने वावरतो, तर बेन खाली जमिनीकडे बघतो. पण ही मुलगी कोण आहे ते केटला माहीत नाही. आणि ते कळत नाही तोवर ती स्पष्टपणे बोलू शकत नाही.

"या माझ्या परिविक्षा अधिकारी आहेत," खाली मान घालून बेन म्हणाला. "आणि हा माझा भाऊ आहे ॲडम आणि ही त्याची मैत्रीण. तिला माहिती आहे." हे म्हणताना त्याने वर बघितलं. त्याच्या आवाजातून त्याच्या मनातली भावना डोकावली. चेरिल् ॲडमच्या शेजारी सोफ्याच्या हातावर बसलेली आहे, तिच्याकडे त्याने नजर टाकली. अजूनही ती फक्त टॉवेलमध्येच होती.

केट जराशी घुटमळली. या मुलीला जी काही माहिती असेल ती पूर्ण नसणार. आणि तिला जर माहीत असेल तर आणखी कोणाकोणाला माहीत असेल?

"तुला कपडे घालायचे आहेत का?" स्वत:ची नाराजी न लपवता तिने म्हटलं.

"मी ठीक आहे."

ती मुलगी नुकतीच अंघोळ करून आली असावी आणि तिची कुठेही जायची अजिबात इच्छा दिसत नव्हती. केट त्यामुळे अस्वस्थ झाली. ती मुलगी तिथेच ठिय्या मारून बसली होती.

"ही वेळ जरा नाजूक आहे ॲडम. बरेच लोक सध्या बेनच्या मागावर आहेत, त्याला शोधत आहेत. आणि तुझं इथे असण्यामुळे लोकांना त्याच्या इथे असण्याचा अंदाज येईल."

ॲडमने बोलण्यापूर्वी त्याच्या मैत्रिणीकडे नजर टाकली, "मी इथे असता कामा नये असा कोणता कायदा आहे का?"

"कायदा नाही, पण साधी गोष्ट आहे, जी आपल्याला समजायला हवी."

बेन घसा खाकरत आणि अनपेक्षितपणे ठाम आवाजात म्हणाला, "खरी गोष्ट अशी आहे ॲडम, की मला माझ्या आजूबाजूला लोक असण्याची फारशी सवय नाही. मला त्याचा ताण येतो. मला या जगण्याशी जुळवून घेण्याकरता थोडा वेळ हवा आहे."

ॲडमला आश्चर्य वाटलं आणि नंतर राग आला. "तू मला जायला सांगतो आहेस का बाळा?"

बेनने ओठ दाताखाली दाबून धरला आणि खिडकीच्या दिशेने नजर टाकली, जणू तो जे बोलायचे आहे त्याकरता शक्ती गोळा करत असावा. आणि मग भावाच्या नजरेला नजर भिडवून स्पष्टपणे म्हणाला, "हो तसंच समज."

केटला आनंदाने नाचावसं वाटतं होतं, पण तिने फक्त एक समाधानाचं हास्य चेहऱ्यावर आणलं. थोडी आशा आहे म्हणायची बेनकरता.

बेन

ॲडमने गाडीचा हॉर्न परत एकदा जोरात वाजवला. त्याची मझ्दा गाडी आधीच थडथडत होती. ॲडमचा हात हॅन्डब्रेकवर असून तो हॅन्डब्रेक सोडण्याच्या तयारीत होता. ''चल आता चेरिल्, आपल्याला घरी जायला असाही उशीर होणार आहे. मध्यरात्र होऊन जाईल.''

पण ती हलली नाही. ती तशीच गाडीजवळ उभी होती. तिने आपले हात आकाशाच्या दिशेने उंचावून खांदे गोल फिरवले, जणूकाही ती व्यायामाची किंवा कसरतीची तयारी करत असावी.

''मी येत नाही.''

मला हे ऐकून ॲडमइतकंच आश्चर्य वाटलं. मी तिच्याकडे पाहतच राहिलो. आता हिच्या डोक्यात काय सुरू असावं?

''तुला चालणार असेल तर,'' माझ्याकडे वळून ती म्हणाली. तिच्या चेहऱ्यावर तेच गोड स्मित होतं जे ॲडमकडे पाहताना काल तिच्या चेहऱ्यावर होतं. मला वाटलं की उंदराला खेळवावं तशी ती मला खेळवते आहे, पण मला तिचा हेतू कळत नव्हता. माझ्याकडे आता देण्यासारखं काहीच नाही.

''हा प्रवास किती दूरचा आहे आणि मी नुकतीच आले आहे.''

ती अशा थाटात बोलत होती जणूकाही ती इथे सुट्टीसाठी आली असावी. काय उत्तर द्यावं हे मला कळेचना. खरं म्हणजे तिचं इथे असणं त्रासदायक होतं आणि तिने जाणंच योग्य होतं तिने अर्थातच जायला हवं, पण त्याच वेळी तिच्या बरोबर एकटं राहण्याच्या कल्पनेनेच माझ्या अंगावर शहारा उमटला.

मझ्दाचं इंजीन बंद करून ॲडम गाडीतून बाहेर पडला आणि आमच्या दिशेने आला. याचना करावी तसे त्याने हात समोर पसरले होते.

''ए पोरी, चल आता नसती खेंकटी काढू नकोस. आपल्या बाळावर कुठलंही संकट यायला नको आहे मला.''

तिने पुढे पाऊल टाकलं. मला वाटलं ती जायला तयार झाली. पण तिने

ॲडमचं चुंबन घेतलं, इतक्या आवेगाने की त्याचे डोळे घट्ट मिटले गेले आणि दोन्ही बाजूला हात असाहाय्यपणे लोंबकळत राहिले. मग ती त्याच्यापासून बाजूला झाली. त्याची अवस्था दोऱ्या कापलेल्या कठपुतळीसारखी झाली होती.

तरीही ती गाडीकडे गेली नाही. "त्याची परिविक्षा अधिकारी म्हणाली की तुला जायला हवं, ॲडम. पण तिने मीही जायला पाहिजे असं नाही सांगितलं."

मी त्याच्या बाजूने बोलावं या अपेक्षेने ॲडम माझ्याकडे बघत होता. पण खरी ताकद कोणाकडे आहे हे आम्ही दोघंही जाणून होतो.

"आणि बाळा, तुला याबद्दल काय म्हणायचं आहे?" तो रागावला होता. मी त्याला जायला सांगितल्यापासून त्याने एकही शब्द उच्चारलेला नव्हता. त्याने ताबडतोब सफोल्क सोडून निघून जावं, ही सूचना दिल्यानंतर त्याने रागारागाने त्याची ती केशरी पिशवी भरली. आणि तो राग जरी आता ओसरलेला वाटत असला तरी त्याचे डोळे एवढे स्टुअर्टसारखे दिसत होते की मी त्या दोघांमधले वाद निपटवणं चेरिल्वर सोपवून पळून जाण्यापासून स्वतःला कसंबसं थांबवलं आणि माझे पळून जायचे दिवस आता संपले आहेत म्हणूनही मग मी थांबलो.

संध्याकाळच्या मलूल प्रकाशात, शरीर आक्रसलेला आणि मान खाली घातलेला असा मला टाकून गेलेला माझा भाऊ माझ्या समोर होता. माझा भाऊ ज्याने सगळ्या गोष्टींचा दोष माझ्या माथी मारला होता.

"खड्ड्यात जा ॲडम. चेरिल्ला राहायचं असेल तर राहू दे तिला."

रागाने त्याच्यातली ताकद एकदम उसळून आली. मुठी वळत त्याने एक पाऊल असं पुढे टाकलं की जणूकाही आता मला मारणारच आहे. असं असलं तरी त्याचा चेहरा मात्र पडला होता आणि डोळे ओले झाले होते.

चेरिल् परत पुढे झाली. तिने त्याच्या खांद्यावर हात ठेवून स्वतःला त्याच्या कानापर्यंत उंचावले आणि त्याच्या कानात काहीतरी पुटपुटली.

जेव्हा ती परत माझ्याकडे वळली तेव्हा तिच्या चेहऱ्यावर एक निश्चय होता. तोच निश्चय जो मी त्या दिवशी पुलावर बघितला होता. ॲडम शेवटी त्याच्या गाडीकडे गेला. त्यानेही तो चेरिल्चा चेहरा बघितलाच असणार. वाद घालण्यात काहीच अर्थ नव्हता.

मी आणि चेरिल् नदीच्या काठावर जवळ जवळ उभे राहून ॲडमला जाताना पाहत होतो. त्याने वेंधळेपणाने गाडी वळवली तेव्हा गाडीचं एक चाक नदीच्या अगदी काठाशी आलं, मग त्याने गाडीला वेग दिला आणि निघून गेला. रस्त्यावर टायर घसरावेत तसा आवाज आला आणि जिथे गाडी उभी होती तिथे वाफा दिसायला लागल्या. एखाद्या फटक्यासारखी त्याची वेदना मला येऊन भिडली. पूर्वीही कधी कोणी त्याला दुखावलं तर मला ते असंच जाणवायचं.

चेरिल्ने माझ्याबरोबर राहण्याचा पर्याय निवडला त्यामुळे तो चांगलाच दुखावला गेला असणार, त्या दिवशी स्टुअर्ट निघून गेल्यावर दुखावला गेला होता तसा. तो माझा भाऊ आहे आणि त्याच्या दुःखाने मलाही त्रास होतो, पण इतकाही नाही की मी तिला दूर करावं. आणि जरी मला त्याची वेदना समजली तरीही माझ्या मनात एक रागाची वाढती भावनाही होती. त्याने माझ्या बाबतीत जे काही केलं आणि मला कोणत्या दिव्यातून जावं लागलं त्याकरता.

आता ते कायमचं संपलंय. आमच्या दोघांत पूर्वी जे नातं होतं, जेव्हा त्याने मला पाण्यावर दगड मारून तरंग उठवायला शिकवलं किंवा आमच्या घरातल्या जुन्या बाबागाडीपासून रेसिंग कार कशी करायची ते शिकवलं, ते सगळं संपलंय.

ॲडम आता गेला होता. आणि मी त्या ब्रिजवरच्या मुलीबरोबर एकटाच होतो.

त्या दिवशी

''तू गोठली आहेस पोरी, इकडे ये मी तुला ऊब देतो.''

ॲडम सरकला, आता चेरिल् त्याला अगदी चिकटून बसली होती. त्याने तिच्या उघड्या खांद्यावरून एक हात टाकला. खरंतर तिने आता वडिलांच्या इथे परत जाऊन कपडे घालायला हवे होते. पण अजून त्याला तिला सोडवत नव्हतं. ती फक्त पोहण्याच्या पोशाखात असताना असं तिच्या जवळ बसणं; असा थरार तो आयुष्यात पहिल्यांदाच अनुभवत होता.

चेरिल्ने त्याच्या खांद्यावर डोकं टेकलं. तिच्या ओटीपोटातून येणारी कळ सोसणं तिला कठीण होतं. ''मग, कुठे गेला होतात तुम्ही सगळे?''

तिघा मुलांनी एकमेकांकडे पाहिलं. दोघांच्या डोळ्यांमध्ये पकडलं गेल्याचा भाव, तर नोहाचे डोळे मात्र जिवंतपणे चमकले. त्याच्या हातात अजूनही तो मेलेला मासा होता.

''आम्ही एक भयपट पाहिला आणि मग आम्ही सैतानाला बोलावलं,'' तो बडबडत राहिला. त्याच्या मोठ्या आणि चिरक्या आवाजावरून तो किती लहान आणि घाबरलेला आहे ते कळतं होतं, आणि त्याचबरोबर उत्कंठितही. ''आम्ही ओईजा बोर्ड घेतला होता आणि तसं होतंही.''

त्या छोट्या पोरट्याकडे पाहून चेरिल्ने तोंड वाकडं केलं. ''कशाबद्दल बोलत आहात तुम्ही? आणि हे सैतान वगैरे सगळं झूठ असतं बरं का! कोण विश्वास ठेवतं त्यावर?''

''मी ठेवतो,'' नोहा गंभीरपणे म्हणाला, ''तुमचा जर देवावर विश्वास असेल तर तुम्हाला सैतानावर विश्वास ठेवायलाच पाहिजे. माझी आईदेखील म्हणते.''

त्याची आई, हं ती जेसिका. बाबांची माजी प्रेयसी जी गळ्यात क्रॉस तर घालते, पण तिच्या मोठ्या गळ्याच्या ब्लाउझमधून अंतर्वस्त्रही दाखवते. चेरिल्ला या लफड्याबद्दल फार पूर्वीपासूनच माहीत होतं. स्वत:च्या लग्नाच्या आणाभाका विसरून तिच्या वडिलांबरोबर एक कुटुंब असल्याच्या आविर्भावात राहताना तिने

जेसिकाला पाहिलं होतं. जेसिकाचा देवावर आणि सैतानावर नेमका किती विश्वास आहे, ते चेरिल्ला पक्कं माहीत होतं. सगळी शुद्ध फसवणूक, हे आता चेरिल्च्या चांगलंच लक्षात आलं होतं. तिने चेरिल् आणि तिच्या वडिलांना फसवलं होतं. संधी दिली तर सगळे जण शेवटी तुम्हाला ठकवतातच.

चेरिल्ने त्या कळकळीने बोलणाऱ्या मुलाकडे पाहिले. त्याच्या नजरेत, हनुवटीत तिला जेसिकाचाच भास झाला.

''तू मूर्ख आहेस, असा देव आणि सैतान दोन्ही नसतं,'' तिने त्याला ठणकावले.

''तू चुकते आहेस.'' तो आपला हट्ट सोडायला तयार नव्हता. त्याचे डोळे तिच्या चेहऱ्यावर खिळून होते, ती जरा अस्वस्थ झाली. ''सैतान बोलला आमच्याशी.''

''हो आणि काय म्हणाला?''

नोहा जरा घोटाळला, सगळे जण त्याच्या उत्तराच्या प्रतीक्षेत उभे आहेत याची त्याला जाणीव झाली.

''सैतान म्हणाला... तो म्हणाला... आज काहीतरी घडणार आहे. आज कोणीतरी मरणार आहे.'' पण त्या ग्लासने सांगितलेला 'खून' हा शब्द वापरण्याचे धैर्य त्याला झाले नाही.

''मेलं ना कोणीतरी.'' चेरिल्ने त्या मेलेल्या माशाकडे बोट दाखवले. ''ते काय मेलाय तो मासा. मग आता त्यांचं ते पुनरुत्थान वगैरे नाही वाटतं? तू जर सैतानाशी खरंच बोलू शकत असशील तर ते सिद्ध कर.''

''नाही,'' तुडुंब भरलेल्या डोळ्यांनी आणि थरथरत्या ओठांनी नोहा म्हणाला. ''ते 'एन' या अक्षरावर येऊन थांबलं म्हणजे तो माझ्याबद्दल बोलत असणार.'' त्याने हातातल्या माशाकडे बघितलं. माशाच्या कल्ल्यांभोवती रक्त होतं. कल्ले उघडे पडून त्यातून गुलाबी मांस दिसत होतं. माशाचे डोळे गोल आणि तोंड पोकळ होतं.

नोहाला माशाच्या वजनाची सवय झाल्यासारखं झालं होतं आणि त्याच्या बुळबुळीत राखाडी कातडीचीही.

''मी काय करू?'' त्याने असाहाय्यपणे विचारलं. त्याच्या डोळ्यांतले अश्रू आता गालांवरून ओघळून खाली पडत होते.

''तू आहेस ना सैतानाचा भक्त, तूच सांग ना,'' चेरिल् तिखटपणे म्हणाली.

''आपण त्याला वाचवू शकतो.'' बेनच्या मनात अचानक आपल्या मित्राला मदत करण्याची ऊर्मी दाटून आली. त्याच्या कृत्यामुळे निर्माण झालेल्या या परिस्थितीची जबाबदारी त्याच्या मनाला कुरतडायला लागली. पण शेवटी शेवटी तर ग्लास त्याने हलवला नव्हता. ॲडमने हलवला असेल. ''आपण तो परत पाण्यात

फेकून बघू त्या धक्क्याने तो जिवंत होईल. मी गेल्याच आठवड्यात एक कार्यक्रम बघितला होता. त्यात तो मुलगा जवळपास सहा मिनिटं मेलेला होता. पण त्यांनी त्याला शॉक दिला आणि तो परत श्वास घ्यायला लागला.''

नोहाचा चेहरा आनंदाने उजळून निघाला, जणूकाही बेनच्या सूचनेप्रमाणे वागलं तर त्या ओईजा बोर्डचा शाप मिटणारंच होता. ''चल, करून बघू या.''

''तिकडून वरून फेका.'' चेरिल्ने वर हम्बर ब्रिजकडे बोट दाखवले. ''दाखवून द्या सैतानाला की तुम्ही त्याला घाबरत नाही.''

कारण ती घाबरत नव्हतीच. तिला जे आयुष्य हवं होत ते आता तिला कधीच मिळणार नव्हतं. तिच्या रागाचा पडदा भेदून कोणीच तिच्यापर्यंत पोहोचू शकत नव्हतं.

आता

फेसबुक : 'हम्बर बॉय बी'ला शोधा.

नोहाची आई : मला काही खासगी मेसेज येत आहेत की हम्बर बॉय बी इंग्लंडच्या पूर्व भागात असण्याची शक्यता आहे. पण मला जाहीररीत्या सांगायचं आहे की जरी मला ही गोष्ट मान्य असली की हा 'अमानुष राक्षस' कैदेतच असायला हवा, तरीही मी कधीही हिंसेला मान्यता दिलेली नाही आणि देणारही नाही.

गुप्त सुहृद : खरंच?

नोहाची आई : परमेश्वराला साक्ष ठेवून मी हे जाहीर करते की मला तो मरायला नको आहे, त्यापेक्षा परिणामांचं ओझं मनावर घेऊन तो मला जगायला हवा आहे.

गुप्त सुहृद : जेसिका, तू माझ्यापेक्षा चांगली आहेस. नेहमीच होतीस.

केट

केटच्या खांद्यावरून वाकून बघत पॉलने फेसबुकवरच्या नवीन नोंदी वाचायला सुरुवात केली. ''च्यायला खासगी मेसेज? ही चांगली गोष्ट नाही. तुला काय वाटतं, हे त्या भावाच्या येण्याशी संबंधित असेल?''

''असेलही. त्याच्यापेक्षाही भयंकर गोष्ट म्हणजे जेव्हा मी फ्लॅटवर गेले तेव्हा पाहिलं की भावाने त्याच्या मैत्रिणीलाही आणलं होतं. ती एक नगच आहे. अर्ध्या कपड्यांत वावरत होती. तिच्याकडे बघून हे स्पष्ट कळत होतं की तिला तिथे असण्यात फारच मजा वाटत असावी आणि ती कोणालाही बेनविषयी सांगू शकेल. हे म्हणजे एखाद्या पळत्या गाडीसारखं झालं आहे, जी थांबवण्याचे कोणतेही मार्ग आपल्याकडे नाहीत.''

''मला वाटतं की आता आपल्याला एक आपत्कालीन धोका व्यवस्थापन बैठक घ्यायला हवी,'' तो घसा खाकरत जाणीवपूर्वक म्हणाला, ''म्हणजेच याचा अर्थ असा की तुला त्याकरता ऑलिव्हरला बोलवायला लागणार. अर्थात, तुझ्यासाठी ती काही कठीण गोष्ट नसणार. हं, तू तुझ्या केसांचं काहीतरी केलेलं दिसतं आहेस.''

केटने तिच्या चमकदार सोनसळी केसांवरून हात फिरवला. तिने ते नुकतेच सरळ करून घेतले होते. ''सगळ्यांना असं का वाटतं की जेव्हा एखादी स्त्री स्वत:ला थोडंसं बदलते तेव्हा ते एखाद्या पुरुषाकरताच असतं?''

''म्हणजे हे तू ऑलिव्हरच्या निमित्ताने केलेलं नाहीस?''

''अर्थात, त्याकरताच केलंय. तो अशा देशातून आलाय की जिथे बायका स्वत:च्या पगारातली दहा टक्के रक्कम सौंदर्यसाधनेकरता खर्च करतात.''

''असो! तू छानच दिसते आहेस हनी. आणि बदल तर केव्हाही चांगलाच असतो, नाही का?'' पॉल जरा सावधपणे म्हणाला, ''म्हणजे असं म्हणायला हरकत नाही ना की हा सेक्सी फ्रेंच बंदा तुला नीट वागवतोय?''

''जेव्हा आम्ही डेटवर जातो तेव्हा तो छानच वागतो. माझ्याकडे लक्ष देणारा,

उमदा.'' केटने खांदे उडवले त्या हालचालीने तिचे केस एका बाजूला आले. ''पण मीटिंग्जमध्ये तो अजूनही दीडशहाणाच आहे.''

''तू हे त्याला सांगितलेलं नाहीस ना?''

''फक्त माझ्या मनातल्या मनात,'' केट हसून उत्तरली.

पॉल निघून गेल्यावर केट परत आपल्या विचारात बुडाली. हम्बरबॉय बीने तिची रात्रीची झोप उडवली होती. आणि त्याचं काय करावं हेही तिला सुचत नव्हतं. त्याची राहण्याची जागा उघडकीला आली होती; त्याने त्याच्या आईला ते कार्ड पाठवायलाच नको होतं, ॲडमला घरात घ्यायला नको होतं आणि त्याची ती फाजील मैत्रीण, ती या सगळ्या समस्यांमध्ये आणखी एक भर.

''पण आम्ही भाऊ आहोत,'' बेन म्हणाला होता. ''मी कसा त्याला हाकलून देणार होतो. आमचं रक्ताचं नातं आहे. तुला माहीत आहे नीट.''

ते एकाच रक्ताचे आहेत असं त्याला म्हणायचं आहे, की तो नोहाच्या सांडलेल्या रक्ताचा उल्लेख करतोय ते तिला कळलं नाही. आणि तो सुचवत होता तो घट्ट बंध खरोखरच त्यांच्यात होता का, याबद्दल ती साशंक होती. मोठं झाल्यावरसुद्धा स्वत:च्या भावंडांशी इतकं घट्ट नातं असणारे असं कोणी केटच्या तरी पाहण्यात नव्हतं. लहानपण एकत्र गेल्यामुळे पुढल्या आयुष्यातही ते नातं तितकंच घट्ट राहतं असं नाही. खरंतर बऱ्याच वेळा उलटच होतं.

अर्थातच केटचं मत पूर्वग्रहदूषित होतं.

लिझने केटला भेटण्यासाठी निरोप ठेवला होता आणि भेटीचं ठिकाण म्हणून तिने त्याच पबची निवड केली होती जिथे केट पूर्वी काम करत असे. लिझ आता तेहेतीस वर्षांची झाली असेल, पण अमेलियाच्या तिच्याबद्दलच्या प्रश्नांची उत्तरं केटकडे नव्हती. तिला मुलंबाळं आहेत का, तिचं लग्न झालंय का? लिझला नात्यांचं ते शिवधनुष्य पेलता आलंय का? जेव्हा प्रेमाची, विश्वासाची नौका डगमगायला लागते तेव्हा ते तरून जाणं केटला मात्र जमलेलं नाही. परंतु हे सगळे प्रश्न या एकट्या सत्यापुढे निष्प्रभ होते; ते म्हणजे मुळात केटला लिझला भेटायचंच नव्हतं.

या सगळ्या प्रश्नांची उत्सुकता पूर्ण करण्याकरता नाही, तिला इतक्या वर्षांनंतर आताच भेटावंसं का वाटतंय हे ऐकण्याकरता नाही आणि त्याहीपेक्षा मुळात आधी ती अशी न सांगतासवरता निघूनच का गेली, हे जाणून घेण्याकरताही नाही. तिला खूप भीती वाटत होती.

पण जुन्या जखमांची खपली निघाली होती.

बेनची केस, जरी तिच्या कामाच्या पसाऱ्यातील एक छोटासा भाग असली

तरीही तिला प्रश्न विचारायला भाग पाडत होती : एखादा दहा वर्षांचा मुलगा खून कसा काय करू शकेल आणि त्याचा मोठा भाऊ कसा सुटला? बेनला मदत करायची असेल तर तिला हे कळायलाच हवं. पण त्याहीपेक्षा तिच्या स्वत:च्या समाधानाकरता ही गोष्ट तिला कळायला हवी होती, की त्या दिवशी ब्रिजवर नेमकं काय झालं होतं? ती अशी गूढ जागा होती जिथे ती बेनला नेऊ शकत नव्हती. निदान आता जेव्हा त्याच्या आजूबाजूला इतकं काही घडत असताना तरी नाही.

केटला या प्रश्नांपासून लांब कुठेतरी पळून जावंसं वाटलं. सप्टेंबरमधला सूर्य चमकत होता आणि हे वीकएन्डचे दोन्ही दिवस अमेलिया टिमबरोबर असणार होती. ऑलिव्हरचा नंबर हा मोह होता. एक सोपा पर्याय. तिने नावांच्या यादीतून त्याचा नंबर काढला. तिची बोटं बटणं दाबायला लागली. तो फोन उचलण्याची ती वाट पाहत होती.

"मी विचार करते आहे की नोव्होटेल इतकं खिळवून ठेवणारं आहे का की तुला सफोल्कमधील इतर काहीच बघायचं नाही?"

क्षणभराच्या स्तब्धतेनंतर हसण्याचा आवाज आला. मग ऑलिव्हर म्हणाला, "खूपच छान आहे. अर्थात, निळं कार्पेट आणि राखाडी बिछाना जरी छान असला तरी नंतर एकसुरी होऊ शकतं. माझ्या असंही लक्षात आलंय की खोलीची माहिती देणारं कार्डही माझ्या टेबलावर नेमक्या जागी ठेवलं जातं. मला वाटलं साफ करणारे असेतसेच कामं करत असतील म्हणून मी ते तपासून पाहिलं. पण मला आनंद होतो की ते पूर्णत: त्यांचंच कौशल्य आहे."

"वा! ही चांगलीच गोष्ट आहे. मग मी तुला तुझ्या खोलीचा आनंद घेण्याकरता सोडते, काय?"

"प्लीज, नको. मी तिचा एवढा आनंद घेतलाय की मला माझ्या स्वप्नातदेखील ती दिसते. आणि माझ्या खिडकीतून एक चौक दिसतो तो तर इतक्या वेळा पाहिलाय की त्यातून रोज जा-ये करणाऱ्या गाड्यासुद्धा मला पाठ झाल्या आहेत. मला यातून वाचव, केट."

केट हसली. "ठीक आहे. उद्या सकाळीच तुझ्या हॉटेलच्या स्वागतकक्षात येऊन थांबते. तू मला चौकातून येताना बघ."

"हं, हे छान झालं."

"मग मी तुला स्थानिक लोक या शहराला 'इपो-रॉक-सिटी' का म्हणतात ते दाखवीन."

"मिनी-गोल्फ? आधी स्कीइंग आणि आता हे. इथे आर्ट गॅलरी किंवा म्यूझिअम वगैरे नाही की काय?"

केटने आपली हसण्याची ऊर्मी दाबून टाकली. ऑलिव्हर गोंधळून प्लॅस्टिकचे पूल, बोगदे, छोट्या-छोट्या निशाणांना वळसा घालून वाहणाऱ्या नद्या या सगळ्यांकडे पाहत होता. त्याने लालसर पॅन्ट, चौकड्यांचा शर्ट आणि तपकिरी बूट असा पोशाख केला होता. या पोशाखात तो इतका पक्का फ्रेंच दिसत होता. आणि तो जर इतका सैलावलेला नसता तर तो फ्रेंच व्यक्तिमत्त्वाचा एक नमुनाच ठरला असता.

''सॉरी ऑलिव्हर, पण परिविक्षा अधिकाऱ्याचा पगार इतकाही नसतो की खऱ्या गोल्फ क्लबचं सदस्यत्व परवडू शकेल.''

ऑलिव्हरने त्या खेळण्यातल्या गोल्फ कोर्सकडे नजर टाकली. त्याचा तो प्लॅस्टिकचा निळा पुटर* बघितला आणि पहिल्या होलकडे वळला जे एका झेब्राच्या दोन पायांच्या मधल्या जागेत चपखलपणे बसलं होतं.

''नाही, रहस्य फक्त एवढंच आहे की पर्यटकांना आकर्षित करणाऱ्या इतक्या भव्य गोष्टी ईप्सविचमध्ये असताना नोव्होटेल अर्धं रिकामं का?''

केटने ऑलिव्हरच्या बॉलच्या पुढे बॉल मारला आणि तो नेमकेपणाने भोकात जाऊन पडला.

''ओह!'' ऑलिव्हर म्हणाला, ''आता माझ्या लक्षात आलं. आपण इथे आलोय, कारण तू माझ्यावर मात करू शकशील.'' त्याचं ते फ्रेंच पद्धतीने हेल काढून बोलणं इतकं मजेशीर होतं की या वेळी केट आपलं हसणं रोखू शकली नाही. जरी ते ऑलिव्हरची चेष्टा केल्यासारखं होतं तरीही. तिला फारच मजा वाटत होती.

ते त्या छोट्याशा ब्रिजवरून एकत्रच खेळले. जर त्यांची तिथे खेळताना चूक झाली असती तर मग एका साधारण वीस सेंटिमीटर खोल विहिरीत बॉल हरवण्याचा धोका होता.

''मी इथे खूप वेळा येत असे.'' केवळ दोन फटक्यांमध्ये बॉल भोकात ढकलत केटने खुलासा केला. ''माझे वडील मला आणि माझ्या बहिणीला घेऊन येत असत.''

ऑलिव्हर तिच्या जवळ सरकला. ''तू लहानपणी कशी दिसत असशील मी कल्पना करू शकतो. मोठे दात, खराब केस, पण गोड डोळे. पण तुला एक

कळतंय का केट, तू जे सांगते आहेस त्यावरून हे लक्षात येतं आहे की तू मला फसवते आहेस. तुला आधीच सगळं माहीत आहे. तुला इथे खेळायचा सराव

---

* पुटर - गोल्फचा चेंडू ढकलणारा खेळाडू.

आहे.''

केटने त्याच्याकडे न्याहाळून पाहिलं. ''मीही लहानपणी तू कसा असशील त्याची कल्पना करू शकते. नीटनेटकी खोली, टापटीप कपडे, शिक्षकांचा लाडका. कोणीतरी तुला धडा शिकवायची वेळ आलीच होती म्हणा.''

नंतर गावात फिरताना त्यांना सुरेखशा आकाशी रंगाच्या भिंती आणि गुलाबी मखमली खुर्च्या असणारं एक टर्किश रेस्टॉरन्ट दिसलं. केटला वाटलं की ती केवळ आनंदाकरता मजा म्हणून अशा रंगीबेरंगी गोष्टी करते आहे हे बघून अमेलियाला खूप बरं वाटेल. तिने ऑलिव्हरच्या ग्लासला ग्लास भिडवला. त्यांनी दोघांनी मिळून ऑलिव्ह आणि खारवलेल्या चीजची एक प्लेट संपवली. तिला या गोष्टीची कल्पना होती की ऑलिव्हरची पुढची भेट आता सोमवारच्या बैठकीतच होईल आणि त्या वेळी तो पुन्हा एकदा त्याचं गंभीर कार्यरत माणसाचं व्यक्तिमत्त्व पांघरून बसलेला असेल. त्यामुळे त्याच्या या आत्ताच्या सैलावलेल्या मन:स्थितीचा आनंद तिला उपभोगायचा होता. या दोन दिवसांतला त्यांच्या एकत्र असण्याचा प्रत्येक क्षण अन् क्षण ती मनात भरून घेणार होती.

बेन

लांब कुठेतरी केशरी सूर्य अस्ताला जात होता. जाता जाता त्याच्या किरणांनी ऑरवेल ब्रिजचे कठडे उजळून टाकले होते. मी माझे हात ताणून माझ्या राखाडी सोफ्याची मखमल बोटांनी चाचपली. ॲडम इथे नसल्यामुळे तो आता माझा एकट्याचा आहे. मी जेव्हा माझे हात मांडीवर एकत्र आणले तेव्हा लक्षात आलं की ते घामेजलेले आहेत. थंड. मला थरथरायला होत होतं.

ॲडम गेल्यामुळे मला एकीकडे सुटल्यासारखं वाटत होतं, आणि वाईटही, कितीतरी गोष्टी बोलायच्या राहूनच गेल्या. आठ वर्षं मी माझं खरं स्वरूप लपवत राहिलो. आणि केवळ हा एक माणूस ज्याला त्या दिवशी हम्बर ब्रिजवर काय झालं ते खरोखर माहीत होतं. तो आला, पण आम्ही त्या विषयावर एक चकार शब्दही काढला नाही. आमच्या दोघांपैकी कोणीही खटला, त्या प्रकरणातलं असत्य, आम्ही सांभाळून ठेवलेलं गुपित या सगळ्याचा उल्लेखही केला नाही.

आणि आता ॲडम गेल्यानंतर ज्याच्याशी बोलावं असं कोणीही नाही. माझा एकाकीपणा एखाद्या भक्कम भिंतीसारखा माझ्यापुढे उभा ठाकला.

सूर्य आता पूर्ण मावळला होता. शाईसारख्या गडद आकाशात एखाददुसरा तारा चमकत होता. ते मृत्युपंथात लागलेले ग्रह असतात असं एकदा एका शिक्षकांनी सांगितलं होतं. पण या माझ्या मेंदूत कोंबलेल्या ज्ञानाचा, मी दिलेल्या परीक्षांचा, मिळवलेल्या प्रमाणपत्रांचा उपयोग तरी काय? सरते शेवटी मी एकटाच असणार आहे. फक्त मी आणि माझी सारासार विवेकबुद्धी.

"तुला झोप येत नाही का, बेन?"

चेरिल् बाहेरच्या खोलीच्या दरवाजात उभी राहून विचारत होती. तिचे केस विस्कटलेले होते आणि तिने अंगावर फक्त एक टी-शर्ट चढवलेला होता. हा माझा सुपरमॅनचा शर्ट माझ्या ड्रॉव्हरमधून तिने न विचारताच घेतलाय.

"नाही."

ती माझ्या शेजारी बसली तेव्हा टी-शर्ट वर सरकला.

"मलाही."

आम्ही दोघंही शांत आणि जागे, आकाशाकडे पाहत बसलो. मला तिला विचारायचं होतं की ती इथे का थांबली, ॲडमबरोबर का गेली नाही. पण कुठल्या तरी गोष्टीने मी थांबलो. त्यापेक्षा मी असा विचार करू शकतो की तिला माझ्याबरोबर राहायचं आहे म्हणून ती इथे आहे. तिने तिचा हात माझ्या हातात गुंतवला आणि माझ्या खांद्यावर डोकं टेकलं, इतक्या जवळिकीची कृती आहे की मी माझा श्वास रोखून धरला जणू एवढ्याशा हालचालीनेही ती घाबरून गेली असती.

कधीतरी मी तसाच सोफ्यावर झोपी गेलो असणार; कारण मला जाग आली तेव्हा चेरिल् नव्हती. फार उशीर नव्हता झालेला, आत्ताशी कुठे आठ वाजत होते. मी फ्लॅटमध्ये फिरून बघितलं. चेरिल् कायमची गेली की काय, पण तिची पांढरी बॅग दरवाजाजवळ होती आणि बाथरूममध्ये तिचं सामानही होतं. म्हणून ती जिथे कुठे गेली असेल तिथून ती नक्कीच परत येईल.

मी माझी जीन्स घेण्याकरता म्हणून झोपण्याच्या खोलीत गेलो. पण माझ्या बिछान्याखालून माझी कॅनव्हासची बॅग डोकावत होती. बाहेर ओढल्यावर लक्षात आलं तिने ती उघडलेली असणार. मी जशी ती काळजीपूर्वक बंद करतो तशी ती केलेली नव्हती आणि आतली पत्रंसुद्धा विस्कटलेली होती. चेरिल्ने माझ्या परवानगीशिवायच जणू माझ्या मनात, नव्हे माझ्या आत्म्यात डोकावून पाहिलं होतं.

दार धाड्कन आपटल्याचा आवाज ऐकून मी दचकलो. ही खरंतर माझी बेडरूम आहे, ही माझीच पत्रं आहेत. चेरिल् आत आली. अजूनही ती माझ्या सुपरमॅनच्या शर्टमध्येच होती, पण त्यावर तिने आता काळ्या रंगाची लेगिंग्ज आणि काळे बूट घातले होते. माझ्यापेक्षा तिलाच जास्त शोभतोय तो शर्ट. तिने माझ्या आठवणींचा खजिना उघडलेला पाहिला, पण काहीच प्रतिक्रिया दिली नाही. जणू ती चुकीची वागलीच नव्हती. तेव्हा माझ्या मनात विचार आला की ही अशी मुलगी आहे, की जिला कधी वाटतंच नाही की ती चुकते आहे, ती कधी मान्यच करणार नाही की ती जबाबदार असू शकते.

तिने माझ्या हातात एक खोका दिला.

"तुझ्यासाठी भेट," ती म्हणाली.

तो एक काळ्या रंगाचा अरुंद खोका होता, वर पांढऱ्या रंगात काहीतरी लिहिलेला. एका बाजूवर व्हॅन्स लिहिलेलं आहे. हा तोच ब्रॅन्ड आहे जो मला कधीच परवडणार नाही असं केव्हिन म्हणाला होता. मी खोका उघडला त्यात मला लाल रंगाचे कॅन्व्हासचे बूट दिसले. त्या दिवशी नोहाने घातले होते तसेच.

"आवडले?" तिने निरागसपणे विचारले.

आणि मला खरंच आवडले ते; जरी मला ते आवडायला नकोत असं वाटत असलं तरीही.

"हरवू नकोस ते," ती म्हणाली. मला तो पाण्यात पडलेला बूटच एकदम डोळ्यांपुढे आला. मला जाणवलं की तिच्या लक्षात आहे ते. आम्ही दोघंही त्या एका क्षणाच्या आठवणीत एकत्रितपणे अडकून पडलो होतो.

"मी प्रयत्न करीन," मी म्हटलं.

त्या दिवशी

जेसिका वॅट्सला अतिशय तरुण, जीवनाने रसरसल्यासारखं वाटत होतं. तिच्या हातात फलक होता आणि ओरडून ओरडून तिचा आवाज घोगरा झाला होता. तिच्या आजूबाजूच्या लोकांच्या गर्दीचा उन्माद चढल्यासारखा झाला होता. सगळे शिक्षक, सगळे एकाच गोष्टीसाठी तिथे जमले होते. तिच्या शाळेच्या सहाव्या वर्षानंतर तिला असा सळसळता उत्साह कधीच वाटला नव्हता. त्या वर्षी त्यांनी शाळेच्या रग्बी क्लबसाठी शाळेच्या भोजनगृहात आंदोलन करायचं ठरवलं होतं. त्याच वर्षी उन्हाळ्यात तिला दिवस गेले होते, आणि तिचं आयुष्यच बदलून गेलं होतं. पण आता मात्र ती तिच्या मूळ स्थानावर परतली होती.

गाण्याचा आवाज, अनेक लोक एका सुरात म्हणत असल्याचा आवाज कानांना चांगला वाटत होता. तिला ती शिक्षक असण्याचा अभिमान वाटला. तिच्या ब्रॅमशोल्म प्रायमरी या शाळेतल्या त्या केविलवाण्या शिक्षकांना जागं करण्याच्या निर्णयाचा अभिमान तिच्या मनात दाटून आला. त्यांच्या शाळेत कोणीच कोणत्याही गोष्टीकरता संघर्ष करत नसे; कारण पराभव अटळ होता. पण आज मात्र नाही.

रॉजरबरोबर असणारे तिचे संबंध संपवण्याचा निर्णय योग्यच होता. तो फारच हक्क गाजवायला लागला होता, जरासा भीतिदायकच. प्रश्न हा होता की जरी तिचं आणि डेव्हचं नातं संपलं असलं तरीही रॉजर हे त्याचं उत्तर नव्हतं. तर ते होतं, हेतू.

हल्‌ला जाणारी गाडी तासाभरात किंग्ज क्रॉस स्टेशनवरून सुटणार होती, पण तिला इतक्यात परत जावंसं वाटत नव्हतं. तिला हा दिवस संपूच नये असं वाटलं. इथे असताना तिला आपण तरुण आणि आहे त्यापेक्षा चांगली व्यक्ती असल्यासारखं वाटायला लागलं होतं. तिच्या मनात नोहाचा विचार आला नाही. तिने त्याला तिच्या आयुष्यातली दहा वर्षं दिली होती आणि आता तिला स्वत:करता फक्त एकच दिवस हवाय.

हल्ली हल्ली घरी जरा गोंधळाचीच परिस्थिती होती, तिच्या हातून काही चुका

झाल्या होत्या. त्यातलीच एक चूक म्हणजे रॉजर बरोबरचे संबंध. ती त्यात फारच गुंतून पडली होती, इतकी की तिने त्याच्या घरात स्वयंपाकपाणीही बघायला सुरुवात केली होती आणि थोडी साफसफाईही. जणू ती प्रेयसी सोडून त्याची बायको असल्याप्रमाणेच वागत होती. तिने बाजूला होण्याचा प्रयत्न केला होता, पण त्याने जी चिकाटी धरली त्यापुढे ती जरा दुबळीच ठरली. त्याखेरीज तिला त्याच्या मुलीचीही दया आली होती.

ती जेव्हा रॉजरला पहिल्यांदाच भेटली तेव्हा तो तिचा मार्गदर्शक होता आणि ती तिच्या प्रशिक्षणाच्या शेवटच्या टप्प्यात होती. तिचं प्रशिक्षण पूर्ण झाल्यावर त्यानेच तिला शाळेत अर्ज करायला सांगितलं. तिची मुलाखत घेणाऱ्यांच्यात तोही एक होता. लवकरच त्याने हे स्पष्ट केलं की तिचं काम होण्यामागे त्याचा हात होता. मागे वळून पाहताना, आता कळतं की त्याने त्याच्या सत्तेचा गैरवापरच केला होता. तिला वाटलं की रॉजरशी असणारे संबंध तोडण्याचा निर्णय ही एक चांगली गोष्ट होती. आता ती नव्याने उभारी धरू शकेल. तिच्या करिअरवर लक्ष देऊ शकेल. आणखी कोणाचीही कुबडी न घेता डेव्हपासून वेगळं कसं होता येईल तेही बघेल.

ती या वर्षीची प्रमुख होती. तिचं काम बघून तिला ही झटपट बढती मिळाली होती. तिला रॉजरची गरज नव्हती; तिच्या लक्षात आलं की तशी खरं म्हणजे कधीच नव्हती.

घरी गेलं की आता ती नव्या दमाने आयुष्याला सुरुवात करणार होती. तिने निवडलेल्या आयुष्यात सर्व शक्तिनिशी झोकून देणार होती. हे आयुष्य तिचं होतं. तिचं आणि नोहाचं. दोघांसाठीही हे आयुष्य चांगलच असेल यात शंकाच नव्हती.

त्या दुसऱ्या शहरात रॉजर पाल्मर आपल्या गळाच्या टोकाकडे एकटक बघत होता. त्याच्या गळामुळे नदीत उठणारे गोल गोल तरंग त्याच्या मनाला गुंगवून टाकत होते. त्याच्या मनातले विचार सैरावैरा पळत होते. त्याचा गळ हातात गोठून राहिल्यासारखा होता आणि डोळे निर्जीव.

त्याच्या जेसिकावरच्या रागाचं रूपांतर आता बधिर करणाऱ्या वेदनेत झालं होतं. लंडनला न गेल्याचा पश्चात्ताप त्याला जाणवत होता. तो संपात सहभागी होण्यासाठी नव्हे, त्याचं काय वय होतं का या प्रकारच्या गोष्टीत भाग घेण्याचं? आणि शिक्षकांना कमी पगार मिळतो हे सगळ्यांनाच माहीत आहे. संसदेच्या बाहेर आरडाओरडा करून त्यात काय बदल होणार आहे? नाही. पण त्याला त्याच्या निर्णयाबद्दल शंका वाटत होती; कारण आज सकाळी गाडी आली तेव्हा त्याचं तिथे नसणं याचा अर्थ जेसिकाने असा घेतला असू शकेल की त्यांच्यातलं नातं संपलंय, ही गोष्ट त्याने स्वीकारली आहे. आणि तो हे स्वीकारायला नक्कीच तयार नव्हता.

त्याला कल्पना होती की तिच्या नवऱ्याला ही गोष्ट सांगणं तिला जड जाईल, पण तिचं त्याच्यावर प्रेम नव्हतंच मुळी. ती रॉजरवर प्रेम करत होती. आणि नोहाबद्दल तिला काळजी वाटणं स्वाभाविकच होतं, पण तो तिची समजूत पटवू शकला असता की तो नोहावर स्वतःच्या मुलाप्रमाणे प्रेम करेल. चेरिल्लाही तो मुलगा आवडत असे. ते दोघंही एकेकटेच होते. एखादं भावंडं झालं असतं तर त्यांना ते आवडलंच असतं. कधीकधी बायकांना काय करायचं ते सांगावंच लागतं. त्याही त्या बाबतीत लहान मुलांसारख्याच असतात.

त्या बसमध्ये न जाणं ही त्याची चूकच झाली होती. कदाचित तो त्यांचं नातं वाचवू शकला असता, फक्त तो तिथे असायला हवा होता. त्या लांबच्या प्रवासात तिच्या शेजारी बसून तो कदाचित तिला समजावू शकला असता.

हा एक छोटासाच धक्का होता. पण तो हे सगळं नक्की सांभाळून घेईल. तिच्या मनात नोहाचा विचार असणार. आई-वडील वेगळे होताना मुलाचं जे नुकसान होतं, त्याचा विचार. पण आई-वडील जर एकमेकांवर प्रेमच करत नसतील तर होणाऱ्या नुकसानाचं काय?

जेस्सला सुखाची एक संधी मिळायला हवी. त्या सगळ्यांनाच खरंतर. ती दोघं अशी दोन चांगली माणसं होती जी एका चांगल्या परिस्थितीपेक्षा कमी चांगल्या परिस्थितीत अडकली होती. जर तिने विरोध करण्याचं थांबवलं असतं, तर ते सुखी होऊ शकले असते.

रॉजर पाल्मरने ठरवलं की तो सगळं नीट करेल. त्यासाठी जे करावं लागेल ते करेल. ठीक आहे, आता काही माणसं जातील जराशी दुखावली. एक म्हणजे जेसिकाचा नवरा. आणि अर्थातच तिचा मुलगाही काही काळ अस्वस्थ असेल. पण ज्याचा शेवट गोड ते सर्वच गोड, या मताचा रॉजर होता.

त्याचा गळ थरथरला, पाण्याखाली काहीतरी हालचाल झाली. गळाला काहीतरी लागलं होतं नक्कीच. त्याच्या गळाचा आकडा कोणत्या तरी निरपराध जिवाच्या घशात अडकला होता. समाधानाने हळुवारपणे त्याने त्याचं थरथरणारं सावज पाण्यातून ओढायला सुरुवात केली.

आता

फेसबुक : 'हम्बर बॉय बी'ला शोधा.

नोहाची आई : आमचा मुलगा जरी मृत्यू पावलेला असला तरीही तोच आम्हाला दोघांना जोडणारा धागा आहे. जेव्हा मी माझ्या पतीच्या डोळ्यांत बघते तेव्हा मला नोहा दिसतो. जेव्हा डेव्ह काही बोलतो तेव्हा मला नोहा जर या वयापर्यंत जगला असता तर त्याचा जसा आवाज असता तसा तो ऐकू येतो.

गुप्त सुहृद : हे अगदी काव्यमय आहे, जेसिका, पण तरीही फालतू. मृत्यू नाती तोडतो. मला हे चांगलंच माहीत आहे.

नोहाची आई : तू कोण आहेस ते मला माहीत नाही. पण तूही मला ओळखलेलं नाहीस. तुला या पानावर असे अपमानास्पद शब्द वापरण्याचा काहीच अधिकार नाही. हे पान म्हणजे एक स्मारक आहे आणि मृतांचा आदर राखला गेलाच पाहिजे.

गुप्त सुहृद : बरोबर आहे तुझं. तुला काय वाटतं ते मला कसं कळणार? पण माझ्यावर विश्वास ठेव, हम्बर बॉय बीने माझंही आयुष्य उद्ध्वस्त केलं आहे आणि मी त्याची किंमत वसूल करीन, लवकरच.

केट

“आता हा जर-तरचा प्रश्न राहिलेला नसून केव्हा एवढाच प्रश्न आहे.” कॉन्फरन्स रूममध्ये शिरता शिरता केटच्या तोंडून शब्द उमटले. पोलीस स्टेशनपर्यंतच्या प्रवासात हेच शब्द तिच्या डोक्यात घोळत होते ते फक्त बाहेर आले एवढंच. “आपल्याला ही गुप्त सुहृदाची धमकी गंभीरपणे घ्यायला हवी. नाहीतर आपण बेनच्या रक्षणाच्या कर्तव्यात कमी पडल्यासारखं होईल.”

बाकीचे सगळे आधीच बसले होते. स्टीव्ह फ्लिन त्याच्या टेबलाच्या मुख्य जागेवर बसला होता. तो खूप थकलेला, सुट्टीची नितांत गरज असणारा असा वाटत होता. पेनी, नेहमीसारखीच उत्साही, हातात पेन घेऊन बसली होती. गेड स्वत:च्या खुर्चीत रेलून बसला होता. त्याने टेबलावर कोपर ठेवून तळव्यावर हनुवटी ठेवली होती. त्याला इथे यायचंच नसावं, असं त्याच्या चेहऱ्यावरून वाटत होतं. केटने ऑलिव्हरच्या नजरेला नजर भिडवली नाही– त्याच्या सारखा खेळ तिलाही खेळता येतोच– पण तो तिच्याकडे पाहत होता ते तिला जाणवलं. एक नजर टाकल्यावर तिला दिसलं की तो नेहमीसारखाच शांत आणि नीटनेटका आला होता.

“त्या गुप्त सुहृदाने नि:संदिग्ध शब्दांत धमकी दिली आहे,” ती पुढे म्हणाली. “आणि सध्या जरी आपल्याला गुप्त सुहृद कोण हे जरी माहीत नसलं तरी ते कोणीही असू शकेल : नोहाची आई, बेनचा भाऊ जो दोन दिवसांपूर्वी त्याच्या दाराशी येऊन उभा राहिला...”

“तू मस्करी करते आहेस ना.” पेनीच्या हातातली पेन्सिल खाली पडली. “आपण त्याला पुन्हा पुन्हा सांगितलं होतं की त्याच्या कुटुंबाला तो कुठे आहे हे अजिबात कळायला नको. तरीही त्या मूर्खाने त्यांच्याशी संपर्क साधला?”

“त्याने तो सुटल्यावर त्याच्या आईला एक कार्ड पाठवलं.”

पेनीने वैतागून शिवी घातली.

“मला माहीत आहे, त्याने मूर्खपणा केला.”

केटला या गोष्टीचं फक्त वाईट वाटत होतं. तिला बेनवर रागवावंसं वाटलं

नाही. तो फक्त एक मुलगा होता, गोंधळलेला. हा त्याचा त्याच्या आईपर्यंत पोहोचण्याचा एक शेवटचा निष्फळ प्रयत्न होता. बावळटपणा असेलही कदाचित, पण अगदी मानवी प्रयत्न. ''पण मी जाऊन भावाशी बोलले, तो जायला तयार होता. आता तो हल्‌मध्येच आहे.''

''पण तरीही त्याला माहीत आहेच, बेन नेमका कुठे राहतो ते,'' ऑलिव्हर म्हणाला, ''तुम्ही ब्रिटिश लोक 'द कॅट इज आउट ऑफ बॅग' (गुपित फुटलं आहे) म्हणता तसं.''

''ते मरू दे, हा सगळा गोंधळ आहे,'' गेड तक्रारीच्या सुरात म्हणाला, ''जर हे गुपित फुटलं असेल आणि जर का वार्ताहरांना या गोष्टीचा वास लागला की आपण त्याला ईप्सविचच्या सगळ्यात दिमाखदार नवीन बांधकामांमध्ये घर दिलंय, तर गृहनिर्माण खात्याला वेड्यातच काढतील लोक.''

''आणि तुला या गोष्टीची काळजी आहे?'' केट फिस्कारली, ''इथे बेनचं आयुष्य धोक्यात आहे...''

''हो, हो.'' ऑलिव्हरने केटच्या पुढे हात धरला. ''ही अत्यंत ज्वलंत गोष्ट आहे. पण आपल्या पुढे फक्त फेसबुकवरच्या काही धमकीवजा नोंदी आहेत. प्रत्यक्षात काहीच घडलेलं नाही.''

''मग तू काय सुचवतो आहेस की आपण वाट पाहू या?'' केटने विचारलं. अजूनही ती उभीच होती. ती डेस्कवर पुढे वाकली. आता ती ऑलिव्हरच्या नजरेला नजर भिडवू शकत होती. ''घडणाऱ्या सगळ्या गोष्टी हेच सुचवत आहेत की बेनला ईप्सविचमधून गपचूप बाहेर काढायला हवं. कुठेतरी सुरक्षित ठेवायला हवं. एखाद्या नवीन ठिकाणी जिथे तो नव्याने सुरुवात करू शकेल.''

''आपल्याला परवडणार नाही ते.'' एवढी वस्तुस्थिती सांगून स्टीव्ह थांबला. सगळ्यांचं लक्ष त्याच्याकडे वळेपर्यंत थांबला. त्याने खांदे उडवले, म्हणाला, ''आधीच आतापर्यंतच्या गोष्टी जमवून आणताना भरपूर खर्च झालेला आहे. त्याला परत हलवायचं म्हणजे ते सगळंच फुकट जाणार.''

''पण त्याला न हलवणंही परवडणारं नाही,'' केट म्हणाली. पण तिने जेव्हा सगळ्यांकडे नजर टाकली तेव्हा तिच्या लक्षात आलं की कोणीच हा असा विचार करत नव्हतं. आणि स्टीव्ह तर या बैठकीचा प्रमुख होता. ती फक्त एक हिस्सा होती आणि इतर कोणाला त्याचं गांभीर्यच कळत नव्हतं.

त्यांना अजूनही 'थांबा आणि वाट पाहा' या धोरणाने चालायचं होतं आणि ती मात्र कॅसन्ड्रासारखी सत्य ओरडून ओरडून सांगत होती. पण कोणीही ऐकायला तयार नव्हतं.

स्टीव्हने बैठक संपल्याचं जाहीर केलं. केट अजिबात तिथे रेंगाळण्याच्या

मन:स्थितीत नव्हती. कोणाशी उगीचंच गप्पा मारण्यात तिला रस नव्हता. पोलीस स्टेशनवरून भराभर पावलं टाकत ती आपल्या गाडीकडे आली. आतल्या बंदिस्त जागेत जरा सावरल्यावर तिला बरं वाटलं. गाडी चालवताना ती जरा शांत झाली. ती तिच्या स्वत:च्या बिल्डिंगकडे जात होती त्यामुळेही तिचा ताण थोडा कमी झाला. तिच्या परिविक्षा कार्यालयात हा विचार मांडणारी ती एकटीच नव्हती. बाकीचे सगळेही तिच्याच नजरेने जग पाहत होते.

केट अगोदर चहाच्या खोलीकडे गेली, तिथे डॉटला बघून तिला मनापासून आनंद झाला. तिथे स्यू आणि जेनेटसुद्धा होत्या. त्या दोघीही परिविक्षा अधिकारी होत्या आणि अनेक वर्षांपासूनच्या परिचित होत्या. तिचं म्हणणं ऐकून सगळ्यांनाच पटलं की धोका व्यवस्थापनाचं धोरण मूर्खपणाचं आणि बेजबाबदारपणाचं आहे. मग त्या त्यांच्या कामाकडे वळल्या, पण केट मात्र नोटीस बोर्डकडे पाहत आता पुढे काय करावं, या विचारात तशीच बसून राहिली.

तिच्या सहकाऱ्यांची सहानुभूती जरी तिच्या जखमेवर मलमासारखी असली तरी वस्तुस्थिती हीच होती की बेनला हलवणं हे तिच्या हातात नव्हतं आणि तो जेव्हा त्याच्या ठरलेल्या वेळी येईल तेव्हा तिला त्याला हे सांगावंच लागेल. ती अजूनही चहाच्या खोलीत हातात कप धरून बसली होती तेव्हा डॉट आत आली.

"अजून इथेच आहेस? मला माफ कर केट, मला माहीत आहे की आत्ता तुला हे ऐकायची इच्छा नाही, पण बेन बाहेर आला आहे."

केटने घड्याळाकडे नजर टाकली, बरोबर एक वाजला होता. बेन नेहमीच वेळेवर यायचा. कदाचित तुरुंगात वाढण्याचा तो परिणाम असावा. केट जागेवरून हलली नाही. डॉट तिच्या जवळ बसली आणि तिच्या मांडीवर समजुतीचा हात ठेवला.

"कदाचित पोलिसांचं बरोबरही असू शकेल. कदाचित कोणी येणारही नाही त्याला शोधत. ही नुसती हवाच असू शकेल."

"मला नाही तसं वाटत." केटने तिचा कप खाली ठेवला. त्यातला चहा तसाच होता. "पण मी निदान त्याची मानसिक तयारी तरी करू शकेन."

डॉट तिच्याकडे पाहून सहानुभूतीने हसली आणि दोघी बायका आपापल्या कामाला लागल्या.

बेन आज वेगळाच दिसत होता. तो खुर्चीत नेहमीपेक्षा ताठ बसला होता. त्याचे केस कापलेले वाटत होते. त्याने एकदम आधुनिक दिसणारे कॅन्व्हासचे बूट घातले होते. अमेलियालाही असेच हवे होते. फक्त तिला आइसक्रीमच्या डिझाइनचे हवे होते आणि बेनचे नुसतेच लाल होते. केटच्या लक्षात हे छोटे बदल आले, तरी तिने

त्यावर फारसा विचार केला नाही. ''बेन, मला तुला काही सांगायचं आहे, पण ती गोष्ट फार चांगली नाही. फेसबुकवर काही धमक्या देणारे मेसेजेस आले आहेत आणि ॲडमच्या येण्याने गोष्टी जरा अडचणीच्याच झाल्या आहेत.''

''पण तो तर गेला आता.'' बेनने नाराजी व्यक्त केली तरी त्यात फारसा जोर नव्हता. त्याची मान लाल झालेली केटच्या लक्षात आली. तो काही लपवत तर नसेल ना ही शंका तिच्या मनाला स्पर्शून गेली.

''मान्य आहे बेन. पण तरीही ॲडमला असणारी माहिती ही तरीदेखील तुझ्या सुटकेच्या अटींमध्ये एक अडथळा आहे. आणि जोपर्यंत आपल्याला गुप्त सुहृद कोण हे कळत नाही, तोपर्यंत या धमक्या किती गंभीरपणे घ्यायच्या, हे आपल्याला कळणार नाही आणि म्हणूनच आपण त्या गंभीरपणेच घ्यायला हव्यात. मी तुला खरं काय ते सांगते, आज सकाळी पोलीस स्टेशनमध्ये आमची धोका व्यवस्थापनाची बैठक होती. आणि मी त्यांना तुला हलवण्याची विनंती केली आहे.''

बेनला धक्का बसला असावा, ''ईप्सविच सोडून जायचं? पण कुठे जाणार मी?''

केटने हाताने ते बाजूला सारल्यासारखं केलं. ''ते फारसं महत्त्वाचं नाही. बाकीच्या लोकांना ही गोष्ट आवश्यक वाटली नाही, त्यामुळे तू कुठेही जाणार नाहीस. याचाच अर्थ हा की तुला सुरक्षित ठेवण्याचे इतर मार्ग शोधायला हवेत.''

''कुठले मार्ग?'' बेनचा आवाज घाबरल्यासारखा होता. ''तुला परत तुरुंगात जाणं सुचवायचं आहे का?''

''नाही अजून तेवढी वेळ आलेली नाही. पण गुप्त सुहृद कोण आहे ते आपल्याला शोधायलाच हवं. आणि तेही त्याने किंवा तिने तुला गाठण्याच्या आधी. मला तुला मदत करण्याची इच्छा आहे बेन. आपल्याला गुप्त सुहृदाच्या चेहऱ्यावरचा बुरखा उतरवायलाच हवा. पण ते करण्याकरता तू मात्र माझ्यावर विश्वास ठेवला पाहिजेस.''

विश्वास. बेनच्या प्रतिक्रियेवरून तिच्या लक्षात आलं की बेन कुणावरंच विश्वास ठेवू शकत नाही.

''ठीक आहे. आपण परत नव्याने सुरुवात करू. ॲडमचं काय? तू कुठे आहेस ते त्याला माहीत आहे त्यामुळे पहिला संशयित तोच असणार आहे. तुला धोका पोहोचवण्याचं कोणतं कारण त्याच्याकडे आहे का?''

''ॲडम... एके काळी आम्ही खूप जवळ होतो. पण ते पूर्वी, नोहाच्या मृत्यूच्या आधी. पण तो कोर्टात खोटं बोलला. त्याने असं दाखवलं की तो अगदीच निरपराध होता. पण...''

''पण काय?''

“ॲडम फक्त स्वत:ला वाचवत होता. मीही कदाचित तेच करायला हवं होतं.”

“तू कसं केलं असतंस ते?”

“मी चेरिल्बद्दल सांगू शकलो असतो.”

केटला आठवलं की त्या दिवशी ब्रिजजवळ होती त्या मुलीचं नाव हेच होतं. रॉजर पाल्मरची मुलगी. ती पुढचा प्रश्न विचारायच्या तयारीत असतानाच बेन पुन्हा बोलला.

“मला वाटतं, मला लोकांना ओळखताच येत नाही.”

“तू एकटाच नाहीस.” बेनला आश्चर्य वाटलेलं दिसलं. केट पुढे म्हणाली, “मी हे काम जितकं जास्त करते तितकी मनाने मी जास्त कठोर होत जाते. तू मला काहीही सांगितलंस तरीही माझी पापणीसुद्धा लवणार नाही बेन. त्या दिवशी ब्रिजवर जे काही झालं ते मला कळायला हवं. कारण गुप्त सुहृद तुला ओळखून आहे, त्यामुळे तूही गुप्त सुहृदाला ओळखत असणार हे ओघाने आलंच. आपण आता ते शोधण्याचा प्रयत्न करू या. मग पोलीस त्यांचं काम करतील. कदाचित हा तुझ्यासाठी एकमेव पर्याय असेल.”

बेन

एखाद्या मुलीबरोबर असताना काय करायचं असतं ते मला माहीत नाही.

माझी माहिती फक्त चित्रपटांवर आधारलेली किंवा इतर कैद्यांकडून कळलेली एवढीच मर्यादित आहे. लोक डेटवर जातात, ते म्यूझिअममध्ये जातात किंवा संगीत ऐकायला जातात. ते फिरायला, जेवायला जातात, एकमेकांचे हात धरून राहतात, चुंबन घेतात. स्टुअर्टने माझ्या आईसाठी असं कधीच केलं नाही आणि माझ्या माहितीप्रमाणे माझ्या वडिलांनीही नाही. त्यामुळे मला डेटवर जाण्याकरता कोणती जागा चांगली असू शकेल ते समजतच नाही. मला माहीत आहे की जोडपी सिनेमाला जातात, पण मागच्या वेळी मी जेव्हा गेलो होतो त्याची परिणती नोहाच्या मृत्यूमध्ये झाली. काही जणांनी तर त्यावर अभ्यास करून असाही निष्कर्ष काढला की नंतर जे काही झालं त्याचा संबंध त्या दिवशी आमच्या भयपट पाहण्याशी होता. त्यामुळे मी अंधाऱ्या खोलीत त्या मोठ्या पडद्यासमोर बसण्याचा प्रश्नच उद्भवत नाही. मला वाटत नाही मी पुन्हा कधी सिनेमाला जाऊ शकेन.

चेरिल्ला जेवायला बाहेर नेणं मला परवडणारं नाही. म्हणून मग त्यातल्या त्यात बरा मार्ग म्हणून मी तिला मला माहीत असणाऱ्या सर्वोत्तम ठिकाणी नेलं, ते म्हणजे मत्स्यालयात.

चेरिल् पापणी न हलवता कार्प माशांकडे पाहत होती. तिचा चेहराही त्यांच्या चेहऱ्यासारखाच बथ्थड, उघड्या तोंडाचा असल्यासारखा होता. ''सॉरी बेन, पण मला तर यात काहीच विशेष दिसत नाही.''

माझं काहीतरी चुकत असावं, तिला यात काही मजा वाटत नव्हती. मला तिला समजावून सांगायला हवं. पण मी आधी आमच्या आजूबाजूला कोणी आहे का ते पाहिलं. ''कदाचित तेही माझ्यासारखेच कैदी आहेत आणि नोहासारखेही, पाण्याखाली असलेले.''

मी या गोष्टीवर बरेचदा विचार केला आहे की या माशांच्या आजूबाजूला मला

इतकं ताणविरहित का वाटत असावं आणि फिरून फिरून मी याच निष्कर्षापर्यंत आलो आहे.

चेरिल् अजूनही टाकीकडेच तोंड करून उभी होती त्यामुळे मला तिच्या चेहऱ्यावरचे भाव दिसत नव्हते. ''माझे वडील मला मासे पकडण्याकरता घेऊन जायचे तेव्हा मी हे भरपूर पाहिलेले आहेत. मला ते अगदी ओंगळ वाटतात.''

''ते खरोखरंच ओंगळ आहेत,'' मी मान्य केलं.

''तुझ्यासारखेच,'' तिने वळून जरा खेळकरपणे मला ढकलल्यासारखं केलं. मला आधी कळतच नाही. माझ्या लक्षात आल्यावर मग मीही तिला ढकललं. आता ती टाकीवर रेलून उभी होती.

तिने माझे खांदे धरून मला तिच्या दिशेने ओढलं. आम्ही आता एकमेकांच्या इतक्या जवळ उभे होतो की आमचं नाकाला नाक चिकटलं आहे. मला तिची शक्ती जाणवली. ही खेळाडू असणारी नृत्यांगना होती आणि मी मात्र माझ्या आयुष्यातली आठ वर्षं तुरुंगात माझे स्नायू सडवत घालवली. मी जराशी धडपड केली, साशंक आणि अस्वस्थ, पण इतकीही नाही की मी स्वत:ला मोकळं करू शकेन. मला माझ्या खांद्यावर होणारा तिचा स्पर्श सुखावत होता. तिचं शरीर माझ्याजवळ होतं, तिचा चेहरा इतका निकट होता की मला तिच्या हनुवटीवरची खळीसुद्धा दिसली. तिचे ओठ विलग झाले आणि एका क्षणात तिची उष्ण जीभ माझ्या मुखात होती. कसं घेतात चुंबन? मी काय करायचं असतं आता?

पण चेरिल्ला सगळी माहिती होती. तिने मला शिकवलं, दाखवलं. मला तरीही कळत नव्हतं की माझे डोळे उघडे असावेत की बंद. माझ्या सगळ्या जाणिवा जिवंत झाल्या होत्या, तिच्याकरता, तिचा स्पर्श, गंध आणि दृष्टी याकरता. चेरिल्, माझ्या भावाची मैत्रीण.

''माशांना घाबरवू नकोस बेन.''

लिऑनच्या आवाजासरशी मी तिच्यापासून दचकून बाजूला झालो. तो समोरच अवघडून उभा होता. हातातल्या किल्ल्या फिरवत, पण त्याच्या चेहऱ्यावर स्मित होतं.

''अं... बेन, मी निघतोय आता, नाहीतर चहाला घरी उशिरा गेलो म्हणून बायको ओरडत बसेल. तू सगळं बंद करशील ना?''

त्याने आजवर कधीच ही जबाबदारी माझ्यावर सोपवलेली नव्हती. मी थोडी भीती आणि थोड्याशा अभिमानानेच त्याच्याकडून किल्ल्या घेतल्या. ही खूप मोठी जबाबदारी आहे, आणि लिऑन माझ्यावर विश्वास ठेवू पाहत होता.

तो स्वत:शीच शीळ घालत निघून गेला. माझ्या हातात किल्ल्या होत्या आणि चेरिल्च्या डोळ्यांत एक वेगळीच चमक.

“अवली म्हातारा! त्याने आपल्यावर लक्ष ठेवायला नको होतं.”

चेरिल्‌ने पुन्हा एकदा माझं चुंबन घेतलं. आम्ही मोठ्या मोठ्या काचेच्या खिडक्यांजवळ उभे होतो. बाहेर पाणी आणि दगडाचं साम्राज्य होतं. सगळ्या प्रकारचे मासे आजूबाजूला तरंगणाऱ्या वस्तूंमधून पोहत होते. एकमेकांच्या शेजारी. नाकाला नाक लावत शांतपणे.

ती माझं जरी चुंबन घेत असली तरी माझे डोळे मात्र नदीतल्या माशांचा वेध घेत राहिले. हम्बरमधले मासे, ते मासे जे पट्कन गळाला अडकतात, जाळ्यात सापडतात, ते मासे ज्या प्रकारे नोहाने पाहिले असणार पाण्यात पडताना, त्याच्या नाकातोंडातून बुडबुडे येत असताना त्याला दिसले असणार.

चेरिल्‌ने माझा टी-शर्ट काढला, तेव्हा मला थंडीने थरथरायला झालं. फक्त तिचा स्पर्श होता तो भाग तेवढा उबदार आहे. तिने माझ्या हातातल्या किल्ल्या घेऊन जमिनीवर टाकल्या. त्यांच्या खण्‌कन होणाऱ्या आवाजाने मला तुरुंगाच्या बंद होणाऱ्या दारांची आठवण करून दिली.

“मी कधी हे मत्स्यालयात केलेलं नाही,’ ती म्हणाली.

“मी नाही... लिऑन काय म्हणेल?”

“तो गेलाय,” ती माझ्यावर वाकून माझ्या छातीवर, कमरेवर ओठ टेकत म्हणाली. “त्याची काळजी करू नकोस. माझा विचार कर.”

मला माहीत आहे की लिऑनला जर आम्ही काय करतोय हे कळलं असतं, माशांच्या सगळं पाहणाऱ्या डोळ्यांसमोर हे असं जमिनीवर... तर त्याने कधीच मला किल्ल्या दिल्या नसत्या. त्याने त्याचा माझ्यावरचा विश्वास मला दाखवून दिला, जबाबदारीची जाणीव दिली आणि मी मात्र त्याचा गैरफायदा घेत होतो.

पण आता चेरिल्‌ने तिची अंतर्वस्त्रं काढली, आणि आमच्यात कसलाच अडथळा नाही. तिच्या सुखाची शक्यता इतकी जवळ होती की आता मी थांबू शकत नव्हतो. इतकी वर्षं झाली कोणाचाही स्पर्श नाही आणि आता ती माझ्याजवळ होती. तिची त्वचा माझ्या त्वचेला इतकी चिकटलेली, पाय आणि शरीर एकमेकांत गुंतलेलं आणि तिचे ओठ, ते जणू मला शोषून घेत होते; आत, आत. मासे आमच्याकडे बघत असताना मी चेरिल्‌बरोबर संग करत होतो. म्हणजे, हे तेच असेल तर.

मी थांबलोच नाही. हालचाल अशक्य होईपर्यंत थांबलो नाही. माझं शरीर थरथरत मोकळं होईपर्यंत मी थांबू शकत नाही. सगळं जग, सगळे लोक जरी आमच्याकडे पाहत असतील तरीही मी आता थांबणार नाही, थांबू शकणार नाही.

ती बाजूला होण्याकरता वळली, पण मी तिच्यात खोल बुडत चाललो आहे. हे काय करत होतो मी? ती ॲडमची मैत्रीण आहे. त्याहीपेक्षा जास्त नोहाच्या

मृत्यूला तीच कारणीभूत होती. आणि आता तिच्याशी माझे संबंध आहेत. तिने मला जणू ताब्यात घेतलं होतं.

मला मुक्त व्हायचं आहे.

ती माझ्यापासून बाजूला झाली. तिच्या कपड्यांचा बोळा करून दोन्ही पायांमध्ये कोंबून तिने माझं तिच्यातलं वाहणं थांबवण्याचा प्रयत्न केला. आणि परत ते सारखे करून अंगावर चढवले.

''काय झालं बेन?''

मला तिला सांगावंसं वाटलं की आपण ॲडमला फसवलंय, आणि हे निर्जीव डोळ्यांचे मासे, आणि नोहा. मला सांगायचं आहे की जे काही झालं त्यानंतर मी कधीच सुखी होऊ शकणार नाही. कोणाला कशाला माझं चुंबन घ्यावंस वाटेल? एवढं सगळं झाल्यानंतर पुन्हा ती आणि मीच का एकत्र आहोत?

मी तिला तिथेच सोडून पळत सुटलो. माझ्या नवीन लाल बुटांत, माझ्या किल्ल्या तिथेच टाकून, मत्स्यालय बंद करण्याची जबाबदारी विसरून मी पळत सुटलो. मला वाटलं की त्या गुप्त सुहृदाने मला आत्ता गाठून सगळं संपवून टाकावं. माझी तीच लायकी आहे.

त्या दिवशी

चेरिलला कशाचीच तमा नव्हती. ना तिच्या मांडीला चिकटलेल्या ओल्या वाळूची, ना ती पाण्याच्या थारोळ्यात बसली होती त्याची, ना हवेतल्या गारठ्याची आणि ना तिच्या खांद्याभोवती गुंडाळलेला टॉवेल ओला होता त्याची; तिला कशाचीच पर्वा नव्हती.

खड्ड्यात जाऊ दे जग आणि मरू देत सगळे जण. तिच्याच बाबतीत नेहमी असं कसं घडतं?

तिने टॉवेल मानेभोवती अजून घट्ट ओढून घेतला. आणि तो बुरखा (क्लोक) आहे अशी स्वतःची समजूत घातली. एखाद्या इजिप्शियन राणीला साजेसं सोनेरी वस्त्र. नाही, तो अदृश्य करणारा बुरखा होता ज्याच्या मदतीने तिला काहीही करणं शक्य होतं.

वाऱ्याच्या झुळकेने तिला काकडायला झालं. तिने तोंड वाकडं केलं. अंगावर येणारा शहारा किंवा वाजणारे दात ती थांबवू शकली नाही. तिचं पोट आता खूपच दुखत होतं, खाली ओटीपोटात एकामागून एक कळा येत होत्या. तिला रडावंसं वाटत होतं. ती राणी नव्हती आणि अदृश्यही नव्हती. ती एक सामान्य किशोरवयीन मुलगी होती.

तिची आई निघून गेल्यापासून परिस्थिती फारच वाईट झाली. तिचे वडील कायम कामात बुडालेले असत; कधी मुलांचा अभ्यास तपासायचा, आणि तिच्याकडे लक्ष द्यायचं. तिच्याकडे इतकं लक्ष द्यायचं की जणूकाही ती म्हणजे हाती घेतलेला एखादा प्रकल्प आहे. कायम ते दोघंच असायचे; अवघडलेले आणि घुसमटलेले. त्यामुळेच जेसिका जेव्हा यायला लागली तेव्हा तिला खूप आनंद झाला होता. परिस्थिती जरा निवळल्यासारखी झाली. कालांतराने जेव्हा तिच्या वडिलांनी सांगितलं की जेसिका आता लवकरच त्यांच्याकडे राहायला येईल तेव्हा चेरिल्ला वाटलं की तिच्यातले आणि तिच्या वडिलांच्यातले दुरावलेले संबंध आता तरी सुधारतील.

एक नेहमीसारखं सामान्य कुटुंब असणं म्हणजे काय त्याची एक झलक तिला

मिळाली होती. तिच्या कल्पनेत ती कधीही जेस्स न म्हणता आई म्हणायची. तिला प्रत्यक्षात कधी अशी हाक मारायला मिळणार, कोणास ठाऊक ती इकडे आल्यावर लगेचंच चालेल की थोडं थांबावं लागेल?

आणि जेसिका नोहालाही आणेल म्हणजे तिला एक भाऊसुद्धा मिळेल.

आई घरात असणं म्हणजे काय वाटतं ते चेरिल्ला आठवत नव्हतं, पण ती कल्पनाच तिला सुखाची वाटत होती. तिच्याशी बोलण्याकरता कोणीतरी असेल. जिला मेकअपची माहिती असेल, जिच्याशी मुलांविषयी बोलता येईल आणि विचारता येईल की तिचं पोट इतकं दुखतंय म्हणजे तिला पहिली पाळी येणार आहे का?

जेसिकाने यावं ही चेरिल्ची फार मनापासूनची इच्छा होती.

पण मग नंतर वडील आणि जेसिका, दोघांची भांडणं होऊ लागली. तिला त्यांना थांबवावंसं वाटायचं. तिला वडिलांना सांगावंसं वाटायचं की तुम्ही इतके चिडून ओरडू नका, नाहीतर परत आपण दोघेच मागे उरू.

काल रात्री तर कहरच झाला आणि आता तिचे वडील इतके दु:खी आहेत. जेसिका म्हणाली सगळं संपलंय, कारण ती नोहावर अशी वेळ आणू इच्छित नव्हती.

अशी वेळ? चेरिल् आणि तिच्या वडिलांबरोबर राहणं इतकं वाईट होतं का? काय मोठं सोनं लागलंय त्या नोहाला की त्याच्यामुळे सगळ्यांचे बेत फिस्कटत आहेत?

जेसिकाला समजत नाही का की चेरिल्ला तिची किती गरज होती. खरंच खूप गरज होती. तिच्या वडिलांपेक्षाही जास्त कदाचित. चेरिल् आईसाठी आसुसली होती.

आणि आता सगळंच फिस्कटलं. नोहाने सगळचं विस्कटून टाकलं.

आता

फेसबुक : 'हम्बर बॉय बी'ला शोधा.

ॲडमिनिस्ट्रेटर :
हे पेज तात्पुरतं बंद करण्यात आलं असून त्याच्या बेकायदेशीर, अपमानास्पद दुरुपयोगाविषयी चौकशी सुरू आहे.

केट

केट गाडी सुरू करून गावाच्या दिशेने जायला निघाली. तिच्या बहिणीला समोरासमोर भेटण्याविषयी अजूनही तिच्या मनात साशंकता होती. ती सरळ जाऊन बघेल हाती काय लागतं ते.

आता वीस वर्षांनंतर तिची बहीण कशी असेल कोणास ठाऊक. तिच्या सगळ्या आठवणी काळाच्या ओघात फिकट झाल्या होत्या. सगळ्या आठवणी लिझ कशी शांत आज्ञाधारक मुलगी होती, यापाशीच येऊन थांबत होत्या.

दोघींच्यात जरी फक्त एकच वर्षाचं अंतर असलं तरीही केट स्वत:ला खूपच स्वतंत्र वृत्तीची समजत होती. वयाच्या पंधराव्या वर्षी तिला शनिवारची नोकरी लागली होती आणि लिझ मात्र घरीच तिच्या खोलीत असायची. केटला स्वातंत्र्याचा ध्यास होता, पण लिझ मात्र तिच्या लहान असण्यातच समाधानी होती.

किशोरवयात असताना केटने समजूतदारपणे वागण्याची भूमिका स्वीकारली होती. ती, लिझ आणि स्वत:करता न्याहारी तयार करायची. तिच्या आईकरता, जी कधीकधी दुपारपर्यंतही उठायची नाही, तिच्याकरता ताटली आणि कप काढून ठेवायची.

त्यांचे वडील बाहेरगावी असल्याने बऱ्याच वेळेला त्या तिघीच घरात असत. पण वडील घरी आले की सगळं चित्रच पालटून जात असे. आई लवकर उठायची. मेकअप वगैरे करून आनंदाने गुणगुणत न्याहारी बनवत असायची. आणि नेहमीप्रमाणे ते परत निघून गेले की तिचा सुखी समाधानी गृहिणीचा मुखवटा गळून पडायचा आणि पुन्हा एकदा ती तिच्या खोलीत गडप व्हायची. वडील घरी असले की केटला बरं वाटायचं. अर्थात, ती त्यांचं लक्ष फार काळ वेधून घेऊ शकत नसे. उलट ती वाटेतच असल्यासारखं वाटायचं. आपण भावंडांमध्ये मोठे असलो ना की असंच असतं. ती स्वत:ची समजूत काढायची. चांगली होण्याकरता तिला अजून थोडे प्रयत्न करायला हवेत.

केट नेहमीच लिझकडे लक्ष द्यायची, तिची देखभाल करायची, तिला टारगट

मुलांपासून सांभाळायची आणि शाळेत कोणी त्रास दिला तर तिची समजूत काढायची. लिझला सगळेच त्रास द्यायचे; कोणी ना कोणी असायचेच जे तिचा नाजूकपणा चिरडून टाकायला बघायचे, ज्यांना तिच्या सौंदर्याचा हेवा वाटायचा. आणि लिझची समजूत काढताना, तिला सांभाळताना कुठेतरी केटलासुद्धा तिचा हेवा वाटायचा. केटला जाणीव होती की ज्या गोष्टीमुळे लिझला त्रास होतो त्याचे काही फायदेही आहेत.

नंतर मात्र लिझलाच पहिल्यांदा डेटसाठी विचारण्यात आलं होतं. एकदा नव्हे, तर अनेकदा. आणि तिला त्यात अजिबात रस नव्हता, यावर केटचा विश्वासच बसत नव्हता. केटने फोन उचलला की एखाद्या मुलाचा जरा घाबरट आवाज यायचा, ''लिझ आहे घरी?''

''लिझ फोन घे. कुणीतरी मुलगा आहे.''

ती खोलीतून बाहेर येत हलक्या आवाजात कुजबुजायची, ''त्याला सांग ना मी बाहेर गेले आहे. प्लीज केट.''

सुरुवातीला ती सांगतही असे. परंतु नंतर मात्र तिच्या बहिणीसाठी असले निरोप देण्याघेण्याचा तिला वीटच आला. मग ती उत्तर द्यायची, ''हो, आहे ना ती– लिझ तुझा फोन आहे, कोणीतरी मुलगा आहे.'' जेणेकरून लिझला फोन उचलणं भाग पडेल.

हाताला चटके बसत असावेत तसा लिझ फोन उचलत असे, ''हॅलो? नाही... मी नाही येऊ शकत... नाही सॉरी.'' नेहमीच अस्फुट नकार. आधी केटला वाटलं की तिला खरंच रस नाही, पण नंतर रॉब आला. तो लिझला आवडतो हे केटला माहीत होतं. तो शाळेत केटच्याच वर्गात होता. सुस्वरूप, गडद केसांचा, हिरवट-तपकिरी डोळ्यांचा. तो शाळेनंतर रेंगाळत असे. त्यांच्या शेजारून चालताना केटकडे दुर्लक्ष करायचा. तिची बहीण त्याच्याकडे पाहताना कशी केसांशी खेळायची ते केटच्या नजरेतून सुटलेलं नव्हतं. कशी ती शाळा सुटल्यावर बाथरूममध्ये जाऊन लिपग्लॉस लावायची तेही नाही. हे शाळा सुटल्यानंतरचं चालत येणं म्हणजे केटकरता एक वैतागच होता. ती एकतर मागे मागे तरी रेंगाळायची किंवा त्या दोघांना मागे सोडून पुढे तरी निघून जायची. कधीकधी तर ती घरी पोहोचल्यावर तब्बल वीस मिनिटांनी गालांवर लाली घेऊन बावरलेली लिझ घरी परतायची. पण नंतर फोन यायला सुरुवात झाली आणि केटला आश्चर्याचा धक्काच बसला. लिझ तिच्या जवळ येऊन म्हणाली, ''जर रॉबचा कधी फोन आला तर मी कामात आहे असं सांग त्याला.''

''कामात? कसल्या?''

''कोणत्याही. अंघोळ करते आहे किंवा गृहपाठ... काहीही सांग. मला नाही

बोलायचं त्याच्याशी.''

''प्रेमाचं भांडण?''

लिझची उत्तरादाखलची नजर इतकी नाराजीने आणि रागाने भरलेली होती की केटला धक्काच बसला, ''सॉरी मी विचारायला नको होतं.''

परंतु दुसऱ्या दिवशी शाळेतून परतताना नेहमीप्रमाणेच रॉब त्यांच्या बरोबर होता. काही महिने हाच प्रकार सुरू राहिला. लिझ त्याच्याशी फोनवर बोलायला किंवा फिरायला जायला तयार नसायची. शेवटी रॉबने कंटाळून लिझच्या मागे एक वर्ष असणाऱ्या मेलिसाकडे आपलं लक्ष वळवलं. नंतर बऱ्याच वेळा रात्री समोरच्या तिच्या खोलीतून लिझच्या रडण्याचा आवाज केटला ऐकायला येत असे. तिला काही कळतंच नव्हतं.

केट सोळा वर्षांची झाली तोपर्यंत तिला तिच्या धाकट्या बहिणीची बेडी पायात नकोशी झाली होती. लिझला स्वत:चे असे कोणीच मित्र-मैत्रिणी नव्हते. तिला फक्त केट बरोबर हवी असायची. ''हे माझे मित्र-मैत्रिणी आहेत, तुझे नाहीत,'' केटने अनेकदा तिला सांगितलं, ''तू तुझे शोध ना.'' केटने अशा सफाईने स्वत:ला लिझपासून वेगळं केलं की जेव्हा तिच्या सतराव्या वाढदिवशी ती घरी आलीच नाही, तेव्हा केटला जराही धक्का बसला नाही. तिच्या भेटवस्तू तशाच पडून राहिल्या, केक कापलाच गेला नाही. शेवटी रात्री उशिरा फोन वाजला जो वडिलांनी घेतला. तिला फक्त ते काय बोलत होते तेवढंच ऐकू येत होतं, पण यापुढे लिझ घरी परत येणार नाही हे कळण्याकरता ते पुरेसं होतं. ती कुठे होती हेही सांगायला ती तयार नव्हती.

त्यांच्या दोघींच्यात आता इतकं अंतर पडलं होतं की लिझ निघून जाण्याचा विचार करते आहे हे आपल्या लक्षातदेखील आलं नाही, या कल्पनेने केट फार दु:खी झाली. नंतरच्या काही दिवसांत ती जेव्हा आपल्या बहिणीच्या खोलीत गेली तेव्हा तिनं सगळं व्यवस्थित ठरवून पार पाडलं असावं हे तिला प्रकर्षाने जाणवलं. कपाटातले मोकळे हँगर्स, रिकामे ड्रॉव्हर्स, रेल्वे कार्डच्या रिसीट्स ज्या दोन महिन्यांपूर्वीच घेतल्या होत्या. नऊशे पौंड्स काढल्याची आठवडाभरापूर्वीची नोंद असणारं बँकेचं पासबुक. इतके दिवस लिझ पैसे साठवत असणार.

त्यानंतर लिझ कधीच नजरेस पडली नाही.

आणि आता अचानक इतक्या वर्षांनंतर लिझला भेटायची इच्छा झाली होती. आणि केटला हे पक्कं माहीत होतं की, इतक्या वर्षांत जेव्हा लिझची कसलीही बातमी कानावर पडत नव्हती, त्याचा कितीही राग मनात असला तरीही ती का सोडून गेली असावी, या प्रश्नाच्या उत्तराची उत्सुकता तिच्या मनात होतीच.

तिने मागच्या बाजूला जिथे द ग्रेट व्हाइट हॉर्समध्ये उतरलेल्या लोकांसाठी गाड्या लावण्याची सोय होती तिथेच स्वत:ची गाडी लावली.

आता फक्त पाच मिनिटांत तिला तिच्या प्रश्नांची उत्तरं मिळणार होती.

ती हॉटेलमध्ये शिरत असतानाच तिचा मोबाइल वाजला. पेनीचा फोन. केटने फोन कानाला लावला. तिच्या मनात एकाएकी बेनचा विचार आला. काय झालेलं असू शकेल.

"पेनी?"

"वाईट बातमी. तुला ताबडतोब पोलीस स्टेशनला यावं लागेल."

द ग्रेट व्हाइट हॉर्समधली स्वागतिका केटकरता नम्रपणे थांबली होती. तिची बहीण वर कुठेतरी होती जिला ती तब्बल वीस वर्षांनंतर भेटणार होती. "आत्ता?"

"आत्ता लगेच. हे बेनच्या संदर्भात आहे. काहीतरी झालंय."

बेन

मी मत्स्यालयापासून लांब पळत होतो, कुठे जायचं ते कळतच नव्हतं. एवढ्यात माझ्यावर पाठीमागून झडप घातली. मला बसलेला ठोसा अनपेक्षित आणि थेट माझ्या किडनीवर होता. माझा थरकाप होऊन मी वळलो. त्याच वेळी पहिला ठोसा माझ्या पोटात बसला.

माझ्यावर हल्ला करणारा पुरुष दणकट होता. निदान माझ्यापेक्षा तरी दणकट. मी त्याला मागे ढकलण्याचा प्रयत्न केला, पण माझ्यापुढे फक्त एक भक्कम शरीर होतं जे तसूभरही मागे सरकलं नाही. दोघांच्या ताकदीची एक अवघडलेली लढाई, ज्यात माझ्या हातात काहीच नाही. मग एक जोराचा फटका, एखादं लाकूड मोडावं तसा, किंवा एखादी फांदी मोडून पडावी आणि मी त्या कार्प माशासारखा; विचारहीन, भावनाहीन, प्रचंड मोठ्या अशा काळ्या समुद्रात तरंगणारा. हे सुखद आहे.

कुठून तरी लांबून माझ्यापर्यंत शब्द येतात.

"अरे देवा, आपल्याला ॲम्ब्युलन्स बोलवायला हवी."

मुलीचा आवाज. चेरिल्? मी डोळे उघडले. माझ्या डोक्यात एक सणसणीत कळ आली. मी परत डोळे मिटून घेतले. ही चेरिल् नाही, कोणीतरी वेगळीच होती. मी तिला ओळखत नाही. ती एका पांढरी दाढी असणाऱ्या माणसाबरोबर होती. मला फादर ख्रिसमसची आठवण आली. मग माझ्या डोक्यात कळ आली आणि मी फक्त मग त्याचाच विचार करत राहिलो. दोघंही माझ्याकडे वाकून बघत होते.

"मला फोन दे, ९११ला फोन करू या."

मी उठून बसण्याची धडपड करायला लागलो, पण ते अशक्य होतं. मी बोलण्याचा प्रयत्न केला, पण माझं तोंड सुजलं होतं आणि तोंडात रक्ताची गोडसर दाट चव होती.

"नको प्लीज. मी ठीक आहे."

"काय ठीक आहेस, अवतार बघ एकदा." त्याने स्पर्श केल्यावर त्या माणसाचा फोन उजळून निघाला. "तुझं नाक मोडलंय. ॲम्ब्युलन्स प्लीज." तो फोनवर म्हणाला. पण नंतर माझी परिस्थिती अगदी जीव जाण्याइतकी गंभीर नाही हे सांगितल्यावर तो जरासा स्तब्ध झाला. "खरंच. इतक्या उशिरा?"

"काय म्हणाले ते?" फोन ठेवल्यावर त्या बाईने माणसाला विचारलं. मी मरणार वगैरे नाही हे कळल्यावर ती आता थोडी स्वस्थचित्त झाली होती. तिने घड्याळ पाहिलेलं मला दिसलं. तिच्या सोनेरी पट्ट्यावरून चंद्राचा प्रकाश परावर्तित होत होता.

फादर ख्रिसमसने त्याच्या दाढीवरून हात फिरवला. त्यांची बोटं चकचकीत आहेत. "एकही ॲम्ब्युलन्स उपलब्ध नाही. त्या हार्टअ‍ॅटॅक वगैरे कशाकशाकरता बाहेर आहेत. ते म्हणतात की आपणंच त्याला आपल्या गाडीतून नेऊन पोहोचवावं."

त्या दोघांनीही माझ्याकडे बघितलं, मी पाहिलं की तिने मखमली ड्रेस आणि उंच टाचांच्या चपला घातल्या होत्या. त्याने सूट घातला होता आणि वर बो-टायसुद्धा लावलेला होता. माझ्यामुळे त्यांचा बेत फिस्कटत होता.

"मी खरंच ठीक आहे. मला फक्त घरी जायचं आहे."

"आणि ते कुठे आहे बाळा?" त्याने विचारलं.

चेरिल् फ्लॅटवर पोहोचली असेल. माझ्या डोक्यात दुसरी एकच जागा आली. मी पाठीमागच्या खिशातून लिऑनने हाताने काढलेला नकाशा बाहेर काढला. एवढ्याशा हालचालींनी माझ्या बरगड्यांमध्ये कळ आली.

"प्लीज, मला इथे सोडा. ते माझ्या वडिलांचं घर आहे आणि ते मला हॉस्पिटलला घेऊन जातील."

त्यांनी एकमेकांकडे बघितलं आणि मग जमिनीवर माझ्याकडे पाहिलं. ती बाई म्हणाली, "आपण जर याला हॉस्पिटलमध्ये नेलं तर पार्टीत वेळेवर पोहोचू शकणार नाही."

त्यांचा निर्णय झाला. त्या माणसाने मला उचललं आणि बाईने माझा हात धरला. त्याने काही फरक पडत नाही म्हणा; आम्ही त्यांच्या गाडीजवळ आल्यावर त्याने मला पुढच्या सीटवर बसायला मदत केली. ती स्पोर्ट्स कार होती त्यामुळे थांबावं लागणार. पण लिऑनचं घर जवळच होतं. लवकरच त्या माणसाची सुटका झाली, मी लंगडत लिऑनच्या दरवाजाजवळ गेलो. आणि तो अनोळखी सद्‌गृहस्थ पार्टीला जाण्याकरता त्याच्या बायकोला घ्यायला जायला निघाला.

दार उघडलं तेव्हा इस्सी समोर उभी होती. माझ्या रक्ताळलेल्या चेहऱ्याकडे पाहून तिला धक्काच बसला. "अरे देवा!" ती उद्‌गारली. मला मी कसा दिसतो आहे ते जरी कळत नसलं तरी इस्सीच्या प्रतिक्रियेवरून ते फारसं चांगलं नाही याची

मला कल्पना आली. लिऑन दाराजवळ येऊन म्हणाला, ''त्या पोराला आधी आत घे बाई.'' हे ऐकता क्षणी इस्सी खाड्कन भानावर आली आणि मला लगबगीने त्यांच्या बैठकीच्या खोलीत घेऊन गेली. एका अनोळखी माणसाने माझ्यावर हल्ला केल्याचं सांगितल्यावर तिची एकदम धांदल उडाली. आत्ता कुठे माझी चूक माझ्या लक्षात आली. मी मत्स्यालय बंद केलं नाही, मी किल्ल्या तिथेच जमिनीवर टाकल्या होत्या आणि मी चेरिल्लाही तिथेच सोडून आलो होतो. आणि त्याच्यावर आता हे.

माझं नाक आता ठणकायला लागलं होतं, माझा चेहरा एखाद्या मोठ्या चेंडूसारखा वाटत होता. मी डोकं हलवू शकत नव्हतो इतकं माझं नाक दुखतं होतं.

''बेन, हे किती भयंकर आहे रे! तुला मारून कोणाला काय मिळणार आहे?'' इस्सी म्हणाली, मग लिऑनने विचारलं, ''त्यांनी काही घेतलं का?'' मी मान हलवली. ''तुझं पाकीटही नाही?'' दोघांनी एका सुरात विचारलं.

''जाऊ दे ना, पाकीट नसलं घेतलं तरी काय, त्या बिचाऱ्या पोराकडे बघ! त्याचं नाक मोडलंय. मी ॲम्ब्युलन्स आणि पोलीस दोन्ही बोलावणार आहे,'' इस्सी निर्धाराने बोलली. माझ्या हल्लेखोराबद्दलच्या तिरस्काराने तिने ओठ आवळून घेतले होते. ''त्याला असं सोडून चालणार नाही.''

''नको नको.'' मी लिऑनला नजरेनेच विनंती करतो. ''प्लीज नको.''

लिऑनला आश्चर्य वाटलं. कदाचित संशयही आला असावा. मला भीती वाटली तो आता मत्स्यालयाविषयी विचारेल. ''मग हे तू बाहेर पडल्या पडल्याच घडलं का? तुझ्या मैत्रिणीने पाहिलं का हे सगळं?''

मी जोराजोरात मान हलवली आणि मग थांबलो; कारण त्याने वेदना परत यायला लागल्या. ''ती नव्हती तिथे. आम्ही नुकताच एकमेकांचा निरोप घेतला होता. मी माझ्या फ्लॅटकडे निघालो होतो.''

तो त्यावर कसला तरी विचार करत असावा. माझ्याही मनात शंका यायला लागली. तिला सोडून बाहेर पडल्या पडल्या माझ्यावर हल्ला व्हावा, हा खरंच योगायोग होता का?

''इस्सी म्हणते ते बरोबर आहे. ज्याने कोणी हे केलं आहे त्याला शिक्षा मिळालीच पाहिजे,'' तो माझ्या हाताला स्पर्श करून जरा जवळिकेने म्हणाला, ''मुला, तू काही लपवत तर नाही आहेस ना आमच्यापासून?''

माझा चेहरा, आधीच सुजून भप्प आणि नाजूक झालेला, आता ओशाळल्यासारखा गरम झाला. पण ते ओशाळलेपण केवळ आज रात्रीच्या प्रकाराचं नव्हतं, तर जुनंच होतं. त्यांना त्याचा वास लागलाच असावा. त्यांना माझं खरं स्वरूप कळलंच असणार. जर पोलीस आले तर मीच हम्बर बॉय बी आहे हे उघडकीला यायला किती वेळ लागेल. मग माझ्या हातातून सगळं निसटून जाईल. वास्तविक मी हे लिऑनला

सांगायला हवं होतं की मी मत्स्यालय बंद केलेलं नाही. पण माझी जीभ रेटली नाही. आधीच मी त्याची निराशा केली आहे; असं मला वाटलं.

लिऑन जडपणे त्याच्या आरामखुर्चीत बसला. "तू कोणत्याही प्रकारे त्याला उचकवलंस का बाळा?"

इस्सी किंचाळली, "असल्या हिंसक गोष्टींकरता कसलीही सबब असूच शकत नाही लिऑन. तुला असं म्हणायचं आहे का की बेनने काही केलं म्हणून मग त्याला मार बसायलाच हवा. त्याच्या चेहऱ्याकडे बघ तरी अरे." लिऑनने तिच्या हातावर थोपटलं. पण ती माझी काळजी करण्यातच इतकी गुंगली आहे की तो तिला शांतवू शकत नाही.

"मला माहीत आहे राणी, पण तरुण रक्त गरम असतं. मला फक्त इतकंच विचारायचं होतं की या बेनला पोलीस यायला का नको आहेत? तुझीच काही समस्या आहे म्हणून तुला ते नको आहेत का? म्हणजे आधीच सामाजिक शिक्षा अभियान वगैरे आहे, म्हणून तर नाही ना?"

हे बर्फाच्या पातळ थरावरून चालण्यासारखं आहे. सत्याच्या इतकं जवळ. पण दुसरा काही मार्गच नव्हता.

"हो," माझ्या तोंडून कसेबसे शब्द बाहेर पडले. "पोलिसांना वाटेल की सुरुवात मीच केली असणार. मला परत काही गडबड नको आहे."

हा युक्तिवाद लिऑनला पटतोय हे मला दिसलं. तो जग बघितलेला माणूस आहे. तो रोज 'द सन' वाचतो. पोलिसांची काम करण्याची पद्धत त्याला माहीत असणारच आणि माझ्यासारख्या मुलांबद्दलही. इस्सीची लगबग अजून संपलेली नव्हती. ओल्या कापसाने ती माझ्या जखमा पुसत होती. रक्ताने भरलेला कापूस बाजूला करताना तिने स्वत:चाच गाल चावला. मला लक्षात आलं की तिचं हे काम संपल्यानंतर पोलिसांकडे जाण्यापासून तिला परावृत्त करायचं असेल तर मला आणखी काहीतरी सांगावं लागेल.

माझ्या छातीत कळ आली तरीही मी पुढे झुकलो म्हणजे लिऑनला दिसलं असतं की मी खरं बोलत होतो.

"मला वाटतंय की मीच त्याला उचकवलं, लिऑन. मी ते व्यवस्थित हाताळू शकलो नाही. त्यामुळे जे झालं ते एकपरीने बरोबरंच होतं. पण पोलिसांना बोलावलं तर परिस्थिती आणखी बिघडेल."

ही माझ्या सुटकेची एकमेव आशा होती. अर्थात, इस्सी दुखावली गेली असणार, पण पोलिसांना तोंड देण्यापेक्षा ते कमी भीतिदायक होतं.

"तू काय केलंस त्याला उचकवायला?" एव्हाना इस्सीने सगळा कापूस गोळा करून कचऱ्याच्या डब्यात टाकला होता. ती हातात फोन धरून उभी होती, जणू

काही मी सांगितलेलं खरं असेल का याचा अदमास घेत असावी.

"मी... अं... मी त्याला धडकलो. म्हणजे चुकूनच, पण मला वाटतं त्याला लागलं असावं."

मला वेड लागलं असावं अशा नजरेने इस्सीने माझ्याकडे बघितलं. "पण तुला लागलंय तेवढं नसेल ना!"

माझ्या बाबतीत घडलेल्या घटनेने तिचं डोकं फिरल्यासारखं झालं होतं. माझी संधी हुकली. तिने फोनवरचं हिरवं बटन दाबलं. आणि आजच्या संध्याकाळी माझ्याकरता म्हणून दुसऱ्यांदा कोणीतरी ९९९ला फोन करत होतं.

"मला ॲम्ब्युलन्स आणि पोलीस दोन्हीची गरज आहे. मला एका हल्ल्याची खबर द्यायची आहे."

त्या दिवशी

ॲडमला आधीपासूनच चेरिल् आवडत असे, म्हणजे तो तसा लांबच असायचा, पण तसं तर त्याच्या वर्गातील सर्वच मुलं लांबूनच पाहत. ती सुरेख होती. सडसडीत, पिंग्या भुऱ्या केसांची, नृत्य करावं तशा तिच्या हालचाली असतं. आणि अशा मुलींबरोबर काय करतात हे जरी त्याला माहीत नसलं तरीही ते कळण्याकरता तो काहीही करायला तयार होता.

त्याला खात्री होती की ती त्याला ओळखतसुद्धा नसणार. पण आत्ता मात्र ती समोर होती. त्याच्याकडे नुसती बघतंच नव्हती, तर चक्क त्याच्याशी बोलत होती. आणि नुसती बोलतंच नव्हती तर त्याला स्पर्शदेखील करत होती. झिंगलेली होती की काय कोण जाणे. ती जरा विचित्रच वागत होती. पण अर्थातच तो तिच्याबद्दल काहीच जाणत नव्हता. ती जरा आगाऊपणा करत होती. जरा वेड्यासारखंच वागत होती. तिने फक्त पोहण्याच्या पोशाखात वावरणं, त्यांच्यासाठी मासे आणणं आणि नोहाला सैतानाकरता बळी देण्याकरता प्रवृत्त करणं जरा विचित्रच होतं सगळं.

तिला कंटाळा आला असावा. असंच असणार ते. तिचे वडील मासे पकडत होते आणि तिला वेळ जाण्याकरता काहीतरी उद्योग हवा असणार.

पण मग त्याला कशाला चिकटायचं, त्याच्या जीन्सवर तिचा हात कशाला हवा, तोही त्याच्या नाजूक भागावर. तिने दाबल्यामुळे त्याचं अंग फुलून येत होतं. "तुला आवडते कारे मी?" बोटांनी त्याला चाचपून पाहत तिने विचारलं.

आणि मग, "किती?"

हे असं हम्बर ब्रिजवर असणं, त्या उंचावरच्या रस्त्यावरून वेगात रोरावत जाणाऱ्या गाड्या, खालून वाहणारी नदी या सगळ्यामुळे ॲडमला वाटायला लागलं... त्याला नुसतंच काहीतरी वाटू लागलं. वारा, आकाश आणि अवकाश. आणि लांब कुठेतरी जिथे नदी संपून समुद्र सुरू होतो तिथे अजून गोठणाऱ्या पाण्याच्या दिशेने जाणारे त्याचे वडील होते. पुन्हा एकदा ट्रॉलरवर त्यांना आवडणाऱ्या

साहसी सफरीवर. त्यांना ते खरोखरंच आवडत असणार; कारण ते सारखे चिडचिड करत असत, आणि ॲडम आणि बेनला आईवर सोपवून निघून जात असत. हे माहीत असूनसुद्धा की ती स्वत:लाही धड सांभाळू शकत नाही.

आणि स्टुअर्टने खरंतर आज त्याला कबूल केलं होतं की आजचा दिवस त्यांचा असणार होता. ते आज स्कारबरोला असायला हवे होते. एक खास सहल. पण त्याचे वडील खोटारडे होते. सगळी मोठी माणसं तशीच असतात.

ॲडम मात्र आज इथे होता ब्रिजवर आणि इथून समूद्र खूपच लांब होता. आणि चेरिल्‌ला तो हवा होता त्यामुळे कितीही विचित्र वाटली तरी ही अशी संधी तो सोडणार नव्हता.

खरं म्हणजे आजचा संपूर्ण दिवसच चमत्कारिक होता. तो सिनेमा, ओईजा बोर्ड, नोहाचं हे भरकटल्यासारखं वागणं, चेरिल् आणि मासेसुद्धा.

ॲडमने जे समोर येईल ते स्वीकारायचं ठरवलं. मग काय होईल ते होवो, कारण न जाणो ते घरी परत जाण्यापेक्षा नक्कीच चांगलं असेल.

त्याचा हात जेव्हा तिच्या छातीकडे घसरला तेव्हा चेरिल्‌ने त्याला थांबवलं नाही. आणि आणखी खाली सरकला तेव्हाही नाही. तिने परत एकदा तोंड उघडून त्याचं चुंबन घेतलं. तिच्या पोटावर जेव्हा त्याने हात ठेवला तेव्हा ती हलकेच कण्हली. तिला दुखावलं गेलं असेल या कल्पनेने तो थांबला, पण तिला ते मान्य नव्हतं. तिने त्याला अधिकच उत्तेजन दिलं. आता तीही त्याला स्पर्श करत होती. यापूर्वी त्याला कोणीच स्पर्श केला नव्हता. त्याने आजवर कोणत्याच मुलीच्या मांडीला स्पर्श केला नव्हता. मांडीच्या आतल्या भागाची त्वचा कशी मऊ असते ते त्याला माहीतच नव्हतं. आणि वर ती कशी किंचित खरखरीत होते तेही. वरचे केस.

त्याने तिच्या पोहण्याच्या पोशाखाच्या पातळ कपड्यावरून आपली बोटं दाबली. त्याच वेळी तिच्या हाताने तिने त्याला घट्ट आवळून घेतलं होतं. आता हे काय चाललंय, कसं होतंय या सगळ्याच्या पलीकडे तो पोहोचला होता. तो फक्त त्या संवेदनांच्या पुरात वाहत होता. तिचे हात आणि त्याचे, दोघांच्याही हातात स्वतंत्र जीव असावा तसे हालचाल करत होते. ती आतून ओलसर, मांसल होती. त्याला वाटलं तिला आवडतंय हे असं, त्याने हे सगळे सिनेमात पाहिलेलं आहे. तिलाही त्यामुळे छानंच वाटत असणार हे नक्की.

पण तो जेव्हा बाजूला झाला तेव्हा त्याला दिसलं की त्याने तिला दुखावलं होतं.

त्याची बोटं रक्ताने भरलेली होती.

आता

खून झालेल्या नोहाच्या आईचं मनोगत सर्वात पहिल्यांदा आमच्या दुपानी विशेष पुरवणीत :

''मला फक्त एवढंच कळून घ्यायचं आहे की, का...?''

जेसिका वॅट्सने आपल्या मुलाचा फोटो उराशी धरून आपले अश्रू परतवले. फक्त तीन अठवड्यांपूर्वी तिने ही भयंकर बातमी ऐकली की तिच्या मुलाचा खुनी आता मोकळा आहे. आणि नवीन नाव, नवीन व्यक्तिमत्त्व घेऊन तो या देशातच कुठेतरी राहतो आहे. आणि तेही ब्रिटिश करदात्यांच्या पैशांवर.

''गेली आठ वर्षं मी एका दु:स्वप्नात असल्यासारखी जगते आहे,'' जेसिकाने सांगितलं. तिचा दहा वर्षांचा मुलगा हम्बर ब्रिजवरून पडून मृत्यू पावला होता. त्या वेळी ब्रिजवर अजूनही मुलं होती. आणि त्यातल्या दोन भावांवर आरोपही सिद्ध झाला होता. हम्बर बॉय बी, जो त्या खुनाच्या वेळी केवळ दहा वर्षांचा होता, त्याला नोहाच्या खुनाकरता आठ वर्षांची सजा झाली होती.

''आठ वर्षं म्हणजे काहीच नाही,'' तिचा नवरा डेव्ह म्हणाला, ''पण आम्हाला खरोखर कशाची अपेक्षा असेल तर ती म्हणजे 'उत्तर'. आम्हाला आणखी शिक्षेची अपेक्षा नाही, आम्हाला फक्त आमच्या प्रश्नांची उत्तरं हवी आहेत. आमच्या मुलाला का मरावं लागलं एवढंच आम्हाला कळायला हवं आहे.''

संपूर्ण लेख पान ८ वर :

'द सन'च्या 'हम्बर बॉय बी'ला शोधण्याच्या चळवळीत सामील व्हा. त्याच्या पालकांना त्यांचा इतकी वर्षं अनुत्तरित राहिलेला एक प्रश्न विचारायला मदत करा.

आमच्या 'ऑनलाइन' आवाहनाला प्रतिसाद द्या.

'आत्ता'!

केट

या वेळी जेव्हा ती पोलीस स्टेशनमध्ये शिरली तेव्हा तिला वरच्या मजल्यावर कॉन्फरन्स रूमकडे न नेता कोठड्यांजवळ असणाऱ्या तळमजल्यावरच्या बंदिस्त मुलाखतीच्या खोलीत घेऊन जाण्यात आले.

"काय झालंय?" केटने हॉटेलमध्ये तिच्यासाठी थांबून राहिलेल्या लिझचा विचार डोक्यातून काढून टाकला. तिने तिथल्या स्वागतिकेजवळ लिझसाठी निरोप देऊन ठेवला होता की ती शक्य तितक्या लवकर परत येईल, परंतु ते केव्हा जमेल किंवा मुळात जमेल की नाही याचीच शंका होती. "बेन कुठे आहे?"

पेनीने काही बोलण्यापूर्वी दरवाजा बंद असल्याची खात्री करून घेतली आणि मग बोलायला सुरुवात केली.

"हॉस्पिटल. ९९९वर पोलीस आणि ॲम्ब्युलन्सकरता फोन आला होता. एका घराचा पत्ता होता. नंतर कळलं की ते त्याच्या मत्स्यालयातल्या बॉसचंच घर होतं. बेनवर हल्ला झालाय. बहुतेक एका अनोळखी माणसाकडून झाला असावा. ॲम्ब्युलन्सकरता थांबलेले असताना कॉन्स्टेबलने एक स्टेटमेन्ट घेतलंय थोडक्यात. पण नंतर जेव्हा त्याच्या अहवालाची नोंद झाली तेव्हा बेनच्या नावावरून स्टीव्हला कळवण्यात आलं. तिथून मला कळलं आणि मी लगेचंच तुला फोन केला."

ती बोलताना अडखळत होती. केटला जाणवलं पेनीला अपराधी वाटत असावं. दोनच दिवसांपूर्वी खोलीतल्या इतरांबरोबर तिनेही केटच्या काळजी करण्यावरून खिल्ली उडवली होती आणि वाट बघू या, थांबू या असं म्हणाली होती. आणि आता बेन हॉस्पिटलमध्ये होता.

"कितपत लागलंय त्याला?" केटला उत्तराची भीती वाटायला लागली.

"थोडक्यात निभावलंय. हे घे." पेनीने फुंकर घालून चेहऱ्यावरची मणी अडकवलेली केसांची बट उडवली आणि बेनचं स्टेटमेन्ट केटच्या हातात दिलं. "तो म्हणतो की हा असाच केलेला हल्ला होता. हल्लेखोर कोण होता ते त्याला माहीत नाही. फारसं वर्णनही करू शकत नाही. कोणीतरी एक जण अचानकच

कुठूनसा उपटला आणि हल्ला करून त्याला नाक मोडलेल्या अवस्थेत जमिनीवर रक्ताच्या थारोळ्यात सोडून गेला.''

''बोलण्याची पद्धत वगैरे काही?'' केटने विचारलं. त्या टंकलिखित कागदाच्या तळाशी बेनची सही होती. ''तो हल्लेखोर काही बोलला का?''

पेनीने मान हलवली. ''तुला उत्तरेकडचे हेल बोलण्यात असतील अशी आशा वाटते आहे? पण फक्त हल्मधलीच लोक हम्बर बॉयला शोधत नाहीयेत, तुला माहीत आहे ना, आज सकाळी 'द सन'मध्यदेखील त्याच्याविषयी छापून आलं आहे. अगदी पुढच्या पानावर. बरोबर नोहाच्या रडणाऱ्या आई-वडिलांचे फोटोसुद्धा आहेत. तू बघितलेस?''

''मी हे असलं टाळतेच.''

''तुझं म्हणणं बरोबर आहे. पण दुर्दैवाने सगळी आग तिकडूनच लागते. ते एक आणि इंटरनेट. ऑनलाइन चळवळ आता सगळीकडे पसरली आहे आणि आता ट्विटरवरही सुरू झालंय सगळं. आपण हे थोपवू शकू की नाही, याबद्दल माझ्या मनात जरा शंकाच आहे.''

''शिट्.''

''पण ही वस्तुस्थिती आहे.''

''सगळ्या जगाचं लक्ष वेधलं गेलंय आणि त्या गुप्त सुहृदाने शोधलंय त्याला.''

पेनीने दोन्ही हात समोर धरले, ''पण ते अजून सिद्ध झालेलं नाही. हा असाच चुकून झालेला हल्ला असू शकतो.''

''तुझा अजूनही या गोष्टीवर विश्वास आहे?'' केटने स्टेटमेन्टमधील एक जागा दाखवली. ''जरी त्याचं पाकीटसुद्धा घेतलं नाही तरीही?''

पेनीने मान फिरवली. अचानक तिच्या रेडिओवरून काही आवाज यायला लागले तशी ती ते लक्षपूर्वक ऐकू लागली. ''बेन हॉस्पिटलमधून सुटलाय. ऑलिव्हर त्याला सोडून येतो आहे. पण त्याने तुला इथे थांबायला सांगितलं आहे तो येईपर्यंत, म्हणजे तो तुला अद्ययावत माहिती देईल.''

''ऑलिव्हर बेनला फ्लॅटवर परत नेतो आहे?'' केटने जरा उपहासानेच ते स्टेटमेन्ट पेनीच्या हातात खुपसलं. तिचा कशावर विश्वासंच बसत नव्हता. ''मला वाटतंय, मला वेड लागेल आता. त्या मुलाला सुरक्षा व्यवस्थेची गरज आहे. तुम्ही कोणी काय चाललंय ते बघायलाच तयार नाही.''

''आपण ऑलिव्हरची वाट पाहू, तो काय म्हणतोय ते ऐकू या.''

वीस मिनिटांनी पोलीस स्टेशनमधल्या त्याच खिडकी नसलेल्या बंदिस्त खोलीत ऑलिव्हरने केटच्या हातात मातकट दिसणाऱ्या कॉफीचा कप दिला,

पेनीकडे बघून मान डोलावली आणि त्या स्टेटमेन्टच्या जवळ बसला. "मी तुला खरं काय ते सांगतो केट, हा सगळा पैशांचा प्रश्न आहे. बेनला आता सुरक्षित ठेवण्याची जी व्यवस्था आहे ती आधीच महागडी आहे. आणि आता जर त्याला परत हलवायचं ठरवलं, तर परत एक नवीन व्यक्तिमत्त्व, मगतर ते फारच महागात पडेल. आता तो जे सांगतोय की हा चुकून झालेला हल्ला होता, हे स्वीकारणंच आपल्याला परवडणारं आहे."

"कोणीतरी एक अनोळखी माणूस त्याचं नाक तोडतो आणि ते चुकून होतं? ती ऑनलाइन चळवळ, 'द सन'मधला लेख हे असूनसुद्धा? आणि त्याच्यावर पुन्हा हल्ला झाला म्हणजे मग?"

केटच्या उद्वेगाचा ऑलिव्हरवर काहीच परिणाम झालेला दिसला नाही. "हा त्याचा परिणाम असूही शकेल. त्याने जे काही केलं आहे त्यानंतर सगळ्या गोष्टी सहज सोप्या असतील असं आपण गृहीत धरू शकत नाही ना? पण याचा अर्थ असा नाही की त्याला खरोखरंच धोका आहे.

केट एकदा ऑलिव्हरकडे आणि एकदा पेनीकडे बघत राहिली. तिला कळेच ना की ती वेडी आहे का ते दोघं. बेनने एका मुलाचा खून केला होता; पण तो स्वत:ही तेव्हा लहानच होता. त्याने आता त्याची शिक्षा भोगलेली होती. मग त्याला आयुष्यात एक दुसरी संधी मिळवून देणं हे त्यांचं काम नव्हतं का? त्याला सुरक्षित ठेवणं ही त्यांची जबाबदारी नव्हती? पण हे सांगणं म्हणजे पालथ्या घड्यावर पाणी आहे असं तिला वाटलं.

"तो आता फ्लॅटवर नाहाये. तो त्या जोडप्याजवळ आहे. तो मत्स्यालय चालवणारा माणूस आणि त्याची बायको."

"लिऑन," केटने सांगितलं. "आणि त्यांना हे असं संकटात टाकणं योग्य आहे? तो कोण आहे याची त्यांना काहीही कल्पना नाही. त्याला आसरा देऊन आपण काय ओढवून घेतो आहोत, हे त्यांना माहीत नाही."

"मला नाही वाटत त्यांना कोणत्याही प्रकारचा धोका होईल असं. आणि तो त्यांच्या बरोबर राहिला तर आपल्यालाही थोडा अवधी मिळेल."

तिने त्याच्या आत्मसंतुष्ट चेहऱ्याकडे बघितलं आणि क्षणभर तिच्या मनात त्याच्याविषयीचा तिरस्कार दाटून आला. ते दोघं जणू दोन वेगळ्यावेगळ्या विश्वातून आले असावेत. पण मग हे कसं शक्य होतं की कालच रात्री झोपेच्या अधीन होत असताना तिच्या मनात फक्त ऑलिव्हरचेच विचार होते.

बेन

मी मायकेलच्या बिछान्यात झोपून त्याने लावलेल्या चित्रांकडे पाहात होतो... मला जाणवलं की मृत्यूच्या वेळी तो काही इतका लहान नसणार जेवढा त्या फोटोत दिसत होता, जो लिऑनने त्याच्या बागेत जिथे मायकेलचे स्मारक होतं तिथे ठेवला होता. त्या फोटोमध्ये मायकेल जेमतेम आठ वर्षांचा मुलगा दिसत होता. पण भिंतीवर मात्र एक 'निर्वाणा'चं पोस्टर आहे आणि आणखी एक आहे ते दाराच्या मागे छाती उघडी टाकलेल्या बाईचं. शिवाय टेबलावर एक रेझर, एक दाढीचं क्रीम आणि अशा आणखीही काही खुणा आहेत ज्या सांगतात की तो गेला तेव्हा लहान मुलगा नाही, तर पुरुष होता.

हॉस्पिटलमधून मला सोडल्यावर मी त्यांच्याच घरी परत यावं, हा इस्सीचा आग्रह होता. खरं म्हणजे मी रात्रभर हॉस्पिटलमध्ये त्यांच्याच देखरेखीखाली असणं तिला जास्त भावलं असतं, पण मला ते मान्यच नव्हतं. सुदैवाने ईप्सविच हॉस्पिटलमधल्या कामाच्या ओझ्याने वाकलेल्या कर्मचाऱ्यांनाही ते पटलं असावं.

मत्स्यालयात चेरिल्ला एकटीला सोडून आल्यावर काय झालं असेल याची मला काळजी लागून राहिली होती. तिने बंद केलं असेल की सगळं? ती परत माझ्या फ्लॅटवर गेली असेल का? मी आत्ता कुठे आहे याची तिला कल्पनाच नसणार. आणि आत्ताच्या क्षणी ही गोष्ट मला चांगली वाटत होती; कारण मुळात ती इथे सफोल्कमध्ये का आली आहे, तेच मला कळलेलं नाही. मला हेही कळलेलं नाही की ती माझ्याबरोबर सेक्समध्ये का गुंतली. मला हेही माहीत नाही की मला ते लाल कॅन्व्हासचे बूट आणताना तिच्या मनात कोणते विचार होते? मला एवढंच कळतंय की ती आणि ॲडम आल्यापासून माझं आयुष्य माझ्या ताब्यात राहिलेलं नाही, माझं नाक मोडलंय. मी इतका थकलोय की आता झोपेखेरीज मला कशाचीही पर्वा नाही. माझ्यावर हल्ला कोणी केला ते मला माहीत नाही, त्यात चेरिल्चा सहभाग आहे किंवा नाही हेही माहीत नाही, पण मला होणाऱ्या त्रासापुढे मला काहीच सुचत नव्हतं. हॉस्पिटलमध्ये असताना मला थोडं कोडिन आणि बर्फाची

पिशवी दिली होती, आणि लिऑनने बेडरूममध्ये नेण्याकरता म्हणून मला थोडी व्हिस्की दिली होती. पण आता मला मात्र केवळ झोपेची आवश्यकता होती.

हॉस्पिटलमधल्या नर्सने मला शक्य तेवढं स्वच्छ केलं होतं. परंतु मी जेव्हा माझ्या नाकाला स्पर्श करतो तेव्हा माझ्या हाताला सुकलेल्या रक्ताची खपली लागली. ती म्हणाली की ते सरळच तुटलेलं असल्यामुळे ते व्यवस्थित जोडलं जाईल. पण कोडिनचा परिणाम होईपर्यंत मला वाटत राहतं की फक्त नाकच नाही, तर माझ्या चेहऱ्यातील प्रत्येक हाडच तुटलेलं आहे. आम्ही परत आल्यावर इस्सीने माझे कपडे धुवायला नेले. ते रस्त्यावरच्या मातीमुळे मातकट आणि माझ्या रक्ताने लाल झाले होते. मी आता मायकेलचा एक टी-शर्ट घातला होता आणि त्यावरून माझ्या लक्षात आलं की तो माझ्यापेक्षा मोठा होता, त्याची छाती माझ्यापेक्षा रुंद असावी आणि तो उंचही असावा; कारण टी-शर्ट माझ्या मांडीपर्यंत आला होता. शर्ट काळ्या रंगाचा होता. पुढे फक्त एवढंच 'ओॲसिस : वन्डरवॉल'. मी ओॲसिस कधी लोकप्रिय होतं ते आठवण्याचा प्रयत्न केला, पण आठवलंच नाही. मायकेलला जाऊन बराच काळ लोटला असणार.

दार वाजलं आणि किंचित उघडलं, बाहेर लिऑन उभा होता.

"तुला काही हवं आहे का, ते विचारायला आलो."

"नको थँक्स. मी ठीक आहे."

तो तिथेच थांबला आणि मग खोलीकडे पाहत आत शिरला. शेवटी अगदी सावध पावलं टाकत तो बिछान्याच्या कडेवर येऊन बसला. "मी कित्येक वर्षांत या खोलीत पाऊल टाकलेलं नाही." तो दारामागच्या त्या उघड्या स्त्रीकडे पाहत म्हणाला, "मी तिला विसरलोच होतो."

मी रजई माझ्या हनुवटीपर्यंत ओढून घेतली. आणि नाकाजवळ साकळलेलं रक्त माझ्या लक्षात आलं. मी लगेच रजई खाली खेचली. मला मायकेलच्या वस्तू खराब करायच्या नव्हत्या.

"तो मोठा होता तर, त्या फुटबॉलच्या फोटोतल्यापेक्षा," मी हळुवारपणे म्हटलं.

"हं. तो फोटो काढला तो दिवस चांगला होता इतकंच. त्याच्या संघाने कप जिंकला होता आणि शेवटचा गोल त्याने मारला होता. तो एक लक्षात ठेवावा असा दिवस होता. आणि हे सगळं," तो त्याने त्या निर्वाणा आणि उघड्या बाईकडे बोट दाखवत बोलायला सुरुवात केली, "हा आमच्यासाठी अतिशय कठीण काळ होता. पण शेवटी तो आमचा मुलगाच होता. तो कधी परत येणारच नाही, यावर माझा अजूनही विश्वासच बसत नाही."

"काय झालं?" मी विचारलं. मी काय म्हणतोय ते त्याला कळलं, मला

आणखी स्पष्ट बोलण्याची गरज नव्हती. अर्थात, तो उत्तर देईल याची खात्री नव्हती.

लिऑनने घसा खाकरला. त्याच्या आवाजात भूतकाळ आणि वेदनेची खरखर जाणवत होती. ''कार ॲक्सिडेन्ट. त्याने नुकतीच त्याची गाडी चालवायची परीक्षा दिली होती. मला तर गाडी चालवताही येत नाही. मी त्याला ते शिकण्यासाठी पैसे द्यायला तयार नव्हतो. तो कॉलेजमध्ये जायचा. तो प्लम्बर होण्याचं शिक्षण घेत होता, म्हणजे भविष्यात त्याच्या हातात एक चांगला व्यवसाय असता. पण त्याचं हे शिक्षण सुरू असताना आमच्याकडे जास्तीचे पैसे नव्हते. ड्रायव्हिंगच्या शिक्षणाला बरेच पैसे लागतात, शिवाय परीक्षेचेही पैसे भरावे लागतात. मग त्याने टेस्कोमध्ये नोकरी धरली. वीकएन्डला जेव्हा गोदामं बंद असायची तेव्हा जाऊन वस्तू जागच्या जागी लावायच्या. दर आठवड्याला पैसे साठवले. त्याने सतराव्या वर्षी सुरुवात केली. दोन वेळा लेखी परीक्षेत नापास झाला. पण तो आपल्या निश्चयावर ठाम होता. त्याला लायसेन्स मिळून जेमतेम एक आठवडा झाला होता जेव्हा ॲक्सिडेन्ट...''

लिऑन थांबला. पुढे एक शब्दही त्याला बोलवत नव्हता. एक हलका हुंदका देत आपल्या भावना आवरून त्याने निर्वाणाच्या पोस्टरकडे बघितलं.

''तू आमच्या आयुष्यात आलास तेव्हापासून इस्सी जरा बरी आहे.'' तो माझ्या पायावर थोपटून जडपणे दाराकडे वळला.

''गुड नाइट लेकरा,'' त्याने म्हटलं. मला कळलं नाही तो हे मला म्हणत होता की त्या गेलेल्या मुलाला.

''घे, याने तुला बरं वाटेल.''

मी आजवर कधीच बिछान्यात न्याहारी केलेली नाही. माझ्या मांडीवर तो ट्रे तोलून धरणं कठीण होतं. त्यावरच्या ताटलीत एक स्क्रॅम्बल्ड अंड्यांचा डोंगर, कुरकुरीत बेकनचे तीन तुकडे होते. मी सगळं हसऱ्या चेहऱ्याने खाल्लं; कारण इस्सी माझ्याकडे पाहत होती. हे खाणं चांगलं होतं, कदाचित आजपर्यंतच्या खाण्यातलं उत्कृष्ट. माझ्या प्रत्येक घासागणीक तिच्या चेहऱ्यावरचा आनंद वाढत गेला. मला इथे मायकलच्या खोलीत सुरक्षित वाटत होतं, त्याची आई माझी काळजी घेत होती.

''ते संपव आणि झोप मग परत. झोप हे सगळ्यात चांगलं औषध आहे. लवकरच तू ठणठणीत होशील.''

''आभारी आहे इस्सी. पण हे संपलं की मग मी माझ्या फ्लॅटवर जाऊन कपडे वगैरे बदलतो. मग मी कामाला जाईन.''

''लिऑनला तू आज मत्स्यालयात नाही गेलास तरी चालणार आहे. हो ना लिऑन?'' कामावर जाण्यासाठी बाथरूमच्या जवळ तयार होणाऱ्या लिऑनकडे वळून तिने विचारलं.

''अर्थातच नाही. त्याला विश्रांती घ्यायला सांग.''

“बघितलंस?” ती विजयी मुद्रेने म्हणली.

मला कळत होतं की तिला मी खरोखर राहावं असं वाटत होतं. तिला माझी काळजी वाटत होती. लिऑनचीही तीच इच्छा होती की मी त्यांना माझी काळजी घेऊ द्यावी. पण मी ते कसं करणार होतो? मी त्यांना फार जवळीक साधायला देऊ शकत नाही. सगळ्या गोष्टी इतक्या अनिश्चित असताना तर मुळीच नाही. माझा भूतकाळ माझा पाठलाग करत असताना, त्याच्या ओझ्याखाली माझी हाडं पिचत असताना तरी नाहीच. जर माझ्यामुळे तेही धोक्यात आले असते तर? मला घरी जाऊन मत्स्यालयाच्या चाव्या आणायला हव्यात, अशी सबब मी त्यांना सांगितली. चेरिल्‌ने सगळ व्यवस्थित बंद केलं असेल आणि सगळं व्यवस्थित असेल, याची मला खात्री करून घेणं भाग होतं. आणि तेही लिऑन तिथे पोहोचण्याच्या आधी

माझ्या फ्लॅटवर परत जाण्याकरता मला पुन्हा त्याच ठिकाणावरून जावं लागणार होतं जिथे माझ्यावर जेमतेम बारा तासांपूर्वीच हल्ला झाला होता. माझा वेग आपोआप कमी झाला जणूकाही तो गुप्त सुहृद अजूनही तिथेच असेल. मी कुठे राहतो याची त्याला कल्पना आहे, असणारच. पण मी सगळं आयुष्य असं लपूनछपून काढू शकत नाही ना.

फ्लॅटच्या दरवाजाला किल्ली लावल्यावर आतून एक आवाज आला, एक किंकाळी. आणि मी दरवाजा उघडला तेव्हा आत चेरिल् उभी होती, हातात लोणी कापायची सुरी घेऊन. चेहरा पांढराफटक पडलेला, पिंजारलेले केस आणि कालचेच कपडे, चुरगळलेले. तिने ते रात्री बदललेच नसावेत.

“शी! मला वाटलं की तू येणारच नाहीस परत.”

चेरिल्‌चे डोळे सुजलेले दिसत होते. ती रडत असावी अशी मला शंका आली. ती खरंच माझी इतकी काळजी करत असेल?

“तुझा चेहरा! तुझं नाक नेहमीच्या तिप्पट झालेलं दिसत आहे.”

“ते मोडलंय. मी मत्स्यालय सोडल्यावर माझ्यावर हल्ला झाला. त्यावरून आठवलं, मी गेल्यावर तू सगळं बंद केलं होतंस का?”

“अर्थातच केलं साल्या. पण तू असा पळून का गेलास? इथे काळजीने माझा जीव जायची वेळ आली.”

मग ती माझ्याजवळ आली आणि आम्ही एकमेकांच्या मिठीत शिरलो. माझे गाल तिच्या भुऱ्या पिंग्या केसांमध्ये आणि ओठ तिच्या मधाळ खांद्यावर. “मला आयुष्यात कधीही इतकी भीती वाटली नाही. तू परत का आला नाहीस? मला का कळवलं नाहीस?” तिने विचारलं.

“मी ठीक आहे चेरिल्. मला फक्त अंघोळ करायची आहे आणि नंतर थोडा वेळ मी जरा पडणार आहे. मला माझ्या नाकावर ठेवण्याकरता काहीतरी थंड दे.”

ते आता परत ठणकायला लागलं होतं. इस्सीची बर्फाची पिशवी कामाला आली होती. माझ्याकडे तशी तर नाही, पण फ्रिझरमध्ये मटारची एक पिशवी होती.

तिने माझ्याकरता ती आणली आणि मी सोफ्यावर आडवा होऊन छताकडे पाहत राहिलो. लिऑनने आज कामाला येऊ नको म्हणून सांगितलं होतं. आणि आता जेव्हा मला कळलं की मत्स्यालय व्यवस्थित बंद केलेलं होतं तेव्हा मला जरा शांत वाटलं. चेरिल्ही आता सावरली असावी. आणि ती एक चांगली नर्स होती. ती माझ्या नाकावर हळुवारपणे मटारची पिशवी ठेवली आणि माझ्यासाठी चहा केला. ती अंघोळ करून एक स्वच्छ टी-शर्ट घालून बाहेर आली.

"आता बरं वाटतंय," माझ्या टॉवेलने केस कोरडे करत ती म्हणाली. तिच्या टी-शर्टवर पायनॅपल डान्स स्टुडिओची जाहिरात होती. तो तिच्या खांद्यावरून ओघळून आला होता. झगझगीत गुलाबी रंगाच्या टी-शर्टवर उभ्या-उभ्या रेघा होत्या. तिच्या अंगावर तेवढंच एक वस्त्र होतं. मी तिच्या पायांकडे टक लावून पाहत असताना हातातून मटार गळून पडले. तिचे पाय किती सुरेख, गुळगुळीत दिसतात. तिने केस पुसायचे थांबवून माझ्याकडे रोखून बघितलं. माझ्या लक्षात आलं की मी पकडला गेलोय.

"तुझं ॲडमशी काही बोलणं झालंय का?" मी विचारलं. तिने तिचा मोबाइल उचलून मला स्क्रीन दाखवला. तिला अठरा मिस्ड कॉल्स आलेले होते.

मला कळतंच नाही की ती त्याच्याशी का बोलत नसेल, मला तर वाटत होतं की ते प्रेमात आहेत. ती हल्ला परत न जाता इथे माझ्याजवळ का थांबली आहे हेही मला कळलेलं नाही. आणि मत्स्यालयात मला जमिनीवर खेचून मला चिकटण्यामागचं कारण तर मुळीच लक्षात आलेलं नाही.

तिने माझ्या ओठांचं चुंबन घेतलं, पण माझे ओठ प्रतिसाद देत नव्हते. मला कालच्या प्रसंगानंतर अजूनही अवघडल्यासारखं होत होतं. ती तिची जीभ माझ्या खालच्या ओठांवरून फिरवून तिने मला ओठ उघडायला भाग पाडलं. आता आम्ही चुंबन घेत होतो. माझं नाक, माझं डोकं सगळंच दुखत होतं आणि तरीही आम्ही चुंबन घेत होतो. ही जगातली सगळ्यात सुंदर वेदना असेल.

त्या दिवशी

स्टुअर्ट गोदीभागातून चालत होता. त्याला वाटलं, पूर्वीसारखे हल् ट्रॉलर्स अजूनही इथे असते तर किती बरं झालं असतं, पूर्वी जेव्हा कॉड वॉर्स*च्या आधी जेव्हा त्याचे वडील 'नॉर्दर्न पायरेट'चे कप्तान होते तसे. आता या गोदीमध्ये जो एकटा ट्रॉलर आहे, ते एक म्यूझिअम आहे. कामासाठी स्टुअर्टला पीटरहेड किंवा ग्रिम्सबीकडून येणाऱ्या किंवा आइसलॅन्डच्या बोटींवर जावं लागत होतं. काम मिळणं दिवसेंदिवस कठीण होत चाललं होतं. पण त्याला दुसरं काहीच करता येत नव्हतं आणि त्यामुळे फार तक्रारी करण्यात अर्थ नव्हता. अर्थात, इथे स्कॉटलंडमध्ये त्याचं बोलणंही कोणाला कळलं नसतं म्हणा.

तो गोदीतून मान खाली घालून पायाखाली खडे चिरडत चालला होता. इथून तो ट्रॉलरवर जाण्याकरता ग्रिम्सबीला जाणारी बोट पकडणार होता. त्याने त्याच्या मुलाचा विचार मनातून काढून टाकला. त्याने स्वत:चीच समजूत घातली; अर्थात त्याला माहीत होतं की या सगळ्या सबबी होत्या आणि खरं कारण वेगळंच होतं.

तो तिथे राहूच शकत नव्हता. तो एक खलाशी होता आणि जमिनीवर राहणं त्याला तापदायक वाटत असे. घर म्हणजे यूवेट्, आणि तिच्या बरोबर तिचं नैराश्य, पसारा, घोळ. तिचं पिणं आणि तिचा राग. ट्रॉलरवर त्याला फक्त झोपण्यापुरती जागा आणि एक कपाट मिळत असे. तो तीन-तीन आठवडे कपडे बदलण्याच्या किंवा अंघोळीच्या फंदात पडत नसे. तो अगदी साधं आयुष्य जगायचा आणि ते त्याला मानवतही असे.

पण तरी हेही संपूर्ण सत्य नव्हतं.

तो मुलगा. तो मुलगा जो त्याच्या फिकट भुऱ्या केसांमध्ये आणि मोठ्या मोठ्या निळ्या डोळ्यांमध्ये अगदी निरागस दिसायचा आणि तरीही स्टुअर्टला मात्र

---

* कॉड वॉर्स - ब्रिटन आणि आइसलॅन्डमध्ये १९५० ते १९७० च्या दरम्यान मासेमारीच्या हक्कावरून झालेल्या लढाया.

त्याला जीव जाईपर्यंत बडवावंसं वाटत असे; कारण बेन थेट त्याच्या वडिलांचं रूप घेऊन आला होता. ही त्या मुलाची चूक नव्हती. ती चूक य्वेट्ची होती आणि स्टुअर्टची, कारण जेव्हा त्याला तिथे असणं गरजेचं होतं तेव्हा तो तिथे नव्हता.

पण तरीही त्याच्या आत संतापाचा लाव्हा खदखदत होता आणि त्याला तिथून निघून जाणं गरजेचं होतं.

आणि य्वेट्चं नैराश्य तेही त्या मुलामुळेच होतं.

आणि तो मुलगा, त्याला कळतंच नव्हतं की हे सगळं त्याच्या भोवतीच फिरत होतं. तो जन्मालाच आला नसता तर किती बरं झालं असतं.

जेव्हा स्टुअर्ट बाहेर असायचा, उत्तर ॲटलांटिक महासागरात तेव्हा त्याला इतकं शांत वाटायचं जितकं त्याला कधीच त्याच्या घरी, जिप्सीविले इस्टेटमध्येही वाटलं नाही. खरं म्हणजे त्यांच्या घरातल्या सगळ्या समस्या या पाण्यामुळेच उद्भवल्या होत्या.

अकरा वर्षांपूर्वी स्टुअर्ट ॲटलांटिक 'कोर्सेअर' या जहाजावर खलाशी होता. त्यांनी जेमतेम जाळी फेकली होती की वादळाला सुरुवात झाली. जहाजावरच्या सगळ्या खलाशांनी मिळून कसंबसं जहाज सरळ ठेवलं होतं. त्याच वेळी कप्तानाच्या लक्षात आलं की पाण्यात आणखी एक बोटसुद्धा आहे. ती आइसलॅन्डची एक खेकडे पकडणारी बोट होती. त्या तसल्या गोठणाऱ्या पाण्यात आणि वीस फूट उंचीच्या लाटांमध्येसुद्धा एक खलाशी त्याच्या कठड्यांजवळ काम करत होता.

यांचा कप्तान आपल्या कामात इतका तरबेज आणि मुरलेला होता की दुर्घटनेची चाहूल त्याला लगेचच लागायची. त्याने कोर्सेअर अशा प्रकारे उभं केलं की त्यांना तो माणूस दृष्टिपथात राहील. तो आणि स्टुअर्ट म्हणतंच होते की किती मूर्ख माणूस आहे हा, आणि हे म्हणेपर्यंत बोट हलली आणि ते पोरगं समुद्रात नाहीसं झालं.

धोक्याच्या भोंग्याबरोबरच कप्तानाचा आवाज कर्ण्यातून घुमला- "माणूस पडला! पाण्यात पडला!"

हा सगळा आरडाओरडा सुरू असताना आणि धोक्याची घंटा वाजत असतानाच स्टुअर्ट आणि त्याचा एक सहकारी त्यांचा जीवरक्षकाचा पोशाख चढवून जीवरक्षक बोटीत चढले. कप्तानाने बुडणाऱ्या माणसाच्या जवळात जवळ त्यांचा ट्रॉलर घेतला अगदी जीवरक्षक रिंग टाकण्याएवढा जवळ, पण तो माणूस लाटांच्या खाली दिसेनासा झाला आणि रिंग बाजूला फेकली गेली.

एखादं खेळणं फेकलं जावं त्याप्रमाणे जीवरक्षक बोट इकडून तिकडे फेकली जात होती. स्टुअर्टचे हात बर्फासारखे गार पडले होते. त्या मूर्ख मुलाकरता ते

स्वत:चा जीव धोक्यात घालत होते. त्याला वाटलं की या सगळ्याचा काहीही उपयोग नाहीये.

आणि मग स्टुअर्टला एक हात दिसला. त्याने तो झडप घालून पकडला आणि त्या मुलाला वाचवलं.

"तुम्ही माझा जीव वाचवलात," समुद्राचं खारट पाणी खोकून काढत मुलगा म्हणाला. तो अशक्त आणि फिकट दिसत होता. त्याचे पांढरट केस बर्फामुळे कडक झाले होते.

स्टुअर्टने त्याचा जीव वाचवला होता. आता त्याला त्या मुलाची जबाबदारी वाटायला लागली. ही घटना घडली तेव्हा ते घरी परत निघाले होते आणि आइसलॅन्डची बोट मात्र अजून तीन आठवडे तरी समुद्रावरच राहणार होती. त्यामुळे तो तरुण मुलगा स्टुअर्टबरोबर घरी आला. तो सोफ्यावर झोपायचा. विश्रांती घ्यायचा. य्वेट् त्याची काळजी घ्यायची. त्याचं नाव होतं ह्यूगो.

जेव्हा बेनचा जन्म झाला तेव्हा स्टुअर्टने त्याच्या या बाळाला उराशी कवटाळून घेतलं होतं. त्याचे केस वाढले. ते चांदीच्या रंगाचे केस बघूनही स्टुअर्टच्या मनात काहीही शंका आली नाही.

पण नंतर काही महिन्यांनी, त्या वर्षीच्या ख्रिसमसमध्ये ह्यूगो त्यांचे आभार मानण्याच्या निमित्ताने सगळ्यांसाठी भेटी घेऊन आला. "मी तुमचे उपकार कधीही विसरणार नाही," तो स्टुअर्ट आणि य्वेट्ला म्हणाला. मग जेव्हा त्याने बेनला उचलून घेऊन त्याच्या गालाचा पापा घेतला. तेव्हा स्टुअर्टच्या लक्षात आलं की त्याची फसवणूक झाली आहे.

य्वेट्ने अर्थातच ते नाकारलं. अनेक महिने ती हेच म्हणत राहिली की स्टुअर्ट मूर्ख, भयगंडाने पछाडलेला आहे. ती म्हणाली की या सगळ्यामुळे ती नैराश्याची शिकार झाली आहे. त्याचा मत्सर, त्याचा राग याचा तिच्यावर परिणाम होतो आहे. ती काहीही चुकीचं वागलेली नाही. आणि मग एका झिंगल्यानंतरच्या बेसावध भांडणात तिने सत्य कबूल केलं आणि त्याच्यावर जणू दु:खाची एक लाटच येऊन आदळली. कधीतरी तो सगळं विसरून तिच्यावर पुन्हा प्रेम करू शकायचा, पण इतर वेळी मात्र तिथून निघून जाण्याशिवाय त्याला पर्याय नसायचा.

समुद्र त्याला सगळं विसरायला मदत करायचा.

समुद्र खोटा नसतो.

आता

फेसबुक : 'हम्बर बॉय बी' याला शोधा.

नोहाची आई : 'द सन'मधल्या लेखानंतर मला पुष्कळ संदेश आणि ट्विट आले. या सगळ्यांचे मला आभार मानायचे आहेत, ज्यांनी मला आधार दिला त्या सगळ्यांचे. तुमच्या प्रेमळ शब्दांनी मला धीर दिला. पण तरीही मला जाहीररीत्या हे सांगायचं आहे : मी आज किंवा यापुढे कधीही हिंसेचा पुरस्कार करणार नाही. मी ख्रिश्चन आहे आणि माझी अशी श्रद्धा आहे की शिक्षेचा अधिकार फक्त परमेश्वराला आहे. आणि हम्बर बॉय बीचा न्यायनिवाडा मी त्याच्यावर सोपवलेला आहे.

मी हे लिहिते आहे, कारण आज पोलीस मला भेटण्याकरता आले होते. कोणीतरी हम्बर बॉय बीवर हल्ला केला. पण याच्याशी माझा काहीही संबंध नाही. आणि माझी तशी इच्छाही नाही. मला फक्त काही उत्तरं हवी आहेत. हिंसा नाही.

गुप्त सुहृद : कधीकधी हिंसेचा असा एकच मार्ग आपल्यासाठी खुला असतो. त्याच्यासारख्या मुलाला दुसरं काही कळणार नाही. जर लहानपणीच त्याला कोणी वठणीवर आणलं असतं तर त्याने तुझ्या मुलाला मारलंच नसतं.

केट

ठरलेल्या वेळेपेक्षा जवळजवळ दोन तास उशिरा जेव्हा केट द ग्रेट व्हाइट हॉर्सला पोहोचली तेव्हा तिने पाहिलं की ते पूर्वीसारखंच होतं. त्यात फार बदल झालेले नव्हते. बदल तर तिच्यात झाले होते. त्या वेळी ती डॉक् मार्टेन्सचे बूट आणि लाल-काळ्या पट्ट्यांचे टाइट्स घालत होती. ती सहाव्या वर्षात शिकत असताना आठवड्यातून दोन रात्री जास्तीच्या पैशांकरता बारमध्ये काम करायची. घराबाहेर राहणं हा त्यामागचा आणखी एक उद्देश.

वीस वर्षांनंतर आज केटने पिवळसर पांढरा लिननचा ब्लाउझ आणि काळी जीन्स परिधान केली होती. तिने आपली नखं हलक्या रंगात रंगवली होती. केस सरळ आणि चमकदार होते. जणूकाही ती डेटलाच आली असावी. लिझबरोबरच्या या भेटीची कल्पना आणि बेनवरचा हल्ला या दोन्हीमुळे ती अस्वस्थ झाली होती. त्यामुळेच कदाचित तिचा डोळ्यांवरचा मेकअप बिनसला होता. निदान हे तरी ती अठरा वर्षांची होती तेव्हासारखंच होतं. बारजवळ गेल्यावर पूर्वी जिथे ती फक्त स्नेकबाइट ॲन्ड ब्लॅक हे पेय मागवायची तिथे आज तिने ग्रे गूज विथ फीवर ट्री टॉनिक हे पेय मागवलं आणि एका झटक्यात ग्लास रिकामा केला. तिने तो बारवरच्या माणसाला परत देत असताना बर्फाचा आवाज झाला. तिने आणखी एक पेय मागितलं, पण हे तिने प्यायलं मात्र नाही. हे तिला वरती लिझच्या खोलीत घेऊन जायचं होतं. तिला आशा होती की स्वागतिकेने तिचा मघाचा निरोप वर लिझला दिलेला असेल.

तिच्या बहिणीच्या स्पष्टीकरणापासून केट आता अवघ्या पन्नास पावलांवर होती. लिझ घरातून निघून गेली तेव्हा फक्त सतरा वर्षांची होती. तेव्हा घराची घडी विस्कटू न देण्याची अवघड जबाबदारी केटच्या खांद्यावर येऊन पडली. लिझच्या निघून जाण्यापूर्वी त्यांची आई गुपचूप दारू पीत असे, पण नंतर मात्र तिने खुलेआम प्यायला सुरुवात केली. तिचा रागावर असणारा ताबा आता सुटून ती कधीही

अनावर होऊ लागली. ती केटला जबाबदार धरत असावी– जसं काही ती लिझला थांबवूच शकणार होती. तिच्या आईच्या नैराश्याशी त्यांनी पूर्वीही सामना केलाच होता, पण लिझ घर सोडून गेल्यानंतर मात्र त्यांचं कुटुंब उद्ध्वस्त झालं आणि नैराश्य कधी गेलंच नाही. आई-वडिलांची भांडणं पराकोटीला पोहोचली आणि सहा आठवड्यांच्या आत वडीलही निघून गेले. अचानक, मागे काही खूण न ठेवता.

केट तेव्हा शेवटच्या वर्षाला होती आणि तिने कितीही प्रयत्न केला तरीही तिच्या अभ्यासावर परिणाम झालाच. तिच्या आईबरोबर तिला जो वेळ एकटीला घालवावा लागला तो सगळ्यात भयानक होता. तिने घर स्वच्छ ठेवण्याचा, स्वयंपाक करून आईला जेवायला लावण्याचा खूप प्रयत्न केला, पण ते सगळं व्यर्थ ठरलं. चांगल्या अन्नाचा नाश करणं जिवावर येऊन ती दोघींच्या वाटचं जेवत असे. तिने द ग्रेट व्हाइट हॉर्समध्ये काम करायला सुरुवात केली. तिच्याच बरोबरच्या विद्यार्थ्यांना त्यांची पेयं देण्याचं काम ती करायची, जमेल तितका जास्तीचा वेळही कामात घालवायची. हळूहळू चालत घरी येताना, गेल्यावर आपल्या पुढे काय वाढून ठेवलं असेल, या कल्पनेने तिच्या पोटात गोळा यायचा. तिची आई जर झिंगून सोफ्यावर झोपलेली असली तर अवघड व्हायचं. तिला आईला धरून तिच्या बिछान्यात नेऊन झोपवावं लागायचं. तिला रात्रीतून या भीतीने झोप लागायची नाही की आईला झोपेत उलटी होऊन ती त्यात गुदमरली तर. आणि त्या उलट जर का तिची आई दारूच्या नशेत जागी असेल तर मग ते अजूनच वाईट असायचं. मग केटला नाही, नाही ते आरोप ऐकून घ्यायला लागायचे. लिझच्या जाण्याचं खापर केटच्या डोक्यावर फुटायचं. तिची आई नशेत तिच्याबद्दल, तिच्या वडिलांबद्दल अशा गोष्टी बरळायची ज्या ऐकण्याचं दुर्भाग्य कोणत्याही मुलीच्या वाट्याला येऊ नये. दुसऱ्या दिवशी सकाळी तिची आई हे सगळं विसरून तरी जायची किंवा विसरल्याचं नाटक तरी करायची. केटही त्या नाटकात सामील व्हायची.

लिझ संपूर्ण कुटुंब उद्ध्वस्त करून मागे न वळून बघता निघून गेली. आणि आता ती इथे आली होती. द ग्रेट व्हाइट हॉर्सच्या खोली नं.३ मध्ये.

खालच्या जाड गालिच्यामध्ये केटचे बूट असे रुतत होते की क्षणभर तिला तिथेच थांबण्याचा मोह झाला. जमीनही जणू तिला सांगत होती की तिने एक पाऊलही पुढे टाकता कामा नये. दिव्याच्या प्रकाशात भिंतीवर पडणाऱ्या सावल्या भीतिदायक वाटत होत्या. केटने तिच्या हातातल्या पेयाचा घोट घेतला तसे त्यातले बर्फाचे खडे तिच्या नाकावर आपटले. बये, अगं तुझी बहीणंच आहे ती, दार वाजव आता.

"कोण आहे?" नक्कीच लिझचा आवाज. पूर्वीसारखाच, न बदललेला.

"मी आहे."

दार उघडलं आणि लिझ सामोरी आली. तीच लिझ, तशीच. तेच गडद केस आणि निळे डोळे, फक्त वय वाढलेली सडसडीत. केटला राहावलं नाही. तिने बहिणीला जवळ ओढून इतकी घट्ट मिठी मारली की हातातला व्होडकाचा ग्लास त्यांच्या खांद्याच्यामध्ये दाबला गेला.

लिझ बाजूला झाली तेव्हा तिला भावना अनावर झाल्या असाव्यात. तिने केटकडून ग्लास घेतला आणि एका घोटात संपवून टाकला. "सगळं मिळून करावं," नुसता बर्फ राहिलेला ग्लास केटच्या हातात परत देत ती म्हणाली.

"मी खाली जाऊन आपल्यासाठी आणखी आणते."

"नको. इथे एक मिनी-बार आहे." लिझने तिथला छोटा काळा फ्रिज उघडला आणि व्होडकाच्या दोन छोट्या बाटल्या काढल्या, जिन आणि श्वेस टॉनिकच्या अशा दोन. सगळा सरंजाम तिने मग एका टेबलवर मांडला आणि ती बाथरूममधून दुसरा ग्लास आणण्याकरता गेली. खोलीत फिरता फिरता केटने स्वतःचा ग्लास आधीच भरून घेतला होता. ईप्सविचच्या मुख्य रस्त्याला सामोरी अशी ती खोली बऱ्यापैकी मोठी होती. समोरचं दागिन्यांचं दुकान ही एक स्थानिक खूण होती जिथून टिमने तिला बऱ्याच वर्षांपूर्वी अंगठी घेतली होती.

केटने सभोवती नजर टाकली. लिझ स्वतःच्या चरितार्थासाठी जे काही करत असेल ते असो, पण तिला एवढी चांगली खोली परवडत होती. गडद रंगाच्या लाकडाचा चांगला मोठा बिछाना होता. त्यावर गडद लालसर तपकिरी रंगाच्या चादरी होत्या. खोलीत गुलाबी सोफा आणि दोन आरामखुर्च्या होत्या. इतकं सगळं आरामशीर असूनही खोली कोंदट होती. खोली छान आहे असं काही केटला म्हणवेना. त्यापेक्षा तिला नोव्होटेलमधल्या ऑलिव्हरच्या खोलीमधला आधुनिक सुटसुटीतपणा जास्त भावला.

"मग," बहिणीच्या शेजारी सोफ्यावर बसत केट म्हणाली. दोघी एकमेकींना न्याहाळत राहिल्या. काळाच्या ओघात काय बदललं आणि काय नाही, हे पाहताना दोघीही भारावून गेल्या होत्या.

"तुझे केस आता पिवळट-लाल कमी आणि तपकिरी जास्त आहेत," लिझ म्हणाली. इतक्या काळच्या प्रदीर्घ दुराव्यानंतर जणू हे बोलणं सगळ्यांत महत्त्वाचं होतं.

"हं," केटने होकार दिला. "लाल केस एका वयानंतर जास्त गडद होत जातात."

"म्हणजे तुझा रागदेखील कमी झालाय असं म्हणायचं आहे का तुला?"

"सध्याच्या परिस्थितीवरून तरी मी असं म्हणणार नाही."

लिझ हसली आणि दोघींमधला ताण जरा कमी झाला. पण त्याचबरोबर तिच्या

मनात लिझविषयी असणारा राग आणि नाराजीबद्दल केटच्या मनात दुःख दाटून आलं. इतकी वर्षं ती कुठे होती किंवा ती न सांगता गेली त्याचा राग. नाहीतर किती आनंदाचे क्षण त्यांनी एकमेकांबरोबर घालवले असते.

''तू ईप्सविचला परत का आली आहेस, लिझ?''

''मी सांगते तुला सगळं सावकाश.'' ही भेट कशी होणार यावर लिझने पूर्ण विचार केलेला दिसत होता. तिचा स्वतःवर पूर्ण ताबा होता. ''पण आधी तू मला तुझ्याबद्दल सांग. आई म्हणाली की तुला एक मुलगी आहे.''

''अमेलिया. ती दहा वर्षांची आहे. पुढल्या महिन्यात अकरा पूर्ण होतील,'' केटने गंभीर सुरात सांगितलं. लिझने फक्त बहीण आणि मुलगी असणं नाकारलं नव्हतं, तर तिने तिची मावशी म्हणून असलेली भूमिकाही नाकारली होती. ''ती आज संध्याकाळी तिच्या वडिलांबरोबर आहे.''

''तुझा नवरा?''

केट चमकली. तिच्या मनाच्या कप्प्याच्या तळाशी मखमली डबीत धूळ खात पडलेल्या अंगठीचा विचार आला.

''आईने तुला सांगितलं नाही, माझा घटस्फोट झाला आहे ते?''

''तिने सांगितलं असेल कदाचित. मला माफ कर, पण सध्या माझ्या डोक्यावर एवढं ओझं आहे, इतक्या नवनवीन गोष्टी घडत आहेत की मी विसरले. देवा! मी तुझी एका आईच्या रूपात कल्पनाच करू शकत नाही.''

''तेवढंच नाही, मी नोकराही करते.''

''कलाकार?''

लिझच्या जाण्यामुळे केटच्या सगळ्या बेतांवर पाणी फिरलं होतं. सप्टेंबर उजाडला, पण केटला घरातून निसटून कला महाविद्यालयात जे जायचं होतं ते मात्र झालं नाही. तिच्या आईला एकटीने राहण्याची कल्पना सहन होत नव्हती. त्यामुळे ती गेली तर आई जिवाचं काही बरंवाईट करून घेईल अशी भीती केटच्या मनात होती. लिझ आणि तिचे वडील दोघेही निघून गेल्यावर तिच्यापुढे काय पर्याय होता? तिला मनापासून हवी असणारी ग्लास्गोमधली जागा तिने नाकारली आणि कोलचेस्टरच्या स्थानिक कॉलेजमध्ये अर्ज केला. अर्थातच तिथे कोर्सेस कमी होते. तिला जो ललित कलांसाठी प्रवेश हवा होता तो अभ्यासक्रम तिथे नव्हताच, पण तिला दुसरा जो अभ्यासक्रम भावला तो होता समाजसेवा. तिने सप्टेंबरमध्ये अभ्यासक्रमाला सुरुवात केली. रोज रात्री ती घरी आईजवळ परत यायची आणि वीकएन्डला द ग्रेट व्हाइट हॉर्समध्ये काम करायची.

''त्याच्या जवळपाससुद्धा नाही. मी परिविक्षा अधिकारी आहे.''

''अरे! माझ्या कधी डोक्यातच आलं नसतं,'' लिझ आश्चर्याने म्हणाली.

"त्या वेळी ते छानंच वाटत होतं, पण इतक्या काळानंतर त्याची चकाकी गेली आहे. तुझं काय?"

"मी नर्स आहे. कॅन्सरच्या बाबतीत माझं विशेष प्रावीण्य आहे."

"ओह. छानंच आहे हे. मुलंबाळं?"

"नाही."

दोघी जरा शांत बसल्या. त्या छोट्या-छोट्या बाटल्या आता संपल्या होत्या. बाहेरच्या सूर्याचा केशरी प्रकाश त्या लालसर खोलीत पसरला होता.

"आपल्या शिळोप्याच्या गप्पा आता झाल्या ना लिझ? आता तरी तू मला निघून का गेलीस ते सांगणार आहेस का?"

कुणीतरी थप्पड मारावी तसं चमकून लिझने केटकडे नजर टाकली. तिचा चेहरा आश्चर्याने आणि वेदनेने चुरमडल्यासारखा झाला. "तुला काहीच माहीत नसण्याचा आव आणू नकोस केट. मला सहनच होणार नाही ते."

आता केट बुचकळ्यात पडली. "पण मला खरंच माहीत नाही. तू का निघून गेलीस आमच्या आयुष्यातून, मागे वळूनही पाहिलं नाहीस? मी काय केलं होतं?"

"तू काय केलंस?" लिझ म्हणाली. केटने काहीच समजत नसण्याचा आणलेला आव पाहून तिला चांगलाच धक्का बसला होता. "तुला सगळं माहीत होतं केट. तुला, आईला, बाबांना. तुम्हाला सगळ्यांना ठाऊक होतं. तुम्ही सगळ्यांनी संगनमत केलंत. तुम्ही कोणीही मला मदत केली नाहीत. शेवटी मग माझ्यापुढे पर्यायच उरला नाही. मला जावंच लागलं, माझ्या स्वत:च्या शहाणपणाकरता, जगण्याकरता."

केटने तिचा ग्लास टेबलावर जोरात आपटला आणि हात गुडघ्यांवर टेकले. "ठीक आहे. बास. तू नक्की कशाबद्दल बोलते आहेस लिझ?"

दोघी बहिणी एकमेकींकडे रोखून पाहत राहिल्या. परस्पर समजाची एक खोल दरी दोघींच्यामध्ये आ वासून उभी होती.

"बरं, ठीक आहे केट. तुला जर असाच पवित्रा घ्यायचा असेल तर माझं काहीच म्हणणं नाही. तुला जर असं बरं वाटत असेल तर असं करू."

लिझ खिडकीखालच्या सामान ठेवण्याच्या जागी असलेल्या स्वत:च्या सुटकेसकडे गेली. ती उघडून तिने त्यातून एक लाकडी दागिन्यांची पेटी काढली; पारंपरिक पद्धतीचं, दुर्मिळ फुलांचं, पक्ष्यांचं कोरीव काम असणारी. त्याला पितळी कोपरे होते आणि आतल्या वस्तू सुरक्षित ठेवण्याकरता एक छोटीशी किल्ली.

"मला आठवते ती," लिझने किल्ली फिरवून पेटी उघडली तशी केट म्हणाली, "तू ती नेहमी तुझ्या कपाटात ठेवायचीस. आणि मी त्याला हात लावण्याचा विचार जरी मनात आणला तरीही तू अकांडतांडव करायचीस."

लिझने पेटी उघडून तिच्या मांडीवर ठेवली तशी केटची उत्सुकता चाळवली गेली. आतमध्ये पत्रांचा एक गठ्ठा होता आणि त्यावर नि:संशय तिच्या वडिलांचं हस्ताक्षर होतं. काळ्या शाईत ठळक अक्षर.

"तू त्यांच्या संपर्कात होतीस?" केटने विचारलं. नंतरच्या वर्षांत तिच्याशी त्यांचा फार संपर्क नव्हता. जेमतेम ख्रिसमसला एखादं कार्ड. तिच्या मनात जुन्या मत्सराने पुन्हा फणा काढला. लिझ अजूनही त्यांची लाडकी होती.

"ही जुनी पत्रं आहेत. अगदी पूर्वीची."

लिझच्या नाहीसं होण्यानंतर जेव्हा केटचे वडील घर सोडून गेले तेव्हा तिला वाटलं की ते काही काळाने परत येतील. हा तिच्या आई-वडिलांच्या आयुष्यातला जरा कठीण काळ आहे. तिच्या डोक्यात ही शक्यताच आली नाही की तेसुद्धा कायमचे गेले आहेत. तिच्या आईबरोबर राहणं किती कठीण होतं हे आता तिच्या लक्षात येऊ लागलं होतं. त्यामुळे तिला त्यांच्याबद्दल थोडी सहानुभूतीही वाटत होती. पण ते नक्कीच त्यांना असं वाऱ्यावर सोडून जाणार नाहीत? तिला माहीत होतं की ती काही त्यांची लाडकी मुलगी नव्हती– लिझंच त्यांची लाडकी होती– पण म्हणून ते काही कायमचे गेले नसतील नक्कीच.

आठवडेच्या आठवडे उलटले आणि केटच्या आयुष्यातला आणखी एक मैलाचा दगड त्यांच्या अनुपस्थितीत पार पाडला, तिचा अठरावा वाढदिवस. अगदी तिच्या आईनेदेखील दिवसभर शुद्धीवर राहून केटसाठी तो साजरा करण्याचा प्रयत्न केला होता. आणि ती तिच्या सकाळच्या फेरफटक्याहून परतली तीच एक भडक गुलाबी रंगाचा केक घेऊन. त्याच्यावर एक युनिकॉर्न लावलेला होता. केक स्पष्टपणे लहान मुलांकरता होता. म्हणजे तिच्या आईला ती अजूनही लहानंच वाटत होती की ती तशीच राहावी ही तिची मनोमन इच्छा होती. किंवा कदाचित दुकानात तो एकच केक उरलेला असावा.

आणि केटने केलेलं आनंदाचं नाटक बघून आणि केकवरची साखर तोंडात कोंबताना पाहून केटच्या आईने आईची कर्तव्ये पूर्ण केल्याच्या भावनेने सकाळच्या डाकेने आलेली कार्डं तिच्या हातात कोंबली. ती उघडण्यात केटला कसलाही आनंद नव्हता. ती कार्डं निरनिराळे मामा, मावश्या, काकांनी पाठवलेली होती ज्यांना ती फक्त क्वचित कोणाच्या लग्नात किंवा अंतिम संस्काराच्या निमित्ताने भेटली होती. कोणत्या तरी वेगळ्याच अवकाशातून आलेल्या शुभेच्छा असाव्यात तसं तिला ते वाटलं होतं. पण तिच्या आईकडे आणखी एक गुपित होतं.

जेव्हा ती सगळी कार्डं समोर फळीवर रचून ठेवली गेली तेव्हा तिने डाकेतून आलेली आणखी एक गोष्ट दाखवली. ते देत असताना ती दुःखी आणि अस्वस्थ

वाटत होती. ते पाकीट आणि त्यावरची तिकिटाची रांग बघून केटचं मन पश्चात्तापाने पोळलं. ते नक्कीच परदेशातून आलेलं होतं. तिला आशा होती की ते तिच्या वडिलांनी पाठवलं असेल. पण प्रत्यक्षात ते लिझकडून होतं.

"मी तुला ग्रीसमधून लिहिलं होतं वाढदिवसाचं कार्ड," ती आता म्हणाली. "मी तुला माझ्याशी संपर्क करण्याची विनंती केली होती."

"मी रागावले होते." पण कशी विसरली ती? लिझने तिला हाक मारली होती आणि तिने ओ दिली नव्हती. एवढंच काय तर तिने ते पूर्ण कार्डसुद्धा वाचलं नव्हतं. उरलेल्या युनिकॉर्न केकबरोबर तिने ते कचऱ्यात फेकून दिलं होतं.

दोघी बहिणी एकमेकींना जोखत राहिल्या. केटला लिझमध्ये तीच सतरा वर्षांची मुलगी आढळली, तिची बहीण जिच्यावर कधी काळी तिने प्रेम केलं होतं. तिच्या मनात काहीतरी हलल्यासारखं झालं. इतकी वर्षं दडवून ठेवलेल्या भावना. तिने लिझच्या जाण्याचं दु:ख केलं होतं. वीस वर्षांपूर्वी तिने तिला गमावलं होतं. आता हे जणू त्या सगळ्याचं पुनरुज्जीवनच होतं, पण मग त्या आता एकमेकींच्या मिठीत आनंदाने बेभान झालेल्या अशा का बरं नव्हत्या? लिझने पेटीचं झाकण बंद केलं आणि ती पत्रांची चळत नजरेआड केली. जणूकाही ती मलिन झाली होती आणि तिला ती नजरेसमोर नकोशी झाली असावीत.

"केट, तू ही पत्रं वाचावीस असं मला वाटतंय. म्हणजे लगेच आत्ता नव्हे, पण घरी गेल्यावर. पोलिसांनी आधीच त्यांना हव्या तशा प्रती करून घेतलेल्या आहेत."

"पोलीस?"

लिझने मान डोलावली. "आता मी मागे फिरणार नाही. तू मला मदत करशील की नाही, हे मला कळायला हवं."

तिच्या मांडीवरचं दागिन्यांच्या पेटीचं ओझं सुखावह नक्कीच नव्हतं. तिच्या मनात पुन्हा एकदा तिच्या वडिलांच्या हस्ताक्षराचा विचार आला. तिने ती पेटी लिझला परत देण्याकरता पुढे केली.

"मला हे सगळं कळून घेण्याची इच्छा नाही."

पण लिझ तिला त्या ओझ्यापासून सुटका मिळवून द्यायला तयार नव्हती.

"कारण तुला आधीच माहीत होतं आणि नेहमीच माहीत होतं. तेव्हा आपण आता हे नाटक बंद करू या. तुला एक संधी आहे केट, घडून गेलेल्या गोष्टी निस्तरायची. शेवटी का होईना, तू माझ्या बाजूने उभी असू शकशील."

घरी आल्यावर पेटीचं झाकण उघडण्यापूर्वी केटने स्वत:साठी आणखी एक ड्रिंक ओतून घेतलं आणि काळजीपूर्वक बोटांच्या टोकात धरून पाकीट उचललं. काहींचे कोपरे गेले होते, काही व्यवस्थित चिकटवलेले होते. ते फाडून उघडताना

तिच्या मनात पश्चात्तापाची भावना डोकावली.

पहिलं पत्र पंचवीस वर्षांपूर्वीचं होतं. लिझ तेव्हा अवघ्या बारा वर्षांची असणार.

प्रिय मुली,

तू तुझ्या कालच्या उन्हाळी पोशाखात किती गोड दिसत होतीस. एखाद्या परीकथेतील राजकन्येसारखी. हे सगळं इतकं सोप्पं असतं तर किती बरं झालं असतं. तुझी एखाद्या उंच मनोऱ्यातून सुटका केली की झालं. मग तू सुखाने जगशील! पण सगळ्या गोष्टींमध्ये असते तशी राज्यात चेटकीण आहेच. आपण तिला काहीच सांगायला नको, माझ्या लाडके, मला वाटतं की तिला कळलं तर तिचा जीवच जाईल. आणि तुझी आई किती अशक्त आहे ते तुला माहीत आहे. हे नीट सुरक्षित ठेव.

डॅड.

केट पुढे वाचत गेली. प्रत्येक पत्र वाचताना शेवटी कळलं की लिझ कधीच कोणत्या डेटवर का गेली नाही. का तिला कधीच कोणत्या मुलाने घरी फोन केलेला नको असायचा. केटला वडिलांच्या लाडक्या मुलीसाठी जे प्रेम आहे असं वाटत होते ती प्रत्यक्षात एक अत्यंत भयानक गलिच्छ गोष्ट होती. आणि जेव्हा लिझ पळून गेली तेव्हा तिच्या वडिलांनीही निघून जाण्याचं ठरवलं. आता त्यांना यामागे राहिलेल्या कुटुंबात काहीही रस उरला नव्हता.

लिझ म्हणाली होती की केटला हे माहीतच होतं. तिला वाटत होतं की केट तिच्यासाठी उभी राहिली नाही. आणि जे काही चाललं होतं त्याकडे तिने जाणीवपूर्वक दुर्लक्ष केलं होतं. आणि कदाचित ते बरोबरही असेल. तर मग आता लिझ पोलिसांकडे गेली होती. आणि केटने तिला मदत करावी अशी तिची इच्छा होती. तिच्या बाजूने उभं राहायला हवं, लिझ म्हणाली होती. केटने पेटी बाजूला ठेवली आणि चेहरा हातांच्या ओंजळीत लपवला. ती हे करू शकेल का, याबद्दल ती साशंक होती. तिच्यात तेवढी ताकद आहे की नाही, हेच तिला कळत नव्हतं.

त्या दिवशी

चारही मुलं जवळच्या अरुंद पायवाटेच्या पायऱ्या चढली आणि ब्रिजच्या दिशेने जाऊ लागली. त्यांच्या वरती रस्त्यावरील पन्नास मैलांच्या वेगमर्यादेकडे दुर्लक्ष करून गाड्या रोरावत जात होत्या. ज्या कुठल्या वाहनचालकाचं लक्ष गेलं असेल, त्यांना फक्त चार मुलं काहीतरी करताना दिसली असतील. काळजी करण्यासारखं काहीच नव्हतं. आणि नंतर जे घडलं, ते जर घडलं नसतं तर ते दृश्य त्यांच्या आठवणीतून निसटूनही गेलं असतं.

त्या वाटेवरून चालताना मुलं आपले हात त्या स्टीलच्या कठड्यांवरून घासत जात होती. पुलाला आधार देणारे थरथरणारे कठडे! त्याच्यावर हिरव्या आणि केशरी रंगात रंगवलेल्या खुणा, तेवढाच काय तो रंग. नदीपलीकडे पाहताना त्यांना हल्चा पूर्व भाग दिसत होता. हल् रॉयलचं सपाट छत. चौघांचाही जन्म इथेच झाला होता. 'द डीप' या मत्स्यालयाचा काचेचा मनोरा, जिथे बेनने त्याचा दहावा वाढदिवस साजरा केला होता. त्यांचं आयुष्य त्यांच्यापुढेच उभं होतं.

नदीच्या पाण्यात भरतीच्या पाण्यामुळे लाल रंगाच्या तरंगत्या खुणा हलत होत्या. त्यांच्या घंटांचा आवाज वर पोहोचत होता. पण तो ऐकायला नदीत बोटीच नव्हत्या. त्यांच्या सावधगिरीच्या सूचना ऐकायला फक्त मुलंच तेवढी होती.

नोहाने खाली गुडघे टेकून सुटलेली बुटाची लेस बांधली, नंतर त्याने त्या मृत माशावर आपलं कपाळ टेकवलं आणि तो कसली तरी प्रार्थना पुटपुटायला लागला, पण उलटीकडून. चेरिल् उपहासाने म्हणाली,

"नुसतं असं करून सैतानाला आणू शकत नाही आपण."

नोहाने वर पाहिलं, त्याचे काळे डोळे बेपर्वाईने चमकत होते. "तुला काय माहिती? एकदा झालंय ते, मग ते आताही होईल. मी त्याला शाप मागे घ्यायला सांगणार आहे. तो मासा म्हणजे बळी आहे. माझ्याऐवजी तो."

"हॅट! एका फालतू मेलेल्या माशाकरता सैतान या पुलावर येईल की काय?

त्याला आणखी महत्त्वाची कामं असतीलच की.''

नोहा तिच्याकडे दुर्लक्ष करून कठड्याजवळ गेला. त्याने हातातला मासा उंच धरला होता.

त्याला आता कसलीच भीती वाटत नव्हती. तो चित्रपट पाहिल्याने जणूकाही तो निर्भय झाला होता, किंवा निदान त्याला वाटत होतं की त्याच्यापेक्षा मोठी अशी शक्ती कुठेतरी कार्यरत आहे. कुणीतरी दुसरंच सगळी सूत्रं हलवत आहे, या भावनेचाच त्याला आधार वाटत होता. मग तो सैतान का असेना. नोहाला फक्त पुरावा हवा होता की 'काहीतरी आहे.'

त्याच्या मनात त्याच्या आईचा विचार आला; शिक्षकांच्या हक्कांसाठी लढणारी, लंडनमध्ये. पण त्याला तिच्यापेक्षाही मोठ्ठं काहीतरी करायचं होतं. जसं कोणाचा तरी जीव वाचवणं, मग तो फक्त एक मासा का असेना.

''फेक आता मग तो पोरा,'' ॲडमने त्याच्या खांद्याला धक्का देऊन म्हटलं.

नोहाने मासा उंच धरला. एक निर्जीव काचेसारखा डोळा त्याच्याकडे रोखून पाहत असावा तसं वाटत होतं. त्याला हातातलं राखाडी ओझं थरथरल्यासारखं वाटलं.

''काळ्या सैतानाला हा बळी,'' तो ओरडला.

चेरिल्‌ची हसून हसून मुरकुंडी वळली. ''आणि तू कोण रे, हॅरी पॉटर की काय?''

नोहाने कठड्यावरून मासा नदीकडे भिरकावला. पण तो नुसताच कठड्याच्या पलीकडे आपटला. हम्बर नदीच्या वर जो कॉंक्रीटचा छज्जा होता त्यावर जाऊन पडला.

''वा! काय छान,'' ॲडम वैतागला.

''असाही तो मेलेलाच आहे की,'' बेन म्हणाला.

पण नोहा दोन्ही हात कठड्यावर टेकून स्वत:चं शरीर उंच उचलायचा प्रयत्न करत होता. त्याचा उजवा पाय वर उचलून पलीकडे टाकण्याच्या प्रयत्नात कापत होता.

''थांब नोहा!'' त्याच्या शर्टाचं कापड मुठीत धरत बेन ओरडला.

''देवा! ए पोरा, काय करतो आहेस तू नक्की?'' ॲडम त्याच्या जीन्सचा पट्टा धरून बेनबरोबर त्याला खाली खेचायचा प्रयत्न करत होता.

नोहाने हट्ट सोडला आणि ओक्साबोक्शी रडायला सुरुवात केली. आता आपला बळी नाकारल्यावर आपलं काय होणार याची त्याला भीती वाटत होती. तो त्या मेलेल्या माशासाठी रडत होता. त्याच्या अंगात हिंमत नव्हती म्हणूनही रडत होता. त्याची आई त्याच्या जवळ नव्हती, लंडनला निदर्शन करत होती म्हणूनही रडत

होता. या सगळ्यासाठी तो रडत होता.

"थोबाड बंद कर," शांतपणे त्याच्या जवळ येत ॲडम म्हणाला. "आज जर कोणी बोंब मारायला हवी असेल तर ती मी."

"किंवा मी," चेरिल् म्हणाली. ती आपत्कालीन टेलिफोनच्या खांबाकडे जाणाऱ्या चौथऱ्याला टेकून उभी होती. तो सगळा प्रसंग एकही शब्द न उच्चारता तिने पाहिला होता. पण आता ती उठून उभी राहिली आणि नोहाकडे आली. तिने उजव्या हाताने त्याची हनुवटी पकडून जोरात दाबली. त्याच्या ओठांचा आता चंबू झाला होता.

"तुला वाटतं की तू राजा आहेस, नाही का? सगळ्यांवर तुझीच हुकमत चालते, तुझंच सगळं खरं होणार, कारण आईला तू आवडतोस. फालतू पोरटा."

तिघांमधल्या एकाही मुलाला पुढे काय होतंय हे कळलं नाही. पण नोहाच्या डाव्या गालावर ती चपराक खाड्कन बसली. तो धडपडला. हात वेडेवाकडे होत तो मागच्या कठड्यावर जाऊन धाड्कन आपटला.

ॲडम चेरिल्‌कडे पाहतच राहिला, आश्चर्याने आ वासून. त्या मुलीच्या क्रूर वागण्याने त्याचा चांगलाच गोंधळ उडाला होता.

"तू का त्याला मारते आहेस? त्याने तर काहीही केलं नाही."

जणूकाही तिलाच मार लागल्याप्रमाणे चेरिल्‌ने हात समोर धरला. अचानक तिचे डोळे भरून आले.

"त्यानेच केलंय. त्याने सगळं उद्ध्वस्त केलंय." तिने नोहाकडे नजर टाकली तेव्हा तिला दिसलं की जिथे तिचं नख लागलं होतं तिथे त्याच्या ओठातून रक्त येत होतं. तिने परत जमिनीकडे नजर वळवली. "नुसता तो आहे म्हणूनंच सगळं बिघडलंय."

नोहा अजूनही रडत होता. त्याने आपला तळवा ओठांवर दाबून धरला. तो चेरिल्‌कडे एकटक नजरेने पाहत होता. जणू सैतान खरोखरच अवतरला असावा.

ॲडम जरा बिचकतंच चेरिल्‌ची समजूत घालायला गेला. तिने जेव्हा तिच्या मनगटावरच्या त्याच्या हाताच्या स्पर्शाला विरोध केला नाही, तेव्हा त्याचा जीव भांड्यात पडला. त्याने हळूच विचारलं, "अगं, पण काय झालंय असं? तू त्याच्यावर एवढी का चिडली आहेस?"

तिने त्याला तिची समजूत काढू दिली. ती त्याच्या मिठीत शिरली आणि मग नोहाकडे वळून म्हणाली,

"माझ्या बाबांचं याच्या आईशी लफडं आहे ना," चेरिल्‌ने फटकारलं. "तिचं म्हणे प्रेम होतं त्यांच्यावर. तिनेच सांगितलं!"

नोहाने मान वर उचलली. त्याचा चेहरा संतापाने पिळवटून निघाला होता, "तू

खोटारडी आहेस! माझी आई एक ख्रिश्चन आहे आणि माझ्या बाबांना सगळं माहीत असतं. त्यांना जर कळलं हे तू बोलते आहेस तर ते तुला चांगलंच बघून घेतील. तेव्हा तू नीट विचार कर.''

''हं! तूच विचार कर,'' ती म्हणाली. नंतर तिने ॲडमच्या छातीत तोंड खुपसलं, तिचे पुढचे शब्द तसेच हरवून गेले. ती कळवळली, अजूनही तिला दुखत होतं आणि आता रक्तस्रावही होत होता.

तो मेलेला मासा त्या काँक्रीटच्या छज्जावर तसाच पडून होता.

खोल खाली धोक्याच्या घंटा पुन:पुन्हा वाजत होत्या.

आता

फेसबुक : 'हम्बर बॉय बी' याला शोधा, सूड घेण्याकरता नव्हे, तर उत्तरं मिळवण्याकरता.

नोहाची आई : आज मला ती दिसली होती, 'हम्बर बॉय बी'ची आई. ती मोठ्या रस्त्यावर होती, खरेदी करत असावी बहुधा. पण तिचं लक्षंच नव्हतं कशात. 'बूट्स' या दुकानाच्या काचेत बघत होती, हातात पिशव्या लटकत होत्या. आधी मला वाटलं की तिने मला पाहिलं नसावं, पण नंतर लक्षात आलं की ती माझ्याकडे दुर्लक्ष करण्याचा प्रयत्न करते आहे. मी रस्ता ओलांडून थेट तिच्या मागे जाऊन उभी राहिले. मला बघायचं होतं की माझ्याशी बोलण्याची हिंमत आहे का तिच्यात. दुकानाच्या काचेतून आमच्या नजरा एकमेकींना भिडल्या, पण ती वळली नाही.

ती खरं म्हणजे त्या दिवशी नोहाला सांभाळणार होती. मी विश्वास ठेवला तिच्यावर. मला खटल्याच्या वेळी कळलं की तो संपूर्ण दिवस ती बिछान्यात होती. मी नोहाच्या दुपारच्या जेवणाकरता जे पैसे दिले होते ते तिने व्होडकाच्या बाटलीवर उडवले. ते म्हणाले, ती नैराश्याने पछाडलेली, अर्धशिशीने आजारी होती. आजही ती निराशच दिसत होती. पण तिचा मुलगा जिवंत आहे. आहे ना? मग ती का रडत फिरते? तिचा मुलगा तर मुक्त आहे.

गुप्त सुहृद : असल्या अमानुष मुलाला जन्म दिल्यावर तिची मान शरमेने खाली जायला हवी.

नोहाची आई : हवी खरं. पण माझ्या मुलाच्या मृत्यूला ही एवढी एकच गोष्ट कारणीभूत नव्हती. असे अनेक लोक आहेत की जे त्या दिवशी नोहाला वाचवू शकले असते. मी त्यांच्याशी आधी जुळवून घेण्याचा प्रयत्न करते आहे. पण मला सगळ्यात जास्त त्रास या गोष्टीचा होतो आहे की तो मुक्त आहे.

गुप्त सुहृद : जेसिका, मला क्षमा कर. मीही त्या लोकांपैकीच एक आहे. आणि म्हणूनच मी आता ती चूक परत करणार नाही. मी तुझा अपेक्षाभंग

करणार नाही. मला कळतंय की तू हिंसा नाही तर उत्तरं शोधते आहेस. पण जेसिका, हिंसा हेच उत्तर असेल तर?

बेन

मी जागा झालो तेव्हा माझ्या डोळ्यांसमोर एक इतका झळझळझीत सोनेरी प्रकाश होता की मला वाटलं मी स्वप्नातच आहे. पडद्यांच्या फटीतून सूर्याचे किरण चोरटेपणाने आत घुसत होते. त्यामुळे चेरिल्च्या फिकट त्वचेवर आणि पिवळसर केसांवर एक वेगळीच झळाळी आली होती. काल रात्रीचा आमचा दोघांचाही घाम वाळल्यामुळे तिची छाती, पोटावर चमक आली होती.

मी हललो नाही; नव्हे हालचाल करण्याची माझी हिंमतच झाली नाही. हा क्षण अद्‌भुत होता. एक मुलगी, एक सुंदर मुलगी माझ्या बिछान्यात होती. माझा चेहरा भलेही सुजलेला असेल, माझं नाक मोडलेलं असेल, पण काहीतरी सुंदरही घडलेलं होतं.

अचानक माझ्या डोक्यात ॲडमचा विचार आला. आगंतुकच. माझा भाऊ, ज्याचं चेरिल्वर प्रेम आहे. माझ्या मनात विचार डोकावून गेला– साल्या, तिने तुरुंगातसुद्धा तुझ्याशी संपर्क ठेवला, ती तुला भेटायला आली, तू माझ्या आधीच सुटलास.

मग शेवटी असंच होत असेल का की माझीच सरशी झाली? कारण तिने माझीच निवड केली. ती खरं म्हणजे त्याच्या बरोबर निघून जाऊ शकली असती, पण कशामुळे कुणास ठाऊक ती थांबली. माझं नाक ठणकतंय. हे ॲडमचं काम तर नसेल, माझ्या मनात शंका आली. तो जो कोणी होता त्याने आपलं तोंड झाकून घेतलं होतं ते माझ्या लक्षात आहे. तो चेहरा माझ्या ओळखीचा असल्याशिवाय तो झाकण्याची तसदी कशाला घेईल? किंवा जर ॲडम नसेल तर दुसऱ्या कोणीतरी त्याच्या सांगण्यावरून केलं असावं. कोणालातरी त्याने सांगितलं असेल मी कुठे असेन ते. कदाचित असं कोणीतरी ज्याला तो त्या दिवशी लायब्ररीत भेटला असेल. किंवा तो स्टुअर्ट असू शकेल का? त्याला मी कधीच आवडलो नाही आणि त्या दिवशी ब्रिजवर घडलेल्या घटनेला केवळ मीच जबाबदार होतो, असा त्याचा आरोप होता. हो, तो आनंदाने माझं नाक तोडेल.

चेरिल् चुळबुळली, डोळे उघडले, हातांनी चेहऱ्यावर सावली धरली. मी तिच्याकडे पाहतोय हे तिच्या लक्षात आलं. ''ऊं, असं बघू नकोस, मला कसंतरी वाटतं.''

''सॉरी.'' मी कूस पालटून उताणा झालो, पण माझ्या हाडकुळ्या छातीवर हात ठेवून पुन्हा मला तिने कुशीवर वळवलं जेणेकरून ती मला नीट पाहू शकेल.

'' सॉरी कशाकरता?'' ती म्हणाली, ''तू आठ वर्षं तुरुंगात होतास, ती शिक्षा तुला पुरेशी आहे.''

''पण सगळ्यांनाच तसं वाटत नाही ना,'' मी कडवटपणे म्हटलं. तिने माझ्या फुगलेल्या चेहऱ्याकडे, सुजलेल्या नाकाकडे पाहिलं. उशीवर सुकलेल्या रक्ताच्या खपल्या होत्या.

''मग मी तुझी रक्षक देवदूत आहे असं समज,'' ती म्हणाली. माझ्या दुखऱ्या चेहऱ्याला तिने हळुवार स्पर्श केला. ''तुझं रक्षण करणं हे माझं काम आहे.''

ती हे म्हणत असताना तिचे ओठ थरथरले, डोळे बारीक झाले आणि अचानक तिच्या डोळ्यांतून एक अश्रू ओघळला. तिच्या त्या गोड चेहऱ्यावरून हनुवटीवर.

''काय झालं?'' मी विचारलं, पण खरं म्हणजे माझ्या मनात वेगळाच विचार होता. हे तिच्या माझ्यावरच्या प्रेमामुळे तर नसेल? ज्याच्यावर प्रेम असतं त्या व्यक्तीच्या दु:खामुळे लोक रडतात. मी खटल्याच्या वेळी नोहाच्या आईला पाहिलेलं आहे. मी जेव्हा इस्सी मायकेलविषयी बोलते तेव्हाही ते पाहिलेलं आहे. मग चेरिल्चं माझ्यावर प्रेम तर नसेल?

''काही नाही,'' ती अश्रू थांबवण्याचा प्रयत्न करत स्फुंदत म्हणाली, ''खरंच. मी ठीक आहे आता.''

ती ॲडमबद्दलच बोलत असणार. त्याच्यापासून वेगळं होऊन माझी निवड करणं. आणि या व्यतिरिक्त वेगळा काही विचार ती करत असेल तर मला काहीच जाणून घ्यायचं नाही.

केट

"धोका व्यवस्थापन बैठकीत आणखी एक गोष्ट नाकारली गेली, पॉल. ती म्हणजे हा जो कोणी गुप्त सुहृद आहे तो कोणी बेनच्या कृत्याने हादरलेला असा अनोळखी माणूस नाही तर तो कोणीतरी ओळखीचाच आहे, जो बेनला पूर्वीपासूनच ओळखतो."

आणखी एक रात्र झोपेविना तळमळून घालवल्यावर केटला शेवटी हे जाणवलं की इतकी वर्षं ती स्वत:लाच फसवत होती. आत कुठेतरी लिझ का निघून गेली त्याची तिला कल्पना होतीच. आणि यामुळेच ती या मतापर्यंत येऊन पोहोचली होती की बेनच्या केसमध्येही बऱ्याच प्रश्नांची उत्तरं भूतकाळात दडलेली आहेत. म्हणजे नेहमीच ती तशी असतात.

स्वत:चं कफ्लिंक सारखं करत असताना पॉलने त्यावर जरा विचार केला. "खरं आहे तू म्हणतेस ते. तशी एक शक्यता आहेच. पण तू कसं शोधणार ती व्यक्ती कोण आहे ते? तू काही डिटेक्टिव्ह नाहीस."

"आणि ते मी असण्याची गरजही नाही. जर मी ही बेनची कहाणी नीट उलगडू शकले आणि तेही शक्य तेवढ्या लवकर; तर बेनला वाचवण्याचा तो एकच उपाय आहे. तो सध्या अशा स्थितीत आहे की त्याच्यावर कोणीही हल्ला करू शकतं. आणि माझ्याशिवाय कोणीही याची दखलंही घेत नाही."

तिने स्वत:च्या लहानपणातील सत्याकडे डोळेझाक केली असेलही कदाचित, पण याचा अर्थ असा नव्हता की तिला बेनच्या केसमध्येही काही दिसणार नाही. उलट ती एक पाऊल लांब होती. ती व्यावसायिक दृष्टिकोनातून हे पाहत होती. जेव्हा तुम्ही तुमच्या कुटुंबाकडेच पाहत असता तेव्हा स्वाभाविकच तुमची दृष्टी साफ नसते.

"पण हे सर्व बेनवर अवलंबून आहे. हो की नाही?" पॉल म्हणाला, "तो किती तुझ्याकडे मन मोकळं करतो यावर ते अवलंबून आहे."

"ते माझ्यावर अवलंबून आहे," केटने त्याच्या म्हणण्यात दुरुस्ती केली. "जर मी त्याला तेवढा विश्वास देऊ शकले तर."

बेन स्वत:च्या खुर्चीवर बसून केट काय करते ते न्याहाळू लागला. तिच्या टेबलाजवळ बसून केटने तीन मार्कर पेन हातात घेतली; निळं, लाल आणि हिरवं. आणि समोरच्या मोठ्या कागदावर तीन मुलांची नावं लिहिली.

नोहा

ॲडम

बेन

बेनचं नाव लिहिताना ती जराशी अडखळली; कारण हे त्याचं खरं नाव नाही हे तिला माहीत होतं. त्याचं खरं नाव साक्षीदारांच्या जबाबात तिने अनेक वेळा वाचलं होतं. पण तिने जर त्याचा त्या नावाने विचार केला असता किंवा कागदावर वगैरे लिहिलं असतं तर मग ती त्याच्या बरोबर असताना किंवा एखाद्या बैठकीमध्ये वगैरे ते खरं नाव तिच्या तोंडून चुकून निघणार नाही याची शाश्वती काय होती? म्हणून मग बेन. तिने पुढे त्यांची वयं लिहिली.

नोहा, १०

ॲडम, १४

बेन, १०

त्या तीन मुलांच्यात जे नातं, जे संबंध होते तेच त्या दिवशीच्या घटनेला कारणीभूत होते. ती जर का ते थोडे जरी उलगडू शकली तरीही सगळ्या गोष्टी उघडकीला येतील. तिन्ही नावांच्या भोवती तिने एकमेकांत गुंतलेली वर्तुळं काढली; ती त्यांच्या एकमेकांच्या गुंतलेल्या भागांचे प्रतिनिधित्व करत होती. मैत्री, भावंड, एकच शाळा.

नोहा बेनचा मित्र होता, ॲडमचा नाही.

ॲडम आणि बेन सावत्र भावंडं होती. एक आई, वेगळे वडील.

साक्षीदारांच्या जबाबानुसार ॲडम त्या दिवशी त्याच्या वडिलांबरोबर स्कारबरोला असायला हवा होता. पण ऐन वेळी बोलावणं आलं म्हणून ते अचानक समुद्रावर निघून गेले होते.

"स्टुअर्ट तुला का नेणार नव्हते स्कारबरोला?"

"तो माझा तिरस्कार करायचा," बेनने सांगितलं.

"का म्हणून?"

अजून एक धक्का, एक पाऊल पुढे. त्याला ज्याची उत्तरं देण्याची इच्छा नाही असे प्रश्न विचारायचे, पण नजरेत नजर रोखून म्हणजे त्याला त्यात काही धोका नाही हे जाणवेल.

"कारण मी त्याचा मुलगा नाही. मी अर्धा आइसलॅन्डिक आहे."

“आणि ते कसं?”

बेन खुर्चीत मागे रेलून बसला आणि त्याने डोळे मिटून घेतले. “स्टुअर्टने समुद्रात माझ्या वडिलांचा जीव वाचवला. आणि मग ते आभार मानायला आले. त्यांची माझ्या आईशी ओळख झाली. आणि मग अशा पांढरट-भुऱ्या केसांनी माझा जन्म झाला तेव्हा स्टुअर्टला कळलं की तिने त्याला फसवलंय.”

“आणि त्या माणसाला माहीत आहे का की ते तुझे वडील आहेत?” केटने हळुवार स्वरांत विचारलं.

बेनने डोळे उघडले आणि छताकडे प्रार्थना केल्याप्रमाणे नजर वळवली. “हो, त्यांना माहीत आहे. पण ते दुसऱ्या देशात राहतात. आणि स्टुअर्टलाही फारसं आवडत नाही त्यांनी आलेलं. आणि जरी मी स्टुअर्टच्या रक्ताचा मुलगा नसलो तरीही मी स्टुअर्टचाच मुलगा आहे. त्यानेच मला वाढवलंय आणि माझा तिरस्कारही केलाय.”

बेन स्टुअर्टचा मुलगा नाही हे लक्षात आल्यावर कुटुंबातलं वातावरण कायमसाठी कसं ढवळून निघालं असेल, असा विचार केटच्या मनात आला. लहानपण असंही बऱ्याच वेळा अवघड असतं. पण आई-वडिलांच्या मायेच्या भावनेच्या आधाराने पुष्कळ गोष्टी सुसह्य होतात. पण बेनला स्टुअर्टकडून माया कधीच मिळाली नाही आणि साक्षीदारांच्या जबाबांवर विश्वास ठेवला तर त्याच्या आईनेही त्याच्यावर फार प्रेम केलं नसावं. त्याचं सगळ्यात महत्त्वाचं नातं होतं ते ॲडमशी.

“मग कसे होते पूर्वीचे दिवस. ॲडम चांगला भाऊ होता का?”

“हो असणार. तो माझी काळजी घ्यायचा.”

“असेलही. पण तो तुला त्रासही द्यायचा ना, माझी पक्की खात्री आहे. मोठी भावंडं फार भयंकर असतात.”

केटला परत लिझची आठवण झाली. तिच्या धाकट्या बहिणीच्या बाबतीत ती कशी कमी पडली याचा अप्रिय विचार परत एकदा वर आला.

“हो, तसा तो छळायचा क्वचित कधीतरी.” बेनने नजर फिरवली. त्याला त्यावर आणखी काही बोलणं टाळायचं असावं. भावाच्या निष्ठेपोटी की सत्य दडपायचं म्हणून, ते केटला कळलं नाही.

“कधीकधी पूर्ण अनोळखी माणसंदेखील आपल्या भावंडांपेक्षा जवळची वाटतात,” केट म्हणाली.

“अनोळखी माणसं नोहाला वाचवू शकली नाहीत,” बेन कोरड्या सुरात म्हणाला.

“खरं आहे.”

अनेक लोकांनी त्या तिघांना त्या दिवशी सकाळी पाहिलं असणार. पण कोणी

काही बोललं नाही. कोणी मध्ये पडलं नाही. अगदी त्यांनी दुकानातून चोरी केली तरीही त्यांची दखल घेतली नाही. चोरून सिनेमा बघितला तोही प्रौढांसाठीचा भयपट तरी कोणी हटकलं नाही. नोहा ब्रिजवर इतका विचित्र वागत होता, हातात अर्धमेला मासा होता तरीही कोणी मध्ये पडलं नाही. आजूबाजूने गाड्या गेल्या असतील. काहींच्या लक्षात आलं असेल, काहींच्या नसेल. पण कुणी थांबलं नाही, नोंद घेतली नाही. एका सायकलस्वाराला नोहाला वळसा घालून जावं लागलं. त्या वेळी तो तिथे बसून रडत होता. पण ती तिच्या सरावात इतकी गुंतली होती की ती थांबलीच नाही. तिथून पळणारे लोक, जॉगिंग करणारे, त्यांनी नोहाचा रक्ताळलेला ओठ पाहिला होता, पण त्यांना त्या भानगडीत पडायचं नव्हतं. फक्त एक व्यक्ती. जे घडलं ते टाळू शकली असती. पण कोणीही तेवढं दयाळू नव्हतं म्हणा, किंवा कोणाला पर्वा नव्हती म्हणा किंवा कोणाला हस्तक्षेप करण्याची इच्छा झाली नाही. प्रत्येकाने स्वत:ला सांगितलं असणार की मुलंच आहेत, असतील खेळत. लोक काय नेहमी स्वत:ला ऐकायला सोयीचं असतं तेच बोलतात. पण केट एक परिविक्षा अधिकारी होती. हा असा फापटपसारा टाळून सत्य जिथे कुठे दडी मारून बसलं असेल ते शोधण्याचं प्रशिक्षण तिला मिळालेलं होतं. नोहाच्या मृत्यूमागचं सत्य.

केटने तिचं पेन टेबलावर हलकेच आपटलं. ''मला एक गोष्ट कळत नाही बेन, की ज्यूरींना ॲडम कसा दोषी वाटला नाही. तो तुझ्यापेक्षा चार वर्षांनी मोठा आहे, आणि मी पाहिलंय त्याला, तो चांगला उंचही आहे. आणि त्याची ख्याती पण तशीच होती, हो की नाही? दूध चोरायचा, शाळेतून पळून जायचा, दुकानातून चोऱ्या करायचा. त्यानेच नोहाला उचलून कठड्याच्या पलीकडे धरले असेल, हो ना?''

''नाही,'' बेन म्हणाला, ''नोहाला कोणीही उचललं नाही. तोच चढला.''

त्या दिवशी

अ‍ॅडमच्या डोक्यात परत परत उसळ्या मारणारा विचार तो थांबवू शकत नव्हता. दर मिनिटांनी त्याच्या मनात एकच विचार येत होता की खरंतर तो आता कुठे असायला हवा होता. या समांतर विश्वात, त्याचा दिवस जसा असायला हवा होता तसाच होता. त्याने सगळा दिवस समुद्रावर घालवला होता आणि आता तो पीशोल्म पार्कमध्ये होता. त्याच्या या स्वप्नात इथे स्कारबरोमध्ये पाऊस नव्हता, उलट आकाशात एकही ढग नव्हता आणि ते निळंशार दिसत होतं. आणि अर्थातच त्याचे वडील अतिशय छान मूडमध्ये होते. आज पूर्ण दिवस तो बेन आणि नोहाबरोबर होता खरा, पण फक्त शरीराने. मनाने मात्र तो तासाभराच्या अंतरावर असणाऱ्या समुद्रकिनाऱ्यावर त्याच्या मनाप्रमाणे दिवस घालवत होता. अगदी सिनेमा पाहतानादेखील त्याचं लक्ष त्या झपाटलेल्या बाईकडे नव्हतं, जी आजूबाजूला हवेत वस्तू उडत असताना आपल्या झोपलेल्या नवऱ्याकडे पाहत बसते, तर तो त्याच्या वडिलांबरोबर बागेत युद्धनौकेवरच्या तोफा उडताना पाहत होता. ते पीचच्या स्वादाचं मद्य, भूक, पाऊस या सगळ्या गोष्टींचा त्याच्यावर चांगलाच परिणाम झाला होता. त्याला काहीतरी वेगळीच भावना जाणवत होती. स्वप्नात असल्यासारखी.

आणि चेरिल्ने त्याचा हात हातात घेतल्यावर ते स्वप्न तसंच पुढे सुरू राहिलं. हे कसं झालं असेल, तिला तो कोण आहे हे कसं माहीत असेल? ती इतकी सुरेख, इतकी आत्मविश्वासपूर्ण की तिच्या सत्यापुढे स्कारबरोचे आभासी विचारसुद्धा काहीच नव्हते.

तिने त्यांना तो घाणेरडा मासा दाखवल्यावर तिने त्याचं चुंबन घेतलं होतं. हे काही तिचं पहिलंच चुंबन नव्हतं, हे त्यालाही कळलं. काय करायचं असतं हे तिला आता नक्की माहीत होतं, आणि त्या पातळ पोहण्याच्या पोशाखातून तिच्या अंगावरून हात फिरवणं फारच सोपं होतं. तिनेही त्याला स्पर्श करू दिला इतका आतपर्यंत की तिला रक्तस्राव झाला. त्याला त्याचं वाईट वाटत होतं. तेव्हाच गोष्टी बिघडायला सुरुवात झाली. तिला फारच वाईट वाटत होतं. अ‍ॅडमने वातावरण

हलकं करण्याचा प्रयत्न केला, पण नंतर तोही गंभीर झाला. ''काय झालंय?''

''फक्त आजचा दिवस वाईट आहे.''

त्याने आपला हात तिच्या हातावर ठेवला, ''मी दुखावलं का तुला?''

''तुझं काही नाही. माझे वडील. मला त्यांच्याबरोबर एकटं घरी राहणं असह्य झालंय. भयंकर आहे ते.''

तिला रडू येईल असं वाटत होतं, ते पाहून ॲडमला त्याच्या आईची आठवण झाली. बायका रडायला लागल्या की त्याला फार राग यायचा. ते अत्यंत दयनीय होतं. तरी बरं, चेरिल्ला याचीही कल्पना नव्हती की वडील किती हलकट असू शकतात. स्टुअर्टचा त्यात पहिला क्रमांक लागला असता, कायम वैतागलेला, चिडलेला, परत कधी येणार ते कधी सांगणार नाही, मुळात येणार का याचाच पत्ता नाही. आणि मग त्यांची आई त्यांना खायला कशी घालणार? ती काम करू शकायची नाही. विशेषत: ती नैराश्य रोगाची शिकार असल्याचं निदान झाल्यावर आणि त्या साल्या अर्धशिशीमुळेही नाही. तिच्याकडे पैसे मिळवण्याचा एकच मार्ग होता आणि ती अशी गोष्ट होती जी थांबण्याचा तिने सामाजिक कार्यकर्त्यांना शब्द दिला होता. मागच्या वेळी जेव्हा तिने एका माणसाला घरी आणलं होतं तेव्हा आवाज ऐकू येऊ नये म्हणून ॲडम कानांवर उशी दाबून पडून राहिला होता. आणि नंतर त्याच्या गाडीपर्यंत त्याचा पाठलाग करून तो पुन्हा इथे फिरकणारही नाही याची व्यवस्था केली होती. पण तो नाही तरी इतर कोण कोण होतेच की.

''मग, तुझे वडील इतके भयंकर का वाटतात तुला? कारण ते मासे पकडत आहेत आणि तू कुठे आहेस त्याची त्यांना पर्वा नाही म्हणून?''

''ते आहेच. आणि मला काय वाटतं ते महत्त्वाचं आहे या गोष्टीचा ते विचारच करत नाहीत. त्यांना हे कळतंच नाही की त्यांच्या आयुष्यात जे काही घडतं त्याचा थेट परिणाम माझ्यावर होतो. कळतंय ना तुला?''

ॲडमला वाटलं हे सगळं बोलणं केविलवाणं आहे, पण ती काय म्हणते आहे यापेक्षा ती ज्या पद्धतीने खचून गेलेली दिसत होती त्यामुळे त्याला वाटलं की एवढ्यावर संपणार नाही हे. त्या पलीकडेही काहीतरी असावं. त्याला ती अगदी त्याच्या आईसारखीच वाटली तेव्हा, फक्त का ते त्याला कळत नव्हतं.

''मला वाटलं सगळं बदलेल आता. माझं आयुष्य नव्याने सुरू होईल. मला वाटलं होतं की जेसिका माझी नवी आई असेल. पण तिने त्याऐवजी त्याची निवड केली.'' चेरिल्ने नोहाकडे रोखून पाहिलं, एक खडा उचलला आणि त्याच्या डोक्यावर भिरकावला. नोहाला तो लागल्यावर तो मागे झाला, पण त्याने मान वर करून पाहिलं नाही. तिने त्याला थोबाडीत मारल्यापासून तो तिला घाबरला होता.

''तो?'' ॲडम तिच्या या गूढ बोलण्याचा अर्थ लावण्याचा प्रयत्न करत होता,

पण त्याला आता साधारण अंदाज आला होता. त्याच्याही घरी समस्या होत्याच की. त्याला चेरिल्ला दाखवून द्यायचं होतं की त्याला सगळं कळलंय. ती हुशार असेलही त्याच्यापेक्षा, त्याच्या कक्षेच्या बाहेरची, पण जेव्हा कंडम आई-वडिलांची गोष्ट असते तेव्हा ते एकाच पातळीवर होते.

"माझे वडील मला स्कारबरोला नेणार होते आज. पण मी उठलो तर ते निघून गेले होते. ते आणि आई सतत भांडत असतात, पण तरीही त्यांनी मला न्यायलाच हवं होतं. त्यांना जणू मी दिसतंच नाही."

"तेच ते!" चेरिल् अचानक जागी झाल्यासारखी म्हणाली. "त्यांना आपण दिसतंच नाही. मी आणि तू, त्या बाबतीत आपलं सगळं सारखंच असतं. जणूकाही आपण अस्तित्वातच नसतो, तोपर्यंत तरी नाही जोपर्यंत त्यांना आपल्याकडून काही हवं असतं. मग त्यांना हवं असेल ते सगळं दिसतं. साला फक्त एक खेळणं आहोत आपण. हे म्हणजे आपण माणूसही नाही असं वाटतं."

चार मुलं ब्रिजवरून वाकून पाहणारी. एक किशोरवयीन मुलगा आणि मुलगी, दोन दहा वर्षांचे मुलगे त्यांच्या उंचीप्रमाणे खालच्या नदीकडे एकटक पाहत उभे होते.

जणूकाही त्या पुलाच्या पलीकडे काही अस्तित्वातच नसावं, जणू त्यांच्यासाठी जगच थांबलं होतं. तिथे हम्बर नदीच्या कित्येक फूट वर स्टीलच्या छज्जावर अडकून पडलं होतं.

प्रत्येक डोक्यात विचार घुमत होते.

प्रत्येक मनात वेदना आणि दुःख. वेदना जास्त मानवी, पण त्यांच्या सारखं दुःख असणाऱ्या मुलांच्या संगतीत सहानुभूतीची वेदना जास्त टोकदार झालेली. वेळ येते तेव्हा बाहेर काढायला तिथे कोणीही नव्हतं.

आता

फेसबुक : 'हम्बर बॉय बी' याला शोधा.
सुडासाठी नव्हे तर उत्तरांसाठी.

नोहाचे वडील : हा संदेश आमच्या दोघांकडूनही आहे; जेसिका आणि माझ्याकडून. आम्हाला पोलिसांनी सांगितलं आहे की या पेजवर जे काही म्हटलं जाईल त्यावर त्यांचं लक्ष असेल.

'द सन'मधल्या लेखानंतर तुमच्या आधार आणि धीर देणाऱ्या संदेशांनी आम्ही भारावून गेलो आहोत. पण आम्हाला मिळालेल्या काही संदेशांमुळे आम्हाला काळजीही वाटते आहे. हे संदेश कोणा अनामिक व्यक्तीकडून आहेत. आणि म्हणूनच आम्हाला हे स्पष्ट करायचं आहे की आम्ही ही साइट सुरू केली ती आम्हाला उत्तरं मिळावीत म्हणून. त्याच्यावर लक्ष ठेवायला किंवा हिंसाचाराला उद्युक्त करायला नव्हे.

गुप्त सुहृद : तू नेहमीच असा बिच्चारा होतास, डेव्ह!

केट

ऑलिव्हरने केटचे पाय टाचेपासून गुडघ्यापर्यंत बोटाच्या टोकाने हलकेच कुरवाळले. "झोप आता," तो म्हणाला. त्याची नजर तिच्यावरून क्षणभरही हलली नव्हती.

रात्रीच्या गडद अंधारात वाऱ्याची झुळूक पडद्यांना हळुवारपणे स्पर्श करत होती. ते दोघे बेडरूममध्ये होते.

अंधारात डोळे टक्क उघडत केटने बोलायला सुरुवात केली. त्याला तिचा चेहरा दिसत नव्हता आणि तिलाही त्याची सहानुभूती नको होती.

"माझी बहीण परत आली आहे. मी अठरा वर्षं पूर्ण करण्याच्या आठवडाभर आधी ती निघून गेली होती. तेव्हापासून मी तिला पाहिलेली पण नाही."

शांतता आणि श्वासोच्छ्वास. "तिला भेटून बरं वाटतंय का तुला?"

एक सुस्कारा. केटने त्याच्या हाताखालून स्वत:ला बाजूला केलं आणि उताणी झाली. "वाटायला हवं खरं म्हणजे. पण ते सगळं गुंतागुंतीचं आहे. ती परत आली आहे, कारण कोर्टात सुनावणी होणार आहे. माझे वडील..."

ती थांबली. आपण जरा जास्त बोललो की काय असा विचार तिच्या मनात आला. ऑलिव्हर एक पोलीस ऑफिसर होता आणि ही जुनी कहाणी होती. त्याचा हात पुन्हा तिच्या अंगावर होता, तिचे खांदे कुरवाळत, तिला आधार देत.

"आणि तिची इच्छा आहे की मी साक्ष द्यावी."

"बरं," तो हलक्या आवाजात म्हणाला, "तू कोर्टात बरेच वेळा साक्ष दिली असशील मला वाटतं."

"पण अशी वैयक्तिक गोष्टीत नाही." तो काही बोलेल या अपेक्षेने ती थांबली, पण तो काही बोललाच नाही. ऑलिव्हर तिलाच तिचा रस्ता शोधायला भाग पाडत होता. "दुसरी गोष्ट म्हणजे मला खरंच काही आठवत नाहाये. ती म्हणते मला माहीत होतं. पण तसं असेल तर मी ते दडपून टाकलं आहे. पण हे कसं शक्य आहे?"

"शक्य आहे अगं ते," ऑलिव्हरने मऊ आवाजात म्हटले, "आपण माणसं

स्वत:ला जे ऐकायचं असतं तेच सांगण्यात अगदी पटाईत असतो. आपण ज्या गुन्हेगारांच्यात वावरतो त्यांची कुटुंबं असतात, आई-वडील असतात, जोडीदार असतात. त्यातले किती जण अगदी डोळ्यांसमोर स्पष्ट दिसणारे पुरावे स्वीकारायला तयार असतात? आपण सगळेच अशी आपली स्वत:ची फसवणूक करत असतो, असं मला वाटतं. आणि तू तर लहान होतीस केट, मग स्वत:चा अशा तऱ्हेने बचाव केल्याबद्दल तुला कोणीच दोष देणार नाही.''

ती त्याच्या जवळ सरकली, हा एक माणूस तिला समजून घेऊ शकत होता. त्याच्या आधाराची गरज तिच्या मनात दाटून आली. त्याच्या संरक्षक उबेत स्वत:ला लपेटून घेत शरीराच्या इच्छेशिवाय इतर सगळे विचार तिने मनातून काढून टाकले.

रविवारी सकाळी सावकाश जेवणवजा न्याहारी करून ऑलिव्हर त्याच्या हॉटेलवर परतला. त्याला तिथे काही काम आहे असं त्याने तिला सांगितलं. तो गेल्यावरही केटच्या मनात काही नवीन सुरू केल्याची, कोणाला तरी आपण हवं असल्याची ती सुंदर भावना रेंगाळत राहिली. वातावरणात थंडी असून आणि आकाश ढगाळ असूनही त्या मरगळलेपणाचा स्पर्श केटपर्यंत पोहोचला नाही. काहीतरी बदल घडवून आणायला ती आता उत्सुक होती. त्याची सुरुवात तिने कपाटातून थंडीच्या कपड्यांची बॅग पुढे ओढून केली जी तिने वसंत ऋतूत भरून ठेवली होती. तिने एक सुंदर पिवळट रंगाचा स्वेटर बाहेर काढला. तिच्या बागेतल्या ॲशच्या झाडाची पानं लाल-केशरी होऊन जमिनीवर पडायची त्याच्या आधीची ही छटा होती. सप्टेंबर जवळपास संपला होता आणि उन्हाळा नक्कीच मागे पडला होता. हा नवीन ऋतू एक नवीन सुखद भावना घेऊन आला होता. लिझच्या परतून येण्याने, तिच्या ऑलिव्हरबरोबरच्या नात्यामुळे तिच्या आयुष्यात बदल घडत होते. मानवी नात्याच्या या उमलू पाहणाऱ्या कळ्यांनी, नवीन आयुष्याची एक धूसर शक्यता तिच्या आयुष्यात निर्माण झाली होती ज्याची तिने आशाच सोडून दिली होती.

आज जेव्हा ती द व्हाइट हॉर्सच्या बार असलेल्या भागातून पुढे झाली तेव्हा तिला दिसलं की लोक टेबलांजवळ विखरून बसले आहेत; अंगावर लांब बाह्यांचे शर्ट किंवा कार्डिगन* आणि समोर गरम पेय. ती तशीच पुढे गेली आणि खोली नंबर तीनचं दार वाजवलं. दार उघडण्यापूर्वी तिला आतून लिझच्या हालचालींचा आवाज ऐकायला येत होता.

दुपार झाली होती तरी लिझ अजूनही झोपेतच असल्यासारखी डोळे चोळत

---

* पुढे बटणं असलेला लांब स्वेटर

होती.

तिचा बदामी पायघोळ रोब जमिनीपर्यंत लोळत होता. तिने पायात काहीही घातलं नव्हतं. तिचे केस चेहऱ्याभोवती विखुरलेले होते. अजूनही ती केटची लाडकी छोटी बहीणच दिसत होती.

''केट,'' लिझ आनंदाने उद्गारली. तिला आश्चर्य वाटलं असावं.

''हाय!'' लिझ पूर्ण दिवस बिछान्यात असावी या आशंकेने ती थांबली. ''तू ठीक आहेस ना? मला वाटत होतं की आपण कॉफी प्यायला जावं, पण तुला बरं वगैरे वाटत नसेल...?''

''मी छान आहे. मी जरा एक डुलकी काढली फक्त. आत ये, मी पट्कन तयार होते.'' लिझ बाथरूमकडे वळली. तिचा रोब तिच्या मागे लोळत होता. केटला पाण्याचा आवाज ऐकू आला. खोलीत नुसता पसारा पडला होता, चुरगळलेल्या चादरी, कपडे, रिकाम्या बाटल्या. कसला तरी वास खोलीत भरून राहिला होता. तीव्र, औषधी असावा तसा.

लिझ टॉवेल गुंडाळून खोलीत आली आणि तिच्या सुटकेसमध्ये स्वच्छ कपडे शोधू लागली.

''खोली स्वच्छ करणारी मुलगी केव्हा येते?'' विस्कटलेल्या बिछान्याकडे पाहत आणि रिकाम्या बाटल्या गोळा करून कचऱ्याच्या डब्यात टाकत केटने विचारलं.

''मी तिला परत पाठवलं. तिने उठवलं मला. रविवारी सकाळी साडेनऊ वाजता कोणी उठतं का? मी तिला सांगितलं की जोपर्यंत माझ्या खोलीतला बार तुम्ही भरून ठेवता तोपर्यंत मला आणखी कशाचीही पर्वा नाही.'' कपडे चढवताना लिझने मान वर करून केटकडे पाहिलं. ''मी काही इथे सुट्टी घालवायला आलेली नाही. माहीत आहे ना?''

''नाही,'' केटने मान्य केलं.

लिझचे कपडे घालून झाले. तिने एक जांभई दिली आणि आपली बॅग उचलली. ''कॉफी पिऊ या. मला भूक लागली आहे.''

शेजारच्या स्टारबक्समध्ये खिडकीजवळच्या सीटवर दोघी बहिणी एकमेकींच्या समोर बसल्या. दोघींच्याही हातात मोठे पांढरे मग होते. केटच्या हातात कॅपचिनो आणि लिझच्या कपात एक्स्प्रेस्सो कॉफी होती. समोर चीज आणि बेकन घातलेलं पनिनी.

''मग,'' लिझ किंचित घसा खाकरत म्हणाली, ''तू वाचली असशील ना ती पत्रं?''

केटने हातातली पिशवी लिझकडे दिली. त्यात ती पत्रं असलेली दागिन्यांची पेटी होती. ती परत दिल्यावर तिला एकदम सुटल्यासारखं झालं. नुसतं ते घरी ठेवणंही तिला एक ओझं वाटत होतं. अमेलियाच्या हातात ही जर चुकून पडली तर काय होईल, या विचारानेच ती धास्तावली होती. पण अजून एक गोष्ट तिच्या लक्षात आली की तिचे वडील तेव्हा निघून गेले हे तिचं सुदैवच होतं. निदान अमेलियावर तरी त्यांची नजर पडली नाही. नाहीतर मग काय झालं असतं, याचा विचारही ती करू शकत नव्हती. हे सगळं तिला लिझला सांगायचं होतं, पण तिला शब्द सापडत नव्हते. त्या पत्रांमुळे निर्माण झालेली खळबळ कशी पोहोचवायची. पण लिझच्या चेहऱ्यावरची वेदना पुरेशी होती.

''मी काय बोलू, लिझ. मला किती वाईट वाटतंय.''

''मलाही.''

दोघीही समोरची कॉफी पीत राहिल्या. बाहेर जगाचे व्यवहार अव्याहतपणे सुरू होते. हट्टाने गरम कपडे घालायचे नाकारलेले काही लोक आता आपल्या निर्णयाबाबत पस्तावत होते आणि ज्यांनी हवामान वृत्तान्त पाहिला होता असे लोक स्वत:ला उबदार कपड्यांमध्ये गुंडाळून सुरक्षित ठेवत होते.

''आता काय होईल?'' केटने विचारलं.

लिझ हातांच्या तळव्यावर चेहरा टेकवून पुढे झुकून बसली. जणूकाही आता तिला आधाराशिवाय बसवतंच नव्हतं. ''त्यांची आधीच चौकशी झालेली आहे. त्यांनी अर्थातच नाकारलं सगळं. पण सरकारी पक्षाचा माझ्याकडच्या पुराव्यांवर विश्वास आहे त्यामुळे ते पुढे जायला तयार आहेत.''

''म्हणजे खटला नक्की होणार तर.''

''म्हणून तर मी इथे आले आहे केट. म्हणून तर मी तुला साक्ष द्यायला सांगते आहे. तुला जे काही माहीत असेल, जे तू पाहिलं असशील ते सांग.''

''पण मी काहीच पाहिलं नाही.''

लिझने तोंड उघडलं, तिच्या डोळ्यांत कठोरपणाची झाक आली. ''एक तर तू खोटं बोलते आहेस किंवा गोंधळली आहेस. काहीही असेल तरी ते योग्य नाही.''

केटने ओठ घट्ट मिटून घेतले, डोळे मिटले, ''मी खोटं बोलत नाही लिझ. मला वाटतंय की मला काहीतरी माहीत असावं, पण मी ते दडपून टाकलं असणार. मला तुला मदत कराविशी वाटते आहे, पण...''

''खरंच?'' लिझ पुढे झुकली. तिचा धक्का लागून तिचा कप टेबलवर गरगरला. केटने पुढे होऊन तो धरला. लिझने केटचे हात घट्ट धरले त्यामुळे कप दोघींच्या हातात घट्ट आवळल्यासारखा झाला.

''मला गरज आहे तुझी केट. तुला ते आठवायलाच हवं.''

"आईचं काय?"

केटने मान हलवली. "तिला मला मदत करण्याची इच्छा आहे, पण माझ्या वकिलांना वाटतं की ही फारशी चांगली कल्पना नाही. तिचा पिण्याचा पूर्व इतिहास बघितला तर ती काही योग्य साक्षीदार ठरणार नाही. ती म्हणते की ती खटल्याच्या वेळी पिणार नाही, शुद्धीवर राहील, पण मला त्याची खात्री नाही. ती जरा जरी नशेत आली तर तिची साक्ष काढून टाकणं सोपं होईल. आणि ते मला हानिकारक असेल. नाही, फक्त तूच हे करू शकतेस. नाहीतर मग फक्त मी एकटी."

लिझ जे काही मागत होती त्याचं गांभीर्य केटला जाणवलं, पण दुसरीकडे त्याची व्यर्थताही जाणवली.

"मला आठवत नाही लिझ."

"मग प्रयत्न कर," लिझ खेकसली, "तू निदान तेवढं तरी करू शकतेस ना. तू प्रयत्न करशील एवढं तरी मला कबूल कर."

बेन

"तू येऊन भेटशील अशी इस्सीला आशा वाटत होती, तू भेटायला आला नाहीस म्हणून ती जराशी अस्वस्थ झाली आहे."

लिऑनने पेपरची घडी करून टेबलवर ठेवली आणि समोरचा चहाचा कप उचलून एक घोट घेतला. "ती रोज मला तुझ्या नाकाबद्दल विचारते त्यावर काय सांगायचं ते मला कळत नाही. मी तिला सांगितलं की तू ठीक आहेस, तर तिचं म्हणणं असतं की तसं असूच शकत नाही. ती आणखी प्रश्न विचारत राहते. पोलीस तपास कसा चाललाय आणि तसलेच प्रश्न."

बेनने पायाखालचं फडकं फिरवलं. लिऑनने थेट प्रश्न विचारला नाही म्हणून त्याला जरा बरचं वाटलं.

"असं बघ मुला, तू जर तिला भेटायला आला नाहीस तर एखाद्या वेळी तीच इकडे मत्स्यालयात येईल अशी मला भीती वाटते. आणि जर तिला हे कळलं की दिवसभर मी फक्त पेपर वाचतो आणि चहा पितो, तर मग माझी काही खैर नाही. त्याहीपेक्षा जर अधूनमधून तिनेही इकडे येऊन बसण्याचा निर्णय घेतला तर संपलंच सगळं. आणि ही आपली जागा आहे, हो की नाही?"

मला स्वतःचीच लाज वाटली. इस्सीने त्या दिवशी माझी इतकी काळजी घेतली, मी तिला जाऊन भेटायला हवं होतं. पण मला वेळच नव्हता. मी चेरिल्मध्ये इतका अडकलो होतो. तिने माझ्यात काय बघितलं असावं हे मला सांगता येत नाही, मला हेही माहीत नाही की ती इथे का आली असेल, पण मला त्याची पर्वा नाही. मला फक्त एवढंच जाणवतं की ती किती कोमल आहे, तिच्या हालचाली, माझ्या त्वचेवरचा तिच्या ओठांचा स्पर्श.

"बेन, तू ऐकतो आहेस ना बाळा?"

"सॉरी. आजचं काम संपलं की मी नक्की जाऊन तिला भेटून येईन. शप्पथ!"

दरवाजा उघडताक्षणी मला पाहून इस्सीचा चेहरा इतका उजळला की मला मी मूर्ख असल्यासारखंच वाटायला लागलं. तिने माझं रक्त पुसलं, जखमेवर बर्फ

लावला, झोपायला मायकेलचा बिछाना दिला आणि माझी आई काय घेईल त्यापेक्षा जास्त काळजी घेतली. आणि मी मात्र तिचा विचारही केला नाही.

"ये, आत ये." बाजूला सरकून त्यांच्या त्या आरामशीर घरात तिने माझं स्वागत केलं. मला लिऑनच्या आरामखुर्चीत बसवून हळूच माझ्या चेहऱ्याला स्पर्श केला. नीट दिसण्याकरता माझं तोंड उजेडाच्या दिशेने वळवलं.

"हं, आता ठीक आहे. आता तुझा चेहरा पहिल्यासारखा सुंदर दिसतोय."

"ते काही मला कळत नाही." मी मान खाली घातली तशी तिने प्रेमाने माझे केस विस्कटले. अचानक मला घुसमटायला झालं. मला श्वासच घेता येईना. ती बाजूला झाली तेव्हा कुठे मला हायसं वाटलं. एक अवघड क्षण पार पडला.

"मी आपल्यासाठी काही घेऊन येते."

आम्ही जेव्हा शांतपणे चहा घ्यायला बसलो तेव्हा तिने तो प्रश्न विचारला, ज्याची मला सगळ्यात जास्त भीती वाटत होती. "मग काय म्हणाले पोलीस?"

"ते म्हणतात की जोवर कोणी पुढे येऊन सांगत नाही तोपर्यंत ते काहीच करू शकत नाहीत. त्यांना तो कोण असेल ते माहीत नाही."

"पण हे बरोबर नाही. त्यांनी त्या भागातले सीसीटीव्ही तपासून पाहिले का?"

इस्सी गुन्हेगारपट पाहत असणार, पण मला हम्बर ब्रिजच्या सीसीटीव्हीबद्दल माहिती आहे. आमच्या सगळ्यांचे ते ब्रिजवरचे अस्पष्ट फोटो; ते फोटो नंतर प्रसिद्ध झाले. नोहा पाण्यात पडण्याच्या जरा आधी चेरिल्चं चुंबन घेतानाचे ॲडमचे फोटो.

"त्यांनी तपासलं असणार, पण त्या माणसाने चेहरा झाकून घेतला होता. त्यामुळे..."

तो पकडला जाणार नव्हता, हे इस्सीला कसं सांगावं हे मला कळत नव्हतं. मला जेवढं वाटलं त्यापेक्षा इस्सीला या गोष्टीचा जास्त त्रास होत होता. ती मायकेलचा तर विचार करत नसेल, अशी मला शंका आली.

"मायकेलच्या गाडीच्या अपघातानंतर कोणी पकडलं गेलं होतं का?" मी विचारलं. तिने ओठ घट्ट मिटून दुखावलेल्या डोळ्यांनी माझ्याकडे बघितलं. "लिऑनने तुला सांगितलं तो गाडीला अपघात होऊन गेला असं?"

"हो."

"ठीक आहे," तिने नि:श्वास टाकत म्हटलं, पण तिच्या चेहऱ्यावरून कळत होतं की ते खोटं होतं. ही खरी यातना आहे. आपला मुलगा गमावल्यावर कोणत्याही आईला असंच वाटत असेल. आणि हे असं जवळून पाहणं फारच दु:खद आहे.

"मला माफ कर. मी काही बोलायला नको होतं."

''आम्हाला सगळ्यांनाच त्याचं दुःख आहे; पण त्याने काहीही बदलणार नाही.''

''नाही.''

मायकेल आमच्या बरोबरच आहे. निर्वाणाचा टी-शर्ट घातलेला, हातात किल्ल्या फिरवणारा किशोरवयीन मुलगा. त्याची नवीन गाडी बाहेर वाट पाहते आहे. मला तिथे बसणं अशक्य झालं. हे किती भयंकर होतं. मग इस्सी रडायला लागली. मला कळतंच नव्हतं की मी काय करावं, उठून बाहेर जावं की तिच्या जवळ थांबावं. मला वाटून गेलं की हे माझ्यामुळेच झालंय. अर्थात, असं वाटणं चुकीचं होतं. माझ्या मनात राहून राहून एका दुसऱ्या आईचा विचार येत होता. दुसऱ्या मुलाचा जो आता या जगात नाही. मग अचानक मलाही रडायला येऊ लागलं. इस्सीला वाटलं, तिच्यामुळेच आणि तिने हात पसरून मला बोलावलं. ती सोफ्यावर जिथे बसली होती तिथे मी गेलो आणि तिच्या पायांजवळ गुडघे टेकून बसलो. आणि आम्ही दोघेही रडलो; एक दुःखी आई आणि एक खुनी मुलगा. तिला काहीच माहीत नाही, याबद्दल मी देवाचे आभार मानले आणि मनाशी निश्चय केला की काय वाट्टेल ते झालं तरी मी तिला ही गोष्ट कळू देणार नाही.

त्या दिवशी

"माझे वडील नेहमीप्रमाणेच मला टांग मारून समुद्रावर निघून गेले," शेवटी एकदाचं सत्य स्वीकारल्यासारखं तो म्हणाला. "आणि जातो म्हणून सांगायलासुद्धा त्यांनी मला उठवलं नाही."

"पण तुला निदान आई तरी आहे," चेरिल्‌ने त्याला फटकारलं. "माझी आई तर मला वडिलांजवळच सोडून गेली. सगळ्या घरात आम्ही दोघंच. ते मला त्यांच्या मालकीची एखादी वस्तू असल्यासारखं वागवतात."

नोहा त्यांचं बोलणं ऐकत हम्बर ब्रिजच्या कडेने जाणाऱ्या फुटपाथवर मांडी घालून बसला होता. हाताने तो बुटाच्या लेसशी खेळत होता. "माझी आई माझ्याकडे दुर्लक्ष करते. ती आता लंडनमध्ये आहे. ती मला असंच सोडून गेली. तिला कसलीच पर्वा नाही आहे."

"तिने माझ्या आईला सांगून तुला सांभाळण्याची व्यवस्था केली आहे," बेन म्हणाला.

"तेच तर," नोहाने नाक ओढलं. "रागावू नकोस बेन, पण तिला माझी खरोखर काळजी असती तर ती मला सोडून गेली असती का? तेही तुझ्या आईजवळ? सगळ्यांना माहीत आहे की ती जरा चक्रम आहे."

ॲडमने यावर काही प्रतिक्रिया द्यावी अशा हेतूने, मख्ख चेहऱ्याने वर बघितलं, मग त्यात न पडण्याचे त्याने ठरवले.

आता चौघंही मुलं गप्प बसली होती. चौघांचंही एकमत झालं होतं की ते सगळे दुर्लक्षित आणि अदृश्य आहेत. त्यांच्या आई-वडिलांच्या निर्ममपणांच्या धाग्याने जणू त्यांना एकत्र बांधलं होतं.

"आपण त्यावर काहीच करू शकत नाही," बेन म्हणाला, "जे आहे ते आहे."

पण चेरिल्‌चं मत मात्र वेगळं होतं. तिच्या डोक्यात काही कल्पना आली. अचानक ती उडी मारून उठली, तिने ॲडमला खेचलं आणि कठड्याजवळ ओढलं.

“चला,” ती म्हणाली, “सगळे माझ्या मागून या. आपण त्यांना आपल्याकडे लक्ष द्यायला भाग पाडू.” सीसीटीव्ही कॅमेऱ्याच्या अगदी खाली उभं राहून तिने त्यांना बोलावलं. आणि ॲडमला तिच्या जवळ ओढून त्याचं चुंबन घेतलं. जीभ, दात, डोळे टक्क उघडे. ते अवाक्‌च झाले : बेन, नोहा. आणि तो सर्वसाक्षी कॅमेरा. ॲडमचा चेहरा तिच्या दोन्ही हातात धरून चेरिल्‌ने त्याला घट्ट धरून ठेवलं होतं. हे चुंबन घेण्याचं तंत्र ती सिनेमामधून शिकली असणार आणि आरशासमोर सराव केला असणार. जेव्हा शेवटी ती बाजूला झाली तेव्हा ॲडम झिंगल्यासारखा धडपडला आणि कठड्यावर आपटला. त्याने आपला चेहरा पाण्याच्या दिशेने वळवला आणि एक विजयी आरोळी ठोकली.

चेरिल्‌ कठड्यावरून वाकली आणि वेड्यासारखी हसत राहिली. मग अचानक तिने कठडा दोन्ही हातांनी धरून सराईतपणे उडी मारली. त्यावर बसताना ती जरा वळली. आता तिचे पाय तिने कठड्याच्या लोखंडी पट्ट्यांमध्ये अडकवले होते. तिचा टॉवेल जमिनीवर पडल्यामुळे आता ती फक्त तिच्या पोहण्याच्या पोशाखात होती. दोन्ही हात शरीराच्या दोन बाजूंना धरून ती मागे पाण्यावर वाकली. अजूनही ती वेड्यासारखी हसतंच होती.

“हे तरी लक्षात येईल ना त्यांच्या?” ती ओरडली. त्या ॲड्रेनलिनच्या झटक्याने तिला एकाच वेळी शूर आणि मूर्खासारखं वाटत होतं.

“थांब!” एक शब्दही तोंडातून निघणं नोहाकरता अवघड होतं. चेरिल्‌ला तसं मागे वाकलेलं बघताना त्याचा श्वास छातीतच अडकला. “हे धोक्याचं आहे.” त्याचे डोळे एखाद्या बशीसारखे विस्फारले होते.

चेरिल्‌ने नोहाकडे पाहिलं. त्याच्या भीतीमुळे तिच्या मनाला गुदगुल्या झाल्यासारखं वाटलं. त्यातून मिळणारी श्रेष्ठत्वाची भावना तिला सुखावून गेली. एक दुष्ट भावना तिच्या चेहऱ्यावर तरळून गेली. जणूकाही आणखी काही विचित्रपणा करण्याची कल्पना तिला सुचली असावी. नोहा आणखीनच घाबरला, इतका की त्या सगळ्यापासून लांब निघून जायला हवं हे त्याला पटलं. त्याने तिथून पळण्याचा प्रयत्न केला, त्याला घराची सुरक्षितता हवी होती, त्या पळण्याच्या प्रयत्नात स्वत:च्याच बुटांवरच्या लेसवर तो अडखळला आणि तोंडावर आपटला. रक्ताबरोबरच अश्रूदेखील आले. गुडघे पोटाशी घेऊन, शरीराचं मुटकुळं करून त्याने रडायला सुरुवात केली. त्याचा ओठ आधीच फाटला होता आणि आता गुडघाही फुटला होता.

दोन जॉगिंग करणारे पळत पुढे गेले.

ते जॉगिंग करणारे दोघं; एक माणूस आणि एक स्त्री दोघांनीही त्या मुलाचे अश्रू पाहिले, रक्त आणि एक बेभान दिसणारी फक्त पोहण्याच्या पोशाखात

कठड्यावर बसलेली मुलगी पाहिली होती. पण दोघंही थांबले नाहीत. दोघांपैकी कोणीही मुलांशी किंवा एकमेकांशी बोलले नाहीत. आपापल्या घरी रात्री नऊ वाजताच्या बातम्या बघेपर्यंत ते बोलले नाहीत.

एक मोबाइलवरचा संदेश : ओह शी! तू तो सीसीटीव्हीचा फोटो पाहिलास. ती तीच मुलं होती.

मग : गप्प बस. त्यात न अडकलेलंच बरं.

आता

'हम्बर बॉय बी' याला शोधा :
सुडासाठी नव्हे तर उत्तरांसाठी.

गुप्त सुहृद : तुला आता याचं शीर्षक बदलायला हवं.
आता ते 'हम्बर बॉय बी' सापडला, असं कर.

माणसाची पारख त्याने पूर्वी काय केलं यावरून करण्यापेक्षा तो आता काय करतो आहे, यावरून व्हायला हवी. नोहाच्या बाबतीत काय झालं ते मी बदलू शकत नाही. पण मला एक संधी आहे ज्यामुळे मी त्याच्या कुटुंबाकरता न्याय मिळवून देऊ शकेन.

नोहाची आई : तू नक्की कोण आहेस? आणि आम्हाला काय हवं आहे हे तुला काय माहीत?

गुप्त सुहृद : कारण माझी आणि तुझी ओळख आहे, जेसिका. आणि मी परत केव्हाही तुझा अपेक्षाभंग करणार नाही.

केट

पेनीने शेवटचा संदेश वाचून संपवला आणि खोलीत शांतता पसरली. गेडने पहिला शब्द उच्चारला.

"हा जो कोणी गुप्त सुहृद आहे तो मला जरा वेडपटच वाटतो आहे."

"हं," स्टीव्ह म्हणाला. ऑफिसमधल्या कडेची कपची निघालेल्या कपवर तो बोटांनी टकटक करत बसला होता. "मला त्याचीच काळजी वाटते आहे. आणि तो कोण आहे हे आपल्याला अद्यापही शोधून काढता आलेलं नाही, पण ज्या पद्धतीने तो बोलतोय त्यावरून त्याचा जेसिकाशी नक्कीच काहीतरी दुवा असणार. म्हणजे जरी ते फक्त त्याच्याच मनाचे खेळ आहेत असं म्हटलं तरीही. आणि त्याने बेनला शोधलंय असा त्याचा दावा आहे."

"मला वाटतं," केटने सुरुवात केली. तिचा आवाज आता जरा स्पष्ट आणि जास्त ठाम वाटत होता. "शक्यता हीच जास्त आहे की गुप्त सुहृद म्हणजे बेनच्या भूतकाळातलीच कोणीतरी व्यक्ती आहे. हे सगळे संदेश बघितले तर त्यामागे काहीतरी व्यक्तिगत कारण असावं असं वाटतं आहे. मी बेनबरोबर चर्चा करून ही व्यक्ती कोण असावी, हे शोधण्याच्या प्रयत्नात आहे."

ऑलिव्हरने आपलं पेन उचललं आणि पुढे झुकला. "चांगलं चाललंय तुझं तपासकार्य, केट. कदाचित आम्ही तुला परिविक्षा विभागातून ढापूसुद्धा. मग, तुला काही कळलंय का, एखादं नाव?"

"प्रश्न असा आहे की," स्वतःच्या नोंदीकडे बघत केटने मान्य केलं. "नावं बरीच आहेत. या गुन्ह्यामुळे बरीच खळबळ माजली होती आणि त्याचा अनेकांच्या आयुष्यावर परिणाम झाला. आणि आपण जर असं गृहीत धरणार असू की गुप्त सुहृदच बेनचा हल्लेखोर आहे..."

"या घटकेला ही फक्त एक शक्यता आहे," ऑलिव्हर म्हणाला.

"हो, पण आपण जर तसं गृहीत धरलं नाही, तर मग सगळ्या शक्यता इतक्या अनिश्चित आहेत की आपण फार खोलात जाऊच शकणार नाही. आणि

आपल्याला कुठूनतरी सुरुवात तर करायला हवी ना.''

ऑलिव्हरने मान डोलवली. ''मान्य आहे. मग तुझ्या यादीत कोणाकोणाची नावं आहेत?''

''एक म्हणजे रॉजर पाल्मर. खुनानंतर, जो त्याने प्रत्यक्ष डोळ्यांनी पाहिला, तो कधी कामावर गेलाच नाही. त्याला तणावग्रस्त झाल्यामुळे कामातून सूट मिळाली. त्याने नोहाला वाचवण्याचा एक अयशस्वी प्रयत्न केला. कदाचित आता त्याला असं वाटत असेल की बेन सुटला आहे, तर आपण या सगळ्याचा निवाडा करू शकू.''

स्टीव्हने स्वत:च्या नोंदीकडे नजर टाकली, ''हं, हे शक्य आहे. आपण कोणाला तरी त्याची चौकशी करण्याकरता पाठवू शकतो. आणखी कोण?''

''बेनचे सावत्र वडील, स्टुअर्ट. आणि आपल्याला त्याच्या खऱ्या वडिलांची शक्यताही गृहीत धरायला हवी. ह्यूगो. तो आइसलॅन्डचा मच्छीमार आहे. त्याला कदाचित त्याच्या मुलाचं वर्तन आवडत नसेल तर.''

''खरंच?'' गेड म्हणाला. ''तुला खरंच असं वाटतंय की त्या मुलाचं कुटुंबच या सगळ्याच्या मागे असेल असं?''

आपले पालकंच मुलाला असं काही करू शकतील, या शक्यतेचा विचार करून केटने मनातल्या मनात एक सुसकारा सोडला. खरं म्हणजे बरेचसे पुरावे असं दर्शवतात की अनोळखी लोकांपेक्षा पालकांकडूनंच मुलांना त्रास होण्याची शक्यता जास्त असते.

''खुनानंतर स्टुअर्टने वर्तमानपत्रांना स्वत:ची कहाणी विकली. त्याने सांगितले की त्याच्या सावत्र मुलगा अमानुष आहे आणि तो जर जन्मलाच नसता तर बरं झालं असतं असं त्याला वाटतं, त्यावरूनतरी मला तो हे करू शकेल असं वाटतं.''

''बरं,'' स्टीव्हने स्वत:पुढच्या पिवळ्या कागदावर नोंद करत म्हटलं, ''आपण त्याचीही चौकशी करू.''

''आणखी कोणी?''

''यातले पहिल्यांदा डोक्यात येणारे लोक म्हणजे नोहाचे आई-वडील किंवा वॅट्स कुटुंबातले आणखी कोणी. त्यांच्याकडेच इतर कोणापेक्षाही हे सगळं करण्याचं जास्त कारण आहे. आणि फेसबुकवर जी जाहीर विधानं केली आहेत हिंसेला उत्तेजन न देणे वगैरे, ती नुसती धूळफेकही असू शकते.''

''हलूच्या पोलिसांनी या आधीच जेसिका आणि डेव्हची चौकशी केली आहे या फेसबुकच्या प्रकरणावरून. पण आपण आणखीही चौकशी करू शकतो,'' ऑलिव्हर स्टीव्हच्या बोलण्यावर मान्यता दर्शवत म्हणाला. ''अगदी हे त्यांनी जरी केलं नसेल तरी त्यांच्या माहितीतील कोणीतरी असू शकेल. कदाचित त्यांच्या चर्चच्या गटातील,

त्यांच्या स्केटपार्कसाठी वर्गणी गोळा करणाऱ्यांपैकी कोणी.''

"बरोबर," स्टीव्ह म्हणाला, "हे छान काम आहे केट, आता हातात काहीतरी असल्यासारखं वाटतंय.''

आता केट सरसावून बसली. आता ती जे सांगणार होती तो सगळ्यात महत्त्वाचा मुद्दा होता आणि त्या गोष्टीला तिला सगळ्यांकडून विरोध अपेक्षित होता.

"बेनची स्थिती आताही नाजूक आहे. त्याच्यावर जिथे हल्ला झाला ती जागा त्याच्या फ्लॅटपासून अगदी जवळ आहे.'' तिने थांबून ऑलिव्हर आणि गेडकडे नजर टाकली. "जोपर्यंत गुप्त सुहृद कोण आहे, याचा आपल्याला छडा लागत नाही, तोपर्यंत बेनला आपण सुरक्षित ठिकाणी हलवावं असं मला वाटतं.''

गेडने टेबलावर थाप मारली. "हे होणं शक्य नाही. असंही आपण त्याच्याकरता खूप काही केलेलं आहे.''

"शिवाय," ऑलिव्हरने त्याचं म्हणणं उचलून धरलं, "ईप्सविच काही फार मोठं नाही. जर गुप्त सुहृद बेनवर लक्ष ठेवून असेल तर त्याला हे नक्कीच माहीत असणार की बेन मत्स्यालयात जातो, तुझ्या ऑफिसमध्ये येतो. आपण त्याला हलवू शकत नाही केट, असं करणं म्हणजे परत गोष्टी लांबवण्यासारखं आहे. आपणंच आता पवित्रा बदलायला हवा. आपण त्याला सगळ्यांच्या नजरेसमोर ठेवू म्हणजे जे कोणी त्याच्यावर हल्ला करेल त्याला आपल्याला पकडता येईल.''

"हा मूर्खपणा आहे." ऑलिव्हरची नाराजीची प्रतिक्रिया केटच्या ध्यानात आली, पण तिने त्याकडे लक्ष न देता टेबलावरून सगळ्यांकडे नजर फिरवली. "बेनला हलवायलाच हवं. फक्त फ्लॅटवरून नाही, तर ईप्सविचमधूनच. आपल्यापुढे ही फार भयंकर समस्या उभी आहे आणि ती गंभीर नाहीच आहे, असं समजून वावरून चालणार नाही. जर आपण त्याचा विचार न करणं हे एखाद्या जिवंत बॉम्बवर बसण्यासारखं आहे. आणि उद्या जर आपल्याला बेन ऑरवेल नदीत तरंगताना सापडला तर त्याला जबाबदार आपणंच असू.''

"शांत हो," ऑलिव्हरने टेबलापलीकडून तिच्या हाताला स्पर्श करत म्हटलं. मग आपण काय करतो आहोत हे लक्षात आल्यावर त्याने झटक्यात हात मागे घेतला.

पण केटचा संताप अनावर झाला होता. "शांत होऊ? माझी समजूत काढू नकोस ऑलिव्हर. मी सांगते आहे ते कर फक्त.''

"नाही, केट. हा निर्णय पोलिसांनी घ्यायला हवा. आणि तुला हे मान्य करावंच लागेल.''

बेन नक्कीच हलवलं जाणार नव्हतं. तिचं हे बोलणं सगळं दगडावर डोकं आपटण्यासारखंच होतं.

बेन

माझ्या फ्लॅटमध्ये परत येऊन मी खिडकीशी उभं राहून खाली बघत होतो.

मला माझंच प्रतिबिंब काचेत दिसत होतं. मी हलकेच नाकाजवळ हात लावून दाबल्यावर दुखतं का त्याचा अंदाज घेतला. अचानक डोळ्यांच्या कोपऱ्यातून मला काहीतरी दिसलं. कसली तरी हालचाल. तिथेच गोदीजवळ उभ्या असलेल्या गाडीच्या जवळून एक माणूस पट्कन जाताना दिसला. तो पुन्हा दिसेपर्यंत मी लक्ष ठेवलं. या वेळी तो माझ्या उजव्या बाजूला नांगरून ठेवलेल्या होडीवर असणाऱ्या रेस्टॉरन्टच्या पाठीमागे लपला. मला जरी त्याचा चेहरा दिसत नसला तरी त्याच्या हालचाली ओळखीच्या वाटल्या. तो बहुतेक माझ्या ओळखीचा असणार.

''चेरिल्,'' मी हाक मारली, हलक्या आवाजात, जणूकाही खालच्या नदीकाठावरच्या माणसाला माझा आवाज ऐकूच जाणार होता किंवा तो जर आता मला बघत असेल तर?

''हं? मी बाथरूममध्ये आहे.''

''इथे ये जरा प्लीज.''

तिने माझ्या आवाजातील अधीरता जाणली असावी; कारण ती माझ्यामागे येऊन खांद्याशी थांबल्याचा आवाज ऐकू आला.

''काय झालं बेन?''

''कोणीतरी आपल्यावर लक्ष ठेवून आहे.''

''शी!'' ती खिडकीजवळ आली आणि मी तिला कुठे बघायचं ते दाखवलं. पण आता तिथे कोणीच नव्हतं. ''मला तर कोणी दिसत नाही.''

''तो फार चपळ होता. पण मला दिसलं. आणि मी ओळखलंही. तो ॲडम होता.''

''तसं असूच शकत नाही. मी तासाभरापूर्वीच त्याच्याशी बोलले आणि तो सिटी स्पोर्ट्स बारमध्ये मोठ्या पडद्यावर हल् रोव्हर्सची मॅच बघत होता.''

''म्हणजे तो तसं म्हणाला.''

तिला तो मुद्दा पटला असावा. पण माझं मन मात्र तिच्या बोलण्यात अडकलं.

"तू ॲडमशी का बोलत होतीस?"

चेरिल्ने एक सुस्कारा सोडला. तिची मान एका बाजूला कलती केली जणू काही मीच आडमुठेपणा करत होतो. मग तिच्या त्या नाजूक पावलांनी ती माझ्या इतकी जवळ आली की तिच्या नाकाचा माझ्या नाकाला जवळजवळ स्पर्श होत होता. मला तिच्या पीचच्या वासाच्या शॅम्पूचा गंध जाणवला, तिच्या अंगाची ऊब मला स्पर्श करत होती.

"त्याने अजूनही मला फोन करायचं बंद केलेलं नाही. मी त्याला थांबवण्याचा प्रयत्न करते आहे. पण त्याला मी घरी परत यायला हवी आहे. हल्मध्ये."

तिने हे सगळं इतक्या सहजपणे सांगितलं जणूकाही त्याला काहीच महत्त्व नव्हतं. जणू आमच्यात कसले संबंधच नव्हते. आणि यामुळे जणू माझं मन मोडणार नव्हतं. जणू तिने आधी ॲडमला दुखावलेलंच नव्हतं.

"मग तो तोच असणार. ॲडम तुला परत न्यायला आलेला असणार."

ती मला सोडून जाण्याच्या कल्पनेने मला दुखावल्यासारखंच झालं. अगदी खोलवर मला वेदना जाणवली. आणि मला जो प्रश्न विचारायचा होता तो माझ्या घशात अडकला. एकेक शब्द मला धारदार सुरीसारखा कापत होता.

"मग तू परत जाणार आहेस, त्याच्याबरोबर?"

चेरिल् वळून बाथरूमकडे जायला निघाली. "आपल्याला अजून माहीत नाही ॲडम का आला आहे ते. आणि मी तुझ्या भावाची ताबेदार नाही किंवा तोही माझा नाही."

माझ्या मनात आता एकच भावना होती ती म्हणजे माझ्या प्रश्नाचं उत्तर.

"तू इथे का आली आहेस चेरिल्?" मी बाथरूमच्या बंद दरवाजाला प्रश्न विचारला.

"चेरिल्?" मला बाथरूममधून वाहत्या पाण्याचा आवाज ऐकू आला. पण उत्तर नाही.

मत्स्यालयात जाण्याआधी मी इस्सीला भेटायला गेलो. आम्ही मायकेलच्या स्मरणिकेजवळ बागेत बसलो हातो. हवेत हलकीशी सर आहे, पण हा कोपरा सुरक्षित होता जणूकाही जाता जाता उन्हाळा इथे अडकून पडला होता. आम्ही दोघं तिथल्या सिमेंटच्या बाकावर बसलो. एकमेकांना स्पर्श न करताही मला इस्सीची ऊब जाणवत होती. तिच्या अंगाचा तुपकट गंध जाणवत होता. ओव्हनमधल्या केकचा, त्यातल्या व्हॅनिलाचा सुरेख वास दरवळत होता आणि इस्सीच्या एप्रनवर भुरभुरलेलं पीठ. हा क्षण असाच राखून ठेवण्याकरता काहीही करण्याची माझी तयारी होती.

तुरुंगात असताना माझ्याकडे एक काचेचा गोळा होता असाच कसला देखावा आत बंदिस्त असलेला. ग्लेन पार्बामधल्या माझ्या फ्रेंचच्या शिक्षकांनी मला तो भेट म्हणून दिला होता. पण नवीन वर्षापूर्वीच दुसऱ्या एका कैद्याच्या हातून तो फुटला. परंतु जे थोडे दिवस तो माझ्याजवळ होता तेवढे दिवस त्यात गोठवून ठेवलेला देखावा मी परत परत पाहत असे. तो पॅरिसचा देखावा होता, एका छोट्याशा आयफेल टॉवरसकट. माझंही आयुष्य असंच गोठून राहायला हवं होतं, मी हम्बर ब्रिजवर पाऊल ठेवण्यापूर्वीचं.

पण काच कधीतरी फुटणारच ना.

"मी संकटात आहे इस्सी."

धाप लागावी तसा तिचा श्वास येत होता. तिने खरं म्हणजे खाणं कमी आणि व्यायाम जास्त करायला हवा. पण मला भेटलेल्या इतर कोणापेक्षाही तिचं हृदय जास्त चांगलं आहे.

"ते याच्याशी संबंधित आहे का?" तिने माझ्या चेहऱ्याला हळुवार स्पर्श केला. मला तिच्या स्पर्शाची ऊब जाणवली, पण हा स्पर्श दुखावत नाही.

"कोणीतरी माझ्या मागावर आहे इस्सी. पण कोण ते कळत नाही."

इस्सी सिमेंटच्या त्या फुटबॉलपटूच्या पुतळ्याकडे एकाग्रपणे बघत होती, पण तिच्या डोक्यातलं विचारचक्र मला जाणवलं. "पण का बेन?" कोणी का तुझ्या मागे लागावं?" ती वळली, आता तिचा चेहरा पूर्णपणे माझ्या बाजूला होता. "तू काय केलं आहेस बाळा? तू मला सांगू शकतोस."

मी जवळजवळ तिला सत्य सांगण्याच्या बेतात आलो होतो.

इस्सी इतकी मृदू आणि प्रेमळ होती. आणि हे सगळं का तर तिने मला 'बाळा' अशी हाक मारली म्हणून. मला ती परत ऐकाविशी वाटली. मला तिला सांगावंसं वाटलं की मी फक्त एक लहान मुलगा होतो गं आणि मी काय करतो आहे ते मला कळतंही नव्हतं. पण आत कुठेतरी त्या लपवाछपवीची आणि खोटेपणाची ही वर्षं इतकी प्रबळ होती, इतकी घट्ट रुतलेली होती की ती मला आतून ओरडून ओरडून सांगत होती : गप्प बस. तिला काही सांगू नकोस! तू सगळं गमावून बसशील. पण काच अगदी फुटायला आली होती.

तिची नजर माझ्यावरून माझ्या चेहऱ्याकडे वळली आणि परत माझ्या नजरेला भिडली. शेवटी तिने माझ्या हातावर थोपटले आणि मग घट्ट धरलं.

"मला तुला काहीतरी सांगायचं आहे बेन. माझ्यासाठी खूप कठीण आहे ते. पण तुला सत्य कळायला हवं. लिऑनने तुला काय सांगितलं की मायकेल अठरा वर्षांचा असताना त्याच्या गाडीला अपघात होऊन गेला. हो ना?"

मी मान डोलावली. तिचा हात धरून ठेवला. आता पुढे काय होईल याची

भीती माझ्या मनात होती.

"पण त्याने तुला हे सांगितलं नाही की तो अपघात मायकेलनेच केला. तो प्यायला होता तेव्हा. आणि गाडीत तो एकटा नव्हता, आणखी..." ती बोलता बोलता थांबली आणि येणारा हुंदका थांबवण्याचा प्रयत्न केला; अर्थात, तो आलाच शेवटी. "त्याची मैत्रीण लोरेन. आणि आणखी एक मित्र केवळ सतरा वर्षांचा. पॉल आता अपंग होऊन व्हीलचेअरमध्ये आहे. तो माझ्याशी बोलत नाही, मी खूप वेळा प्रयत्न केला. खरं सगळा दोष मायकेलचा होता. पण तो आता इथे नाही. मग त्याच्याऐवजी तो दोष माझ्याकडे येतो."

ती जे सांगत होती ते समजून घेण्याचा मी प्रयत्न केला. मायकेलची माझ्या मनातली प्रतिमा पुन्हा बदलायचा प्रयत्न केला. तो सद्‌गुणी मुलगा जो अकालीच मेला. त्याचा दोष होता. तो दारू पिऊन गाडी चालवत होता.

"त्याच्या मैत्रिणीचं काय झालं?"

इस्सीने मान हलवली. तिच्या डोळ्यांतून आता वेगाने अश्रू येत होते. ती आता इतकी रडत होती की तिला माझ्या प्रश्नाचं उत्तरही देता येत नव्हतं. तिने त्या फुटबॉलपटूच्या पुतळ्याच्या पायाला स्पर्श केला. आता मला कळलं.

मायकेलने स्वतःला आणि त्याच्या मैत्रिणीला दोघांनाही मारलं. आणखी एका मुलाला अपंग केलं. तो कोणी देवदूत नव्हता. तो माझ्यासारखाच होता.

इस्सी अजूनही रडतच होती. मला तिचं सांत्वन करावसं वाटलं. मला तिच्यापर्यंत पोहोचायचं होतं, कसंही करून. स्वतःला थांबवण्याआधीच मी बोलून गेलो, "मीही कोणालातरी मारलं आहे इस्सी. मी अगदी लहान होतो. आणि तोसुद्धा. मी हम्बर बॉय बी आहे."

केट

जेव्हा बेन परिविक्षा कार्यालयाकडे फिरकला नाही तेव्हा जेमतेम वीस मिनिटं वाट बघून केट गाडी काढून नदीकाठाकडे निघाली. तिचे हात स्टिअरिंग व्हीलवरून घसरत होते आणि तिचा श्वास फुलला होता. प्रत्येक मिनिटागणीक अंतर कमी होत होतं आणि तो गुप्त सुहृद बेनपर्यंत पोहोचलेला असण्याची शक्यता वाढतंच होती. वोल्से ब्लॉकच्या बाहेर तिने वेळ न घालवता तिनेही चुकीच्या पद्धतीने गाडी लावली, गाडीचं एक चाक फुटपाथच्या कडेवर चढलं होतं आणि दार इतक्या धाड्कन वेगाने आपटलं की केट अक्षरशः धडपडलीच.

सावर स्वतःला. जर ते झालंच असेल तर तू काहीच करू शकत नाहीस. स्वतःवर ताबा मिळव.

स्वतःचा वेग कमी करून केटने एकदम वरच्या फ्लॅटकडे नजर टाकली. पण खिडकी फारच उंचावर होती आणि इथून तिला काही दिसणं शक्यच नव्हतं. बेन असेल का तिथे आत की एखाद्या गल्लीत पडला असेल कुठेतरी किंवा आणखी वाईट म्हणजे कुणाच्या तरी गाडीत मागच्या बाजूला कोंबलेला? गुप्त सुहृद काय काय करू शकेल, याबद्दल केटच्या मनात काहीच शंका नव्हती. माणसं, विशेषतः रागावल्यावर कोणत्या थराला जाऊ शकतात, याचा तिला चांगलाच अनुभव होता. आणि गुप्त सुहृद कोण आहे हे जरी केटला अजून माहीत नसलं तरीही तिला एक कळत होतं की जे कोणी आहे त्याच्या धमन्यातून राग वाहतो आहे.

एका क्षणात लिफ्ट खाली आली आणि एखाद्या काचेच्या पेटीचा जबडा वासावा तशी दारं उघडली. केट आत शिरली. लिफ्ट तिला बेनच्या फ्लॅटकडे घेऊन निघाली तशी पायाखालची जमिनीची जाणीव कमी होऊ लागली.

''बेन?'' तिने दार वाजवलं आणि आतली चाहूल घेतली. पुन्हा दार वाजवलं. आतून कसला तरी आवाज आला. खात्रीने कसली तरी हालचाल.

''बेन, दार उघड लगेच.''

तिला दबके आवाज ऐकू आले. फ्लॅटमध्ये दोन माणसं असावीत, आत काहीतरी झटापटही होत असेल कदाचित आणि दार मात्र बंदच राहिलं.

तिने तिच्या बॅगमधून मोबाइल बाहेर काढला आणि त्यातला ऑलिव्हरचा नंबर शोधून काढला. त्याने पहिल्याच रिंगला फोन उचलला तशी ती घाईघाईने म्हणाली, "मी बोलते आहे. मी बेनच्या फ्लॅटच्या बाहेर आहे, पण तो दार उघडत नाहीये. मला भीती वाटते आहे. आत काहीतरी होत असावं."

ऑलिव्हरने कोणाला तरी पाठवण्याचं आश्वासन देत झटक्यात फोन बंद केला.

फ्लॅटबाहेरचा बोळ एखाद्या उष्ण हरितगृहासारखा भासत होता. तिथल्या उष्णतेने केटला शर्टखाली घाम जमा झाल्याचं जाणवत होतं. तिला फ्लॅटमधून एखाददुसरा आवाज ऐकू येत होता.

जेव्हा मागे लिफ्टचं दार उघडल्याचा आवाज आला तेव्हा तिला वाटलं की कोणीतरी गणवेशातला पोलीस ऑफिसर असेल, पण त्याऐवजी ऑलिव्हरच होता. त्याने पट्‌कन तिच्या ओठाचं एक चुंबन घेतलं आणि मग जोरात बेनचं दार ठोकलं.

"पोलीस. आताच्या आता दार उघड नाहीतर आम्ही जबरदस्तीने आत येऊ."

सावकाश दरवाजा उघडत बेन बाहेर डोकावला. त्याचा चेहरा लालबुंद झाला होता. अंगावर फक्त छोटी चड्डी आणि टी-शर्ट, नुकताच झोपून उठल्यासारखे विस्कटलेले केस आणि वाढलेली दाढी.

"बेन," केट वैतागून म्हणाली. "तू तुझी पॅरोलची हजेरीची वेळ टाळलीस आणि मी दार वाजवलं तेव्हा तू उत्तरही दिलं नाहीस. तुला कळत आहे ना की दोन वेळा तू तुझ्या परवान्याचा भंग केलेला आहेस."

"मी... मला माफ कर..." त्याने हनुवटी खाजवत मान खाली घातली.

"मला आवाज ऐकू येत होते," ती पुढे म्हणाली.

"तुझ्या घरात आणखी कोणीतरी आहे."

"नाही मी. मी... स्वत:शीच बोलत होतो."

ऑलिव्हरने एकदा वरपासून खालपर्यंत त्या मुलाला न्याहाळले. केटला लक्षात आलं की ऑलिव्हर बेनला प्रत्यक्ष असं आता फक्त दुसऱ्यांदा बघतो आहे. मागच्या वेळी त्याने हॉस्पिटलमध्ये पाहिलं असणार जेव्हा तो रक्ताने माखलेला होता.

"मग सगळं ठीक आहे तर?" केटने जरा खोचकपणेच विचारलं.

ऑलिव्हर वैतागला असेल, या कल्पनेनं त्याचा वेळ वाया घालवल्याबद्दल

केटने त्याची माफी मागायला तोंड उघडलं, पण त्याने हात उंचावून तिला गप्प केलं. ''पण सावध राहणं केव्हाही चांगलं. माझं म्हणणं आहे की आपण तुझ्या फ्लॅटमध्ये एक नजर टाकू या. तू खरंच सुरक्षित असल्याची खात्री करून घेऊ.''

बेनच्या चेहऱ्यावर धक्का बसल्याचे भाव स्पष्ट दिसत होते. केटला जाणवलं की तो नक्कीच काहीतरी लपवत होता. तो घाबरलेला दिसत होता. ऑलिव्हरच्याही हे लक्षात आलं असावं. तो बेनच्या अंगावरून पुढे गेला आणि एखाद्या सराइतासारखा फ्लॅटमध्ये शिरला.

बेनच्या कपाळावर घामाचे थेंब जमा झालेले केटला दिसले. मग तो म्हणाला, ''मला क्षमा कर केट.'' त्याच वेळी तिच्या कानावर ऑलिव्हरचे शब्द आले, ''मला वाटतं की तुम्ही अंगावर थोडे कपडे चढवून बाहेरच्या खोलीत यावं मॅमोझेल.''

बेन आणि चेरिल् सोफ्यावर बसले होते. केट खोलीतल्या एकुलत्या एका खुर्चीत अवघडून बसली होती, आणि ऑलिव्हर खिडकीजवळ बाहेर बघत उभा होता.

''माझा जरा गोंधळ होतो आहे,'' स्पष्टीकरणाच्या अपेक्षेने चेरिल्कडे पाहत केट म्हणाली, ''तू ॲडमबरोबर बेनला भेटायला आली होतीस. पण तो हल्ला परत गेला आणि तू इथेच राहिलीस?''

चेरिल्ने आता जरी कपडे चढवले असले तरी अजून तिचं बरंच अंग उघडं होतं. तिने हटवादीपणाने हनुवटी वर उचलली, ''माझ्या माहितीप्रमाणे इथे मनाप्रमाणे वागण्याचं प्रत्येकाला स्वातंत्र्य आहे.''

''त्याच्यासाठी नाही,'' केटने बेनकडे बोट दाखवत म्हटलं.

''तू तुझी पॅरोलची हजेरी चुकवलीस बेन. आणि तुझ्या खटल्यातल्या साक्षीदारांशी संबंध ठेवणं याला जरी अगदी खऱ्या अर्थाने मनाई नसली तरीही ते शहाणपणाचं नाही. ही तुझ्यासाठी एक नवीन सुरुवात आहे आणि चेरिल् तुझ्या भूतकाळाशी थेट दुवा आहे.''

केटने निःश्वास टाकला. तिला आता जे बोलायचं होतं ते बेनला सांगणं शहाणपणाचं होईल की नाही त्याचा जरा विचार केला. तिला वाटलं की बेनला त्याला असलेला धोका कळणं गरजेचं आहे. ''ऐक, 'द सन'मध्ये तुझ्यावर एक लेख आला होता बेन. लोकांच्या भावना फारच भडकलेल्या आहेत. त्यामुळे तू सध्या जितका खालमानेने राहशील तेवढं चांगलं.''

हा संदेश त्याच्या मनापर्यंत नक्कीच पोहोचला असावा. केटला त्याच्या डोळ्यांत भीती जाणवली.

ऑलिव्हर अजूनही त्यांच्याकडे पाठ करून उभा होता.

तो नदीकाठाचं निरीक्षण करत असावा असं वाटत होतं. ''केट, आता निघू या आपण,'' मागे वळून घड्याळात बघत तो म्हणाला.

''पण यापुढे असं चालणार नाही. पुढच्या वेळी जेव्हा तुझी परिविक्षा अधिकारी दार वाजवेल तेव्हा ते ताबडतोब उघडलं गेलं पाहिजे.''

''येस सर.''

''कोणीतरी फ्लॅटवर नजर ठेवून आहे,'' लिफ्टमध्ये शिरल्यावर ऑलिव्हर म्हणाला. ''मला नदीकाठावर एक मनुष्य दिसत होता. हे कदाचित त्या मुलीशी सबंधित असेल किंवा नसेलही. पण काहीही असलं तरी बेनवर कोणाचा तरी पहारा आहे हे नक्की.''

''श्यॅ! आता गेडला त्याला हलवावंच लागेल.''

''पण त्याला हलवल्याने आपण गुप्त सुहृदाला पकडू शकणार आहोत का? काहीही बदललेलं नाही केट. आपण सगळ्यांनीच हे स्वीकारलेलं आहे की बेनचं अस्तित्व उघड झालेलं आहे. पण आपल्याला कृती करण्याकरता काहीतरी घडायला तरी हवं ना. आणि गेडसुद्धा हेच म्हणेल. तुला माहीत आहे हे.''

''काहीतरी आधीच घडलेलं आहे. त्याचं नाक फोडलंय.''

''हो,'' ऑलिव्हर म्हणाला, ''पण आपल्याला असं काहीतरी घडायला हवं जे जास्त व्यक्तिगत असेल, ज्याचा स्पष्ट संबंध बेनच्या भूतकाळाशी असेल. आपल्याला अजूनही हे खात्रीपूर्वक माहीत नाही, की हा मनुष्यच गुप्त सुहृद आहे. वास्तविक विचार केला तर जो कोणी 'द सन' वाचत असेल तो कोणीही हा पहारा करणारा असू शकेल. त्याने काहीतरी ठोस कृती करेपर्यंत आपल्याला थांबायला हवं.''

केटला स्वत:वरची रागाची पकड, स्वत: मधला तणाव जाणवला. ''तुला बेनला आमिष म्हणून वापरायचं आहे.''

ऑलिव्हरने खांदे उडवले. ''आपण जर बेनला हलवलं तर आपल्याला काहीच कळणार नाही. आपण जर थांबलो तर आपल्याला कोणाला तरी पकडता येईल. माझ्या मते तेच योग्य राहील.''

''बेनसाठी नाही,'' केट म्हणाली. पण ऑलिव्हरने त्यावर काहीही उत्तर न देता तिला लिफ्टमधून बाहेर मोकळ्या हवेत आणलं. ''आता आपण कामावर नाही त्यामुळे वीस मिनिटं इतर विषयांवर बोलू शकतो.''

केट अजूनही शांत झाली नव्हती, पण तिला ऑलिव्हर बरोबर असण्याच्या मोहाने ती नदीकाठावरच्या कॅफेमध्ये जायला तयार झाली.

ऑलिव्हरने केटचा हात हातात घेतला; तो तिच्या हाताचं चुंबन घेण्याकरता झुकावं तसा जरासा पुढे झुकला आणि परत मागे झाला. जेव्हा त्याने तिच्याकडे नजर टाकली तेव्हा तो आता काय सांगणार याबद्दल तिच्या मनात एकदम भीती दाटून आली.

"मला तुला काहीतरी सांगायचं आहे, मी सफोल्क सोडून चाललो आहे."

"ओह!" स्वत:चा चेहरा पडलेला केटला जाणवलं. त्याला गमावण्याच्या कल्पनेने तिच्यावर दु:खाची एक लाटच येऊन आदळली. तरी हे घडणार याची तिला पहिल्यापासून कल्पना होतीच.

"केव्हा?"

"मी एव्हाना खरंतर जायला हवं होतं, पण या केसकरता मी जास्तीचा वेळ मागून घेतला. एकदा का आपण बेनच्या हल्लेखोराला अटक केली की मला जावं लागेल, कायमचं."

ऑलिव्हरच्या जाण्याच्या कल्पनेने केटच्या पोटात एकदम खड्डा पडला. नुकतं कुठे या गर्विष्ठ माणसाबद्दल, ज्याने तिचं जगच उलटंपालटं करून टाकलं, तिच्या मनात एक कोवळा अंकुर फुटत होता, आणि तोच आता निघून चालला होता.

ऑलिव्हरने स्वत:च्या हातात धरून तिची बोटं चोळली. तिला जराशी ऊब दिली. तिला भास झाला की ती ऊब तिच्या दंडातून हृदयापर्यंत पोहोचते आहे. तिचे डोळे अश्रूंनी भरून आले. तिला जाणवलं की ती आता कोणत्याही क्षणी रडायला लागेल.

"तू येऊ शकतेस ना लक्झमबर्गला?"

"मी कधी विचार केला नव्हता तिथे जाण्याचा," स्वत:च्या भावनांवर ताबा मिळवण्यासाठी धडपडत ती म्हणाली, "पण अमेलिया जेव्हा टिमबरोबर असेल तेव्हा एखाद्या वीकएन्डला मी येऊ शकेन."

"नाही," ऑलिव्हरने हळुवारपणे तिची हनुवटी उचलली. त्याचा प्रत्येक शब्द तिला एखाद्या चुंबनाप्रमाणेच भासला. "मला म्हणायचं आहे की तू आणि अमेलिया माझ्याबरोबर परत या. आपण एकत्र राहू."

तो काय विचारतो आहे हे तिच्या ध्यानातच येत नव्हतं. दोघांपैकी कोणीही प्रेमाबद्दल एक चकार शब्दही उच्चारला नव्हता. त्यांनी फक्त चार वीकएन्ड्स एकत्र घालवले होते. हां, आता हे खरं की त्या वेळी दोघांपैकी कोणी फार झोपलेही नव्हते. हे अगदीच वादळी प्रेमप्रकरण होतं. आणि एकत्र राहण्यासाठी जे आवश्यक असतं ते त्या दोघांमध्ये आहे का, हे इतक्या लवकर सांगणंही अवघड होतं. हा शुद्ध वेडेपणा होता. तो खरंच गंभीरपणे बोलत असेल याबद्दल तिला जरा शंका

वाटायला लागली.

“मी कशी येणार तुझ्याबरोबर? अमेलिया...”

“चांगली रमेल. थोड्याच काळात ती दोन भाषा बोलू शकेल. कुठल्याही वयात केलेला प्रवास हा मानसिक विस्तार घडवून आणतो.”

तिला गरगरल्यासारखं झालं. ऑलिव्हर तिच्या भावनांशी खेळतोय की काय या कल्पनेनेच ती अस्वस्थ झाली. “मी सफोल्क सोडू शकत नाही. माझं करिअर इथे आहे.”

“मग जरा मध्ये सुट्टी घे,” काहीच अवघड नसावं अशा सुरांत ऑलिव्हर म्हणाला, “तुझं नुकसान न होता तुला किती रजा घेता येऊ शकेल ते बघून घे. एक संधी आहे ही. आणि समजा वाटलं की आपल्याला हे झेपत नाही, तर परत निघून ये.”

“तो खरोखर असं म्हणाला?” पॉलच्या तोंडून शब्द फुटेना.

“मला माहीत आहे. जणू माझ्या करिअरला काहीच महत्त्व नाही...”

“देवा, परमेश्वरा, केट अगं ‘ते’ नाही म्हणत आहे मी. आपल्या करिअरला फारसा अर्थ नाही हे माहीत आहे आपल्यालाही. मला म्हणायचं आहे की त्याने खरंच तुला त्याच्याबरोबर लक्झमबर्गला जाण्याकरता विचारलं. बापरे, केवढं मोठं पाऊल आहे हे!”

“हो मला कळतंय.” तिच्या टेबलावरच्या पाण्याच्या बाटलीतून तिने एक मोठा घोट घेतला आणि मग तिने कॉम्प्युटरवर ऑफेन्डर असेसमेन्ट प्रोग्रॅम* उघडायला सुरुवात केली. तिला त्यात बेनला असणाऱ्या धोक्याची पातळी ‘अति’पर्यंत वाढवायची होती. शिवाय, ऑलिव्हर जे बेनच्या फ्लॅटवर कोणाची तरी नजर असण्याबद्दल म्हणाला होता तेही नोंदवायचं होतं. त्याला अतिशय धोका आहे ही जी तिच्या मनात भावना होती त्याचीही तिला नोंद करायची होती. भले मग त्याने काही फरक न का पडेना.

“ते काम जरा बाजूला ठेव, तू काय सांगितलंस मग ऑलिव्हरला?”

गोष्ट अगदी उत्कंठावर्धक बिंदूपर्यंत आल्यावर खाड्कन टीव्ही बंद केल्यावर जसं वैतागायला होईल, तसा पॉल दिसत होता.

“खरं म्हणजे, मी काहीच सांगितलेलं नाही.” तिने भराभर बोटं दाबून नोंदी

---

* ऑफेन्डर असेसमेन्ट सिस्टम - इंग्लंडमध्ये कार्यरत असणारी यंत्रणा; ज्यामध्ये पॅरोलवर किंवा लायसेन्सवर असणाऱ्या गुन्हेगारावर लक्ष ठेवण्यासाठी, त्याला असणारे धोके आणि त्याच्या गरजा यांचा आढावा घेण्याचं कार्य ही यंत्रणा करते.

करायला सुरुवात केली. "ही कल्पनाच वेडगळपणाची आहे."

"बरोबर!" तिचं लक्ष वेधून घेण्याकरता तिच्या केसांची एक बट खेचत तो म्हणाला, "तू तर वेडगळपणाने वागण्यात अगदी पटाईत आहेस."

"तुला असं तर वाटत नाही ना की मी त्याचा विचार करायला हवा होता?" ती तिच्या मित्राच्या दिशेने वळली. त्याने हा प्रस्ताव इतक्या गंभीरपणे घ्यावा यामुळे ती अगदीच गोंधळून गेली. यामुळे तिचं आणि अमेलियाचं आयुष्य आमूलाग्र बदलून जाणार होतं आणि ती त्याच्या मुलीला लक्झम्बर्गला राहायला घेऊन जाणार, या शक्यतेवर टिमचं म्हणणं काय असेल याची ती कल्पना करू शकत होती.

"अर्थात, मला असंच म्हणायचं आहे केट. आणि तो स्वतःच म्हणाला होता ना की प्रवासाने मांड्या विस्तारतात. त्या क्रॉसॉ खाण्यामुळे असेल कदाचित."

"मन. प्रवासामुळे मन विस्तारतं."

"हो, तेही."

घरी केट अमेलियाला स्पेलिंग्जमध्ये मदत करत होती. मदत करत होती असं म्हणणं कदाचित चुकीचं ठरलं असतं; कारण अमेलियाची शब्दांशी लढाई सुरू होती आणि केटचा संयम संपत आला होता. त्यामुळेच की काय अमेलिया आता समोर एक मोठी वही घेऊन रेंगाळत रेंगाळत लिहीत होती. तिला *बिकॉज* या शब्दाचं स्पेलिंग पन्नास वेळा लिहायचं होतं.

"अमेलिया, शाळेत नक्की काय शिकवतात तुला?" आणि नेहमीप्रमाणेच तिच्या मनात विचार आला : मी तिला पुरेसा वेळ देत नाही. मी तिच्या बरोबर पुरेसं वाचत नाही.

आणि मग एक नवीन विचार जो यापूर्वी तिच्या स्वप्नातही आला नसता कधी : मी माझ्या नोकरीत थोडी सुट्टी घेऊ शकेन. नुसती आई होण्यावर लक्ष एकाग्र करू शकेन किंवा नुसतं प्रेमात पडण्यावर लक्ष एकाग्र करू शकेन.

दारावरची बेल वाजल्याबरोबर संकटातून सुटल्यासारखी अमेलियाने दार उघडायला धाव घेतली. तिने दार उघडलं आणि आनंदाने ओरडली, "आज्जी!" आता अभ्यासाला बुट्टी मारता येईल या कल्पनेनेच ती खूश झाली. केटला कळून चुकलं की त्रास भोगण्याची आता तिची वेळ आली आहे.

जांभळ्या मखमलीच्या आणि कस्तुरीसारख्या सुगंधाच्या ढगावर तरंगत तिची आई स्वयंपाकघरात शिरली, "कॅथरिन," ती पुटपुटली आणि मग वाकून तिचा मुका घेतल्यासारखं केलं. केटला मात्र फक्त एक सुगंधी हवेचा अस्पष्ट झोका कानावरून जावं तसं वाटलं. तिची आई मद्याचा वास झाकण्याचा तर प्रयत्न करत नसेल ना?

"हाय आई."

"मग," ती जेवणाच्या टेबलाशी बसली आणि अमेलियाच्या अभ्यासाच्या वह्या बाजूला ढकलत तिने कोपरं ठेवायला जागा केली; जणूकाही आता ती निवांत गप्पांसाठीच बसली होती. केटला जाणवलं की प्रत्यक्षात तिची आई फारच उत्कंठित दिसत होती आणि तिचा जांभळा शर्टही नवीन वाटत होता. तिने अतिशय काळजीपूर्वक मेकअप केला होता आणि केसांचा रंगही नुकताच लावल्यासारखा वाटत होता. "मला कळलं की तू लिझला भेटली होतीस."

"हो, मी गेले होते हॉटेलमध्ये आणि मागच्या रविवारी आम्ही कॉफीही घेतली एकत्र."

तिच्या आईचा चेहरा लालसर दिसत होता, पण या वेळी मात्र तो मद्याऐवजी आनंदामुळे तसा झाला असावा असं वाटत होतं. "छान." ती अमेलियाकडे वळली. तिला सोफ्याच्या शेजारचा आपला आयपॉड मिळाला होता. एक इअरफोन कानात आणि एक लोंबकळत ठेवून ती त्यावर काहीतरी शोधत होती. "आणि तू भेटलीस की नाही तुझ्या एलिझाबेथ मावशीला?" तिने अमेलियाला विचारलं.

"नाही, पण आई म्हणाली की आता लवकरच भेटता येईल."

"अर्थातच भेटता येईल!" ती परत केटकडे वळली. "मला इतकं छान वाटतंय. आम्ही गावातल्या चर्चच्या जवळ ती नवीन जागा झाली आहे ना तिकडे जेवायला गेलो होतो. तुला माहीत आहे का ती? मतिमंद लोकांनी चालवलं आहे ते, त्यामुळे तुम्हाला थांबावं लागतं. पण खूपच स्वस्त." केटने मनातल्या मनात कपाळाला हात लावला.

"मग आम्ही थोडी खरेदी केली. इतकी वर्षं झाली, या सगळ्या गोष्टी माझ्या आयुष्यातून जणू वजाच झाल्या होत्या."

स्तब्धता. त्याही काळात केट होतीच हे दोघींच्याही लक्षात येण्याकरता एक क्षण पुरेसा होता. पण केट काही तिच्या आईच्या आयुष्यातली पोकळी नव्हती. तो मान आणि ते स्थान फक्त लिझचं होतं

"अमेलिया, तू तुझ्या खोलीत का खेळत नाहीस?"

"अं?" अमेलियाने मान वर केली. ती जे गाणं ऐकत होती तेच तोंडाने गुणगुणत होती. मग म्हणाली, "मी अकरा वर्षांची आहे आता आई. मी आता 'खेळत' नाही."

"मग तू तुझ्या खोलीत जाऊन गाणी ऐक जा."

"ठीक आहे. भेटू पुन्हा." अमेलिया झटक्यात गायब झाली. 'बिकॉज'च्या त्या भयंकर कटकटीपासून अचानक सुटका झाल्याचा आनंद तिच्या चेहऱ्यावर दिसत होता.

बेडरूमचं दार बंद झाल्याचा आवाज येईपर्यंत मायलेकी थांबून राहिल्या. अमेलियालाच ऐकू येणाऱ्या गाण्यावरची तिची गुणगुण त्यांना ऐकू येत राहिली.

"तू खूप आनंदात दिसते आहेस आई आणि छानही."

आईचे ओठ घट्ट बंद असले तरी डोळे अभिमानाने चमकत होते. जरा विचारपूर्वक ती म्हणाली, "मी परत *'ए ए'* (अल्कोहोलिक ॲनानिमस)मध्ये जाते आहे आणि गेल्या सहा दिवसांत मी एका थेंबालाही स्पर्श केलेला नाही. कोर्टातल्या सुनावणीसाठी मला शुद्धीवर राहायचं आहे.

"तू जाणार आहेस?"

"जाणार? माझ्या राणी, मी प्रमुख साक्षीदार आहे."

लिझने सांगितलं त्यापेक्षा हे काही वेगळंच प्रकरण होतं. "पण तुला माहीत होतं?" केटच्या मनावर मणामणाचं ओझं असल्यासारखं वाटलं. "आणि तरीही तू काहीच केलं नाहीस?"

दोघींच्या मध्ये तो प्रश्न तसाच अवघडून राहिला. केटला वाटलं तो परत घेता आला असता तर किती बरं झालं असतं. तिची आई या प्रश्नाला काय उत्तर देईल ते ऐकण्याची तिची तयारी नव्हती.

तिच्या आईच्या चेहऱ्यावर आधी दु:ख उमटलं आणि मग जरा बेपर्वाई. "मी ते दारूत बुडवण्याचा प्रयत्न केला, पण लिझने मला आता दुसरी संधी दिली आहे, तर मी ती हातची घालवणार नाही. मी तिच्या पाठीशी उभी राहीन. तिचे वकील म्हणतात कोर्टात साक्ष द्यायची असेल तर मी दारू सोडून द्यायला हवी. आणि मी ते कबूल केलं आहे."

केटच्या तोंडून शब्दच फुटेना. ती अवाक् झाली होती. तिच्या आईला माहीत होतं तर. या शोषणाच्या बाबतीत ती अंधारात असेल ही त्यांच्या नात्याच्या संबंधातली शेवटची आशाही संपली. हे खरंच घडत होतं, तिचे वडील न्यायालयात आरोपी, आई आणि बहीण साक्षीदाराच्या पिंजऱ्यात. त्यांनी जर गुन्हा कबूल केला नाही तर नक्कीच खटला चालणार होता.

"तुला काय वाटतं, डॅड काय म्हणतील?"

तिच्या आईच्या चेहऱ्यावर नेहमीची तिरस्काराची भावना उमटली.

"तो काय, सगळं नाकारेल नेहमीप्रमाणे."

म्हणजे मग खटल्याला पर्याय नाही. कित्येक दिवस, तासन्तास चाललेली सुनावणी, लहानपणीच्या जागवलेल्या आठवणींची भुतावळ ज्यूरींपुढे नाचवायची म्हणजे मग ते त्याचं बारकाईने निरीक्षण करतील, त्यावर निर्णय देतील. अनेक

वर्षांपूर्वीच्या घटनांबद्दल शब्दाने शब्द वाढेल आणि मग ज्यूरींना ठरवायला लागेल की कोणावर विश्वास ठेवायचा.

"मी कोर्टात बोलू शकणार नाही, आई. मला काहीच माहीत नव्हतं... माझा काहीच उपयोग होणार नाही." तिला फक्त अंधूक आठवणी होत्या की लिझ जरा जास्त लाडकी होती. खटल्यात हे सगळं गृहीत धरलं जाणार नाही, उलट बचाव पक्षाकडून त्याची चिरफाडच होईल, त्याचं विकृतीकरण होईल.

"का नाही उपयोग होणार? होईलच. काही का असेना तुझ्या या कामाचा आता आपल्या कुटुंबाला काहीतरी उपयोग होईल. आमच्यापैकी तू एकटीच अशी आहेस जिला कोर्टाचा काहीतरी अनुभव आहे."

"पण हे वेगळं आहे, आई. हे व्यक्तिगत आहे. आणि मला वाटतंय की मी तिथे नसलेलीच बरी."

ती लिझकडे पाठ फिरवते आहे ही भावनाच तिच्यासाठी त्रासदायक होती. तिच्याशी असलेलं नातं सांधण्याची ही खरं म्हणजे एक संधी होती. कधीतरी, निदान एकदा तरी निर्णय सोपे असावेत अशी इच्छा तिच्या मनात दाटून आली. तिला जाणवलं की तिची आई तिची परीक्षा घेते आहे.

"केट, तुला तिथे यायलाच हवं; कारण तुझ्या बहिणीला तुझी गरज आहे, आणि मलाही. प्लीज, आमचा अपेक्षाभंग करू नकोस.

बेन

चेरिल् तिचा फोन बघत होती. बहुधा कोणालातरी संदेश पाठवत असावी, पण तिला जेव्हा दिसलं की मी जागा आहे तेव्हा तिने तो बंद करून फोन बिछान्याजवळच्या टेबलावर ठेवून दिला.

"कोण होतं, ॲडम?"

ती जरा घुटमळली. "हो."

"तो आला आहे ना इथे? मला माहीत आहे मी त्यालाच पाहिलं."

"मूर्खासारखं बोलू नकोस. मी सांगितलं ना तुला, तो हल्‌मध्येच आहे. तुला भास होत आहेत." आणि मग एकदम विषय संपवावा तसं म्हणालो, "त्याला त्याची नोकरी आहे, माहीत आहे तुला."

मला खरं म्हणजे काहीच माहीत नव्हतं. ती खोटंही बोलत असू असेल. तो कदाचित आता फ्लॅटबाहेरही असेल, माझ्यावर झडप घालण्याची संधी शोधत असेल. पण माझ्यावर हल्ला करणारा तोच असेल तर तोंड झाकून कशाला घेतलं? मला त्याचा चेहरा का नाही पाहू दिला? हे होणं स्वाभाविकच होतं ना. त्याची मैत्रीण इथे माझ्या बिछान्यात होती, आणि माझ्याबरोबर अशा गोष्टी करत होती ज्याची मी कधी कल्पनाही केली नव्हती, ज्या मिळण्याची माझी लायकीही नाही असाच माझा समज होता.

जरी माझा चेहरा जखमांनी भरलेला होता, जरी बाहेर कोणी माझ्या मागावर होतं तरीही चेरिल्‌चं इथे असणं माझ्या मनाला सुखावत होतं. आणि जेव्हा जेव्हा या सगळ्याबद्दल माझ्या मनात शंका उद्‌भवली तेव्हा मी तिचं चुंबन आठवलं आणि स्वत:लाच बजावलं, 'मी फक्त एक अनाठायी भीती बाळगतो आहे'.

केट आज मला मत्स्यालयात भेटणार होती. माझं काम कसं चाललं आहे याचा आढावा घेण्यासाठीची ही भेट आहे असं ती म्हणाली. आम्ही अधिकृत गोष्ट अशी सांगितली की मी वाहतुकीच्या नियमांचा भंग केल्यामुळे सामाजिक शिक्षा

भोगतो आहे. तिने जास्तीचे तपशील दिले नाहीत आणि लिऑनने विचारले नाहीत. त्याने सुरुवातीलाच हे स्पष्ट केलं होतं की मी काय गुन्हा केला आहे हे कळून घेण्यात त्याला काही रस नाही. पण आता मी इस्सीला सगळं सांगितल्यावर तिने त्याला काही सांगितलं नसेलंच याची मला काहीच खात्री नव्हती.

किटली उकळत होती आणि लिऑन एव्हाना 'द सन'च्या चौथ्या पानावर आला होता. त्याच्या अंगावरून पुढे खोलीत जाऊन मी आमच्याकरता चहा करायच्या तयारीला लागलो. मी त्याच्या पुढ्यात चहाचा मग ठेवल्यावर त्याने मान हलवली.

"किती भयंकर आहे."

मी कपात डोकावून बघितलं, पण चहाचा रंग तर नेहमीसारखाच होता. "मी वेगळा करून आणू का?"

पण मग माझ्या लक्षात आलं की त्याचे डोळे वर्तमानपत्रातल्या लेखावर होते. "का करत असेल एखादा लहान मुलगा असं?"

मी हललो नाही, कारण गरजच नव्हती. तो माझ्यावरचाच लेख होता. तोच, ज्याच्याबद्दल केटने मला सावध केलं होतं. मी माझ्या चहाचा घोट घ्यायचा प्रयत्न केला, पण माझे हात थरथरत होतें. वर्तमानपत्रावर थोडा चहा सांडलासुद्धा. त्यात नोहाच्या आईचा एक फोटो होता. पूर्वी ती छान दिसायची, पण आता ती वयस्कर आणि खचलेली दिसत होती. तिने हातात नोहाचा फोटो असलेली फ्रेम पकडलेली होती. त्याहून वाईट म्हणजे तिथे आणखी एक फोटो होता; नोहाचा आणि माझा, त्यांच्या बागेत हातात स्कूटर धरलेला. मला तर स्पष्टच दिसतंय आणि लिऑनच्याही लक्षात आलं असावं की उजव्या बाजूचा मुलगा म्हणजे मी आहे. तेच फिकट पांढरे केस, तेच निळे डोळे, तीच लहान नाजूक चण.

मी माझे डोळे घट्ट मिटून घेतले आणि मागे सरकलो. इस्सीने सांगितलं असेल का त्याला? लिऑनला कळलं असेल तर मला जावंच लागेल. मी परत येणार नाही. मी विचारही करू शकत नाही. निदान इथे मत्स्यालयात तरी नाही. माझी सुरक्षित जागा.

त्याच वेळी दार उघडलं. तिथे माझी परिविक्षा अधिकारी उभी होती तिच्या निळ्या सूटमध्ये. ती नक्कीच इथे मासे बघायला आलेली नाही.

"गुड मॉर्निंग! मी केट." तिने लिऑनपुढे केलेले हात त्याने धरून जोरजोरात हलवला.

"गुड मॉर्निंग! मी लिऑन. या पोराने आत्ताच चहा केलाय आणि मी सांगतो तुला तो मस्तच करतो चहा. तुला हवाय?"

ती माझ्याकडे बघून हसली. "हाय बेन, माझ्या चहात दूध घाल आणि साखर

नको. थँक्स.''

मी परत कर्मचाऱ्यांच्या खोलीकडे वळलो आणि मला लिऑनचे शब्द कानावर पडले. ''हे बघितलंस का? किती भयंकर आहे हे. पण तुला तर सगळं माहीतच असेल याबद्दल?''

''ओह शी!''

मी पाणी उकळायच्या आधीच नवीन स्वच्छ कपात ते ओतलं आणि न थांबताच टी-बॅग तशीच ठेवून बाहेर आलो. मला लिऑन आणि केटपर्यंत यायचं होतं. मी बाहेर आलो तेव्हा तिच्या चेहऱ्यावरचा धक्का मला स्पष्ट दिसला. काय बोलावं हे तिला सुचत नव्हतं, म्हणून मग मी चहा तिच्या पुढ्यात धरला आणि म्हटलं, ''हो भयानकच आहे.'' तिच्या लक्षात आलं. लिऑनला म्हणायचं होतं की तिला सर्वसाधारणपणे गुन्ह्यांबद्दल माहिती असणारंच. या विशिष्ट गुन्ह्याबद्दल नाही. पण अर्थात याबद्दलही ती जाणतेच, कारण मी समोर उभा आहे.

आम्ही एकमेकांकडे नजर टाकली.

''मला हे कळत नाही की का?'' लिऑन अजूनही लेख वाचत होता. ''एखादा दहा वर्षांचा मुलगा असं का वागेल, हे मला समजावून सांगा.''

केटने तिच्या चहाचा घोट घेतला. मला माहीत होतं की त्याची चव भयंकर झाली असणार. सौम्य आणि कोमट, पण तिने ते चेहऱ्यावर दर्शवलं नाही. ''मला वाटतं एखादं मूल इतकी भयंकर गोष्ट तेव्हाच करू धजावतं जेव्हा त्याचे आयुष्यातले अनुभव भयंकर असतात, जेव्हा त्यांना वाईट वागणूक मिळालेली असते किंवा दुर्लक्ष झालेलं असतं.''

''छळवणूक म्हणायचं आहे का तुला? ते तर हल्ली सगळीकडे दिसतं आहे.''

''नाही.'' मी स्वत:ला थांबवू शकत नाही. दोघंही माझ्याकडे रोखून पाहत होते. ''ही काही सबब असू शकत नाही,'' मी म्हणालो.

''सबब नाही, पण एक कारण असू शकेल,'' केट हलकेच म्हणाली.

केट पुढे बोलतंच राहिली. माझ्या सुरक्षिततेची सगळी आवरणं हलक्या हाताने बाजूला करत तिने माझं दरिद्री लहानपण उघड केलं. ''त्याचे वडील नव्हते जवळ. सावत्र वडिलांना तो डोळ्यांसमोर नको होता. आई मानसिक रुग्ण होती आणि त्यावर उपाय म्हणून ती दारूकडे वळली. त्यामुळे द्यायचं तेवढं लक्ष तिने कधी दिलंच नाही. या सगळ्याचा एकत्रित परिणाम जास्त होतो बेन. असं आहे ते.''

मला अचानक ठसका लागला. माझ्या भावना अनावर होऊन, माझ्या तोंडातून बाहेर पडल्या. अचानक मला इतकं रडू आलं तसं तिने मला जवळ घेतलं.

''ठीक आहे बेन, रडू नकोस.'' लिऑनला ऐकू येऊ नये अशा बेताने हळूच माझ्या कानात म्हणाली, ''ते सगळं संपलंय आता.''

पण जेव्हा आम्ही बाजूला झालो तेव्हा लिऑनने एकदा वर्तमानपत्रातल्या लेखाकडे बघितलं आणि नतंर माझ्याकडे. मला कळलंच की त्याने ओळखलं होतं सगळं.

केट

केटला लिऑनच्या डोळ्यांत ते कटू सत्य उमटलेलं दिसलं, वर्तमानपत्राकडे नजर टाकताना ती भयंकर जाणीव आणि मग बेनकडे टाकलेली अतीव निराशेची एक नजर.

"हे कसं झालं बेन? तू चांगला मुलगा वाटत होतास मला. मग तुझ्यासारख्या कोणी हे अमानुष कृत्य कसं केलं असेल?" काहीतरी अभद्र असावं तसं त्याने वर्तमानपत्राचं पान आपल्या तर्जनीने उचललं.

केटला वाटलं आपण मधे पडावं, पण लिऑनने जो प्रश्न विचारला होता त्याचं उत्तर तिलाही केव्हापासून हवंच होतं. आणि जरी तिने हे मुद्दाम घडवून आणलेलं नसलं तरी त्यातून काय निष्पन्न होणार हे बघण्याची तिलाही उत्सुकता होतीच.

मत्स्यालयाचं दार उघडून एक बाई आपल्या छोट्याशा मुलाला घेऊन आत आली. ते बाळ त्याच्या केसांसारख्याच केशरी रंगाचा लॉलिपॉप चोखत होतं. आईने सगळ्या माशांकडे मोठ्या मोठ्या डोळ्यांनी बघितलं आणि तिच्या सुरेल आवाजात म्हटलं, "हे बघ, किती मजेशीर आहे ना रॉल्फ?" आणि मग टेबलजवळ केट, बेन आणि लिऑनला बघून अचानक थांबली.

"उघडं आहे ना मत्स्यालय?" तिच्या आवाजात थोडी अनिश्चितता डोकावली.

लिऑनने त्या तोंडात लॉलिपॉप असणाऱ्या मुलाकडे बघितलं, त्याने अजून माशांकडे नजरही फिरवलेली नाही. "माफ करा, पण आत्ता बंद आहे हे. स्टाफ मीटिंग. पण दुपारनंतर उघडेल पुन्हा, तेव्हा आलात तर तुम्ही तिकीट नाही काढलंत तरी चालेल. चालेल ना?"

त्या स्त्रीचा चेहरा थोडा निवळला. ती तिच्या त्या मुलाचा चिकट झालेला हात धरून निघाली. "चल आपण बागेत जाऊन खेळू, रॉल्फ. आपण इथे नंतर येऊ."

मुलाने तिचा हात धरला. मत्स्यालय पाहायला मिळालं नाही, याची त्याला काहीच पर्वा नव्हती.

लिऑन त्यांच्या पाठोपाठ बाहेर जाऊन त्यांना निरोप देऊन दार बंद करून आला.

"ठीक आहे, आता बोलू या आपण." त्याचा आवाज थकलेला होता, पण केटला त्याच्या मनातला बेनबद्दलचा खराखुरा कळवळा जाणवला. त्याने पुढे झुकून बेनचं मनगट पकडलेलं पाहून केटला जरा अस्वस्थ वाटायला लागलं. बेन समजुतीच्या पलीकडल्या गोष्टी त्याला समजावून सांगायला धडपडत होता. याचा दुसरा अर्थ असा की लिऑनच्या भावना त्याच्यात गुंतलेल्या होत्या म्हणजेच त्याची निराशा होण्याची शक्यताही जास्त. आणि बेनला तर आत्ता आधाराची सगळ्यात जास्त गरज होती.

"मी फक्त दहा वर्षांचा होतो आणि नोहा माझा मित्र होता. मी काही करायचं ठरवून बाहेर पडलो नव्हतो... तो दिवसंच विचित्र होता. प्रत्येक जण चमत्कारिकपणे वागत होता. आधी स्टुअर्ट निघून गेला. खरं म्हणजे त्याने ॲडमला स्कारबरोला नेण्याचं कबूल केलं होतं तरीही तो तसाच गेला. मग आईने सांगितलं की तिचं डोकं दुखतंय आणि ती झोपून राहाणार आहे. प्रत्यक्षात तिनेही जेस्सला नोहाला दिवसभर सांभाळण्याचं कबूल केलं होतं. त्या दिवशी असं वाटत होतं की जी कोणी मोठी माणसं आमच्या आसपास होती त्यांना एकतर आम्ही नकोसे झालो होतो किंवा त्यांचा आमच्यावर विश्वास नव्हता किंवा आम्ही त्यांच्या खिजगणतीतही नव्हतो."

त्यांच्या सगळ्यात जवळच्या पाण्याच्या टाकीतून येणाऱ्या पाण्याच्या बुडबुड आवाजाने आणि नैसर्गिक प्रकाशाच्या अभावामुळे वातावरणाचा दबाव जाणवत होता. केटला वाटलं बेन अचानक लहान, लहान होत चाललाय. तिला तो डोळ्यांसमोर आला; गोंधळलेला, सगळ्यांना नकोसा झालेला, हाताशी भरपूर रिकामा वेळ असणारा, दहा वर्षाचा मुलगा.

लिऑन आता कोणत्याही क्षणी रडायला लागेल असं वाटत होतं. त्याने तो अजूनही बेनचा हात धरलेला होता. जणूकाही असं केल्याने जे घडलं ते पुसलं जाणार होतं.

"तू हे केलं नाहीस ना, बेन. मला सांग, तू हे नाही केलंस," त्याने विनवल्यासारखं म्हटलं, "मला सांग ते वर्तमानपत्रात वर्णन केलं तसं काहीच झालं नाहीये."

बेन काहीच बोलला नाही. पण त्याचे ओठ थरथरले. वेदनेने त्याचा चेहरा विरघळल्यासारखा झाला.

"मला वाटतं मला फक्त पाहायचं होतं की काय होईल?"

बेनने मान खाली घालून पायांची अस्वस्थ हालचाल केली.

"पण तो तिथे गेलाच कसा?" लिऑनने कपाळाला आठ्या घालून विचारलं,

"कठड्याच्या पलीकडे?"

"त्याचा तोच चढून गेला. त्याला सगळ्यांचं लक्ष वेधून घ्यायचं होतं. आम्हाला सगळ्यांनाच घ्यायचं होतं."

"मला वाटतं मला फक्त पाहायचं होतं की काय होईल? बेनला स्वत:बद्दल हे इतकंच म्हणायचं आहे?"

हात डोक्यामागे गुंफत पॉल मागे रेलून बसला. त्याच्या चेहऱ्यावरचे भाव एकाच वेळी सावध आणि उपरोधिक होते. पण केटला दोन्हीही वाटलं नाही. तिला वाटलं की बेनने लिऑनला त्याला जेवढं शक्य होतं तेवढं समजावून सांगितलं आहे.

"खरी गोष्ट ही आहे पॉल की हेच सत्य आहे. तुला माहीत आहे, मला जाणवत होतं की तोही आमच्याप्रमाणेच गोंधळलेला होता, पण तेच खरं प्रामाणिक उत्तर होतं. ती गोष्ट अगदी उत्स्फूर्तपणे घडली. आधी काहीही ठरवलं नव्हतं."

पॉलने नाटकीपणाने उसासा सोडला. "एवढंच फक्त? एक अशी आकस्मिक कृती ज्याच्यात एका मुलाचा मृत्यू होतो. हा निव्वळ फालतूपणा आहे, केट. नाही हे एवढंच पुरेसं नाही."

केटच्या डोक्यात इतकी झट्कन रागाची तिडीक उठली की त्याच्या आवेगाने ताही थक्क झाली.

"कोणासाठी पुरेसं नाही? बेनच्या कुटुंबासाठी? कारण तेही या भानगडीत गुंतलेले आहेत. त्याचे सावत्र वडील? ज्यांनी त्याच्यावर कधीही माया केली नाही. त्याची आई, जिने त्याच्याकडे दुर्लक्ष केलं. आणि नोहाच्या आईचं काय, जिने त्याला शेजारच्या दारुड्या बाईकडे सांभाळायला ठेवलं..."

"हां, हां केट. पीडित आहे ती, आठवतंय?"

"हो. आणि तिच्यावर काय प्रसंग ओढवला असेल या कल्पनेनंही माझं हृदय पिळवटतं. प्रत्येक पालकांना या गोष्टीची जाणीव असते की आपल्या आयुष्यात असे दिवस येतात जेव्हा आपण कमी पडतो. जेसिका वॅट्स ही एक चांगली आई होती. पण ती तिच्या कामात व्यस्त होती. तिचा यूवेट्ला नोहाला सांभाळायला सांगण्याचा निर्णय चुकला. नोहाला स्वत:कडे लक्ष वेधून घ्यायचं होतं, म्हणून तो ब्रिजवर चढला, असं बेन म्हणाला. त्याने कदाचित लोकांना असं करताना पाहिलंही असेल आणि मग त्याची बातमी होते तेही. त्या बिचाऱ्या पोराला फक्त लक्ष हवं होतं. त्या वेळी ब्रिजवर चार मुलं होती आणि प्रत्येक जण आपापला भूतकाळ त्या क्षणापर्यंत घेऊन आली. ही फक्त भयंकर दुर्घटना होती."

ती थकून थांबली.

पॉलने ते जास्त कठोरपणे मांडलं, ''नाही केट, खून.''

''हो, होता ना. पण तू कल्पना करतो आहेस त्याप्रमाणे तो झालेला नाही.''

''मला वाटतं की तुला तो जरा जास्तच आवडतो.''

''कोणालातरी आवडायलाच हवा ना, जर त्याला इथे जगण्याची संधी मिळणार असेल तर.''

त्या दिवशी

चेरिल् पळाली. नोहाने कठड्यावर चढायला सुरुवात केल्याबरोबर ती वळली आणि पळत सुटली. जरी ते घडावं अशी तिची इच्छा असली तरीही पुढे जे घडेल त्याची विलक्षण भीती तिच्या मनात दाटून आली.

जणूकाही पडलेल्याची वेदना, त्या दिवसाची निराशा या सगळ्याचा स्फोट झाला होता आणि नोहाने ते एका झटक्यात संपवण्याचं ठरवलं होतं. आणि जरी त्याने पाऊल मागे घेतलं असतं तरी तिला माहीत होतं की इतरही काही प्रेरणा जागृत झाल्या आहेत.

पूल लांबलचक पसरलेला आहे आणि तिला वाटतं की जोपर्यंत ती त्यावर आहे तोपर्यंत जे घडणार आहे त्याबद्दल तिला जास्तच अपराधी वाटत राहील. म्हणून मग ती जोरात धावली, तिचे अनवाणी पाय कॉंक्रीटवर उमटत राहिले, तिचं लवचीक शरीर त्याच्या कमाल मर्यादेपर्यंत ताणलेलं होतं, तिचा पोहण्याचा पोशाख वर सरकलेला आणि टॉवेल तर कधीचाच विसरलेला होता.

ती किती वेळ धावली तरी ब्रिज संपतच नव्हता. ती धडपडत नदीकाठावर उतरली तेव्हा पाऊस आता न थांबता जास्त पडायला लागला होता. पण तरीही तिला अजूनही ब्रिज दिसत होता. तिला त्याची भीती वाटायला लागली.

ती धावत तिचे वडील जिथे पाण्याजवळ उभे होते तिथपर्यंत गेली. त्यांच्या हातात मोबाइल होता. ती दिसल्यावर त्यांच्या चेहऱ्यावर एकाच वेळी सुटकेचे व रागावल्याचे भाव आले.

''इथे काळजीने माझा जीव जायची वेळ आली आहे. तू तुझा फोन का नेला नाहीस?''

त्यांना दोघांनाही तो काही अंतरावर असणाऱ्या तिच्या बॅगेत वाजताना ऐकू आला.

''तू कुठे गेली होतीस, चेरिल्? तू निदान तुझे कपडे तरी घालायचे होतेस.''

ही गोष्ट आता धोकादायक होत चालली होती. ती फार वेळ लांब गेली होती. तिला आता घरी जावं असं वाटत होतं. या जागी पाऊलही ठेवायला नको:

"मी तुला काहीतरी प्रश्न विचारला, चेरिल्. मला आधी उत्तर दे. नक्की काय चालू आहे तुझं?"

तिने वर ब्रिजकडे बोट दाखवले.

"ती मुलं डॅड, वर बघा. मला वाटतं त्यातला एक कोणीतरी खाली उडी मारणार आहे."

रॉजरने त्याचा मासेमारीचा गळ गुंडाळायला सुरुवात केली. पावसापासून वाचण्याकरता कोटाची चेन खेचली आणि स्वत:च्या वस्तू गोळा करायला सुरुवात केली. "मूर्खासारखं करू नकोस, चेरिल्. चल, आता आवरून या पावसातून आधी बाहेर पडू या. आपण या सगळ्याबद्दल घरी जाऊन बोलू. माझं बोलून झालं नाही अजून."

"कदाचित मी खूश नसेन तुमच्या बरोबर."

रॉजरने मान वर करून आपल्या लेकीकडे नीट बघितलं. नुसत्या पोहण्याच्या पोशाखात ती पावसात भिजत उभी होती. तिच्याकडे पाहून असं वाटत होतं की कोणत्याही क्षणी ती एकतर रडू लागेल किंवा तिचा राग अनावर होईल. तिला अशा अवस्थेत पाहून त्याला खरोखर आश्चर्याचा धक्का बसला आणि त्याने तिच्या दिशेने एक पाऊल उचललं, पण तिने हात वर करून त्याला थांबवलं.

"नको डॅड, तुम्ही काहीही म्हणालात तरी परिस्थिती सुधारणार नाहीये."

"काय?" त्याने गोंधळून विचारलं. "मी काय केलंय असं तुला वाटतंय?"

"आपल्याला एक संधी होती डॅड, जेस्सबरोबर राहण्याची. पण ठीक आहे, सगळं नीट होईल. मला एक मार्ग सुचलाय... ती तुमच्यावर पुन्हा प्रेम करायला लागेल, डॅड. ती आपल्या दोघांवरही परत प्रेम करेल. आणि मग तुम्हाला माझा तिरस्कार वाटणार नाही. मला वाटतं की ती आता आपल्याकडे परत येईल."

"चेरिल्, तू कशाबद्दल बोलते आहेस?"

ती आता थरथरत रडत होती. रॉजरला कळत नव्हतं की काय केलं म्हणजे हिची समजूत पटेल. काय बोललं तर ती शांत होईल.

तिने काहीच उत्तर न देता त्या थंड पाण्यात उडी मारली. तिच्या मनात आता त्या पुलावरच्या मुलांबद्दलचे कोणतेच विचार नव्हते. तिच्या मनात फक्त तिला मिळू शकले असते, पण न मिळालेल्या कुटुंबाचेच विचार होते. खालची खडी टोचेल याची किंचितही पर्वा न करता तिने आपले अनवाणी पाय त्यावर आपटले आणि मांड्यांवरचे रक्त धुवून काढण्याचा प्रयत्न करू लागली.

एक प्राणांतिक किंकाळी ऐकू आली तशी दोघांनीही वर बघितलं.

आता

फेसबुक : 'हम्बर बॉय बी' याला शोधा.

गुप्त सुहृद : बराच काळ इथे कोणाची नोंदच नाहीये. मला वाटतंय की माझ्याशिवाय इतर कोणालाच पर्वा नाही. का असं आहे की सगळं अवघड काम मी करावं अशी सगळ्यांची इच्छा आहे? माझ्या ताब्यात आहे तो. तुझा माझ्यावर विश्वास नसेल तर फोटो बघ. इतर फोटोतल्यापेक्षा वेगळा दिसतो आहे इथे तो. पण तो लहान असतानाच तू त्याला पाहिलं होतंस. त्यानंतर नाही, हो ना जेस्स?

पण मी तुला खात्रीने सांगू शकेन की हाच तो आहे. आता मी त्याचं काय करावं असं तुला वाटतं?

केट

"मला हे करायला अजिबात आवडत नाहीये," गेड लिफ्टमधून बाहेर पडताना म्हणाला, "भाडेकरूच्या घरात असं परवानगीशिवाय घुसणं योग्य नाही."

"पण आपल्याला दोघांनाही ठाऊक आहे की ही नेहमीची वेळ नाही." केटच्या आवाजात चिडचिडेपणा होता. आणि मग जरा सौम्यपणे, "आणि मी ऋणी आहे."

लिऑनच्या सांगण्यावरून ते दोघं इकडे आले होते. त्याचा सकाळी साडेनऊच्या सुमारास परिविक्षा कार्यालयात फोन आला की बेन आज कामावर आलेलाच नव्हता. तो आजारी असेल किंवा त्याला मदतीची गरज असू शकेल असा विचार करून मत्स्यालय बंद करून लिऑन त्याच्या घरी गेला होता, परंतु अनेक वेळा बेल वाजवूनसुद्धा कोणीही दरवाजा उघडला नाही.

जर बेन फरार झाला असेल तर पॅरोलच्या शर्तींचा भंग केल्याच्या आरोपावरून त्याला तत्काळ ताब्यात घेणं भाग होतं. पण दुसरा पर्याय जर खरा असेल तर तो जास्तच भयंकर होता, तो म्हणजे गुप्त सुहृदाने त्याला शोधून काढलं असावं.

गेडने दार वाजवलं. "बेन, दार उघड."

शांतता. गेडने ही सगळी प्रक्रिया पूर्ण करणं त्याच्या दृष्टीने आवश्यक आहे हे जाणवून केट थांबली. पण मनातून मात्र ती पट्कन किल्ली वापरून दार उघडण्याकरता उतावीळ झाली होती.

कुलपात किल्ली सारताना तो थांबला, आणि म्हणाला, "जर त्याने आत्महत्या केली असेल तर? तो जर आत तिथे लटकत वगैरे असेल तर? मला असली कोणतीच प्रतिमा डोक्यात नको आहे."

केटने त्याला बाजूला ढकललं आणि स्वत:च किल्ली फिरवून दार उघडलं आणि आत शिरली.

फ्लॅटमध्ये फारसं सामानसुमान नव्हतंच, पण जे काही होतं ते अस्ताव्यस्त पसरलेलं होतं. सोफा चुकीच्या दिशेने होता जणू तो धडपडीत ढकलला गेला

असावा. बेनच्या ज्या काही थोड्याशा वस्तू होत्या त्या जमिनीवर कशाही पसरल्या होत्या.

"हे असं बेन कधी टाकत नाही," केट म्हणाली, "बघ." ती स्वयंपाकघरात शिरली तिथे सगळ्या सामानात व्यवस्थितपणा होता. तिने गेडला डबे, सिरिअलचे खोके, ब्रेड अशा सगळ्या गोष्टी रांगेत ठेवल्या होत्या ते दाखवलं. सरळ एका रेषेत. बाथरूममध्ये तशीच रांग शॉवर जेल, दाढीचा साबण, शॅम्पू यांची होती.

फक्त बाहेरची खोलीच विसंगत होती.

ती एका खोलीतून दुसऱ्या खोलीत जाताना गेड तिच्या मागून सावधपणे फिरत होता; जणू अजूनही काहीतरी अप्रिय असं अचानक त्याच्या डोळ्यांसमोर येईल.

"तुला वाटतंय की कोणीतरी इथे येऊन त्याला पळवून नेलंय?"

"मला वाटतं की आपण कशालाही स्पर्श करायला नको. न जाणो काय प्रकार असेल." तिने तिच्या खिशातून तिचा मोबाइल काढला आणि फोन लावायला सुरुवात केली. "मी पोलिसांना कळवते."

जेव्हा ऑलिव्हरचा आवाज ऐकू आला तेव्हा तिने पट्कन बोलायला सुरुवात केली.

"मी बेनच्या फ्लॅटमध्ये आहे. इथे काहीतरी झटापट झाली असावी, असं वाटत आहे. पण तो मात्र इथे नाही."

"ठीक आहे. मी शक्य तेवढ्या लवकर पोहोचतो तिथे. पण तोपर्यंत केट, तू बाहेर थांब."

"त्या मुलीचा काय पत्ता?"

लिफ्टमधून बाहेर पडल्याबरोबर ऑलिव्हरने उच्चारलेले हे पहिले शब्द होते. जणू या क्षणाच्या आधी त्याच्या डोक्यात सुरू असणारं संभाषण तो इथून पुढे सुरू ठेवत होता.

"चेरिल् आणि बेन, दोघंही गायब आहेत आणि फ्लॅटमध्येही काही नाही."

ऑलिव्हरने गेडबरोबर हात मिळवला आणि केटच्या दोन्ही गालांवर ओठ टेकून तिचा मुका घेऊन तिचे विचार भरकटून टाकले. पण ऑलिव्हरचे विचार मात्र अतिशय स्पष्ट होते.

"आपल्याला ही शक्यता विचारात घ्यायला हवी की ते दोघं सरळ निघूनच गेले असतील. त्यांना कदाचित नव्याने सुरुवात करायची असेल जिथे त्यांना कोणीही ओळखत नाही."

"फ्लॅट बघेपर्यंत मलाही असंच वाटत होतं."

ही शक्यता तिला जास्त मानवली असती, पण तसंच घडलं असेल यावर ती

विश्वास ठेवू शकत नव्हती. विशेषत: बेनचं जे तुटपुंजं सामान होतं ते सगळं फ्लॅटमध्ये तसंच पडलेलं असताना तर नक्कीच नाही. त्याच्या बिछान्याच्या खाली त्याची बॅग होती जी त्याने तुरुंगातून सुटताना आणली होती. त्यामध्ये त्याच्या आईकडून आणि वडिलांकडून त्याला आलेली पत्रं ठेवलेली तिला सापडली होती. जर बेन स्वत:च्या मर्जीने गेला असता तर त्याने ती पत्रं मागे ठेवली नसती.

''मला वाटतंय की तो गुप्त सुहृदाच्या ताब्यात असावा.''

''पण तू ते खात्रीने सांगू शकत नाहीस.''

केटला वाटलं ऑलिव्हर परत तिच्या चुका दाखवून देतोय. त्याच्या स्वत:च्या थंडपणे तर्कशुद्ध विचार करण्याच्या पार्श्वभूमीवर तिच्या कल्पनांचा गोंधळ अधोरेखित करतो आहे.

''शक्यतांच्या दृष्टीने विचार केला तर पळवून नेलं जाण्यापेक्षा बेनच्या फरार होण्याची शक्यता जास्त आहे.''

''अशा प्रकारच्या केससाठी वेगळं संख्याशास्त्र आणि शक्यता आहेत?'' केटने उपहासाने विचारलं.

''ठीक आहे. केट, आपण याचं विश्लेषण करू या. इथे काही वेडंवाकडं घडल्याचा पुरावा आहे?''

केटला अगदी खात्रीने हो म्हणता आलं नसतं, फक्त तिला आतून एक संवेदना होत होती. ''हं, आत्ता इथे काही चिठ्ठी वगैरे लिहून ठेवलेली नाही तशी.''

ऑलिव्हर किंचित हसला, ''मला तुम्हा ब्रिटिश लोकांची विनोदबुद्धी फारच आवडते. किती तीव्र असते.''

पण केटला हसू येत नव्हतं. उलट तिचा दृष्टिकोन कोणीच गंभीरपणे स्वीकारत नसल्याची खंत तिला जाणवत होती. बेनला खरोखर धोका होता आणि त्यांनी झटपट कारवाई करणं गरजेचं होतं. तो कुठेही असू शकत होता.

बेन

मी पुन्हा एकदा तुरुंगाच्या कपडे धुण्याच्या खोलीत आहे. पांढरे शर्ट घासण्याचा प्रयत्न करतो आहे. पण ते खूप जड आहेत; पाण्यात भिजून ते जड झाले होते. आणि मी जेव्हा ते उचलून पाण्यातून बाहेर काढतो तेव्हा लाल रक्तासारखं पाणी माझ्या हातांमध्ये आलं. मी कितीही धुवून काढण्याचा प्रयत्न केला तरी ते जात नाही. मी पांढऱ्या साबणाने ते धुवायचा प्रयत्न केले, पण माझ्या हातात तोही लाल होतो. मग मला कळतं की माझ्याच हातातून रक्त येत आहे. माझ्या हातांमुळेच शर्ट लाल होत आहेत. मीच एक मोठा प्रश्न आहे.

कसला तरी दाब जाणवून मला जाग आली. एक हात माझ्या चेहऱ्यावर दाबला गेला त्यामुळे मी जरी डोळे उघडले तरीही मला काहीच दिसत नव्हतं. हा हात खूप मोठा होता; त्याने माझं कपाळही झाकलं गेलं. म्हणजे मी आता पुन्हा तुरुंगात असणार.

मग एक आवाज, बायकी, मृदू, ''त्याला इजा करू नको.''

चेरिल्. तेव्हा माझ्या लक्षात आलं की मी तुरुंगात नव्हतो, पण जे चाललंय ते त्यापेक्षाही वाईट होतं. मी मुक्त होतो आणि कोणीतरी मला इजा करण्याचा प्रयत्न करतं होतं आणि माझ्या मदतीला कोणीही येणार नाहाये.

माझ्या तोंडावरच्या हाताला निकोटिनचा वास येत होता आणि मला कसला तरी खारटपणाही जाणवला, कदाचित घामाचा. आता तळवा असा हलला की त्याने माझे डोळे झाकले गेले.

नंतर काहीतरी खस्कन माझ्या डोक्यावरून ओढलं गेलं. ती एखादी टोपी असावी असं वाटतंय, पण त्याने माझा पूर्ण चेहरा झाकला गेला आहे, अगदी माझ्या मानेपर्यंत जिथे त्याची लोकर मला टोचत होती. बलक्लावा*, पण डोळ्यांची आणि तोंडाची भोकं मागच्या बाजूला केलेला. त्या वेळी माझी खात्री पटली की हा

---

* बलक्लावा – डोळे आणि नाकातोंडाच्या जागी भोकं असणारी संपूर्ण डोकं आणि चेहरा झाकणारी लोकरी टोपी.

गुप्त सुहृद होता. हा तोच माणूस होता ज्याने माझ्यावर हल्ला केला. आणि रक्ताळलेल्या अवस्थेत मला रस्त्यावर टाकून गेला होता. त्या वेळी ते जोडपं आलं म्हणून. आता तो ते अर्धवट राहिलेलं काम पूर्ण करण्याकरता आला होता.

मला बेडरूममध्ये हालचाली ऐकू आल्या. हलक्या पावलांच्या, चपळ. मला जाणवलं की ती चेरिल् होती, पण ती या माणसाला बलक्लावाने माझे डोळे बांधायला मदत का करते ते मात्र मला कळलं नाही.

मला त्याचे बिछान्यातून उठवणारे हात खांद्यांवर जाणवले.

''त्याला निदान कपडे तरी घालू देत.'' चेरिल्चा आवाज घाबरलेला वाटत होता. जणू या परिस्थितीवरचा ताबा ती गमवून बसली असावी. ती खूप घाबरलेली होती. पण तिच्या आवाजावरून वाटत होतं की या सगळ्याची तिला पूर्वकल्पना असावी.

''त्याला त्याचे बूट लागतील,'' ती म्हणाली. तिच्या आवाजातील ठामपणावरून मला कळलं की पुढे माझं काय होणार ते तिला नक्की माहीत होतं.

आत्ता या क्षणी माझ्या ध्यानात आलं आहे की इथे माझी गोष्ट संपते. हा सगळा प्रवास या एका क्षणाच्या दिशेने सुरू होता. मला असं वाटलंच कसं की चेरिल् माझी निवड करेल. माझ्या लक्षात कसं आलं नाही की हा कशाचा तरी एक भाग होता, मला ताब्यात घेण्याचा कट. मी कान देऊन त्या गुप्त सुहृदाचा श्वासोच्छ्वास ऐकण्याचा प्रयत्न केला. मी हे आधी ऐकलं होतं नक्कीच. केट म्हणाली होती की तो जो कोणी आहे तो माझ्या ओळखीचा असणार, फक्त मला आठवलं पाहिजे. माझ्या भूतकाळातली ही व्यक्ती आता माझ्या वर्तमानकाळातही होती.

''बरं बेन,'' चेरिल् म्हणाली, ''तो काय सांगेल त्याप्रमाणेच कर.''

''ॲडम, तू आहेस का?'' जाड कापडामधून माझा आवाज दबल्यासारखा आला.

पण खोलीत फक्त थंड शांतता होती. मला हाताला धरून लिफ्टकडे चालवलं गेलं. मी विरोध करण्याचा प्रयत्न केला, मागे सरकलो. पण मला काही पर्यायच नव्हता. खाली जात असताना माझ्या पायाखालची जमीनच जणू निसटून गेली. शेवटी एकदाचा मी लिफ्टमधून गेलो, पहिल्यांदा आणि शेवटचाच.

त्या दिवशी

आपण काय केलं याचा विचार चेरिल्ने नंतर केलाच नाही, की कसं तिने अॅडमच्या लिंगाचं टोक आपल्या हातात पकडून ठेवलं होतं आणि तिची बोटं त्यावरून फिरत होती, ज्या वेळी ती झुकून त्याच्या कानात पुटपुटली, ''पण मी जर असं केलं तर तुलाही मी सांगेन ते करावंच लागेल.''

पण अॅडम मात्र त्याचाच विचार करत होता. त्याला तिच्या हाताच्या स्पर्शाशिवाय इतर काही सुचतंच नव्हतं. या क्षणाची यापूर्वी त्याने फक्त कल्पनाच केली होती.

तेही केव्हातरी त्याच्या वडिलांकडची मासिकं पाहताना किंवा टीव्हीवर एखादं चुटपुटतं दृश्य पाहिल्यावर जेव्हा त्याला उत्तेजित व्हायला झालं असेल तेव्हा.

पण आता एका खऱ्या मुलीने त्याला स्पर्श केला होता आणि तिने ज्या गोष्टीची सुरुवात केली होती, ती पूर्णत्वाला नेण्याकरता तो काहीही करायला तयार होता. पुन्हा एकदा तिच्याबरोबर काहीही करायला तयार होता. त्याला इतकी तीव्र इच्छा झाली की त्याच्या ओठांच्या कोपऱ्यात लाळ जमा झाली आणि तिच्या कमरेचा स्पर्श आठवून त्याची बोटं झणझणायला लागली. किती छोटीशी आणि गुळगुळीत. तिच्या पोहण्याच्या पोशाखावरून त्याचा हात सहज तिच्या पार्श्वभागावरून फिरत होता.

तिने तिची बोटं नाचवली होती. तिचा हात इतका जोरात फिरला की सुखाने त्याला अगदी हुळहुळायला झालं. त्याचा भाऊ नोहाबरोबर बोलत, त्याची चेष्टा करत होता त्याचही भान त्याला राहिलं नाही. आजूबाजूने पुलावरून जाणाऱ्या गाड्यांचा आवाजही त्याच्या कानावर पडेनासा झाला. स्वत:च्या धडधडीखेरीज ना त्याला काही ऐकू येत होतं ना तिच्या खांद्याच्या मऊ त्वचेखेरीज काही दिसत होतं. त्या त्वचेचा जरासा खारटपणा त्याच्या जिभेवर होता, त्याची स्वत:ची भूक तिच्या त्वचेवर खुणा उमटवत होती. जग छोटं छोटं होत आता फक्त दोघांपुरतंच उरलं होतं. आणि हा क्षण तो फक्त तिच्या हातापुरता ताणला गेला नव्हता, तर आता तो त्याच्या ऊर्मींचा क्षण होता, त्याच्या वाढत्या गरजेचा, त्याच्या न थांबवता

येणाऱ्या आवेगाचा. त्याचं स्पंदन पावणारं, धडका देणारं आकर्षण ज्याच्यावर आता तिचा ताबा होता.

"मला कबूल कर," तो पुरता हतबल झाल्यावर ती म्हणाली होती.

ती जे मागेल ते द्यायला ॲडम तयार होता, फक्त हे सुख पुन्हा मिळायला हवं. कारण कुठेतरी त्याच्या भंगलेल्या हृदयात तिने प्रेमाची, हवंहवंसं असण्याची भावना रुजवली होती. ती त्याच्यासाठी पाणी हाती, अन्न होतं. प्रेम हा त्याला दुर्लभ असलेला श्वास होता.

तो ओईजा बोर्डवरचा पेला सैतानानेच हलवला होता यावर आता त्याचा पूर्ण विश्वास बसला होता. कारण इतक्याशा प्रेमाची एवढी मोठी किंमत फक्त सैतानच वसूल करू शकतो.

आता

फेसबुक : 'हम्बर बॉय बी' याला शोधा.

गुप्त सुहृद : डोळ्यासाठी डोळा आणि दातासाठी दात, असंच सांगितलं आहे ना बायबलमध्ये, जेसिका? मग ज्याने दुसऱ्या मुलाला पुलावरून ढकलून दिले त्या खुन्यांना काय शिक्षा व्हायला हवी?

कुठे घेऊन जावं त्याला? काय विचारायचं?

नोहाची आई : तू जर खरंच सांगत असशील तर त्याला प्रश्न विचारण्याचा अधिकार फक्त मला आणि मलाच आहे. तू म्हणजे देव नाहीस. तू तर त्याच्या गुन्ह्यामुळे पीडितही नाहीस.

गुप्त सुहृद : पण मी आहे!

केट

केट तिच्या टेबलाजवळ स्वत:च्या नाकर्तेपणाला दोष देत बसली होती. काय करावं हे तिला काही केल्या सुचत नव्हतं. बेन नाहीसा होऊन आता सहा तास होत आले होते. त्याला कशी मदत करता येऊ शकेल हे समजत नव्हतं. तिचं ऑलिव्हरशीही काहीच बोलणं झालं नव्हतं. त्यामुळे पोलिसांना काही धागादोरा सापडला आहे का हेही तिला माहीत नव्हतं. अमेलियाची शाळा आता सुटली असेल. तिला न्यायला शाळेच्या गेटबाहेर सैली आणि क्लोए आल्या असतील. शुक्रवारची रात्र तिच्या दुसऱ्या कुटुंबाबरोबर घालवेल ती. ज्या खेळण्यांशी खेळायला खरंतर आता ती खूप मोठी आहे, पण तरीही तिला जी आवडतात त्या खेळण्यांबरोबर खेळत ती संध्याकाळ घालवेल. याबद्दल तिच्या मनात शंका नव्हती. छोट्या छोट्या माणसांसारखे कपडे घातलेल्या प्राण्यांच्या खेळण्यांशी ती आणि क्लोए खेळत राहतील. त्यांची त्यांच्या छोट्या छोट्या घरात मांडणी करत राहतील.

खरं आयुष्यसुद्धा जर इतकं सोपं असतं तर; मग तिनेही बेनच्या आयुष्यात डोकावून पाहिलं असतं. तो आता कोणाबरोबर आहे ते शोधून काढलं असतं.

केटने समोरच्या कामात मन गुंतवण्याचा प्रयत्न केला. तिला एका दारू पिऊन गाडी चालवणाऱ्यावर शिक्षापूर्व अहवाल लिहायचा होता आणि पुढच्याच आठवड्यात तुरुंगातून सुटणाऱ्या एका घरफोड्याला असणाऱ्या धोक्याचं मूल्यांकन करायचं होतं. पण तिची नजर स्थिर होत नव्हती, तिच्या मेंदूत बेनच्या विचारांचा कल्लोळ सुरू होता आणि तिला भूकही लागली होती. जेवणाची वेळ केव्हाच टळून गेली होती आणि सकाळच्या न्याहारीनंतर तिने काहीच खाल्लं नव्हतं.

स्वत:चं जॅकेट उचलून निघाल्यावर तिला जरा उत्साही वाटायला लागलं. तिने निघताना डॉटजवळ निरोप दिला की ती जेवायला म्हणून 'बटरमार्केटला' जाते आहे आणि बेनबद्दल कोणतीही बातमी कळली तर तिला लगेचंच फोन करावा. तिला छत्री घेण्याची आठवण करत डॉटने तिला निरोप दिला. पावसाची चिन्हं दिसत होती, पण केट थांबली नाही.

'बटरमार्केट शॉपिंग मॉल' गर्दीने ओसंडून चालला होता. शुक्रवार दुपारच्या गर्दीची अजिबात सवय नसल्याने तिला दिशाहीन झाल्यासारखं वाटायला लागलं. वीकएन्ड साधून आलेली शाळेतली मुलं आणि मुलांच्या बाबागाड्या ढकलणाऱ्या आया यांच्या गर्दीतून वाट काढता काढता ती मेटाकुटीला आली. सगळीकडे सवलती आणि सेलच्या खाणाखुणा दिसत होत्या. केटचं डोकं त्या सगळ्या कोलाहलाने जड व्हायला लागलं. तिला आता काहीतरी खाण्याची आणि एखाद्या पेयाची नितांत गरज होती. मनाचा हिय्या करून ती एका कॅफेमध्ये शिरली.

तिच्या खाद्यपदार्थांचे पैसे दिल्यानंतर केटच्या लक्षात आलं की तिथे बसायला जागाच नव्हती. तिच्या पुढ्यात छोटी छोटी नुकतीच चालायला लागलेली मुलं त्यांची खेळणी हातात घेऊन एकमेकांशी मस्ती करत होती आणि त्यांच्या आया एकीकडे कॉफी पीत गप्पा मारत होत्या. बहुतेक ती आई आणि बाळांच्या एकत्रित मीटिंगच्या घोळात अडकली होती. नेमकं त्याच वेळी तिच्या जवळचं एक टेबल रिकामं झालं. त्या कॅफेतील ते एकमेव रिकामं टेबल होतं आणि अनेक जण आता त्या टेबलच्या दिशेने सरकायला लागले होते. तिने जवळचीच एक खुर्ची झडप घालून पकडली. तिच्या बरोबर टेबलाजवळ पोहोचलेल्या एका वैतागलेल्या किशोरवयीन जोडप्याची नजर चुकवत तिने टेबलजवळ बसून सॅन्डविचवरचं प्लॅस्टिकचं आवरण काढलं आणि आतलं लिबलिबीत सॅन्डविच बाहेर काढलं. आक्रसलेले प्रॉन्स कोरड्या पावातून बाहेर सांडत होते. ते इतकं भयंकर दिसत होतं की ते खाण्याचा विचार तिने झटकून टाकला.

केटने तिच्या उकळलेल्या कॉफीचा एक घोट घेतला आणि तोंड वाकडं करून तीही बाजूला सारली. आणि अजूनही हातात अन्नाचा ट्रे घेऊन उभ्या असलेल्या जोडप्याला दिलासा देत ती टेबलवरून बाजूला झाली. खरेदी करणाऱ्यांच्या गर्दीतून वाट काढत ती त्या विभागातून बाहेर पडली. बाहेर मुसळधार पाऊस पडत होता. तिने डॉटची सूचना ऐकायलाच हवी होती. पावसाच्या धारा तिच्या डोळ्यांत टोचल्या. तिने तिची कॉलर वर उचलली, डोकं जॅकेटमध्ये खाली रुतवलं आणि फुटपाथवरून धावायला सुरुवात केली. पाऊस चुकवण्याच्या नादात इकडेतिकडे न बघता ती रस्त्यावर उतरली ती थेट वेगाने येणाऱ्या एका गाडीच्या वाटेतंच. आता ही गाडी तिच्यावर येऊन आदळणार, इतक्यात कुठूनसा एक हात येऊन तिचा खांदा धरून त्याने तिला मागे खेचलं.

गाडीच्या चालकाने रागारागाने हॉर्न वाजवला आणि आजूबाजूचे लोक तिच्याकडे पाहत राहिले. आत्ता इथे काय घडू शकलं असतं, याचं केटला भान आलं आणि अलगद ती मागे तिला वाचवणाऱ्याच्या कुशीत शिरून स्वत:लाच शिव्या मोजू

लागली.

"तू जरा जास्त काळजीपूर्वक वावरलं पाहिजेस, जगात जर केटच उरली नाही तर कसं व्हायचं?"

ज्या माणसाने तिला आत्ता वाचवलं होतं तो ऑलिव्हर होता.

"काय? तू काय करतो आहेस इथे?"

"डॉटने सांगितलं मला तू कुठं आहेस ते." त्याने तिच्या गालाचा मुका घेतला, पण त्याने पुन्हा हाक मारूनही तिने काहीच प्रतिक्रिया दिली नाही.

"सॉरी! मला फक्त माफ कर. माझं लक्ष नव्हतं. मी परत ऑफिसकडेच चालले होते."

"मला वाटतंय की त्या गाडीपुढे उडी मारल्यानंतर तुला जरा सावरायला वेळ हवा आहे. लक्झमबर्गमध्ये आम्ही असं मानतो की अशा वेळी रेड वाइनचा एक घोट सगळ्या गोष्टी ठीक करतो. मीही अजून जेवलो नाही. चल." त्याने तिचा हात धरला आणि तिला तो त्या पावसातून तिथल्या जवळच्याच एका जागी घेऊन गेला, एका इटालियन रेस्टॉरन्टमध्ये. आत शिरल्यावर तिला एकदम बरं वाटलं. तिच्या केसातून पावसाचं पाणी चेहऱ्यावर ओघळत होतं. ऑलिव्हरने तिला जॅकेट काढायला मदत केली आणि ते वेटरकडे देऊन ते त्याच्या मागोमाग टेबलकडे गेले. त्याने तिच्या खांद्यावर एक हात ठेवून तिला खुर्चीत बसवलं. अजूनही तिचं शरीर कापत होतं, तिने वर पाहिलं,

"तू जर मला बाजूला ओढलं नसतंस..."

"पण मी ओढलं ना. मी तुला त्या कॅफेमधून बाहेर पडताना पाहिलं, पण तुझ्यापर्यंत पोहोचायला मला थोडा वेळ लागला. किती गर्दी, म्हणून मला ईप्सविच आवडत नाही."

केटने सावकाश मान हलवली, "मला जर काही झालं असतं तर अमेलियाचं काय झालं असतं?"

"नॉनसेन्स. स्वत:ला असा त्रास करून घेऊ नकोस. कसल्या तरी औषधी मद्याने तुला बरं वाटेल."

"कोणास ठाऊक?" केटने डोळे चोळले. तिच्या मनात बेनचा विचार आला. कुठे असेल तो? तिला फक्त त्याला शोधता यायला हवं.

ऑलिव्हरने वेटरला बोलावून रेड वाइनची एक बाटली आणायला सांगितली. त्याने ज्या पद्धतीने त्या द्राक्षांबद्दल तसंच वाइन कोणत्या वर्षातली आहे ते विचारलं त्यावरून त्याचं त्यातलं ज्ञान दिसून येत होतं. "मी आधी काही वेळा आलो आहे इथे," तो म्हणाला, "हॉटेलमध्ये जेवण्यापेक्षा बरं आहे." अगदी इशारा केल्यासारखा वेटर आला. तिला काय हवं, नको हे न विचारताच ऑलिव्हरने ऑर्डर द्यायला

सुरुवात केली. वेगवेगळी सॅलड्स, पास्ता, ब्रेड आणि मग त्याने तिच्यासाठी त्या चमचमत्या लाल वाइनचा ग्लास तयार केला.

त्याच्या चेहऱ्यावरचे शांत, सैलावलेले भाव बघून तिला आश्चर्यच वाटलं. "माझ्या मनातून बेनचा विचार जातच नाही. जर तो संकटात असला तर? ऑलिव्हर, आपण किंवा कोणीतरी त्याला शोधायचे प्रयत्न करायला नकोत का?"

"आम्ही– म्हणजे पोलीस– करतोच आहोत. ते या खटल्यातील सगळ्या साक्षीदारांचा आणि तू जी इतर नावं दिली आहेस त्यांचा तपास करत आहेत. हा प्रश्न तुला सोडवण्याकरता नाही, केट. शांत हो. आता या छान वाइनचा आणि चांगल्या सोबतीचा आस्वाद घेणं याखेरीज तू काहीही करू शकत नाहीस." त्याची बोटं तिच्या हातांपर्यंत पोहोचली आणि तिने त्याच्या स्मिताला हसून प्रत्युत्तर दिलं. "आता कसं छान वाटतंय." पण आतून अजूनही तिचा जीव काळजीने उडत होता.

मनाला हलकं वाटावं म्हणून तिने मद्याचा आणखी एक घोट घेतला. "तू इतका शांत कसा काय राहू शकतोस? जर बेनला काही झालं तर आपल्याला सगळ्यांना तोंड दाखवायला कुठे जागाच उरणार नाही."

"हां! मला तुमची ही बोलण्याची पद्धत फार आवडते. हो, तू म्हणतेस तसं तोंड दाखवायला जागा उरणार नाही हे खरं. पण तरीही जोपर्यंत मला माहिती आहे की मी माझं काम मला शक्य तेवढ्या व्यवस्थितपणे केलेलं आहे, तोपर्यंत मी रात्री शांत झोपू शकतो. आणि तुला माहीत आहे, मला पोहायला, संगीत ऐकायला फार आवडतं. दोन्ही गोष्टी आपला ताण निवळवणाऱ्या असतात. शुक्रवारी संध्याकाळी सोफ्यावर पडून, जवळ जुन्या मद्याची बाटली घेऊन जॅझ संगीत ऐकायला मला फार आवडतं." ही कल्पनाच किती छान होती. "पण तुला सांगतो, हे एकट्याने करण्यात मजा नाही. आपण दोघं हे करू शकतो, आपलं जेवण झाल्यावर. जाऊ या?"

"नोव्होटेलमध्ये?"

"तिथला सोफा अगदीच लहान आहे. पण आपण पुरवून घेऊ तो. पण तुला अमेलियाकरता घरी असायला हवं असं नाही ना?"

"नाही. हे दोन्ही दिवस ती आता तिच्या वडिलांबरोबर असणार आहे." केटला तिच्या धमन्यांमधून मद्याची ऊब पसरताना जाणवली. तिचा ताण हळूहळू ओसरायला लागला होता.

वेटर आला, त्यांची जवळीक बघून आपलं काम पट्कन संपवून तो निघून गेला. समोरचं अन्न खरोखर चवदार होतं. लाल गाजरं, पिवळसर कुरगेट्स (दोडक्यासारखी फळभाजी) पास्तामध्ये गुंफलेली होती. ऑलिव्हरने तिच्या पानात वाढल्यावर तिने चव घेऊन पाहिलं, आतापर्यंत खाल्लेल्या अन्नापैकी हे सर्वोत्कृष्ट

होतं. ती खाण्यात इतकी गुंग झाली होती की जेव्हा तिच्या गालावरची ओलसर बट बाजूला करणारा हात तिला जाणवला तेव्हा दचकलीच ती. बाहेर इतर लोक पावसात पळापळ करत होते. मान खाली घालून, आपापल्या छत्र्यांत लपले होते. पण हे रेस्टॉरन्ट मात्र उबदार आणि सुखद होतं आणि ऑलिव्हरही. केटला मान्य करावंच लागलं.

तिला बेनला शोधणं शक्य नव्हतं. हे पॉलने ते तिला आधीच सांगितलं होतं. ती कोणी पोलीस किंवा गुप्तहेर नव्हती. त्यामुळे त्यावर वेळ घालवण्याऐवजी ऑलिव्हरने जो शुक्रवार संध्याकाळचा बेत सांगितला होता तो स्वीकारायचं तिने ठरवलं. तो तिला कायमचा सोडून जाण्याआधी तिला त्याच्या बरोबर चार सुखाचे क्षण घालवायचे होते.

बेन

गाडी धावताना माझं पोट ढवळायला लागलं. माझ्या तोंडातून पित्त बाहेर येऊन माझ्या कपड्यांतून झिरपलं. गाडीच्या डिकीत मी एका कुशीवर पडलो होतो. तिथल्या शेल्फवर माझं नाक दाबलं जाऊन नव्याने ठणकायला लागलं.

मी हलू शकत नव्हतो. मला पुन्हा उमासे यायला लागले आणि पोटातलं सगळं बाहेर पडलं. मी श्वास घेण्याचा प्रयत्न करू लागलो. मांसाच्या वासासारखा वास भरला होता. मला लघवीला जायचं होतं, संडासला होईल असं वाटत होतं. मी स्वत:ला थांबवू शकत नव्हतो. भीतीने माझा शरीरावरचा ताबा गेला होता. माझ्या पोटाचा मार्ग मोकळा झाला होता. माझ्या उत्सर्गाचा दर्प गुदमरून टाकत होता. माझी शुद्ध हरपली असती तर किती बरं झालं असतं. ही गाडी थांबून हे सगळं एकदाचं संपून जावं. मला मरावसं वाटत होतं. फक्त काही तास आणि त्यांनी मला इथपर्यंत आणून पोहोचवलं होतं. पण मी आता तयार होतो. हे सगळं दु:ख, त्रास संपण्याची वेळ आली होती.

मिनिटांचं रूपांतर तासांमध्ये झालं, चाकांखालचा रस्ता आता अगदी गुळगुळीत जाणवत होती. त्यामुळे मला कळलं की आम्ही आता हायवेवर होतो आणि कुठेतरी लांब चाललो होतो. माझ्या डोक्यावरच्या पत्र्यावर मला पावसाची तडतड जाणवत होती. आणखी काही वेळ गेला तसा मी थरथरायला लागलो. माझ्या डोळ्यांपुढे फक्त अंधार होता. माझ्या तोंडातल्या लाळेने आणि उलटीने ओल्या झालेल्या बलक्लावामधून मला श्वासही घेता येत नव्हता. मी इथेच मरून जाईन, बहुतेक मी इथेच मरणार होतो. गाडी अजूनही चाललीच होती.

गाडीचा वेग मंदावला, काही वेळ थांबलो म्हणजे आम्ही सिग्नलपाशी थांबलो असणार असा मला अंदाज आला. आम्ही एखाद्या गावातून जात असणार. मला चाकांनी पाणी उडवल्याचा आवाज जाणवला आणि त्यामुळे कमी झालेला गाडीचा वेगसुद्धा. किती वेळ गेला असावा हे मला कळलं नाही, परंतु प्रवास संपला ही कल्पनाच मनाला घाबरवत होती.

गाडी थांबली आणि मला वाटतं की झालं, संपलं आता. ते आता मला बाहेर काढतील, गोळ्या घालतील, किंवा गळा दाबतील ज्या कोणत्या पद्धतीने, पण आता मी काही उद्याचा दिवस पाहणार नाही.

डिकी उघडली. बाहेर ओलसर अंधार आहे. माझ्या डोळ्यांवरच्या पट्टीतून मला फक्त दोन सावल्या दिसत होत्या.

''श्शी!'' नाक धरून मागे सरकत चेरिल् उद्‌गारली.

''किती घाणेरडा वास आहे इथे.'' मला तिच्या चेहऱ्यावरचे भाव दिसले नाहीत, पण मला तिचे पावसात भिजलेले भुरकट केस दिसले. तिने मला स्पर्श करावा किंवा माझ्याशी एखादा तरी प्रेमळ शब्द बोलावा याकरता मी तळमळलो.

तिचा जोडीदार पुढे आला तेव्हा मला पावलांचा जड आवाज जाणवला. माझ्या खांद्यावरच्या हाताने मला वर बघायला भाग पाडलं. मी प्रतिसाद देण्याचा प्रयत्न केला, पण मला स्थिर राहता येत नव्हतं. मी मान उचलल्याबरोबर वाऱ्याचा एक जोरदार झोका डिकीत घुसला आणि मी मागे आपटलो.

थंड हवा, जोरदार वारा आणि मुसळधार पाऊस. आणि मग मला काठावर आपटणाऱ्या पाण्याचा आवाज ऐकू आला.

त्याच क्षणी मी कुठे आहे हे मला कळून चुकलं.

मी घरी आलो होतो.

त्या दिवशी

सरतेशेवटी एकदाचे यूवेट्ने अंगावर कपडे चढवले आणि ती घराच्या आसपास बेन आणि ॲडमला शोधायला निघाली. मग तिला आठवले की तिला नोहालाही सांभाळायचे होते; कारण तिची जुनी शाळेतली मैत्रीण जेसिका एक दिवसाकरता म्हणून लंडनला जाणार होती. नशीबवान आहे स्साली. ॲडम नोहाची काळजी घेत असेल. त्याला माहीत आहे की तिला बरं वाटत नाही आणि तो शहाणा मुलगा आहे.

बिचारं पोरगं. स्टुअर्टने त्याला स्कारबरोला नेण्याचं कबूल करायलाच नको होतं, त्याच्या मनात नव्हतंच ते. आणि जेव्हा रात्री उशिरा फोन आला ग्रिम्सबीला एका बोटीवर खलाशाची गरज आहे तेव्हा त्याने क्षणभरही विचार केला नाही. तिने सांगितलं होतं त्याला की दर वेळी असं मुलाचं मन मोडणं चांगलं नाही, पण स्टुअर्टला त्याची काहीच पर्वा नव्हती. आणि मग नंतरचं भांडण नेहमीसारखंच की कसं त्याला एकट्यालाच या कुटुंबाची पर्वा आहे, त्याच्यामुळेच कसं हे कुटुंब एकत्र आहे आणि या घरात अन्न यावं म्हणून त्यालाच कशी तडतड करावी लागते.

स्साला हुतात्मा. ती त्याला तसंच म्हणाली होती. "तू काय स्वत:ला साला हुतात्मा वगैर समजतोस की काय? सगळं म्हणे आमच्याकरता करतो आहेस?"

आणि त्या बाकीच्या आठवड्यांचं काय जेव्हा त्यांचं त्यांना निभावायचं असतं? फक्त ते तिघंच असतात तेव्हा? आणि ती आजारी होती. खरोखरीची आजारी. डॉक्टरांनीही तिला तसंच सांगितलं होतं. पण कुणालाही त्याची पर्वा नव्हतीच मुळी. ही अर्धशिशी म्हणजे कहर होता नुसता. गोळ्यांचा काहीच उपयोग नाही. या डोकेदुखीवर दारूसारखं दुसरं औषध नाही. तिला जरासं अपराधी वाटलं जेसिकाने नोहाच्या जेवणासाठी दिलेले पैसे व्होडका आणण्यात खर्च झाले होते. तिने डीव्हीडी प्लेअरवरच्या घड्याळात वेळ बघितली, ३.४७ दुपारचे. जेवणाची वेळ केव्हाच टळून गेली होती.

व्होडकाच्या शेवटच्या घोटाने सण्णकन् नशा चढली; उबदार, कडक एखाद्या

औषधासारखी गुणकारी.

पण तरीही, मुलं कुठे आहेत?

त्यांच्याशिवाय घर सुनं सुनं आहे.

आता

फेसबुक : 'हम्बर बॉय बी' याला शोधा.

नोहाची आई : स्केटपार्कचं काम छानंच चाललं आहे. सगळ्या आर्थिक बाबी आता निश्चित झाल्या आहेत आणि आज मी ती जागा पाहायला जाणार आहे. उद्या जिथे इमारतीचं काम सुरू होईल ती. मी नोहाच्या बिछान्यावरचा त्याचा हल्‌रोव्हर्सचा स्कार्फ घेऊन जाऊन ब्रिजच्या कठड्याला बांधून तिथे त्याच्यासाठी प्रार्थना करणार आहे; माझ्या लेकासाठी.

कारण तो आता इथे नाहीये माझ्या घरात. डेव्ह कामाला गेल्यावर आता सगळं शांत आहे. मी ब्रिजवर जाते आहे, कारण नोहा तिथेच आहे. त्याचा आत्मा तिथे आहे. तिथे हम्बर नदीमध्ये. आणि या सगळ्याचा खूप त्रास होतो, रडायला येतं, पण या, तो नसणाऱ्या घरातल्या पोकळीपेक्षा ते खूपच बरं.

केट

केटला जाग आली ती हॉटेलच्या अंधारलेल्या खोलीत, बाहेरच्या कसल्याशा आवाजाने. सफाई करणारे असतील किंवा अगोदरच उठलेले हॉटेलमधले इतर लोक असावेत. अंधारात डोळे सरावल्यावर तिला नेहमीच्या ठरावीक वस्तू आजूबाजूला दिसू लागल्या; टीव्ही, ड्रेसिंग टेबल वगैरे. कालचे तिने कामावर वापरलेले कपडे ऑलिव्हरच्या कपड्यात मिसळून खाली जमिनीवर पडले होते. त्याला जाग येऊ नये म्हणून ती हलकेच वळली. कालच्या त्यांच्या प्रणयाने तिच्या पायाचे स्नायू आखडल्यासारखे झाले होते. ती धुंदी अजूनही सुखावत होती, पण मग तिला आठवलं की बेन अजूनही सापडलेला नाही. पण आता मात्र तिचा मेंदू एका नव्याच विचाराने सावध झाला. ही भावना तिला नवीन नव्हती. कधीकधी एखाद्या प्रश्नाचा गुंता आपोआप झोपेत असताना उलगडला जातो आणि उठल्यावर गोष्टी एकदम सूर्यप्रकाशासारख्या लख्ख डोळ्यांसमोर येतात.

केट कुशीवर वळली आणि क्षणभर ऑलिव्हरच्या बांधेसूद कमावलेल्या शरीराकडे पाहत राहिली; त्याचे झोपेत विस्कटलेले गडद केस, त्याच्या लांबसडक पापण्या. तो उठण्यापूर्वीच हा भावनेत भिजलेला क्षण तिला मिळू शकला असता. एकदा का तो जागा झाला की सगळंच बदलून जाईल. त्यांच्यापुढे काम होतं.

तिने त्याच्या छातीला स्पर्श केल्यावर तिच्या तळव्याखाली त्याच्या हृदयाची संथ धडधड जाणवली.

"गुप्त सुहृदाने बेनला कुठे नेलं असेल ते माहीत आहे मला," ती म्हणाली.

तिला वाटत होतं की तो तिचं म्हणणं उडवून लावेल. या वेळाही तो बैठकींमध्ये म्हणायचा तसं म्हणेल की आपल्याला आतल्या आवाजाचा काहीच उपयोग नाही, आपल्याला पुरावा हवा. पण तिचा अंदाज चुकला. या वेळी तो तिच्याशी सहमत झाला.

"मला तुझ्याबरोबर यायचं आहे, ऑलिव्हर. मला इतर कोणाहीपेक्षा ही केस

चांगली माहीत आहे. मी प्रत्येक साक्षीदाराचे जाब-जबाब वाचलेले आहेत आणि नोहाच्या मृत्यूपूर्वीचा त्या मुलांचा प्रवास मला माहीत आहे. ते त्याच रस्त्यावर कुठेतरी असतील.''

केटने आजपर्यंत त्यांना जे जे माहीत होतं त्याच्या नोंदी चाळल्या. गुप्त सुहृद ही बेनच्या भूतकाळातीलच कोणीतरी व्यक्ती आहे, जी जेसिका वॅट्सलाही ओळखते. केटची अशी कल्पना होती की ही अशी व्यक्ती आहे जी या केसमध्ये प्रत्यक्षरीत्या गुंतलेली आहे आणि आता त्यांनी बेनचं अपहरण केलं आहे म्हणजे ते त्याला तिकडे गुन्ह्याच्या जागीच घेऊन जातील. आणि ही व्यक्ती केवळ लक्ष ठेवणारी अशी नव्हती, तर या केसमध्ये तिची काहीना काही भावनिक गुंतवणूक असली पाहिजे. त्यांना उत्तरं हवी असणार. त्यांचा उद्देश बेनला ठार करण्याचा असणार. अंतिम निवाडा, पण ते अगोदर त्याला त्याच्या कर्मांना सामोरं जायला लावतील.

ऑलिव्हरने झट्कन अंघोळ केली आणि जराशा ओल्या अंगावरच घाईने कपडे चढवायला सुरुवात केली. एकीकडे त्याचे मोबाइलवरून फोन चालूच होते. ''हम्बर परिसरातल्या पोलिसांना सूचना दिल्या आहेत, आणि ते बेनच्या कुटुंबीयांशीसुद्धा बोलतील. तो एखाद्या वेळी घरी गेलेला असू शकेल, ही शक्यताही नाकारता येणार नाही.''

''तो घरी नक्कीच गेलेला नाही,'' केट म्हणाली.

''हे चेरिल्चंच काम आहे. ती या सगळ्यामधली विसंगती आहे. भूतकाळातली एक व्यक्ती जी या चित्रात बसत नाही. मुळात ती इथे का होती? ॲडम निघून गेला तरी ती का राहिली?''

''तुला तीच गुप्त सुहृद असेल असं वाटतंय?'' ऑलिव्हर वळला तरी तिला त्याच्या चेहऱ्यावर तो लपवत असलेलं हसू दिसलंच. केटला त्याचा स्त्री गुन्हेगारांविषयीचा उपेक्षेचा दृष्टिकोन आठवला.

''तुला माहीत आहे ऑलिव्हर, जर पैजच लावायची झाली ना तर मी म्हणीन की तीच ती आहे.''

''पण तिने बेनचं नाक फोडलेलं नाही. तो माणूस होता.''

केटने बिछान्यातून उठून अंगात कपडे घालायला सुरुवात केली. ''तिचा सहभाग आहे हे नक्की. गुप्त सुहृद म्हणजे एकच व्यक्ती असेल असं नाही ना.''

''चेरिल् आणि ॲडम?''

''शक्य आहे.'' केटने काल रात्रीचे चुरगळलेले कपडे सरळ केले. मनातल्या मनात ती साक्षीदारांचे जबाब आठवत होती. तिला असा एक जबाब आठवला ज्याचा तिच्यावर सर्वांत जास्त परिणाम झाला होता. चेरिल्चे वडील, ज्यांनी नोहाला वाचवण्याचा प्रयत्न केला होता.

"तिचे वडील," केट अचानक उत्कंठित होऊन म्हणाली.

"गुप्त सुहृदाने म्हटलं होतं की त्याने जेस्सचा अपेक्षाभंग केला होता, पण तो पुन्हा असं होऊ देणार नाही. त्याने प्रयत्न करूनही तो नोहाला वाचवू शकला नाही! त्या अपयशाची भरपाई करण्याचा त्याचा हा प्रयत्न आहे. चेरिल् त्याला मदत करत असणार. तुला हल्च्या पोलिसांना सावध करायला हवं. बेनला रॉजर पाल्मरनेच पळवलं आहे."

"आपल्याला जर ट्रॅफिक लागलं नाही तर आपण चार तासांत पोहोचू तिथे."

"आपण?"

"माझ्याजवळची तू सर्वोत्कृष्ट डिटेक्टिव्ह आहेस, केट."

केटला जाणवलं की हे असंच होणार होतं. ज्या क्षणी तिने ही केस स्वीकारली त्या क्षणीच तिला माहीत होतं की तिला हल्ला जावं लागणार आहे.

बेनच्या बाबतीत त्याला वाचवणं आवश्यक आहे, असंच तिला कायम वाटत आलं होतं. आणि आता, तिला ते शक्य असो वा नसो, तिच्याकडे संधी होती.

*ए १४*हायवेला लागल्यावर ते पेट्रोल भरण्याकरता थांबले. दोघांसाठी एकेक कॉफी आणि सॅन्डविच घेतलं आणि गाडीत बसत असतानाच ऑलिव्हरचा फोन वाजला.

"डीसीआय मस्सार्ड बोलतोय... बरं. तुम्ही शेजारीपाजारी चौकशी केली का? बरं, धन्यवाद."

त्याने फोन त्याच्या होल्डरवर ठेवून स्पीकरवर टाकला आणि गाडी सुरू केली.

"रॉजर पाल्मर गायब आहे?"

"शेजाऱ्यांनी त्याला शेवटचं दोन आठवड्यांपूर्वी पाहिलं होतं. त्याच्या घरातली पत्राची पेटी कागदांनी आणि जाहिरातींनी ओसंडून वाहत होती."

"तोच आहे नक्की."

"हं, असंच वाटतंय. मला सांग केट, तू कधी पोलिसांत नोकरी करण्याचा विचार केला आहेस का?"

केटने सॅन्डविचचा एक घास घेतला, कडू कॉफीचा एक घोट घेतला आणि तोंड वाकडं केलं. "छे, कधीच नाही."

बेन

बलक्लावाच्या कपड्यामधून मला प्रकाश दिसत होता. पावसाच्या कोसळण्यातूनही आकाश दिसत होतं. माझ्यावर झुकलेला एक गडद राक्षसी आकार मला जाणवला. राक्षस नव्हे माणूसच. गाडीच्या डिकीत माझ्याभोवती माझ्याच उत्सर्जनाचे पुरावे आहेत; लघवी, उलटी आणि माझ्या विष्ठेचा दर्प. मला हे संपायला हवे होते. त्याने मला आत्ताच मारून टाकावं असं मला वाटलं. मला जर कशाची भीती वाटत असेल तर या लांबलेल्या छळवणुकीची.

त्याने माझ्या दंडाला धरून ओढून मला उभं केलं, पण माझ्या अंगात त्राण नव्हतं, मला स्थिर उभं राहता येईना, अवघड होतं ते. शेवटी त्याने माझा बलक्लावा काढला. आता मला जरा श्वास घेता येईल, मला दिसेल. पण माझ्या मनात भीती दाटून आली त्याचा चेहरा दिसण्याची भीती. जर त्याने मला त्याचा चेहरा दाखवला तर त्याचा अर्थ तो मला ठार मारणार. म्हणून मग मी ते बघणं टाळण्याचा प्रयत्न करत राहिलो. त्याला काहीच फरक पडत नव्हता, त्याला फक्त मी गाडीच्या बाहेर पडायला हवं होतं, शेवटी मग एका झटक्यात माझं मुटकुळं गाडीच्या बाहेर खालच्या मातीत, खडीत पडलं. मला त्याचे बूट दिसले. त्याचे भक्कम तपकिरी बूट; मासेमारीला जाताना वापरतात तसले आणि चेरिल्चे हिरवे बायकी बूट (पम्प्स). मी स्वत:ला रांगण्याच्या अवस्थेत उचलून उलटी काढण्याचा प्रयत्न केला, पण माझं पोट रिकामं होतं त्यामुळे काहीच बाहेर पडलं नाही. मी वर बघितलं आणि माझ्या हल्लेखोराला सामोरा गेलो.

रॉजर पाल्मर वरून माझ्याकडे पाहत होता.

"परमेश्वरा, काय ही घाण!" चेरिल् गाडीच्या डिकीबद्दल बोलते आहे की माझ्याबद्दल? दोन्हीला लागू होतं ते.

मी मान वर केली. समोरच ते माझं लाजिरवाणं दु:स्वप्न पसरलेलं होतं. रिकामी असूनही माझी आतडी पिळवटून निघाली, माझं डोकं गरगरलं. आणि त्या

क्षणी मला उमगलं की मी इथे का आहे, रॉजर पाल्मर माझं काय करणार आहे. पण मला चालता येत नाही त्यामुळे मी तिथपर्यंत पोहोचू शकत नाही. त्याला ते इथेच करावं लागणार, इथे नदीकाठावर.

मी माझ्या नियतीपर्यंत वर चढू शकत नाही. तिला माझ्यापर्यंत यायला हवं.

मला खांद्याला धरून वर ओढलं. मी धडपडलो. तसा एक हात पुढे येऊन मला सावरलं. आता मी गाडीवर रेलून उभा होतो. त्याच्याकडे एक मोठी काळी छत्री होती जी त्याने उघडली. वाऱ्यात-पावसात त्या काळ्या कापडाने मोठ्या पंखासारखं फडफडत आम्हाला झाकून टाकलं.

''तुला खात्री आहे तो तोच आहे म्हणून?''

जवळच उभ्या केलेल्या गाडीतून एका स्त्रीचा आवाज ऐकू आला. कोणी काही बोलण्यापूर्वीच गाडीचा दरवाजा उघडला. मी मान वळवून कोण आहे ते बघण्याचा प्रयत्न केला, पण माझ्या डोळ्यांतून पाणी येतं होतं आणि नीट दिसतंही नव्हतं. ती फक्त एक आकृती होती माझ्या दिशेने येणारी, अस्पष्ट. तिच्या हातात एक स्कार्फ होता; लाल आणि पांढरा, हल् सिटी रोव्हर्स. ती कोण असेल हे मला आता कळलं होतं, आणि तिने माझं नाव उच्चारलं, माझं जुनं नाव. आहे त्यापेक्षा वाईट काही असूच शकत नाही असं वाटत असताना मी यातनेच्या एका नव्या पातळीवर येऊन पोहोचलो.

ती जवळ आली, छत्रीच्या संरक्षणाच्या जराशी पलीकडे उभी राहिली. तिच्या डोळ्यांत जाणाऱ्या पावसाच्या सरींचं तिला भान नव्हतं. नोहाची आई जेसिका; तीच ती. आठच वर्षं मध्ये गेलेली असली तरी ती त्यापेक्षाही वयस्कर दिसत होती. तिचे डोळे, जगण्याचं ओझं झालेले, तोंड उतरलेलं. माझ्यामुळे झालंय हे सगळं. माझ्यामुळे तिची ही अशी कातडी लोंबत आहे, सुरकुतली आहे. माझ्यामुळे ती इतकी दु:खी झाली आहे. तिचे दोन्ही हात त्या हल् रोव्हर्स संघाच्या स्कार्फशी चाळा करत होते, जणू कसला दिलासा शोधत होते. मला नोहाची आठवण आली, कारण तो त्यांचा मोठा चाहता होता. ती आता मला जे काही करेल ते त्याच्या नावाने असणार होतं.

तिने पुन्हा एकदा मला माझ्या जुन्या नावाने हाक मारली. एखाद्या थपडेपेक्षा किंवा सुरा भोसकण्यापेक्षाही हे वाईट होतं. ती रागावलेली वाटत नव्हती. ती फक्त अतीव दु:खी वाटत होती. फक्त तो एकच शब्द तिने उच्चारला. तिने मला सारखं मारलं असतं, माझ्यावर ओरडली असती तरी मला ते चाललं असतं, पण हे त्याहीपेक्षा वाईट होतं. कारण मला माहीत होतं, मला कळत होतं की तिला फक्त

एकच गोष्ट हवी होती जी मी तिला देऊ शकत नाही. तिला तिचा मुलगा परत हवा होता.

रॉजर पाल्मरने एका हातात छत्री पकडली होती आणि दुसऱ्या हाताने माझा हात

घट्ट पकडला होता. आम्ही ब्रिजच्या दिशेने खडीचा रस्ता चढायला लागल्यावर नोहाची आई धापा टाकत आमच्या मागून चढायला लागली. चेरिल् आमच्या पुढे होती, आम्हाला घेऊन जात होती. हा खडबडीत रस्ता ती सहजच चढली. तिचे सडपातळ, पण चिवट पाय तिला सहज वर घेऊन गेले. तिला पावसाची पर्वा नव्हती, कधीच नव्हती. पण तिला कशाची पर्वा वाटते हे एक गूढच होते. फक्त चोवीस तासांपूर्वी ती माझ्या मिठीत होती. तिने माझी चुंबनं घेतली, प्रेम केलं.

ती किती उत्तम नाटक करू शकते ते मला आता कळतंय. त्या सगळ्या गोष्टींचं तिला महत्त्वच नव्हतं. मला तिचा आत्ताचा चेहरा पाहायचा होता, निदान कळेल तरी की आत्ता तिला काय वाटतं आहे. पण तिला आनंद नक्कीच होत नसेल या वेळेला. तिच्याकडेही काही गुपितं आहेतच.

ब्रिजवर नेहमी असते तशीच गर्दी होती. रस्त्यावरून सपाट्याने जाणाऱ्या गाड्या फुटपाथवर पाण्याचे फवारे उडवत होत्या. कोणी पाहिलं असतं तर वाटलं असतं की रॉजर मला कैद्यांना धरून नेतात तसं नेतो आहे. तो फक्त माझ्या बाजूने चालत होता. पण इतक्या जवळून की मी जर काही करण्याचा प्रयत्न केला असता, तर तो मला झट्कन पकडू शकला असता. अर्थात, गाड्या चालवणाऱ्यांना कशाचीच पर्वा नव्हती म्हणा. मला ते अनुभवाने माहीत होतं. मला वाचवायला कोणीच येणार नव्हतं.

मला पळून जाण्याची इच्छाही नव्हती. माझी गोष्ट इथेच संपणार, यातील अटळपणा मला स्पष्ट जाणवला. मी चालत राहिलो. माझी नजर समोर चेरिल्वर खिळलेली होती. कान बाजूने जाणाऱ्या वाहनांचे आवाज ऐकत होते. माझी फक्त एवढीच इच्छा आहे की ॲडम इथे हजर असायला हवा होता. मला निदान त्याचा निरोप तरी घेता आला असता. जेव्हा सगळ्याचा निवाडा होईल, खराखुरा, कोर्टात होतं तसं न्यायाचं नाटक नव्हे, तेव्हा आम्ही तिघेही इथे एकत्र असलो, तर बरं होईल. जी स्त्री आज माझा निवाडा करणार होती तिचं नोहावर प्रेम होतं त्यामुळे मी शिक्षेचा विरोध करणार नाही.

आम्ही त्या ब्रिजवरून लिंकनशायरकडे जाणाऱ्या रस्त्यावरून आणखी पुढे गेलो. त्याच्या वर एक रस्ता आहे आणि खाली पाणी. मी शेवटचा इथे आलो त्याला आठ वर्षं होऊन गेली, पण सगळं तसंच होतं. चेरिल्लाही ते जाणवत असणार. तिने आधार घेतल्यासारखं कठड्याला धरलं. मग म्हणाली, "हं इथेच."

ही तीच जागा होती जिथे नोहा कठड्यावर चढला होता. याच जागेवरून तो खाली पाण्यात पडला होता, पुन्हा कधीही वर न येण्याकरता.

चेरिल आणि मी, रॉजर आणि जेसिका आम्ही एका छत्रीखाली एकत्र उभे होतो.

येणाऱ्याजाणाऱ्या लोकांना आम्ही एखाद्या फिरायला निघालेल्या कुटुंबासारखे दिसत

असू. पण कसलं कुटुंब होतं हे. मृत्यू आणि सूडभावनेने आम्ही एकत्र बांधले गेलो होतो. तरीही या तिघांशी मला जवळीक वाटत होती. तशीच जवळीक जशी नोहा गेला त्या दिवशी मला ॲडमबद्दल वाटत होती. याविषयी कोणीच का बोलत नाही, मृत्यू माणसांना कसा जवळ आणतो त्याबद्दल? हे असं इतकं गुप्त का ठेवलं जातं?

मागच्या कोर्टाच्या खटल्यावरून मला माहीत आहे, की सीसीटीव्ही कॅमेऱ्यावर आमचं चित्रीकरण झालं असेल. आम्ही येतानाच माझ्या मनातल्या मनात मी त्या दृश्याची कल्पना केली. ते बातम्यांमध्ये दाखवलं जाईल. कदाचित आजही. हम्बर बॉय बीचा खून, त्याच्या पीडिताच्या आईकडून. तिला कोणीही दोष देणार नाही.

त्या दिवशी

ब्रिजवर पोहोचेपर्यंत निक्कीचे पाय वळायला लागले होते. पण तिच्या प्रशिक्षकाने तिला बजावलं होतं की असं झालं तरी थांबायचं नाही, म्हणून तिने तशीच सायकल दामटली. 'आय ऑफ द टायगर' या गाण्याच्या ठेक्यात तिने कुशीतली वेदना विसरण्याचा प्रयत्न केला. दुसऱ्या बाजूला पोहोचलं की पाणी पिण्याकरता थांबायचं, असं तिने स्वतःलाच कबूल केलं होतं. ती लंडन ते पॅरिस या सायकल शर्यतीसाठी सराव करत होती आणि त्यासाठी प्रायोजक मिळवण्याचं काम तिने केव्हाच सुरू केलं होतं. काल रात्रीच तिच्या बॉसने तिच्याकरता शंभर पौंड्स देण्याचं कबूल केलं होतं. त्याला ती आवडत असेल की नाही याबद्दल तिच्या मनात जरा शंकाच होती. पण लोकांना नेहमीच प्रयत्न केलेले आवडतात. ती वंचित मुलांकरता पैसे गोळा करायचा प्रयत्न करत होती. पाच हजार पौंड्स तरी मिळावेत, अशी तिची अपेक्षा होती आणि वरचा फायदा म्हणजे तंदुरुस्ती. ती सराव करताना लोक जेव्हा तिच्या सायकलच्या मध्ये मध्ये यायचे तेव्हा तिला फार त्रास व्हायचा. आणि आता तर तीन-चार मुलं फुटपाथ अडवून चालत होती. यावर सर्वांत चांगला उपाय म्हणजे मान खाली घालायची, शर्यतीचा पवित्रा घ्यायचा आणि सुसाट जायचं.

पण ते शाळेत का नव्हते आता?

संगीत आणि वेगाच्या वारूवर स्वार होऊन ती निघाली. तिचे पाय पेडलवर जोरात चालत होते. त्या मुलांच्या बाजूने जाताना जेवढा आवश्यक होता तेवढाच वेग तिने कमी केला.

त्यांचे काय उद्योग चालले होते याच्याशी तिला काहीच कर्तव्य नव्हतं.

तिला एका प्रायोजित शर्यतीसाठी सराव करायचा होता.

पण जेव्हा दुसऱ्या दिवशी तिने वर्तमानपत्र पाहिलं तेव्हा तिला कळलं की ती शेवटची अशी व्यक्ती होती जी नोहाचा खून होणं थांबवू शकली असती. आता तर तिला तिच्या ध्येयाकरता अजूनच पैसे जमवता आले. तिने तिची कहाणी 'द सन' या वर्तमानपत्राला विकली. आयुष्य तरी किती विचित्र असतं.

आता

फेसबुक : 'हम्बर बॉय बी' याला शोधा.

गुप्त सुहृद : प्रिय जेस्स, तुला जे भोगावं लागतंय त्याचं मला इतकं दुःख आहे. दिवसरात्र त्या क्षणाचा विचार माझ्या मनात असतो. तो क्षण जेव्हा तुझा मुलगा तू हम्बर नदीत गमावलास. तू म्हणालीस की हे का झालं हे तुला कळायला हवं आहे. मला तुला ती संधी द्यायची आहे. मला वीस मिनिटांत भेट.

नोहाची आई : तू कोण आहेस हेही मला माहीत नाही.

गुप्त सुहृद : मी तुझं भविष्य होते. मी आणि माझे बाबा आम्ही दोघंही. आज आपण सगळे एकत्र असतो, एक सुखी कुटुंब असतो, जर गोष्टी ठरल्याप्रमाणे घडल्या असत्या तर. आम्ही थांबलोय तुझ्यासाठी. तुला कुठे ते माहीत आहेच.

केट

केटला हल् जवळ आल्याचं जरी खुणेच्या पाटीने सांगितलं तरी त्याची जाणीव मात्र तिला आधीच झाली होती. समुद्रपक्षी आकाशात वेड्यासारखे भराऱ्या मारत होते. लांबवरून तिला हम्बर ब्रिजची बाह्यरेषा आकाशाकडे झेपावताना दिसत होती. उतरणारी पलीकडची बाजू मात्र अद्यापी नजरेआड होती. ऑलिव्हरच्या तोंडून हलकी शीळ निघाली. "इतकं सारं पाणी," तो उद्गारला.

"पूर्णपणे जमिनीवरच्या देशातून आल्यावर हे मला वेगळंच वाटतं."

"लक्झमबर्ग किती दूर आहे समुद्रापासून?"

"बेल्जियमकडे जा नाहीतर फ्रान्सकडे, चार ते पाच तासांत तुम्हाला समुद्रकिनारा मिळतोच. पण आमच्याकडे नद्या आणि तलाव आहेत म्हणा. आणि तिथे असा वारा नसतो त्यामुळे समुद्रापेक्षा बरं आहे ते."

केटने तिच्या बाजूची खिडकी थोडी ओढली आणि खाऱ्या भुरभुरीत पावसामध्ये खोल श्वास घेतला. पावसाचे थेंब तिच्या गालांवर आपटत होते. नाही, यापेक्षा चांगलं काही असूच शकत नाही. तिला समुद्रकिनारा अतिशय आवडायचा. क्षणभर ते इथे का आले आहेत ते ती विसरूनच गेली. ऑलिव्हरचं तिच्याबरोबर असणं, त्याच्याशी बोलता येणं याचं सुख ती मनभरून अनुभवत राहिली. या गेल्या तासांच्या प्रवासात त्याच्या घराबद्दलच्या, मायदेशाच्या कहाण्या ऐकण्यात ती गुंगून गेली होती. लक्झमबर्गबद्दलच्या गोष्टी, त्याचं तिथलं घर, त्याच्या आई-वडिलांना भेटायला त्यांच्या घरी नॅन्सीला जाणं, या सगळ्याची चित्रं त्याने तिच्या डोळ्यांसमोर उभी केली. ते सगळं ऐकताना तिला काहीतरी विलक्षण वाटत होतं. एखाद्या परीकथेसारखं. तिने लहानपणी ऐकलेल्या गोष्टींपेक्षा अतिशय वेगळं. लिझबरोबर पुढे होऊ घातलेल्या कौटुंबिक नाट्यापेक्षा आणि वडिलांवरील संभाव्य खटल्यापेक्षा निराळं.

"काय झालं केट?"

तिच्या नकळतंच तिचे विचार परत एकदा पृष्ठभागावर आले होते. तिचा श्वास

जड झाला. खिडकीच्या बाहेर लागलेली तिची नजर कोणतंच दृश्य बघत नव्हती.

ऑलिव्हरने तिच्या मांडीवर हात ठेवला. "केट?"

"मी विचार करत होते की या सगळ्यापासून सुटका मिळाली तर किती बरं होईल. कधीकधी मला वाटतं की माझ्यात उडून जाण्याची शक्ती असायला हवी होती."

ऑलिव्हरने तिची मांडी हलकेच दाबली, म्हणाला, "पण तुला जमेल ते. तुला जे वाटतं ते करण्याकरता तू स्वतंत्र आहेस.

ते ब्रिजवरून पुढे गेले, आकाशात सरसरत गेलेली रस्त्याची एक प्रचंड कमान, पण जसं त्यांनी पलीकडे उतरायला सुरुवात केली तशी एकदम केट ओरडली, "ते बघ, ते तेच आहेत फुटपाथवर खाली कठड्याजवळ, चौघे आहेत बघ छत्रीमध्ये."

"मी इथे थांबू शकत नाही, ते सावध होतील."

ऑलिव्हर पुलावरून पलीकडे गेला आणि मग वळून खाली बघण्याच्या जागेकडे गेला. त्यातल्या काही भागाला स्टीलच्या पट्ट्यांचं कुंपण घालून बंदिस्त केलं होतं आणि जवळच तिथे 'लवकरच स्केटपार्क उभारलं जाईल' याची पाटी लावली होती.

ऑलिव्हरने त्याचं बिनतारी संदेशयंत्र काढलं आणि त्यांना काय दिसतं आहे ते कळवायला सुरुवात केली.

"थांब जरा," केट म्हणाली तशी तो थांबला. "तू जर आत्ता मदत मागितलीस तर आपल्या कामात अडथळेच येण्याची शक्यता जास्त आहे. रॉजरला जर आपण अडचणीत आल्यासारखं वाटलं तर मग त्याच्यापुढे कसलाच पर्याय असणार नाही. मग बेनचा जीव जाईल हे नक्की. मी प्रयत्न करून बघू का, त्याच्याशी बोलून बघते. कोणताही तमाशा न करता?"

ऑलिव्हरने मान वर करून बघितलं.

"पोलिसांच्या भोंग्याने फक्त आणखी गोंधळ होईल."

केट आता अनुभवाऐवजी अंत:स्फूर्तीने बोलत होती. तिच्या आत्तापर्यंतच्या करिअरमध्ये किंवा अगदी आयुष्यातही तिच्यावर असा प्रसंग कधी आलेला नव्हता. "प्लीज ऑलिव्हर, मला प्रयत्न तरी करू देत."

"मी इथे प्रशिक्षित मध्यस्थाला बोलावण्याची व्यवस्था करतो. ते जास्त बरं राहील."

"ऑलिव्हर प्लीज, मला माहिती आहे की मी त्या अर्थाने प्रशिक्षित नाही, पण मला ही केस माहीत आहे. मी रॉजर पाल्मरच्या साक्षीचा इतका अभ्यास केलाय

की त्या दिवशी त्याला काय वाटलं हे मला प्रत्यक्ष त्याने सांगावं, तसं बारकाईने माहीत आहे. आणि मी बेनलाही चांगलीच ओळखते, त्याचा मला फायदाच होईल.''

ऑलिव्हरने त्याच्या घड्याळात नजर टाकली. ''मी इथे थांबतो. तू जर बरोबर वीस मिनिटांत त्यांना ब्रिजवरून खाली आणू शकली नाहीस तर मी स्थानिक पोलिसांना मदतीला बोलावणार आहे. जा.''

केटने घड्याळात पाहिलं, पावणेबारा वाजले होते.

तिची वीस मिनिटांची वेळ सुरू झाली होती.

बेन

फुटपाथवर साचलेल्या तळ्यातून आमच्याकडे पळत येणारी केट मला दिसली. पण तिला उशीर झाला आहे, आठ वर्षं उशीर झालाय.

मला तिला सांगावं असं वाटलं की मागे फीर; कारण माझी हीच जागा होती. मी इथेच असणं योग्य आहे. सगळे रस्ते, सगळे पर्याय, सगळ्या वाटा इथे हम्बरकडेच येऊन थांबणार होत्या.

त्या दिवशी

कोणीतरी आपल्याकडे लक्ष द्यावं, आपल्याला बघावं या त्याच्या असाध्य इच्छेपुढे कसलाही विचार न करता नोहाने कृती केली आणि म्हणूनच तो लोखंडी कठड्याच्या पलीकडे त्या अरुंद छज्जावर उभा होता. त्याचे हात कठड्याभोवती गुंफलेले होते आणि स्टीलचा कठडा त्याच्या मणक्यांवर इतका रुतला होता की जणूकाही त्याच्या शरीराला तोच एक आधार होता. त्याला खाली नदीपर्यंतची खोली जाणवली. अचानक त्याच्या मनात जिवंतपणाची भावना सळसळली. त्याला पूर्वी कधी वाटलं नव्हतं एवढं जिवंत वाटू लागलं.

बस्स झालं आता. स्वतःच्या साहसाने तो आता थरथरायला लागला होता. आता तो परत मागे सुरक्षिततेच्या दिशेने जायला सज्ज होता.

''ती मुलगी, चेरिल्,'' ॲडम बेनला सांगायला लागला, ''ती ठार वेडी आहे. म्हणजे मला माहीत आहे की ती जरा येडपटच असणार, पण ती किती सुंदर आहे. आणि मला वाटतं की तिला मी आवडतो. आवडत असणार, असणारच ना?''

बोलत असताना तो नोहा कठड्याला ओठंगून उभा होता, त्याच्याकडे पाहत होता. बेनला वाटलं, ती असं काय बोलली असेल म्हणून ॲडम इतका विचित्र वागतो आहे.

बेनने एकदा त्याच्या भावाकडे, एकदा नोहाकडे पाहिलं.

''चल नोहा. आता परत मागे ये. ही काय गंमत वाटते का तुला?''

बेनला त्याचा मित्र जरा अनोळखीच वाटत होता. नोहा नदीकडे तोंड करून पाण्याकडे एकटक पाहत होता. बेनला ते पाहून अस्वस्थ व्हायला झालं. त्याच्या शेजारी एखाद्या मुष्टियोद्ध्याने आखाड्यात उतरण्यापूर्वी एका पायावरून दुसऱ्या पायावर नाचावं तसा ॲडम नाचत होता. बेन आणखीच अस्वस्थ झाला.

''आपण निघू या पोरांनो, मी गारठतोय.''

नोहा आणि ॲडम दोघेही हलायला तयार नव्हते.

"चल आता," बेन ॲडमकडे वळून म्हणाला. पण त्याच्या भावाचा चेहरा आता थेट स्टुअर्टसारखा दिसत होता. तोच दगडी निग्रह ज्याच्यामुळे त्याला त्याच्या सावत्र बापाची इतकी भीती वाटत असे. "काय झालं?"

"अरे ती मुलगी," ॲडम बोलत असताना त्याचा आवाज अगदी खोल पोटातून आल्यासारखा वाटत होता. "तिने मला स्पर्श केला. माझं चुंबन घेतलं. पण मी मात्र तिला दुखवलं, तिला रक्त आलं ती म्हणाली... म्हणाली..."

चेरिल् तर एव्हाना निघून गेली होती, पण तिने वातावरण मात्र ढवळून टाकलं होतं. जणू ती अजूनही ॲडमजवळच होती. बेनला आपल्या भावावरचा तिचा प्रभाव जाणवत होता. ज्या पद्धतीने तिने त्याला स्वत:कडे खेचून घेतलं होतं ते नवलंच होतं. बेनला वाटलं की या बाबतीत मात्र बेन स्टुअर्टसारखा वागत नव्हता, तर त्यांच्या आईसारखा वागत होता. फक्त कोणीतरी त्याच्यावर माया केल्यासारखं दाखवलं, जरा त्याचं चुंबन घेतलं की फिरलंच याचं डोकं. मूर्खपणा नुसता.

त्याने ॲडमला धरून खेचलं, "चल बाळा, आपण आपल्या घरी जाऊ या." पण ॲडम उलटा बेनवरच रेलून फिस्कारला, "चेरिल्ने माझ्याकडून कबूल करून घेतलं आहे. ती म्हणाली की मी पट्‌कन ते करून टाकायचं आहे फक्त. आणि असाही दीडदमडीचा पोरटा आहे तो."

दीडदमडीचा. हा शब्द त्यांची आई बेनसाठी वापरायची. जर कोणी दीडदमडीचा असेल तर तो बेन होता, नोहा नाही.

"काय करायचं?" बेनने विचारलं, जरी त्याला ॲडमच्या डोळ्यांतली सैतानी चमक दिसत होती.

"सैतानाने सांगितलं ते करायचं," त्या छोट्याशा मुलाच्या दिशेने पाऊल टाकत ॲडम म्हणाला.

नोहा कठड्यावरून अलीकडे येण्याकरता मागे वळला होता. त्याने ॲडमला त्याच्याकडे येताना पाहिलं. भीतीने त्याचे डोळे विस्फारले आणि तो किंचाळायला लागला.

त्याला वाटलं की त्याच्या अवतीभोवती तो भयपटाचाच खेळ सुरू आहे. फक्त या वेळी अंधारात आजूबाजूला अदृश्यपणे वस्तू फेकणारा सैतान नव्हता. या वेळी सैतानाने हल् रोव्हर्सचं रग्बी जॅकेट घातलं होतं आणि त्याचं नाव ॲडम होतं. आणि त्याच्या त्या भीतीच्या आवेगात नोहा घसरला. इतका खाली घसरला की तो आता जेमतेम कठड्याला धरून लटकत होता. त्याचा एक पाय कडेवरून खाली लोंबकळत होता आणि त्याच्या पायातून त्याचा लाल बूट खाली पाण्यात पडला. ॲडम अजूनही पुढे जातंच होता.

"नाही," आपल्या भावाला थांबवण्याच्या प्रयत्नात बेन ओरडला; त्याच्या

डोळ्यांसमोर त्याच्या भावाच्या आयुष्याचा सत्यानाश होताना त्याला दिसत होता.

''मी तुला असं करू देणार नाही!''

मी तुला असं करू देणार नाही. ॲडमची जागा घेताना बेनने उच्चारलेले हे शेवटचे शब्द होते. आपण काय करतोय हे त्याला जाणवलंच नाही, जसं सैतानाला जागवत असताना त्याला आपण स्वत: ग्लास हलवल्याचं जाणवलं नव्हतं. पण घडायचं होतं ते घडून गेलं. आणि शेवटी तेव्हाच जेव्हा त्या मुलाची सुरक्षेवरची पकड सुटली आणि तो अवकाशातून खाली पडायला लागला तेव्हा कुठे आपण नेमकं काय केलं त्याची बेनला जाणीव झाली.

आता

फेसबुक : 'हम्बर बॉय बी' याला शोधा.

नोहाची आई : जेव्हा मी हा उपक्रम सुरू केला तेव्हा मला वाटलं की मला हम्बर बॉय बी याला पाहायचं आहे, पण आता माझे शब्दच आटले आहेत; कारण त्याने काहीही म्हटलं तरी आता माझा मुलगा येणार नाही.

हा माझा शेवटचा संदेश आहे. यानंतर सांगण्यासारखं माझ्याकडे काहीही उरलेलं नाही.

एक काळी छत्री, छप्पर असावं डोक्यावर तशी सुरक्षित आणि स्तब्ध माझी वाट बघते आहे. त्याच्या खाली दोन डोकी नसलेली धडं दिसत आहेत. डोकी छत्रीत झाकलेली आहेत. पावसापासून अस्पर्श, ती माझ्या दोन गुप्त सुहृदांची डोकी आहेत. त्यांच्या शेजारी, छत्रीच्या संरक्षणाच्या पलीकडे मान खाली घालून, डोक्यावरून गालांवर, नाकावरून पुढे पावसाच्या धारा वाहत असलेला एक तरुण मुलगा उभा आहे. एखादा माणूस असा सर्वसामान्य कसा दिसू शकतो, एखादा नेहमीसारखा मुलगा रस्त्यात आपल्या समोरून जातो तितका सर्वसाधारण, जेव्हा त्याने माझं आयुष्यच उद्ध्वस्त करून टाकलंय?

मला गेलं पाहिजे आता. त्याला त्याच्या नावाने हाक मारायला हवी, त्याच्या नजरेत डोकावून पाहायला हवं. आणि मग फक्त एक, एकच गोष्ट करायची शिल्लक राहील.

केट

ब्रिजवरच्या लोकांजवळ पोहोचेपर्यंत केटच्या वीस मिनिटांपैकी दहा मिनिटं तर संपलीच होती. त्या दृश्यापासून काही अंतरावर तिने आपला वेग कमी करून काय घडतं आहे त्याचा अंदाज घेण्याचा प्रयत्न केला. तिथे एक बाई होती, केटने तिला ओळखलं. तिने तिचे फेसबुकवरचे फोटो पाहिले होते.

तिथे जवळ पोहोचल्यावर मात्र केटला भीती वाटायला लागली. मुळात आपण ऑलिव्हरला सांगून ही जबाबदारी उचललीच कशाला असं तिला वाटायला लागलं. हे सगळं तिच्या आवाक्याबाहेरचं होतं. बेनचे डोळे आत्ताच निर्जीव झाल्यासारखे वाटत होते. त्याचं नाजूकसं शरीर त्याच्या शेजारी छत्रीच्या आड उभ्या असणाऱ्या माणसाच्या ताकदीपुढे दबून गेल्यासारखं वाटत होतं, त्याचा मांसल हात बेनच्या खांद्यावर होता. तो रॉजर पाल्मर असणार.

"बेन," केटने आर्तपणे हाक मारली. आपले हात उघडून तिने त्याच्या दिशेने पसरले, काय करावं ते तिला सुचतच नव्हतं. "माझ्याकडे ये."

पण तो हलला नाही.

बेन भिजून चिंब झालेला होता, केवळ पावसाने नाही तर भूतकाळानेसुद्धा. त्याचं वजन त्याच्या कपड्यांवर, त्याच्या त्वचेवर, त्याच्या केसांवर चिकटून आहे. केट त्या स्त्रीच्या दिशेने पुढे झाली तशी ती सावध झालेली तिला जाणवलं. "तू नोहाची आई असणार."

"मी आता कोणाचीच आई नाही."

केट सावकाश जेसिकाच्या दिशेने पुढे सरकली. ती एखाद्या पुतळ्यासारखी स्तब्ध उभी होती. तिच्या चेहऱ्यावर दुःख कोरलेल होतं. रॉजरने केटकडे पाहिलं आणि नंतर जेसिकाकडे. तिला त्याच्या नजरेत प्रेम दिसलं, भक्ती आणि आणखीही काहीतरी, राग की पश्चात्ताप. इतक्या अंतरावरूनही तिला त्याच्यातली ऊर्जा जाणवली, त्याचा निश्चयही.

"रॉजर, मी तुझा जबाब वाचला. मला माहीत आहे की नोहाच्या मृत्यूचा तुझ्यावर फारच भयंकर परिणाम झाला. त्याच्यामुळे तुला नैराश्य आलं, तुझं काम करणं थांबलं. पण आज जे काही करण्याचं तुझ्या मनात असेल त्याने परिस्थिती आणखीनच बिघडेल."

रॉजर केटकडे वळला. तिला त्याचा ओघळलेला जबडा, त्याचे थकलेले डोळे, त्याच्या चेहऱ्यावरच्या रेषा सगळंच जाणवलं. तिला वाटलं हा माणूस आता स्वतःची सावली म्हणून उरलाय.

"तुला माझ्याबद्दल काहीच माहिती नाही."

"तुला वाटतंय त्यापेक्षा मला खूप जास्त माहिती आहे. मला हे माहीत आहे की बेनला मारून तुला काहीच फायदा नाही. तू तुझ्या मुलीचा विचार कर."

"आणि तिचं काय?" नोहाच्या आईकडे बोट दाखवत रॉजरने विचारलं. "तुला वाटतंय की तुझ्या बोलण्याने ती थांबेल? तिच्याकडे ज्याचा विचार करावा असं कोणीच नाही आता."

स्वतःचं मूल गमावणं, जगातील सगळ्यात भयानक गोष्ट. आणि जर त्याचा खून झाला असेल तर तुम्हाला त्यापासून कधीच मुक्ती मिळू शकत नाही. केटला हे सगळं मान्यच होतं, पण त्याबरोबर तिला आशा वाटत होती की याला काहीतरी जास्त चांगला पर्याय असू शकेल. ती सावधपणे कठड्याच्या दिशेने पुढे सरकली जिथे जेसिका वाकली होती.

बेनचा मृत्यू समीप जाणवत होता. जणू सगळ्यांनाच त्या एका दिशेला ढकलत होता. केटला माहीत होतं की जेसिकाच फक्त त्याला वाचवू शकत होती. जर तिने सांगितलं तरंच रॉजर आता थांबला असता.

"जेसिका प्लीज?"

तिने मान हलवली आणि खांदे आत ओढून घेतले.

"आता माझं मन कशानेही बदलणार नाही," ती म्हणाली.

क्षण कसे भराभर पळत आहेत ते केटला जाणवलं. वेळ हातातून निसटून चालला आहे. रॉजरने एका हाताने बेनचा खांदा दाबून धरला होता आणि दुसऱ्या हाताने पुलाचा कठडा.

एक जरासा धक्का बेनला पडायला पुरेसा होता. कठडा बेनच्या छातीपर्यंत उंच होता, पण ते काहीच नाही. त्याचं खाली नदीत पडणं थांबवायला कुठलाही कठडा पुरेसा नाही.

जेसिका बेनकडे वळली, घसा साफ करून तिने त्याच्याशी बोलण्याचा प्रयत्न केला, पण तिच्या तोंडून शब्द फुटत नव्हता. तिच्यातली सगळी हवा खेचली जावी

तशी घशातून नुसती खरखर बाहेर पडली. केटला सगळं समजत होतं. तीही एक आईच होती ना आणि तिने विचारलेला प्रश्न : का?

ऑलिव्हरने तिला वीस मिनिटं दिली होती, पण खरं म्हणजे तो इथे असायला हवा होता. बेनला वाचवण्याकरता त्याची ताकद पुरे पडली असती. पण आता मात्र बेन आणि त्याच्या मृत्यूच्या मध्ये फक्त तीच उभी होती.

रॉजरच्या अचानक केलेल्या हालचालीने सगळेच दचकले, त्याने ती काळी छत्री हातातून सोडून दिली. एखाद्या विराट काळ्या पक्ष्यासारखी ती आकाशात झेपावली आणि मग तिला जखडणाऱ्या बंदिस्त अशा प्रावक्तनाकडे खेचली गेली. ती कठड्यांवर आपटताना तिच्या धातूच्या हाडांचा आणि प्लॅस्टिकच्या पंखांचा आवाज येत होता.

केटचं रॉजरकडे लक्ष होतं. निसर्गाला सामोरा गेलेला, त्याच्या दुःखी चेहऱ्यावर सुडाची प्रच्छन्न भावना कोरलेली दिसत होती.

पण त्या मुलीचं काय? चेरिल्चं काय? ती तिच्या वडिलांच्या पाठीमागे कुडकुडत उभी होती. त्याची मुलगी समोर असताना रॉजर त्या मुलाचा खून करेल?

"आय ॲम सॉरी," केटने जेसिकाला विनवले, "बेनने तुझ्या मुलाला मारलं याचं खरंच मला दुःख आहे, पण तोही एक लहान मूलच होता तेव्हा."

बेन, एकदम थोडा भानावर आल्यासारखा म्हणाला, "मी नाही मारलं. तो स्वतःच कठड्यावर चढला. हेच सत्य आहे."

रागाने ढकललं जावं तशी जेस्सने त्याच्यावर झडप घालून त्याचा गळा धरला.

"खोटारडा! तू थापाड्या..."

"नाही." बेनने स्वतःचे हात तिच्या हातावर ठेवले त्यामुळे आता ते दोघे मिळून त्याचा गळा दाबत आहेत असं वाटत होतं, "मी खोटं बोलत नाही. तो घसरला. मी खरंच खोटं बोलत नाही."

"खरं काय ते सांग बेन," केट म्हणली. "तू जेसिकाला सत्य सांगायलाच हवंस."

बेनला सगळं असह्य झाल्याप्रमाणे त्याचं शरीर चुरमडलं. तो थरथरायला लागला. "मला माफ कर. आय ॲम सो सॉरी. पण मी ॲडमला ते कसं करू देणार होतो...मला ॲडमला मदत करायची होती. कारण..."

तो बोलायचा थांबला. शब्दांनी तो कसं सगळं समजावू शकणार होता?

बेन

शेवटी जेसिकाने मला सोडून दिलं आणि हुंदके देत खाली कोसळली, मी आधाराकरता स्टीलचा कठडा पकडला. रॉजरने तिला धरलं. मी माझा श्वास रोखून बघत होतो, पलीकडे हम्बरवर सीगल्स ओरडत हवेतून सूर मारत होते. वाऱ्याने माझे केस उडून माझ्या डोळ्यांत आले, पण तरीही मला पाणी दिसत होतं. सगळा भूतकाळंच माझ्या डोळ्यांसमोर होता.

एक हात माझ्या हातावर स्थिरावला, मला वाटलं की चेरिल्चा.

''खोल श्वास घे,'' ती म्हणली.

ती चेरिल् नाही. ती नोहाची आई होती. तीही खोल श्वासोच्छ्वास करत होती. त्या खोल थंड पाण्याकडे पाहताना ती स्वत:च्या भावनांवर ताबा मिळवण्याचा प्रयत्न करत होती.

''मी इकडे कितीतरी वेळा आले,'' ती मला सांगायला लागली, ''फक्त त्याची एक झुळूक मिळावी म्हणून. माझ्या लेकाची फक्त एक जाणीव व्हावी. मला तो परत मिळायला हवा आहे.'' तिची माझ्या हातावरची पकड आणखी घट्ट झाली आधार घ्यावा तशी, जणूकाही तो नोव्हाचाच हात होता.

मला परत एकदा तिची माफी मागावी असं वाटत होतं. पण त्याचा काहीही उपयोग नाही. क्षमा मागणं पुरेसं नाही, उलट ते तिचा अपमान केल्यासारखं झालं असतं.

मी पोट कठड्यावर दाबून उभा राहिलो. माझ्या आत एक मोठी पोकळी असावी असं वाटत होतं. आणि मला मळमळतही होतं. अर्थात, काहीही बाहेर येणार नाही हे समजत होतं मला. मला हे सगळं पट्कन संपायला हवं होतं.

''प्लीज, मला सांग तू माझ्या मुलाचा खून का केलास?''

मी थंड हवेचा एक खोल श्वास घेतला आणि माझे डोळे मिटून घेतले. मला माहीत होतं की ती हा प्रश्न विचारणारच होती आणि मी काहीच उत्तर देऊ शकत नव्हतो. कारण माझ्या उत्तराचा काहीही उपयोग नव्हता. ना त्यामुळे तो परत आला

असता ना त्याने तिचं समाधान झालं असतं. पण मी जेव्हा शेवटी बोललो तेव्हा माझ्या शब्दांचं मलाच आश्चर्य वाटलं; जणूकाही माझ्या आत खोल कुठेतरी एखादं कारण होतं जे आजपर्यंत माझ्या लक्षातंच आलं नव्हतं.

"मी वाईट माणूस नाही. तो दिवसंच वाईट होता."

त्या क्षणी तिने मला मारलं. जोरात नाही, कारण तिची थप्पड चुकली आणि माझ्या गालाऐवजी हनुवटीला घासून गेली. पण तिच्या डोळ्यांत मला दुखवण्याची इच्छा स्पष्ट दिसत होती. आमच्या दोघांच्या मागे एखाद्या अंगरक्षकासारखे उभे असणारे रॉजर आणि चेरिल् मला जाणवत होते. मी काहीही करायचा प्रयत्न केला तरी त्यांनी माझ्यावर झडप घातली असती. केटही तिथेच उभी होती.

नोहाची आई वळली आणि अशक्य वाटणाऱ्या चपळाईने ती स्वत:चं शरीर वर उचलून एक पाय कठड्यावरून पलीकडे टाकला आणि मग दुसरा. आता ती कठड्यापलीकडे होती. त्या दिवशी नोहा उभा होता तशीच. तिची पाठ कठड्याला चिकटलेली होती, तिचे हात त्याच्याभोवती अडकवलेले होते. तिने मान वळवून माझ्याकडे बघितलं.

"मला सांग कसं घडलं ते?" तिने विचारलं. "मी आता उभी आहे तिथेच नोहा उभा होता ना, पुढे काय झालं?"

नोहासारखे तिचेही डोळे गडद आहेत. तो तिथे उभा होता, तो क्षणच पुन्हा जिवंत झाल्यासारखं वाटतंय. मला सगळं आठवत होतं, खरंच, पण त्याचा काहीही उपयोग नव्हता.

"तो दिवसंच चमत्कारिक होता," मी असहायपणे तिला सागितलं. "ॲडम, माझा भाऊ, त्याने काहीतरी कबूल केलं होतं, तिला!"

एक श्वास आत ओढल्याचा आवाज, आणि आता चेरिल् माझ्याजवळ येऊन किंचाळायला लागली. "मला दोष देऊ नकोस! तुझी हिंमत तरी कशी होते! मी मस्करी करत होते. माझा काहीही हेतू नव्हता! मूर्खासारखं बरळू नकोस."

नोहाची आई पुढे झुकली, मला वाटलं ती आता पडणार, पण मग मला दिसलं की तिचे हात अजूनही कठड्याभोवती होते.

रॉजर त्याच्या मुलीकडे आला. अजूनही तो भरकटल्यासारखाच दिसत होता. "तू काय म्हणते आहेस चेरिल्? कसली मस्करी?"

चेरिल्ने आता असाहाय्यपणे एकदा नोहाच्या आईकडे, एकदा माझ्याकडे आणि मग वडिलांकडे बघितलं.

"ही सगळी तुमचीच चूक आहे," ती किंचाळली. "मी एक लहान मुलगी होते, पण तुम्ही तर मोठे होतात ना! तुम्हाला कळलं नाही की या सगळ्याचा माझ्यावर परिणाम होत होता ते? तुम्हाला दोघांनाही नाही? मला फक्त एक कुटुंब

असायला हवं होतं. मी त्याकरता काहीही करायला तयार होते. हा शेवटचा महिना जेव्हा मी तुला फेसबुकवर संदेश पाठवत होते तेव्हा मला आपण एक कुटुंब असल्यासारखंच वाटत होतं. आपण एकत्र आलो होतो, हो की नाही?'' मग ती नोहाच्या आईकडे बघून उदासपणे हसली. ''मी बेनला इथपर्यंत आणून माझ्या चुकीची भरपाई केली आहे, हो की नाही?''

रॉजर आणि जेसिकाने एकमेकांकडे सहेतुकपणे बघितलं आणि मला ॲडमने त्या दिवशी सांगितलेलं आठवलं. ते दोघं एकत्र राहण्याचा विचार करत होते, पण जेस्सला नोहाला त्रास व्हायला नको होता. आणि त्याकरता चेरिल् त्याला जबाबदार धरत होती, कौटुंबिक परिस्थिती होती ती.

''ती तुझीच चूक होती चेरिल्,'' मी म्हटलं. आज इतक्या वर्षांत पहिल्यांदाच मला सगळं स्पष्टपणे जाणवत होतं ''खरं म्हणजे तूच नोहाचा खून केलास.''

''नाही.'' चेरिल्ने मान हलवली, तिचे शब्द अडखळले. ''त्याला मी कारणीभूत होते असं म्हणू नकोस. मी ते ॲडमला सांगितलं होतं, तुला नाही. आणि माझा तसा हेतू नव्हता. मी तुला काहीच करायला सांगितलं नव्हतं.''

''पण माझं माझ्या भावावर प्रेम होतं. मी कसं त्याला त्याचं आयुष्य उद्ध्वस्त करून देणार होतो?'' माझा हात नकळतपणे माझ्या तोंडावर गेला, जणू येणारे शब्द थांबवण्याचाच तो प्रयत्न करत होता. ''मी त्याला तसं वागू देऊ शकत नव्हतो. पण माझं आयुष्य उद्ध्वस्त झालं तरी काय फरक पडणार होता? माझा काहीही उपयोग नाही. कधीच नव्हता. माझं काय, काहीही झालं तरी कोणाला पर्वा असणार होती.''

क्षणभर ब्रिजवर सगळेच स्तब्ध झाले. सगळ्यांनाच ते जाणवलं. बेन जे सांगत होता ते एक कटू सत्य होतं, पण हे सगळं किती चुकीचं होतं. कारण फरक पडणार होता, पडला होता. बेनने जे केलं त्याने खूपच फरक पडला होता. ब्रिजवर उभ्या असणाऱ्या सगळ्यांची आयुष्यं त्यामुळे बदलून गेली होती.

जेसिकाच्या गालावरून ओघळणारे अश्रू वाऱ्यामुळे होते की भावनांमुळे, ते सांगणं कठीण होतं.

''मलाही ढकल,'' तिने मला फर्मावलं. तिची नजर माझ्या चेहऱ्यावर खिळलेली होती. ''मला माझ्या मुलाला भेटायचं आहे, आणि तू त्याला जे केलंस तेच माझ्या बाबतीत कर. चल, ढकल मला!''

तिला मरायचं होतं. आणि त्याकरता मी जबाबदार असावं असं तिला वाटतं होतं.

"थांब!"

भराभर ढांगा टाकत केट जेसिकापर्यंत पोहोचली.

ती मला इथे वाचवायला आली होती. ती जसं म्हणाली होती तसंच. पण ज्याला वाचवायचं तो मी नाही.

"प्लीज जेस्स," केटने तिला विनवलं, "मागे फिर, कठड्यावरून परत ये."

नोहाची आई खालच्या पाण्याने भारल्यासारखी झाली होती. तिचे हात कापत होते. ती वळली, काय करावं हे समजत नसल्यासारखी ती आमच्याकडे पाहत राहिली. पण मग तिने मान उचलून कानोसा घेतला. पोलिसांचा भोंगा जवळ येत होता.

"तू मला मदत करणार नाहीस. नाही ना?" तिने मान वळवून रॉजरकडे बघितलं. "तुम्ही कोणीही मला माझ्या दुःखातून पलीकडे नेणार नाही."

आणि मग मला दिसलंच मी काय करायला हवं होतं ते.

मी जेसिकाकडे गेलो आणि तिला जोरात धक्का दिला. तिच्या मुलाला ढकललं होतं त्याहीपेक्षा जोरात, तिला नोहाबरोबरंच विश्रांती दिली. तिने जे सांगितलं तसंच मी करत होतो. ही तिचीच इच्छा होती.

आता

हम्बर ब्रिजवरून एक आकृती खाली पडताना दिसली. मुलाची नाही, तर एका स्त्रीची.

ब्रिजवरचे उरलेले लोक सगळे कठड्यावरून ओठंगून बघत होते, वाऱ्यावर निष्फळ हाका मारत. पण आता काहीही करणं अशक्य होतं.

हम्बर बॉय बी बघत होता. त्याचं भविष्य आता पुन्हा एकदा रेखलं गेलं होतं.

केट

बेन केटच्या शेजारी पोलिसांच्या गाडीत पाठीमागे बसलेला होता. कोणीही बोलत नव्हतं.

"तुला आता पोलीस स्टेशनमध्ये घेऊन जातील आणि मग तुझ्यावरची कारवाई सुरू करतील," केट त्याला म्हणाली.

त्याने काहीच उत्तर दिलं नाही.

"आता कोणीच काही करू शकत नाही. सगळं संपलेलं आहे."

ती कोणाबद्दलही बोलत असू शकेल, नोहाबद्दल किंवा जेसिकाबद्दल. दोघंही आता कायमचे गेले आहेत.

"तिला मी ते करायलाच हवं होतं. सगळा वेळ तिच्या मनात तेच होतं." बेन अजूनही त्या धक्क्यात होता. तो मान हलवत म्हणाला, "मला वाटलं की ते मला मारणार आहेत, पण त्याऐवजी मी तिला मरायला मदत केली. ते सर्वांत वाईट."

ऑलिव्हरने केटला गाडीतून बाहेर पडायला मदत केली आणि तिच्या खांद्यांच्या भोवती एक ब्लँकेट गुंडाळलं; पण तरीही थंडीने तिचे दात वाजत होते. बेनला जेसिकाला ढकलण्यापासून परावृत्त करण्यातील असमर्थता, तिचं शरीर खालच्या थंडगार नदीत पडताना बघण्याचा धक्का. शेवटी तिची तिच्या दु:खातून सुटका झाली. ऑलिव्हरने नदीकडे नजर टाकली. हम्बरचे जीवरक्षक तिथून जेसिकाचा मृतदेह बाहेर काढत होते.

"तिने आज स्वत:चा निर्णय घेतला, केट. तिला तिच्या मुलाचा खुनी परत तुरुंगात हवा होता आणि तिने ते साध्य केलं. आता तो कधीही सुटणार नाही."

केट सुसकारा सोडून मागे रेलली.

ऑलिव्हरने तिला जवळ घेतलं. "या सगळ्याला काहीही उत्तरं नाहीत, केट. मला माफ कर, पण मी तिथे असायला हवं होतं, एवढंच मी म्हणू शकतो. लोकांना, आपल्याला, गोष्टी सरळपणाने व्हायला हव्या असतात. आपल्याला सगळं योग्य आणि अयोग्य, चांगला माणूस आणि वाईट माणूस असं हवं असतं. सभ्य आणि जंगली. पण आयुष्य असं नसतं कधी, तो एक गुंताच असतो.

तो जे बोलतो आहे ते बरोबर आहे हे तिला जाणवत होतं. ती त्याच्या कुशीत शिरली की तो निदान शब्दांनी तरी तिचं सांत्वन करू शकेल.

''केट, ब्रिजवर जे काही घडलं ते तू बदलू शकत नाहीस, परंतु त्यामुळे तू आयुष्यावर त्याचा परिणाम होऊ देऊ नकोस. तुझ्या समोरच्या संधीचा स्वीकार कर.''

एवढं बोलून तो त्याच्या कामाला निघून गेला. तो आता रॉजर आणि चेरिल्चे जबाब घेईल. त्या दोघांना अगोदरच हल् पोलीस स्टेशनमध्ये घेऊन जाऊन त्यांच्यावर अपहरणाचा आणि नकली कैदेचा गुन्हा दाखल करण्यात आला होता. तिचा स्वत:चाही जबाब आवश्यक असणार होता. पण बेन आता आयुष्यभरासाठी तुरुंगात जाणार यात काहीच शंका नव्हती.

जो काही प्रश्न होता तो आता तिच्या स्वत:च्या भविष्याचा होता, तिच्या आणि अमेलियाच्या. पण ऑलिव्हरने तिच्या लक्षात आणून दिलं होतं की इतर सगळ्यांप्रमाणेच तिच्या समोरही पर्याय उपलब्ध होता. आणि ती आता वेगळा रस्ता चालून बघणार होती. एक चांगलं भविष्य.

यानंतर काही तासांनी ईप्सविचला परत आल्यावर ऑलिव्हर केटबरोबर घरी न येताच गेला. तिला फक्त ते कपडे काढून फेकून अंघोळ करून झोपून जायचं होतं. गाडीतून उतरण्यापूर्वी तिने आपला हात पुढे केला. तिची बोटं हातात घेऊन त्याने हलकेच त्यावर ओठ टेकले.

''यात तुझी काहीही चूक नव्हती केट, लक्षात ठेव.''

त्याची गाडी निघून जाईपर्यंत ती थांबली आणि मग घराकडे वळली. अमेलिया तिथे तिच्या आजीबरोबर थांबली होती. केटला तिच्या मुलीला भेटण्याची आत्यंतिक गरज होती, तिला लेकीला मिठीत घ्यायचं होतं. जेसिकाला पुलावरून खाली पडताना पाहिलेल्या दृश्याने तिला आयुष्याची क्षणभंगुरता कळून चुकली होती. त्यामुळे आयुष्यात मिळणारं प्रेम घट्ट धरून ठेवणं किती गरजेचं आहे, हे तिला जाणवलं होतं.

''आई!''

आणि अमेलिया काही त्या हल्च्या दमवून टाकणाऱ्या ट्रिपवर गेली नव्हती किंवा तिने त्या दु:खी बाईचं शरीर पुलावरून नदीत झेपावताना पाहिलं पाहिलं नव्हतं, त्यामुळे ती शांतपणे पुढे निघून जायला लागली, पण केटने तिच्या लेकीला पकडलं आणि घट्ट मिठीत घेतलं, तिच्या गालाचा मुका घेतला.

''हो, हो. आई, तू फक्त एकच दिवस गेली होतीस.''

पण त्या दिवसाने आयुष्यच बदलून टाकलं होतं.

त्या दिवशी

"मी नाही करू शकत हे," ॲडम म्हणाला. तो चालता चालता मागेच थबकला.

बेनने कधीच आपल्या भावाला असं पाहिलं नव्हतं. इतकं अस्वस्थ, थरथरणारा, आवाज कापणारा.

"श्शी! मी नाही करू शकत हे."

ॲडमला असं पाहणं बेनकरता क्लेशकारक होतं. तो नेहमीच खंबीर असा मुलगा होता. बेनला जेवायला, खायला मिळत आहे की नाही याची काळजी घेणारा, त्याला रोज उठवून शाळेत घेऊन जाणारा. ॲडमच त्याची आई, त्याचे वडील, त्याचा मित्र सगळं काही होता. आणि आता तोच असा खचत चालला होता. तेही त्याच्या नजरे समोर.

"ॲडम, त्याने काहीच फरक पडत नाही."

पण ॲडम हताशपणे ओरडला. "खड्ड्यात जाऊ देत ते. मला सोडून निघून गेले, आणि मरो ती आई जिने त्यांना जाऊ दिलं."

बेनला कळत होतं की हे फक्त चेरिल्शी संबंधित नव्हतं. हे आजशी संबंधित होतं. आजच्या या चमत्कारिक दिवसाशी, जो दिवस सुरुवातीपासूनच चुकीच्या दिशेने चालला होता. त्यांनी सगळ्यांनी त्याच्या आईप्रमाणेच करायला हवं होतं. अंथरुणातून बाहेरच पडायला नको होतं.

ॲडम गुडघ्यांवर बसून रडत होता. बेनला त्याची समजूत घालता येईना. त्याच्याकडे त्यासाठी शब्दच नव्हते. त्याच्या भावासाठी तो काहीही, अगदी काहीही करायला तयार होता.

आणि तो नोहा, अजूनही कठड्याच्या पलीकडे किंचाळत उभा होता. तो खाली घसरला होता आणि कठड्याला धरून कसाबसा छज्जावर लोंबकळत होता. एका पायातला बूट केव्हाच खाली गेलेला होता. या सगळ्या गोंधळाने तो घाबरून रडत उभा होता.

किती सोपं होतं ते.

आणि त्या घटकेला, त्या क्षणार्धात सगळ्या गोष्टी अगदी सोप्या होत्या. एक पाऊल पुढे टाकून फक्त एक धक्का द्यायचा.

बेनने नोहाला पडताना पाहिलं आणि त्याने काय केलं ते त्याला जाणवलं. ती झणझणणारी, वाढणारी शक्ती त्याच्या हातांमधून पसरत त्याच्या छातीपर्यंत पोहोचली. स्वत:च्याच सामर्थ्याच्या जाणिवेने त्याची छाती फुगली होती. धमन्यातून वाहणाऱ्या ॲड्रेनलिनने त्याचं शरीर इतक्या जोरात थडथडलं की श्वास घ्यायला धडपडताना त्याला कठड्याचा आधार घ्यावा लागला. या आनंदाच्या लाटेवर त्याला जमेल तितका वेळ टिकून राहायचं होतं. या आधी त्याला कधीच असं छान वाटलं नव्हतं.

सीसीटीव्ही कॅमेऱ्यावर दोघं भाऊ पळत जाताना दिसले. आणि नंतरच्या चौकटीत बेन आपल्या भावाला अत्यानंदाने मिठी मारताना दिसला.

आता

फेसबुक : 'हम्बर बॉय बी' याला शोधा.

नोहाची आई : मी एका जुन्या मित्राला भेटायला जाते आहे. मला आशा आहे की तो आपला शब्द पाळेल. जर त्याने तो पाळला तर मला माझ्या मुलाच्या खुन्याला भेटण्याची संधी मिळेल. तो तुरुंगातून सुटल्याचं कळल्यापासून जो एक शब्द माझ्या जिवाला छळतो आहे तो मला त्याला विचारता येईल.

तुम्हाला जो वाटतो आहे तोच तो प्रश्न नाही. त्या प्रश्नाला कोणतंही उत्तर पुरेसं नाही. आणि मी हे समजण्याइतकी मूर्ख नाही की त्याने दिलेल्या कारणांमुळे त्याने नोहाच्या बाबतीत जे काही केले ते क्षम्य ठरेल.

माझा प्रश्न त्याच्या अपराधाबद्दल आहे. त्याला केलेल्या कृत्याबद्दल अपराधी वाटतं आहे का आणि तसं वाटत असेल तर त्याचे परिणाम भोगायला तो तयार आहे का?

मला हे हवं आहे. आणि तुम्ही जर हे वाचत असाल आणि जर गोष्टी घडून गेलेल्या असतील तर मला तुम्हाला हे सांगायचं आहे की त्यामुळे जो त्रास होईल त्याबद्दल मला क्षमा करा. तुम्हाला हे सगळं समजावं अशी माझी अपेक्षा नाही.

मी फक्त तुमची माफी मागू शकते. तो जर मुक्त असेल तर मी जगूच शकत नाही.

इतकं साधं आहे ते.

केट

केटने बॅग घेऊन त्यात तिच्या स्वतःच्या अशा सर्व वस्तू भरल्या. परिविक्षा कार्यालयाच्या मालकीची एक-एक वस्तू तिने कटाक्षाने मागे ठेवली. ती इथे आली होती, कारण तिला उत्तरं हवी होती. ती खात्री. पण आता ते सगळं संपलं होतं. ती आता वेगळ्या मार्गाने जाऊन बघणार होती : प्रेमाच्या.

कारण ती एक माणूस होती, चुकू शकत होती आणि ऑलिव्हर म्हणाला होता की त्याचं तिच्यावर आणि अमेलियावर प्रेम आहे.

ती आता लक्झमबर्गला जाऊन पाहणार होती.

मग केटला जाणवलं, खोल आतून जाणवलं. ते न पचणारं, न रुचणारं जीव कुरतडणारं सत्य : नोहाच्या मृत्यूच्या प्रकरणात गुंतलेल्या लोकांपैकी कोणीही विकृत नव्हतं, कोणीही दुष्ट नव्हतं. पण तरीही प्रत्येक व्यक्तिमत्त्वाच्या, प्रत्येक निर्णयाच्या गुंतागुंतीच्या किमयेने ते सगळे त्या दिवसाच्या त्या अत्युच्च दुष्टाव्यापर्यंत येऊन पोहोचले होते.आणि जेसिकाचा मृत्यू जो केटला अगदी खोलवर जाणवला होता, तो त्या सगळ्याचा थेट परिणाम होता. एक स्त्री, जिचं आयुष्य म्हणजे एक पोकळी होती आणि तिच्या मुलाचा खुनी पुन्हा एकदा तुरुंगात जाण्यासाठी ते आयुष्य भिरकावून देणंही तिला मान्य होतं.

बेनने जेसिकाला ढकलण्याची गरज नव्हती, जरी तिने सांगितलं होतं तरीही. त्याला नोहाला ढकलण्याचीसुद्धा गरज नव्हती. त्याने जे पर्याय स्वीकारले ते चुकीचे होते, त्याची कारणं अगदीच सामान्य होती. पण केटला वाटलं की शेवटी जेसिकाची मागणी पूर्ण करण्यामागे त्याची अपराधी भावनाच कारणीभूत ठरली असावी आणि बाहेरच्या जगाचं भय. कसंही असतं तरी तो आयुष्यात कधीच मुक्त झाला नसता. ती बाहेर पडत असताना पाठीमागून एका आवाजाने तिला थांबवलं.

''कोणीतरी एकदा कधीतरी म्हटलं होतं, कोणी ते आठवत नाही, की चांगली न्याययंत्रणा असण्यासाठी चांगली माणसं असणं गरजेचं असतं, पण अति चांगलाही नकोत.''

केट वाटेतच थांबली. हातातल्या खोक्याचं वजन जाणवत होतं. अमेलियाचा फोटो त्या सगळ्याच्या वर होता.

"मी जाते आहे, पॉल. तुला खूप उशीर झालाय."

पॉल किंचित हसत जवळ आला, "इतकंही चांगलं नको केट की अपरिपूर्ण असणं म्हणजे काय हेही विसरायला होईल." केटने तिच्या मित्राकडे रोखून पाहिलं. "मी घोळ घातला पॉल, आणखी एक मृत्यू झाला आणि बेन आता पुन्हा तुरुंगात आहे."

"पण तू एक चांगली व्यक्ती आहेस केट आणि म्हणूनच तू थांबायला हवंस."

"पण मला चांगलं वाटत नाहीये. मला वाईट वाटतंय आणि ही खोकी जड आहेत."

तिने लिझच्या वकिलांशी संपर्क साधून त्यांना कळवलं होतं की नाही, ती तिच्या वडिलांविरुद्ध साक्षीदार म्हणून उभी राहणार नाही. मग त्यांनी काही केलं असो वा नसो. कारण तिला असं वाटत होतं की ती आता तितकी विश्वासार्ह राहिलेली नाही. तिच्या साक्षीला काडीमात्र किंमत नाही. बेनच्या केसवर काम करण्याचा हा परिणाम होता. तिच्या चुकांमध्ये अडकल्यासारखं केटला वाटत होतं. बेनला पळवलं जाऊन त्याला हल्ला घेऊन जाऊन तिथे घटनांची एक नवीनच साखळी निर्माण झाली, ज्यात तिचाही सहभाग होताच, आणि त्यातून हम्बरला आणखी एक बळी मिळाला, हे सर्व टाळण्यातलं तिचं अपयश तिला बोचत होतं.

"मला एक वेगळा दृष्टिकोन हवा आहे, पॉल."

"तू निदान खोका तरी खाली ठेवतेस का?"

"मी जर तो खाली ठेवला तर मी कदाचित तो कधीच उचलू शकणार नाही. आणि आत्ताचं म्हणशील तर मला फक्त चालत राहायला हवं आहे. मला या सगळ्यापासून दूर जायचं आहे, म्हणजे मग मला कळेल की माझ्या चुका किती गंभीर होत्या. आता या घटकेला मी या मोडलेल्या, खचलेल्या लोकांपासून लांब असणंच योग्य आहे; कारण मी स्वतःच इतकी खचलेली आहे."

पॉलने तिच्या हाताला स्पर्श केला आणि हळुवारपणे तिच्या हातून खोका स्वतःकडे घेतला.

"मग मी तुला तुझ्या गाडीपर्यंत जायला मदत करतो. पण मला तुला एक गोष्ट सांगू दे की तू खरंच चांगली आहेस. तुला माणूस असण्याची किंमत कळते. तुला जर थोडा वेळ हवा असेल तर तो जरूर घे, फक्त एवढंच सांग की तू परत येशील." केट पॉलच्या पाठोपाठ परिविक्षा कार्यालयातून बाहेर पडली, पण परत येण्याची कुठलीही वचनं ती देऊ शकली नाही.

■